திறந்தநிலை மார்க்சியம்

தொகுதி-II
கோட்பாடும் செயல்பாடும்

தொகுப்பாசிரியர்கள்:
வெர்னர் போன்ஃபெல்ட்,
ரிச்சர்ட் குன்,
காஸ்மாஸ் சைக்கோபீடிஸ்

தமிழில்:
மா.சிவகுமார்

பதிப்பாசிரியர்:
ந.முத்துமோகன்

இணை பதிப்பாசிரியர்:
ப.கு.ராஜன்

நியூ செஞ்சுரி புக் ஹவுஸ் (பி) லிட்.,
41-பி, சிட்கோ இண்டஸ்டிரியல் எஸ்டேட்,
அம்பத்தூர், சென்னை - 600 050.
☎: 044 - 26251968, 26258410, 48601884

Language: Tamil
Thiranthanilai Marxiyam
Volume-II
Kotpadum Seyalpadum

Edited by: **Werner Bonefeld, Richard Gunn, Kosmas Psychopedis**
Translated into Tamil by: **Ma.Sivakumar**
Editor: **N. Muthumohan**
Joint Editor: **P.K. Rajan**
First Edition: January, 2024
Copyright: Publisher
No.of Pages:284
Publisher:
New Century Book House Pvt. Ltd.,
41-B, SIDCO Industrial Estate, Ambattur, Chennai - 600 050.
Tamilnadu State, India.
Email: info@ncbh.in | Online: www.ncbhpublisher.in

Originally Published as
Open Marxism | Volume II - THEORY AND PRACTICE
by PlutoPress (1992)

ISBN: 978 - 81 - 9449 - 217 - 7
Code No. A4930
₹ **470/-**

Branches

Ambattur 044 - 26359906 **Spenzer Plaza (Chennai)** 044-28490027
Trichy 0431-2700885 **Pudukkottai** 04322- 227773 **Thanjavur** 04362-231371
Tirunelveli 0462-4210990, 2323990 **Madurai** 0452-2344106, 4374106
Dindigul 0451-2432172 **Coimbatore** 0422-2380554 **Erode** 0424-2256667
Salem 0427-2450817 **Hosur** 04344-245726 **Krishnagiri** 04343-234387
Ooty 0423-2441743 **Vellore** 0416-2234495 **Villupuram** 04146-227800
Pondicherry 0413-2280101 **Nagercoil** 04652-234990

திறந்தநிலை மார்க்சியம்
தொகுதி-II
கோட்பாடும் செயல்பாடும்

தொகுப்பாசிரியர்கள்: **வெர்னர் போன்ஃபெல்ட், ரிச்சர்ட் குன், காஸ்மாஸ் சைக்கோபீடிஸ்**
தமிழில்: **மா.சிவகுமார்**
பதிப்பாசிரியர்: **ந.முத்துமோகன்**
இணை பதிப்பாசிரியர்: **ப.கு.ராஜன்**
முதல் பதிப்பு: ஜனவரி, 2024

அச்சிட்டோர்: **பாவை பிரிண்டர்ஸ் (பி) லிட்.,**
16 (142), ஜானி ஜான் கான் சாலை, இராயப்பேட்டை, சென்னை - 14
☎: 044-28482441

All rights reserved. No part of this book may be reprinted or reproduced or utilised in any form or by any electronic, mechanical, or other means, now known or hereafter invented, including photocopying and recording, or in any information storage or retrieval system, without permission in writing from the publishers.

பதிப்புரை

மானுடவிடுதலைக்கான தத்துவமாக 19-ம் நூற்றாண்டில் உருவான மார்க்சியத்தின் இன்றைய நிலை என்ன? குறிப்பாக, 1990-களில் சோவியத் ஒன்றியத்திலும் கிழக்கு ஐரோப்பிய நாடுகளிலும் கம்யூனிஸ்ட்கட்சி ஆட்சிகள் வீழ்ந்த பிறகு, முதலாளித்துவத்துக்கு எதிரான கோட்பாடாக மார்க்சியம் காலாவதியாகிப் போனதா என்ற கேள்வி உலகமெங்கும் எழுந்தது. சோவியத் ஒன்றியம் இருந்த போதே அதனுடன் முரண்பட்டு வேறுபாதை சமைத்த மாவோயிசம், யூரோ கம்யூனிசம் போன்ற மாற்றுகளும் வெற்றி பெறவில்லை என்பதால் இந்தக் கேள்வி மேலும் வலுப்பெற்றது. மறுபுறத்தில் சோசலிச மாற்று முகாம் என ஒன்று இல்லாத நிலையிலேயே முதலாளித்துவம் தன் உள்ளார்ந்த முரண்பாடுகளில் சிக்கித் தவிப்பது மேலும் தெளிவாகியது. மூன்றாம் பாதையென் றெல்லாம் பேசிய 'சமூக ஜனநாயக' வகைகளும் முனை மழுங்கி சில இடங்களில் ஃபாசிச சக்திகளுக்கும் சில இடங்களிலும் 'புதிய இடதுசாரி' வகைகளுக்கும் இடம் விட்டு காலாவதியாகின. இவை எல்லாம் சரியான மார்க்சிய மாற்றைக் கண்டறிவதை இன்றைய கால கட்டத்தின் அறிவார்ந்த தளத்தின் தலையாய பணியாக மாற்றியுள்ளன. மார்க்சிஸ்டுகள் தரப்பிலும் மார்க்சியத்தின் எதிரிகளிடமிருந்தும் இதற்கான எதிர்வினைகள் நாட்டுக்கு நாடு வேறுபட்டன, அரசியல் களத்திலும் கோட்பாட்டு விவாதங்களிலும் போராட்டங்கள் நடந்தன. தத்துவத் துறையில் பின்நவீனத்துவம் என்ற போக்கைக் குறிப்பாக சொல்லலாம்.

இவற்றுக்கான மார்க்சிய எதிர்வினையின் ஒரு பகுதியாக, ஸ்காட்லாந்தின் எடின்பர்க் பல்கலைக்கழகத்தில் பணியாற்றி வந்த வெர்னர் போன்ஃபெல்ட், ரிச்சர்ட் குன் ஆகியோரும், ஏதென்ஸ் பல்கலைக் கழகத்தைச் சேர்ந்த காஸ்மாஸ் சைக்கோபீடிசும் இணைந்து திறந்த நிலை மார்க்சியம் தொகுப்பின் முதல் இரு தொகுதிகளை 1992-ம் ஆண்டு வெளியிட்டனர். 'இயங்கியலும் வரலாறும்' என்ற முதல் தொகுதியில் தொகுப்பாசிரியர்களின் அறிமுகமும் மார்க்சின் இயக்கவியலை கான்ட், ஹெகல் ஆகியோரில் தொடங்கி மீட்டமைப்பது, அரசு பற்றிய விவாதங்கள் ஆகியவை தொடர்பாக வெவ்வேறு ஆசிரியர்களால் எழுதப்பட்ட ஐந்து கட்டுரைகள் இடம் பெற்றன. 'கோட்பாடும் செயல்பாடும்' என்ற இரண்டாவது தொகுதியில், தொகுப்பாசிரியர்களின் அறிமுகத்தோடு வரலாற்றுப் 'பொருள்முதல் வாதம்' என்ற பெயரில் வளர்த்தெடுக்கப்பட்ட மார்க்சின் 'வரலாறு

குறித்த பொருள்முதல்வாத கருத்தாக்கம்' (materialist conception of history) மீதான விமர்சனமாக இரண்டு கட்டுரைகளும் வர்க்க நோக்கு நிலையைப் பற்றிய மூன்று கட்டுரைகளும் இடம் பெற்றன.

திறந்தநிலை மார்க்சியம் என்ற சிந்தனைப் போக்கின் முதல் வெளிப்பாடான இந்த இரண்டு தொகுதிகளில் வரலாற்றுப் பொருள் முதல்வாதம் என்ற வரையறையை இதன் ஆசிரியர்கள் பகுப்பாய்விற்கு உள்ளாக்குகின்றனர். அரசு பற்றிய லெனினிய கோட்பாட்டையும் பகுப்பாய்வு செய்கின்றனர். மரபுரீதியான மார்க்சியத்தில் கேள்விக்கு அப்பாற்பட்ட வரையறைகளாக கருதப்பட்டவற்றை விமர்சனப் பார்வையுடன் மீளாய்விற்குத் திறப்பதைதான் திறந்தநிலை மார்க்சியத்தின் நோக்கமாகக் கொண்டுள்ளனர், அதன்ஆசிரியர்கள். தமது விமர்சன பகுப்பாய்வையும் விவாதத்துக்குட்படுத்தி சரி, தவறுகளை பரிசீலித்து மார்க்சியத்தை வளர்த்தெடுக்கும்படி அழைக்கின்றனர்.

இதைத் தொடர்ந்து 1995-ம் ஆண்டு திறந்தநிலை மார்க்சியத்தின் மூன்றாவது தொகுதியான 'மார்க்சின் விடுவிப்பு' என்பதைத் தொகுப்பதில் எடின்பர்க் பல்கலைக்கழகத்தைச் சேர்ந்த ஜான் ஹாலவேயும் இணைந்தார். இதில், தொகுப்பாசிரியர்களின் அறிமுகத்துடன், மார்க்சின் இயக்கவியல் முறைபாடு பற்றியும், உரிமைகள் பற்றிய தத்துவம் தொடர்பாகவும் ஆழமான கட்டுரைகளோடு, பின்நவீனத்துவம், வரலாற்றின்முடிவு, பின்-கீனீசியம், வேபரியனிசம் போன்ற சமூகவியல் கோட்பாடுகளை கூர்மையாக விமர்சிக்கும் கட்டுரைகளும் உழைப்பின் மைய நிலையை நிறுவும் கட்டுரைகளும் இடம் பெற்றுள்ளன.

சுமார் 15 ஆண்டுகளுக்குப்பிறகு 2008-ம் ஆண்டு வெடித்த முதலாளித்துவ நெருக்கடி, அமெரிக்காவில் "வால்வீதி ஆக்கிரமிப்பு தொடங்கி, ஆப்பிரிக்காவிலும் அரபுநாடுகளிலும் முன்னாள் சோவியத் குடியரசுகளிலும் 'வண்ணப் புரட்சிகளாக' மாற்றப்பட்ட மக்கள் எழுச்சிகளும் வெடித்தன. லத்தீன் அமெரிக்க நாடுகளில் ஏகாதிபத்திய எதிர்ப்பு சமூக ஜனநாயக அரசியல் வளர்ச்சியடைந்தது. நெருக்கடியையும் போராட்டங்களையும் பயன்படுத்திக் கொண்டு இந்தியா உள்ளிட்ட முக்கியமான நாடுகளில் பிற்போக்கு அரசியல் ஆட்சியை பிடித்தது.

இந்நிலையில், திறந்தநிலை மார்க்சியம் தொகுப்பின் முதல் மூன்று தொகுதிகள் வெளியான 25 ஆண்டுகளுக்குப் பிறகு இந்தத் தொடரின் நான்காவது தொகுதியை அனா சிசிலியா டீனர்ஸ்டெய்ன், அல்ஃபோன்சோ கார்சியா வேலா, எடித் கோன்சாலஸ், ஜான் ஹாலவே ஆகியோர் தொகுத்து வெளியிட்டுள்ளனர். அந்தத் தொகுதியில் திறந்தநிலை

மார்க்சியத்தை இத்தாலியிலும் லத்தீன் அமெரிக்காவிலும் நடந்த நடைமுறை போராட்டங்களுடன் இணைக்கின்றனர். இதற்கு வெர்னர் போன்ஃபெல்ட் முன்னுரை எழுதியுள்ளார். அந்தப் போராட்ட அனுபவங்கள் திறந்தநிலை மார்க்சியத்தின் கோட்பாட்டு சிந்தனையோடு எப்படி இணைகின்றன (திறந்தநிலை மார்க்சியமும் விமர்சனக் கோட்பாடும்), அரசு பற்றிய திறந்தநிலை மார்க்சியத்தின் விமர்சனத்தை மீள்பரிசீலனை செய்வது (அரசு, மூலதனம், நெருக்கடி), 21-ம் நூற்றாண்டில் நடக்கும் போராட்டங்களில் எழும் கேள்விகள் (ஜனநாயகமும் புரட்சியும் விடுவிப்பும்) என தொகுப்பாசிரியர்களின் அறிமுகத்துடன் மூன்று பிரிவுகளாக 11 கட்டுரைகள் வெளியிடப்பட்டுள்ளன.

மூலதனத்துக்கு எதிரான உயிர்த்துடிப்பான கோட்பாடாக மார்க்சியம் மட்டுமே தொடர்கிறது, மார்க்சியத்தை அதன் வறட்டுவாத, மூடுண்ட வடிவங்களில் இருந்து விடுவித்து அதன் விடுவிக்கும் உயிர் சக்தியை மீட்டெடுத்து அதை புரட்சிக்கான ஆயுதமாக கூர்தீட்டுவது இன்றைய புரட்சியாளர்களின் கடமையாக உள்ளது. திறந்த மனநிலையுடன் மார்க்சியத்தின் கருத்தினங்களை அணுகுவதைக் கோருவது இந்த நூல் தொகுதி மட்டும் இல்லை, கடந்த 100 ஆண்டு கால புரட்சிகர இயக்கத்தின் அனுபவங்களும் பின்னடைவுகளும் அதைக் கோருகின்றன. அந்த உணர்வில் மார்க்சியத்தை வறட்டுவாத மூடுபனியில் இருந்து விடுவிக்கும் பணிக்கு இந்த நான்கு தொகுதிகளின் 30 கட்டுரைகள் தமிழில் வெளியாவது பங்களிக்கும் என்று நம்புகிறோம்.

★★★

‘கோட்பாடும் செயல்பாடும்’ என்ற இந்த இரண்டாவது தொகுதியில் கோட்பாட்டுக்கும் செயல்பாட்டுக்கும் இடையேயான ஐக்கியம் என்ற மார்க்சியத்தின் மையமான கருத்தாக்கத்தை விவாதிக்கும் ஐந்து கட்டுரைகள் இடம் பெற்றுள்ளன. திறந்தநிலை மார்க்சியத்தின் முதல் தொகுதியின் கருப்பொருளான வரலாற்றையும் இயக்கவியலையும் பற்றிய விவாதத்திலிருந்து கோட்பாடும் செயல்பாடும் என்பதைப் பிரிக்க முடியாது என்கின்றனர் தொகுப்பாசிரியர்கள். திறந்தநிலை மார்க்சியம் சமூகவாழ்வின் பகைநிலை இயல்பை வலியுறுத்துகிறது. அதன்படி, கோட்பாட்டுக்கும் செயல்பாட்டுக்கும் இடையேயான ஐக்கியம் என்ற மார்க்சிய புரிதல், வர்க்கப் போராட்டத்தை கோட்பாட்டுக்குக் கீழ்ப்படுத்தவில்லை என்கின்றனர். வர்க்கம் என்பதை தனிநபர்களை குழுக்களாக பிரிப்பது தொடர்பான அளவுரீதியான பிரச்சினையாக பார்க்காமல், முரண்பட்ட பகை நிலையான சமூக உறவாக பார்க்கும் பண்புரீதியான கருத்தாக்கத்தை விளக்குகின்றனர்.

'வரலாற்றுப் பொருள்முதல்வாதத்துக்கு எதிராக' என்ற சர்ச்சைக்குரிய தலைப்புடனான ரிச்சர்ட் குன்-ன் கட்டுரை சமூகம் பற்றிய பொதுவான கோட்பாடு ஒன்று இருந்தால் அது நடைமுறையில் இருந்து பிரிக்கப் பட்டதாகி விடும் என்று வாதிடுகிறது. தான் ஆய்வு செய்ய எடுத்துக் கொள்ளும் பொருண்மையை, தனக்கு மேல் நிற்கும் மீ-கோட்பாட்டு (meta theory) அடிப்படையில் மட்டுமே விளக்க முடிகிற கோட்பாட்டை ரிச்சர்ட்குன் அரூபமான கோட்பாடு (theory of) என்கிறார். கோட்பாட்டுக்கும் செயல்பாட்டுக்கும் இடையேயான ஒருமை என்பது கோட்பாடு தனது பொருண்மைக்கு உள்ளேயே அமைந்திருப்பதைக் கோருகிறது என்கிறார். அது கோட்பாட்டு மீ-கோட்பாட்டு ஒருமையையும் கொண்டுள்ளது.

அப்படியானால், வரலாறு பற்றிய எந்த பெருங்குடைக் கோட்பாடும் கூடாது என்ற அனுபவவாத (பின்நவீனத்துவ) நிலைப்பாடுதான் சரியா என்ற கேள்விக்கும் பதிலளிக்கிறார். அனுபவவாத சாரமாக்கல் (empirical abstraction), அனுபவத்தை கோட்பாடாக்கம் செய்யாமல் நேரடியாக ஏற்றுக் கொள்கிறது. அதற்கு மாறாக, மார்க்சியத்தின் உயிர்நாடியாக இருக்கும் தீர்மானகர சாரமாக்கல் (determinate abstraction), தத்துவ அடிப்படையில் தனது பொருண்மையை ஆய்வு செய்கிறது, அது நடைமுறை பிரதிபலிப்புத் தன்மை கொண்டது.

சமூகத்துக்கான பொதுக் கோட்பாடாக வரையறுக்கப்படும் வகையில் வரலாற்றுப்பொருள்முதல்வாதம் என முன்வைக்கப்படுவது மார்க்சியமற்றது என்கிறார், ரிச்சர்ட்குன். ஆசியபாணி உற்பத்தி முறை என்று மார்க்ஸ் வரையறுத்ததை வரலாற்றுப் பொருள் முதல்வாதத்துக்குள் அடக்க முடியாத நிலை மார்க்சியத்துக்கே ஏற்பட்ட நெருக்கடியாக சித்தரிக்கப்படுவதை சுட்டிக்காட்டுகிறார். மார்க்சின் அணுகுமுறை வரலாற்றுப் பொருள்முதல்வாதமாக முன்வைக்கப்படும் வரையறையை விட பரந்து விரிந்தது, அது தீர்மானகர சாரமாக்கலை அடிப்படையாகக் கொண்டது என்கிறார்.

ஜோசப் ஃபிராக்கியா மார்க்சியக் கோட்பாட்டில் ஏற்பட்ட நெருக்கடி பற்றி பேசுகிறார். ஒரு கோட்பாடாக பார்க்கும்போது முதலாளித்துவம் பற்றிய மார்க்சியக் கோட்பாடு எப்போதுமே நெருக்கடியில் தான் இருந்திருக்கிறது என்று முன்மொழிகிறார். முதலாளித்துவம் மீண்டும் மீண்டும் நெருக்கடியில் வீழும்போது முதலாளித்துவ சமூகத்தில் தோன்றிய, முதலாளித்துவம் பற்றிய ஆய்வு செய்யும் மார்க்சியக் கோட்பாடும் மீண்டும் மீண்டும் தன்னை புதுப்பித்துக் கொள்ள வேண்டியுள்ளது என்பது அவரது வாதம். எனவே, மார்க்சின் பெரு நோக்கை அனைத்தையும் உள்ளடக்கியதாக எடுத்துக்கொள்வது

மார்க்சியத்துக்கே விரோதமானது. மாறாக முதலாளித்துவத்தின் வளர்ச்சிகளுக்கு ஏற்ப கோட்பாட்டையும் புதுப்பிக்க வேண்டும் என்பது அவரது கருத்து.

இன்றைய வர்க்கநிலை பற்றிய கட்டுரையில் அந்தோனியோ நெக்ரி 19-ம் நூற்றாண்டில் மார்க்சின் காலம் தொடங்கி 1980-கள் வரை உழைப்பு நிகழ்முறைகளிலும் நுகர்வு நியதிகளிலும் அரசு வடிவத்திலும் பாட்டாளி வர்க்கத்தின் அணிதிரட்டலிலும் மாற்றங்களை காலவரிசைப் படுத்துகிறார். அதன்மூலம் உற்பத்தியை மையமாகக் கொண்ட மதிப்பு விதி பட்டறைத் தொழில் காலத்திலிருந்து தருவிக்கப்பட்டது, அது 20-ம் நூற்றாண்டில் மாற்றமடைந்துள்ளது என்ற கருத்தை முன்வைக்கிறார். மதிப்பின் உற்பத்தியும் உழைப்புச் சுரண்டலும் உலக மயமாக்கப்பட்ட நிலையில், உழைப்புச் சக்தியின் மறுவுற்பத்தி சமூகமயமாக்கப்பட்ட நிலையில் மூலதனத்தை எதிர்த்த போராட்டங்கள் கூலியுழைப்புக்கும் மூலதனத்துக்கும் இடையிலானது என்ற வரம்பை தாண்டிச் சென்றுள்ளன என்கிறார். தகவல் தொழில்நுட்ப வளர்ச்சி, பொருளாதாரத்தில் மூளை உழைப்பு வேலைகள் அதிகரிப்பது போன்ற போக்குகள் முன்னேறிய முதலாளித்துவ நாடுகளில் மட்டுமின்றி இந்தியா போன்ற நாடுகளிலும் குறிப்பிட்ட அளவுக்கு அதிகரித்துள்ளன. இந்நிலையில் தொழிலாளி வர்க்கத்தின் புதிய பிரிவினரையும் கூலி கொடுக்கப்படாத பிரிவினரையும் தமது வாழ்நிலைகளை பாதுகாத்துக் கொள்ள அவர்கள் நடத்தும் போராட்டங்களையும் கோட்பாடாக்கம் செய்வதன் அவசியத்தை அவர் வலியுறுத்துகிறார்.

ஹேரி கிளீவரின் கட்டுரை, முதலாளித்துவ சமூகத்தில் முதலாளி வர்க்க நோக்குநிலையையும் தொழிலாளி வர்க்க நோக்கு நிலையையும் சம அளவு கோட்பாடாக்கம் செய்ய வேண்டியதன் அவசியத்தை வலியுறுத்துகிறது. ஒரு நேர்வை முதலாளித்துவக் கோட்பாடு எவ்வாறு கோட்பாடாக்கம் செய்கிறது, முதலாளித்துவ மேலாளர்களுக்கு சுரண்டலை மீள்கட்டமைப்பு செய்வதற்கு எத்தகைய ஆயுதங்களை வழங்குகிறது என்பதையும் தொழிலாளி வர்க்கம் புரிந்து கொள்ள வேண்டியதன் அவசியத்தை சுட்டிக் காட்டுகிறார்.

முதலாளித்துவ சமூகத்தின் அடக்குமுறைகளும் ஆதிக்கமும் அவற்றுக்கு இணையான எதிர்ப்பாலும் போராட்டங்களாலும் தொடர்ந்து சிதைக்கப்பட்டு வருகின்றன. எனவே, போராட்டத்தின் இரண்டு பக்கங்கள் மீதும் கவனம் செலுத்துவது புரட்சிகரக் கோட்பாட்டுக்கு அவசியமானது. இதற்கு எடுத்துக்காட்டாக, மூலதனம் நூலில் வேலை நாள் பற்றிய பகுப்பாய்வில் மார்க்ஸ் முதலாளிவர்க்க செயல்பாடுகளுக்கும்

அதை எதிர்த்த தொழிலாளி வர்க்க செயல்பாடுகளுக்கும் சம முக்கியத்துவம் கொடுத்திருப்பதைச் சுட்டிக் காட்டுகிறார். ஆனால், இதற்கு மாறாக ஆதித்திரட்டல் பற்றிய வரலாற்று விரித்துரைப்பில், மார்க்ஸ் அதை எதிர்த்து நடந்த முந்தைய சமுதாயங்களின் போராட்டங்களை கோட்பாடாக்கம் செய்யாமல் விட்டுள்ளார். அந்த பாரம்பரிய சமுதாயங்கள் முதலாளித்துவத்தால் விரைவில் அழிக்கப்பட்டு வருகின்றன, மேலும் ஆதித்திரட்டல் உழைப்பாளர்களை பிற்போக்கில் இருந்து விடுவிக்கின்றது என அவற்றை அவர் புறக்கணித்திருக்கலாம். ஆனால், முதலாளித்துவத்தின் அழிக்கும் சக்தியை மிகையாகவும், பாரம்பரிய சமுதாயங்களின் தாக்குப்பிடிக்கும் சக்தியை குறைவாகவும் மார்க்ஸ் மதிப்பிட்டு விட்டார். இதற்கு மாறாக, ரசிய கிராம சமுதாயங்களான மீர்-ஐ மார்க்ஸ் கவனமாக ஆய்வு செய்தார். அவை எதிர்கால கம்யூனிச சமூகத்துக்கான கூறுகளை தம்முள் கொண்டுள்ளன என்று முடிவு செய்தார்.

இன்றைய உலகில் முதலாளித்துவம் அல்லாத பாரம்பரிய சமுதாயங்களின் போராட்டங்களையும், விவசாயிகளின் போராட்டங் களையும் பற்றிய ஆய்வு மார்க்ஸ் மீர் பற்றி செய்த ஆய்வைப் பின்பற்ற வேண்டுமே தவிர, மேற்கு ஐரோப்பிய விவசாய சமுதாயங்களை அவர் புறக்கணித்த பாதையை பின்பற்றக் கூடாது என்கிறார் ஹேரி கிளீவர்.

இந்த வகையில், மூலதனத்தின் மதிப்புப் பெருக்கத்துக்கு மதிப்பு நீக்கம், மதிப்புப் பெருக்க நீக்கம் ஆகியவை பற்றியும், சுய மதிப்புப் பெருக்கம் பற்றியும் இல்லிச் முதலான ஆய்வாளர்கள் செய்துள்ள பணியை அவர் சுட்டிக் காட்டுகிறார். ஆனால், இல்லிச் முதலான ஆய்வாளர்கள் மூலதனத்துக்கு உள்ளாக செயல்படும் கூலித் தொழிலாளர் களைப் பற்றிய பகுப்பாய்வை புறக்கணிக்கின்றனர். மார்க்சியத்தை நிராகரிப்பதன் காரணமாக, முதலாளித்துவ கட்டுப்பாடு முழுமையாக பின்னப்பட்டுள்ள வலைகளுக்கு உள்ளேயே கூட தன்னாட்சியான முனைப்புகள் மீண்டும் மீண்டும் எவ்வாறு தோன்ற முடிகிறது என்று காட்டத் தவறுகின்றனர். அவர்களது ஆய்வையும் இணைத்துக் கொண்டு மூலதனத்துக்கு எதிரான அனைத்தும் தழுவிய போராட்டத்தை நடத்தும் வல்லமை மார்க்சியத்திடம் மட்டுமே உள்ளது என்று ஹேரி கிளீவர் முடிவு செய்கிறார்.

நெருக்கடி என்பது என்ன என்ற கேள்வியுடன் தொடங்கும் ஜான் ஹாலவே, முதலாளித்துவ நெருக்கடி என்பது சுரண்டலுக்கான தனது ஆதிக்கத்தை செலுத்தும் மூலதனத்தின் கட்டமைப்புகளில் தொழிலாளி வர்க்கத்தின் எதிர்ப்புகள் ஏற்படுத்தும் உடைப்புகளைக் காட்டுகின்றன

என்கிறார். மூலதனம் நூலில் மார்க்ஸ் விளக்கும் முதலாளித்துவ சமூகத்தின் மாய்மாலங்கள் வரலாற்றில் நடந்து முடிந்து விட்டவை அல்ல, அவை உழைப்பாளர்களின் போராட்டங்களால் தொடர்ந்து உடைக்கப்படுகின்றன, மூலதனத்தால் மறுவுற்பத்தி செய்யப்படு கின்றன. மாய்மாலத்தின் மூடுபனி அனைத்தும் தழுவியதாக இல்லை, அது கவிகிறது, விலக்கப்படுகிறது, மீண்டும் கவிகிறது, இந்தத் தொடர்ச்சியான இயக்கத்தில் கம்யூனிசத்தின் கூறுகள் உள்ளன. எதிர்கால சமூகத்தின் வேர்களை நாம் இன்றைய போராட்டங்களில் தேட வேண்டும் என்று மார்க்சின் வழிகாட்டலை ஜான் ஹாலவே வலியுறுத்துகிறார்.

மிகவும் பணிவான அடிமைக்கும் மிகவும் ஆதிக்கம் செலுத்தும் ஆண்டைக்கும் இடையிலும்கூட முனைப்பான பகைநிலை உள்ளது, பரஸ்பர சார்புநிலையின் பதற்றம் உள்ளது, அது ஆதிக்கமும் அடி பணிதலும் என்ற உறவை இயக்க ஆற்றல் கொண்டதாக்குகிறது. உற்பத்தியை தொடர்ந்து மாற்றி அமைப்பதையும் உபரி-மதிப்பை அதிகரிப்பதற்கு தொடர்ந்து முயற்சிப்பதையும் சார்ந்தே மூலதனம் இருப்பது, ஒப்பீட்டளவில் நிலையான காலங்களில் கூட உழைப்புக்கும் மூலதனத்துக்கும் இடையிலான பகைநிலை நெகிழ்வாகவும் தொடர்ச்சியாகவும் இருப்பதை உறுதி செய்கிறது.

சமூக உறவுகளின் வகைமுறையில் ஏற்படும் முறிவு என்பது அது உடனடியாக வெற்றிகரமாக மறுகட்டமைப்பு செய்யப்பட்டு விடும் என்பதை உணர்த்தவில்லை. உடைப்பு மறுகட்டமைப்புக்கான சாத்தியத்தைக் கொண்டிருக்கலாம். அந்த சாத்தியம் கைவரப் பெறுவதாகவும் இருக்கலாம். ஆனால் அது உறுதி இல்லை, ஒப்பீட்டளவில் நிலையான முதலாளித்துவ சமூக உறவுகளின் புதிய வகைமுறை நிலை நாட்டப் படுகிறது என்றால், அது தானாக எளிதாக உருவாகிவிடப் போவதில்லை, அது நீண்ட இரத்தக்களறியான போராட்டத்தின் விளைவாகத்தான் உருவாகும். உடைப்பாக-நெருக்கடி என்பதற்கும் மறுகட்டமைப்பாக-நெருக்கடி என்பதற்கும் இடையே சாத்தியத்தின் ஒரு பாதாளம் உள்ளது, பாதுகாப்பாக தரையிறங்குவதற்கான உத்தரவாதம் இல்லாத மூலதனத்தின் பாய்ச்சல் ஒன்று உள்ளது, போராட்டத்தில் உள்ள உலகத்தின் ஒட்டுமொத்த வரலாறு உள்ளது. இவ்வாறு மூலதனத்துக்கு எதிரான போராட்டங்களின் புரட்சிகர உள்ளடக்கத்தை கோட்பாடாக்கம் செய்கிறார், ஜான் ஹாலவே.

இவ்வாறாக இந்தத் தொகுதியின் ஐந்து கட்டுரைகளும் கோட்பாட்டை நடைமுறையுடன் இணைப்பதை வலியுறுத்துகின்றன. சமூகக்

கட்டமைப்புகள் இறுகிப் போனவையாக இல்லை, தொடர்ந்து மாற்றப்பட்டுக் கொண்டிருக்கின்றன, அந்த மாற்றங்களின் மையத்தில் இருப்பது தொழிலாளி வர்க்கத்தின் இடைவிடாத போராட்டம். எனவே புரட்சிகரக் கோட்பாடு தன்னை நெகிழ்வாக வைத்துக் கொண்டு தொடர்ந்து புதுப்பித்துக் கொள்ள வேண்டும் என்று முன்வைக்கின்றன.

★★★

இன்றைய இந்தியாவின் உழைப்பாளி மக்களும் மார்க்சியத்தின் மாணவர்களும் ஜனநாயக சக்திகளும், மத, இன, மொழி, தேசிய இனச் சிறுபான்மையினரும் தங்கள் பிரச்சினைகளையும் அவற்றின் ஒன்றுக்கொன்று தொடர்பான விசைகளையும் கசடறக் கற்பதற்கு உதவும் ஒரு நூல் தொகுதியை மிகுந்தகாலப் பொருத்தத்துடன் என்.சி.பி.எச் நிறுவனம், தமிழுக்குக் கொண்டு வருகின்றது. இரண்டாவது தவணையாக அது தமிழில் கொண்டு வரும், நவீன சமகால மார்க்சிய அரசியல் நூல் வரிசையின் ஒரு பகுதியாக இவை அமைகின்றன. தமிழகத்தின் மார்க்சிய சிந்தனையை வளப்படுத்தும் புதிய காற்றாய் இவை வந்துள்ளன.

இந்தநூலையும் இது அடங்கிய நான்கு நூல் தொகுதியின் ஏனைய நூல்களில் பெரும்பகுதியையும் தோழர். மா.சிவகுமார் தமிழில் மொழி பெயர்த்துள்ளனர். தோழர். ப.கு.ராஜன் மொழிபெயர்ப்புப் பணியில் ஒரு பகுதியை செய்ததோடு ஒட்டுமொத்த மொழிபெயர்ப்புப் பணிக்கு வழிகாட்டினார். அத்துடன் இந்த நூல் வரிசைக்கு இணை - பதிப்பாசிரியராக எனக்கு பிரதிச் செம்மையாக்கத்திற்கு உதவி புரிந்துள்ளார். அவருக்கு எனது பாராட்டுகள். எந்தவொரு மொழியிலும் வெளிப்படுத்தக் கடினமான ஆழமானதும் சிக்கலானதும் மிகப் புதிய வையுமான சிந்தனைகளை தமது கடும் உழைப்பு, மார்க்சியப் புரிதல், மொழித்திறன் ஆகியவை கொண்டு மொழிபெயர்த்த தோழர்கள் தமிழில் தந்துள்ளனர். குறுகிய காலத்தில் இந்தப் பணியை முடித்த அவர்களுக்கு என்.சி.பி.எச் நிறுவனம் சார்பாகவும், நூல்வரிசையின் பதிப்பாசிரியர் என்ற முறையில் என் சார்பாகவும் பாராட்டுதல்கள்.

என்.சி.பி.எச் நிறுவனத்தின் மேலாண்மை இயக்குநர் தோழர் க.சந்தானம் அவர்களுக்கு நன்றியை தெரிவித்துக்கொள்கிறோம்.

என்.சி.பி.எச் நிறுவனத்தின் பதிப்புத்துறை பொது மேலாளர் தோழர் சண்முகம் சரவணன் நூல்களின் தேர்வு முதற்கொண்டு அதன் ஒவ்வொரு நிலையிலும் சிறப்பு கவனத்துடன் இதனை வெற்றிகரமாக்க பெரும் உந்துதலை அளித்துள்ளார்.

நிறுவனத்தின் விற்பனை மேலாளர் தோழர் தி.இரெத்தினசபாபதி, பதிப்பு மேலாளர் திருமதி ப.ரேவதி, பாவை பிரிண்டர்ஸ் பொது மேலாளர் திரு.ஆ.சிவக்குமார் மற்றும் ஏனைய என்.சி.பி.எச் ஊழியர்கள் எனப் பெரிய அணி ஒன்றின் அக்கறை கொண்ட பணி இந்த நூல் வரிசையையும் அதில் இந்த நூலையும் உங்களிடம் கொண்டு வந்து சேர்த்துள்ளது.

நூலை நேர்த்தியாகவும் அழகாகவும் வடிவமைத்துத் தந்துள்ள வடிவமைப்பாளர் அ.குணசுந்தரிக்கும் அட்டை வடிவமைப்பு செய்த தோழர் கா.குணசேகரனுக்கும் எமது இனிய நன்றிகளைத் தெரிவித்துக் கொள்வோம்.

சமகாலச் சமூகத்தைப் புரிந்து கொள்வது, அதன் அடிப்படையில் மேம்பட்ட செயல்பாட்டிற்கு செல்வது என்பதற்கு உதவும் இந்த நூல் வரிசையையும் இந்த நூலையும் தமிழ் கூறும் நல்லுலகின் வாசகர்கள், அறிஞர் பெருமக்கள், செயல்பாட்டாளர்கள் வரவேற்று ஆதரவு அளிப்பார்கள் என்று நாங்கள் உறுதியாக நம்புகின்றோம்.

ந.முத்துமோகன்
பதிப்பாசிரியர்

பொருளடக்கம்

பங்களிப்பாளர்கள்

நன்றியறிவிப்பு

அறிமுகம் — 21
வெர்னர் போன்ஃபெல்ட், ரிச்சர்ட் குன்,
காஸ்மாஸ் சைக்கோபீடிஸ்

1. வரலாற்றுப் பொருள்முதல்வாதத்துக்கு எதிராக-முதல்-நிலை சொல்லாடலாக மார்க்சியம் — 35
ரிச்சர்ட் குன்

2. வரலாற்றுப் பொருள்முதல்வாத அறிவியலும் நெருக்கடியும் கடப்பாடும் — 108
ஜோசப் ஃபிராக்கியா, செய்னே ரயன்

3. இன்றைய வர்க்க நிலைமை பற்றிய பொருள்கூறல்: முறைபாட்டு அம்சங்கள் — 142
அந்தோனியோ நெக்ரி

4. மார்க்சியக் கோட்பாட்டில் வர்க்க நோக்குநிலையை திருப்பி நிறுத்தல்: மதிப்புப் பெருக்கத்தில் இருந்து சுய-மதிப்புப் பெருக்கத்துக்கு — 193
ஹேரி கிளீவர்

5. நெருக்கடி, மாய்மாலம், வர்க்கச் சேர்க்கை — 248
ஜான் ஹாலவே

பங்களிப்பாளர்கள் பற்றிய குறிப்புகள்

வெர்னர் போன்ஃபெல்ட் எடின்பர்க் பல்கலைக் கழகத்தில் அரசியல் துறை விரிவுரையாளர். 'தி ரீஃபார்முலேஷன் ஆஃப் ஸ்டேட் தியரி', கேபிடல் & கிளாஸ், எண்.33 ('The Reformulation of State Theory', **Capital & Class**, no.33), 1987; 'ஓப்பன் மார்க்சிசம்', **காமன் சென்ஸ்**, எண் 1 ('Open Marxism', **Common Sense**, no. 1), 1987 ஆகிய நூல்களின் ஆசிரியர்; (ஜான் ஹாலவேயுடன்) சேர்ந்து போஸ்ட்-ஃபோர்டிசம் அண்ட் சோசியல் ஃபார்ம், லண்டன் (Post-Fordism and Social Form, London), 1991 என்ற நூலை தொகுத்தவர். வெர்னர் போன்ஃபெல்ட் கான்ஃபரன்ஸ் ஆஃப் சோசியலிஸ்ட் எகனாமிஸ்ட் (Conference of Socialist Economists)-ல் முனைப்பாக செயல்படுபவர். கேபிடல் & கிளாஸ் (Capital & Class) ஆசிரியர் குழுவின் உறுப்பினர். **காமன் சென்ஸ்** (Common Sense) ஆசிரியர் கூட்டமைப்பின் உறுப்பினர்.

ஹேரி கிளீவர் ஆஸ்டினில் உள்ள டெக்சாஸ் பல்கலைக் கழகத்தின் பொருளியல் துறையில் ஒரு பேராசிரியராக உள்ளார். அமெரிக்க ஐக்கிய நாடுகளில் தன்னாட்சிவாத (autonomist) சிந்தனை மரபின் குறிப்பிடத்தக்க ஆதரவாளர். அவர் 'ஃபுட், ஃபெமைன் அண்ட் த இன்டர்நேஷனல் கிரைசிஸ்', ஜீரோவொர்க், எண் 2 ('Food, Famine and the International Crisis', **Zerowork**, no.2), 1977; 'சப்ளை-சைட் எகனாமிக்ஸ்: ஸ்ப்ளெண்டரி எ மிசெரி', மெட்ரபோலி, எண்.7 ('Supply-side Economics: Splendori e miserie', Metropoli no.7), 1981; 'ரீகன்-இசம் என் ராப்பர்ட்ஸ் டி கிளாஸ் அவ் எடாட்ஸ் யூனிஸ், எம்-பி தாஹோன் அண்ட் ஏ கோரன்-ல் (தொகுப்பு), ('Reagan-isme et rapports de class aux Etats-Unis', in M.-B Tahon and A. Coren (eds), ல இத்தாலி: லெ பிலாசபி எட் லெ ஜெண்ட்ரேம், மாண்ட்ரீல் (L'Italie: le philosophe et le gendarme Montreal), 1986; 'த யூஸ் ஆஃப் என் எர்த்குவேக்', காமன் சென்ஸ், எண் 8, எடின்பர்க் ('The Use of an Earthquake', Common Sense, no.8, Edinburgh), 1989; 'குளோஸ் த ஐ.எம்.எஃப், அபாலிஷ் டெட் அண்ட் எண்ட் டெவலப்மென்ட்: எ கிளாஸ் அனாலிசிஸ் ஆஃப் த இன்டர்நேஷனல் டெட் கிரைசிஸ்', கேப்பிட்டல் & கிளாஸ், எண். 39, லண்டன் ('Close the IMF, Abolish Debt and End Development: A Class Analysis of the International Debt Crisis', *Capital & Class*, no. 39, London), 1989 ஆகிய நூல்களின் ஆசிரியர். அவரது ரீடிங் கேபிடல் பொலிடிக்கலி, ஆஸ்டின், டெக்சாஸ்

(Reading Capital Politically, Austin, Texas) *1979*-ல் *வெளியிடப்பட்டது*. *அந்தோனியோ நெக்ரியின் படைப்புகளை ஆங்கிலத்தில் மொழி பெயர்க்கும் பணியில் அவர் ஈடுபட்டிருந்தார். ஹேரி கிளீவர் ஜீரோவொர்க் (Zerowork)-ன் ஒரு ஆசிரியராக இருந்தார்.*

ஜோசப் ஃபிராக்கியா (Joseph Fracchia), டேவிஸ்சில் உள்ள கலிஃபோர்னியா பல்கலைக் கழகத்தில் வரலாற்றையும் தத்துவத்தையும் படித்தார். க்யோட்டிங்கனில் உள்ள ஜார்ஜ் ஆகஸ்ட் பல்கலைக் கழகத்தில் இரண்டு ஆண்டுகள் சமூகக் கோட்பாட்டை படித்தார். *1986* முதல் அவர் ஆரிகான் பல்கலைக் கழகத்தில் பயிற்றுவித்து வருகிறார். *டி மார்க்சிஷ அவுஃப்ஹேபுங் டெர் ஃபிலாசபி, உண்ட் டெர் ஃபிலாசஃபிஷ மார்க்சிஸ்முஸ் (Die Marxsche Aufhebung der Philosophie, und der Philosophische Marxismus)* என்ற அவரது நூல் *1987*-ல் வெளியானது.

ரிச்சர்ட் குன் (Richard Gunn) எடின்பர்க் பல்கலைக் கழகத்தில் அரசியல் துறையில் அரசியல் கோட்பாட்டு விரிவுரையாளராக உள்ளார். அவர் 'மார்க்சிசம் அண்ட் ஐடியாஸ் ஆஃப் பவர் அண்ட் பார்ட்டிசிபேஷன்', ஜே. புளூம்ஸ்ஃபீல்ட்-ல் *(தொகுப்பு)* ('Marxism and Ideas of Power and ParticipationÔ, in J. Bloomfield (ed.)), *கிளாஸ் ஹெஜிமனி அண்ட் பார்ட்டி*, லண்டன் (*'Class Hegemony and Party'*, London), *1977;* 'இஸ் நேச்சர் டயலெக்டிகல்', *மார்க்சிசம் டுடே*, தொகுதி *21,* எண் *2,* லண்டன் ('Is Nature Dialectical', *Marxism Today,* vol.21, no. 2, London), *1977;* 'பிராக்டிக்கல் ரிஃப்ளெக்சிவிட்டி இன் மார்க்ஸ்' மற்றும் 'மார்க்சிசம் அண்ட் மீடியேஷன்', *காமன் சென்ஸ்,* எண் *1, 2,* எடின்பர்க் ('Practical Reflexivity in Marx' and 'Marxism and Mediation', *Common Sense,* nos 1 and 2, Edinburgh), *1987;* 'மார்க்சிசம் அண்ட் ஃபிலாசஃபி: எ கிரிடிக் ஆஃப் கிரிடிகல் ரியலிசம்', கேபிடல் & கிளாஸ், எண். *37,* லண்டன் ('Marxism and Philosophy: A Critique of Critical Realism', Capital & Class, no. 37, London), *1989;* 'மார்க்சிசம், மெடாதியரி அண்ட் கிரிடிக்', வெர்னர் போன்ஃபெல்ட்/ஜான் ஹாலவே-ல் *(தொகுப்பு)* ('Marxism, Metatheory and Critique', in W. Bonefeld/J. Holloway (eds)), *போஸ்ட் ஃபோர்டிசம் அண்ட் சோசியல் ஃபார்ம்,* லண்டன் ('Post Fordism and Social Form', London), *1991; ரீக்ளெய்மிங் எக்ஸ்பீரியன்ஸ், சயின்ஸ் அஸ் கல்ச்சர்,* எண் *11,* லண்டன் (*'Reclaiming Experience', Science as Culture* no 11, London), *1991* ஆகிய நூல்களை எழுதியுள்ளார். 'மார்க்சிசம் அண்ட் காமன் சென்ஸ்', *காமன் சென்ஸ்,* எண். *11,* எடின்பர்க் ('Marxism and common sense', *Common Sense,* no. 11, Edinburgh), *1991* என்ற நூல் அவரது

மிகச் சமீபத்திய படைப்பு. ரிச்சர்ட் குன் கான்ஃபரன்ஸ் ஆஃப் சோசலிஸ்ட் எகனாமிஸ்ட்ஸ் (Conference of Socialist Economists) என்ற அமைப்பில் முனைப்பாக செயல்படுகிறார், கேபிடல் & கிளாஸ் (Capital & Class)-ன் ஆசிரியர் குழுவில் உறுப்பினராகவும், காமன் சென்ஸ் (Common Sense)-ன் ஆசிரியர் கூட்டமைப்பில் உறுப்பினராகவும் உள்ளார்.

ஜான் ஹாலவே எடின்பர்க் பல்கலைக் கழகத்தின் அரசியல் துறையில் விரிவுரையாளராக உள்ளார். அவரது படைப்புகளில் 'த ரெட் ரோஸ் ஆஃப் நிசான்', கேபிடல் & கிளாஸ், எண். 32, லண்டன் ('The Red Rose of Nissan', Capital & Class, no. 32, London), *1987;* 'லேர்னிங் டு போவ், போஸ்ட் ஃபோர்டிசம் அண்ட் டெக்னாலஜிக்கல் டிட்டர்மினிசம்' ஈ. பெலாஸ்-உடன், சயின்ஸ் அஸ் கல்ச்சர், லண்டன் ('Learning to Bow, Post Fordism and Technological Determinism', with E. Pelaez, *Science as Culture,* London), *1989;* 'ஸ்டேட் அஸ் கிளாஸ் பிராக்டிஸ்', ரிசர்ச் இன் பொலிடிக்கல் எகானமி, தொகுதி 3 ('State as Class Practice', *Research in Political Economy,* vol. 3), *1980;* ஸ்டேட் அண்ட் கேபிடல்: எ மார்க்சிஸ்ட் டிபேட், எஸ். பிக்கியோட்டோவுடன் தொகுத்தது, லண்டன் (*State and Capital: A Marxist Debate,* edited with S. Picciotto, London), *1978);* இன் அண்ட் எகெய்ன்ஸ்ட் த ஸ்டேட், மற்றவர்களுடன் சேர்ந்து லண்டன் எடின்பர்க் வீக்எண்ட் ரிட்டர்ன் குரூப் என்ற பெயரில், லண்டன் (*In and Against the State* with others, as the London Edinburgh Weekend Return Group, London), *1980;* போஸ்ட் ஃபோர்டிசம் அண்ட் சோசியல் ஃபார்ம், வெர்னர் போன்ஃபெல்டுடன் தொகுத்தது, லண்டன் (*Post-Fordism and Social Form* (edisted with W. Bonefeld), *1991* ஆகியவை அடங்கும். ஜான் ஹாலவே கான்ஃபரன்ஸ் ஆஃப் சோசலிஸ்ட் எகனாமிஸ்ட்ஸ் (Conference of Social Economits) என்ற அமைப்பில் முனைப்பாக செயல்படுகிறார். மெக்சிகோ பல்கலைக் கழகத்தில் வருகை பேராசிரியராக பயிற்றுவித்துள்ளார்.

அந்தோனியோ நெக்ரி பாடொவா பல்கலைக் கழகத்தில் சட்டம் பற்றிய தத்துவம் மற்றும் அரசு சித்தாந்தம் துறையில் பேராசிரியராக பணிபுரிந்தார். அங்கு அவர் அரசியல் அறிவியல் கழகத்தை (Institute of Political Science) உருவாக்கினார். *1960*-களிலும் *1970*-களிலும் அவர் தன்னாட்சிவாத (autonomist) ஆய்விதழ்களின் ஆசிரியர் குழுக்களில் உறுப்பினராக இருந்தார். *1977*-ல், அவரது கருத்துக்கள் தொடர்பாகவும் அவரது தொகுப்பு செயல்பாடுகள் தொடர்பாகவும் நடத்தப்பட்ட விசாரணையைத் தொடர்ந்து அவர் இத்தாலியில் இருந்து வெளியேறும்படி கட்டாயப்படுத்தப்பட்டார். நெக்ரி பாரிசுக்குச் சென்றார். அங்கு அவர்

பாரிஸ் VII பல்கலைக் கழகத்திலும் ஈ-கோல் நார்மல் சுப்பீரியர் (Ecole Normale Superieure)-லும் பேராசிரியராக நியமிக்கப்பட்டார். 1979-ல் இரண்டாவது விசாரணையின் போக்கில், நெக்ரி மீது இத்தாலிய பயங்கரவாதத்தின் "மூளையாக" இருப்பதாகக் குற்றம் சாட்டப்பட்டது. அவர், நீதி விசாரணை இன்றி சிறப்புச் சிறைகளில் நான்கரை ஆண்டுகள் சிறை வைக்கப்பட்டார். அதன் பிறகு, நெக்ரி இத்தாலிய நாடாளுமன்ற உறுப்பினராக தேர்ந்தெடுக்கப்பட்டார், எனவே இத்தாலிய சட்டத்தின்படி அவர் சிறையில் இருந்து விடுவிக்கப்பட்டார். ஆனால், பல மாதங்களுக்குப் பிறகு நாடாளுமன்றம் அவரது சட்டப் பாதுகாப்பை ரத்து செய்யவே அவர் மீண்டும் ஃபிரான்சுக்கு தப்பியோடினார். அவர் இல்லாமலேயே, அவருக்கு 30 ஆண்டுகள் சிறைத்தண்டனை விதிக்கப்பட்டது. அவரது வழக்கு விசாரணை நடத்தப்பட்ட நிலைமைகளை அம்னெஸ்டி இன்டர்நேஷனல் விமர்சித்தது. தற்போது, நெக்ரி பாரிஸ் பல்கலைக் கழகத்தில் அரசியல் அறிவியலை பயிற்றுவிக்கிறார். நெக்ரியின் படைப்புகள் ஆங்கில மொழிபெயர்ப்புகளில் : *மார்க்ஸ் பியாண்ட் மார்க்ஸ்,* சவுத் ஹேட்லி (*Marx Beyond Marx,* South Hadley), *1984; ரெவல்யூஷன் ரிட்ரீவ்ட்,* லண்டன் (*Revolution Retrieved,* London), *1988; த பாலிடிக்ஸ் ஆஃப் சப்வெர்ஷன்,* கேம்ப்ரிட்ஜ் (*The politics of Subversion,* Cambridge), *1989; த சேவேஜ் அனாமலி, த பவர் ஆஃப் ஸ்பினோசாஸ் மெட்டாஃபிசிக்ஸ் அண்ட் பாலிடிக்ஸ்,* மின்னசோட்டா, (*The Savage Anomaly: The Power of Spinoza's Metaphysics and Politics,* Minnesota), *1990* ஆகியவை அடங்கும்.

காஸ்மாஸ் சைக்கோபீடிஸ் (Kosmas Psychopedis) ஏதென்ஸ் பல்கலைக் கழகத்திலும் ஃபிராங்க்ஃபர்ட் பல்கலைக் கழகத்திலும் படித்தவர். க்யோட்டிங்கன் பல்கலைக் கழகத்திலும் ஏதென்சில் உள்ள அரசியல் விஞ்ஞானத்துக்கான பான்டியோஸ் பள்ளியிலும் (Panteios School of Political Science) பேராசிரியராக இருந்தவர். அவர் இப்போது ஏதென்ஸ் பல்கலைக் கழகத்தின் பொருளியல் துறையில் பேராசிரியர் பதவியில் உள்ளார். அவரது வெளியீடுகளில் 'டி ம்யோக்ளிஷ்கைட் டெர் கெசல்ஷாஃப்ட்ஸ்ஃபிலாசஃபி பை ஹெகல்', *கெசல்ஷாஃப்ட்: பைட்ரேக ஜூர் மார்க்ஸ்ஷன் தியோரீ,* தொகுதி *5,* ஃபிராங்ஃபர்ட் a.M ('Die Moeglichkeit der Gesellschaftsphilisophie bei Hegel', *Gesellschaft: Beitraege zur Marxschen Theorie,* vol 5, Frankfurt a.M.), *1975;* 'நோட்ஸ் ஆன் மீடியேஷன் அனாலிசிஸ்', *காமன் சென்ஸ்,* எண் *5* ('Notes on Mediation-Analysis', *Common Sense,* no. 5), *1988;* 'கிரைசிஸ் தியரி இன் த கன்டம்ப்ரரி சோசியல் சயன்சஸ்', வெர்னர் போன்ஃபெல்ட், ஜான் ஹாலவே-யில் (தொகுப்பு), *போஸ்ட் ஃபோர்டிசம் அண்ட் சோசியல்*

ஃபாரம், லண்டன் ('Crisis of Theory in the Contemporary Social Sciences', in W. Bonefeld and J. Holloway (eds), *Post Fordism and Social Form,* London), *1991; உன்டர்சூகுங்கன் ஜுர் பொலிட்டிஷன் தியோரி இ.கான்ட்ஸ்' க்யோட்டிங்கன்* (*Untersuchungen zur politischen Theorie I. Kants,* Goettingen), *1980; கெஷிஷ்ட உண்ட் மெதோட, ஃபிராங்க்ஃபர்ட்* a.M/ *நியூயார்க்* (Geschichte unde Methode, Franfurt a.M/New York), *1984* ஆகியவை அடங்கும்.

செய்னே ரயன் ஹார்வர்ட் பல்கலைக் கழகத்தில் படித்தவர், அரசியல் செயல்பாடு காரணமாக அவர் அங்கிருந்து நீக்கப்பட்டார். அவர் போஸ்டன் பல்கலைக் கழகத்திலும் படித்தார், அங்கிருந்தும் அரசியல் செயல்பாடு காரணமாக நீக்கப்பட்டார், பின்னர் மீண்டும் சேர்த்துக் கொள்ளப்பட்டு *1974*-ல் தனது முனைவர் பட்டத்தைப் *(பி.எச்.டி)* பெற்றார். அதன் பிறகு அவர் ஆரிகான் பல்கலைக் கழகத்தில் பயிற்றுவித்து வருகிறார். அங்கு அவர் இப்போது தத்துவத் துறை பேராசிரியராகவும் அமைதி ஆய்வுகள் திட்டத்தின் (Peace Studies Programme) தலைமைப் பொறுப்பிலும் உள்ளார். அவர் தத்துவம், பொருளியல், சமூகவியல் மற்றும் சட்ட ஆய்விதழ்களில் படைப்புகளை வெளியிட்டுள்ளார். அவரது சமீபத்திய படைப்புகளில் 'லிபரலிசம் - ஈக்வாலிட்டி அண்ட் எக்ஸ்ப்ளாய்டேஷன்', **ரெவியு இன்டர்நேஷனல் டி ஃபிலாசஃபி,** பாரிஸ் ('Liberalism - Equality and Expolitation', **Revue Internationale de Philosophy,** Paris), *1988;* 'ரெகக்னிஷன் அண்ட் விஷன்ஸ் ஆஃப் ஈக்வாலிட்டி' **ஜார்ஜியா லா ரிவியூ** ('Recognition and Visions of Equality', **Georgia Law Review**), *1990* ஆகியவை அடங்கும். செய்னே ரயன் நாடக எழுத்தாளரும் கூட. அவரது படைப்புகள் அமெரிக்க ஐக்கிய நாடுகள் முழுவதிலும் அரங்கேற்றப்பட்டுள்ளன.

நன்றியறிவிப்பு

நெக்ரியின் கட்டுரையை மொழிபெயர்த்த மைக்கேல் ஹார்ட்டுக்கு எங்கள் நன்றிகளை தெரிவிக்க விரும்புகிறோம். எடின்பர்க் பல்கலைக்கழகம் வழங்கிய நிதிநல்கை எங்களது தொகுப்புப் பணியை ஒருங்கிணைப்பதை சாத்தியமாக்கியது.

அறிமுகம்

வெர்னர் போன்ஃபெல்ட்,
ரிச்சர்ட் குன், காஸ்மாஸ் சைக்கோபீடிஸ்

இந்தப் பாகம் எங்களது முதல் பாகம் விட்ட இடத்திலிருந்து தொடர்கிறது. இயக்கவியலும் வரலாறும் என்ற கருத்துநிலையில் இருந்து கோட்பாடு-செயல்பாடு ஐக்கியம் பற்றிய கருத்துநிலைக்கு நாங்கள் கவனத்தைத் திருப்புகிறோம். வரலாற்றையும் இயக்கவியலையும் பற்றிய திறந்தநிலை மார்க்சிய விவாதத்திலிருந்து கோட்பாடும் செயல்பாடும் என்பதைப் பிரிக்க முடியாது. இரண்டும் ஒன்றையொன்று முன் அனுமானிப்பதோடு ஒன்று மற்றொன்றின் விளைவாகவும் உள்ளன. முதல் பாகத்துக்கான எங்களது அறிமுகத்தில் இது உணர்த்தப்பட்டிருந்தது. அந்த அறிமுகத்தில் திறந்தநிலை மார்க்சியம் பற்றிய கருத்து நிலையின் கோட்டுச் சித்திரத்தை நாங்கள் தந்திருந்தோம். இப்போதைய இந்த அறிமுகத்தில் திறந்தநிலை மார்க்சியம் பற்றிய 'வரையறை'யை சரியென வைத்துக் கொண்டு, திறந்தநிலை மார்க்சிய விவாதத்தில் கோட்பாடும் செயல்பாடும் என்ற பிரச்சினையைப் பற்றி விவாதிப்பதில் நேராக இறங்குகிறோம். இந்தப் பாகத்தின் குறிக்கோள் கோட்பாட்டுக்கும் செயல்பாட்டுக்கும் இடையேயான உறவை விளக்குவதும் அது எழுப்பும் சில பிரச்சினைகளை பரிசீலிப்பதும் ஆகும். இந்தப் பிரச்சினைகளில் மார்க்சியக் கோட்பாட்டின் ஞானவியல் அடித்தளங்கள் (குன்/ஃபிராக்கியாவும் ரயனும்), வர்க்கமும் சுயநிர்ணயமும் (கிளீவர்/நெக்ரி), மாய்மாலமும் வர்க்கச் சேர்க்கையும் (ஹாலவே) ஆகியவை அடங்கும். கோட்பாட்டுக்கும் செயல்பாட்டுக்கும் இடையேயான ஐக்கியம் பற்றிய சரியான புரிதல் தொடர்பாக நமது பங்களிப்பாளர்களுக்கு இடையே உடன்பாடு இல்லைதான். கோட்பாட்டுக்கும் செயல்பாட்டுக்கும் இடையேயான ஐக்கியம் என்ற இந்தக் கருத்துநிலை செயல்படுகின்ற கட்டமைப்புக்கும் போராட்டத்துக்கும் இடையேயான உறவு குறித்தும் அவர்கள் உடன்படப் போவதில்லை. இருப்பினும், செயல்பாடு என்பது கட்டமைப்புரீதியான அல்லது நிர்ணயவாத 'விதிகளின்' வளர்ச்சியை ஒட்டியது மட்டுமே என்ற புரிதலை நிராகரிப்பது நமது பங்களிப்பாளர்கள் அனைவரின் பொதுவான அக்கறையாக உள்ளது. இந்தப் பொது அக்கறையை, வர்க்கம் என்பதை வரலாற்றின் கட்டுவிக்கும் சக்தியாக புரிந்து கொள்வதாகவும் கடப்பாடு

என்பதை சமூகப் பொறுப்பை ஏற்றுக் கொள்வதற்கான தேவை என்றும் தொகுத்துக் கூறலாம்.

முதல் பாகத்துக்கான எங்களது அறிமுகத்தில், திறந்தநிலை மார்க்சியம் என்பதில் கருத்தினங்கள் அவற்றுக்கே உரிய நெகிழ்வுத்தன்மை கொண்டவை என நாங்கள் வலியுறுத்தியிருந்தோம். கருத்தினங்களின் நெகிழ்வுத்தன்மை - அதாவது, செயல்பாட்டில் அவற்றின் நெகிழ்வுத் தன்மை - கருத்தியல்கள் மற்றும் சமூக நிகழ்வுகளைப் பற்றிய பிரதிபலிப்பு விமர்சன பகுப்பாய்வை (reflexive critique) கொண்டுள்ளது. அவையோ வரலாற்று ரீதியில் உறுதி செய்யப்பட்ட வர்க்கப் போராட்டத்தின் வடிவங்களின் கூறுகளாகவே இருக்கின்றன. மூலதனத்துக்கும் கூலி உழைப்புக்கும் இடையேயான வர்க்கப் பகைமை திறந்தநிலை மார்க்சியத்தின் தொடக்கப் புள்ளியாக உள்ளது. 'வர்க்கத்தின் முதன்மை' பற்றிய புரிதல், சமூக 'எதார்த்தம்' தொடர்ந்து மாறி வருவதையும், வர்க்கப் போராட்ட வடிவம் தொடர்ந்து மாறி வருவதையும் தன்னுள் கொண்டுள்ளது. சமூக எதார்த்தம் தொடர்ந்து மாறிக் கொண்டிருக்கிறது என்ற புரிதல், பல்வேறு வடிவங்களில் மாறிக் கொண்டிருக்கும் அனுபவரீதியிலான சூழல்களில் சமூக வளர்ச்சி நிகழும் போது கருத்தினங்களின் நிறைவின்மையை உணர்த்துகிறது. வறட்டுக் கோட்பாட்டுவாத முறையிலான மூடுண்ட மார்க்சியத்தின் கோட்பாட்டு சர்வநிச்சயத்துக்கு பதிலாக, திறந்தநிலை மார்க்சியம் சிந்தனை நிகழ்முறையின் நிறைவின்மையை மீண்டும் தனதாக்கி, 'தற்செயலுக்கான நியாயப்படுத்தலை'[1] முன் அனுமானிக்க முடியாமல் இருப்பதை, அதாவது வர்க்கப் போராட்டத்தின் இயக்கத்தை முன் அனுமானிக்க முடியாமல் இருப்பதை மீண்டும் ஏற்றுக்கொள்கிறது. முதல் தொகுதியில் சேர்க்கப்பட்டுள்ள பங்களிப்புகளை வளர்த்துச் செல்லும் போது, சமூக பொருண்மையை அன்னியமான முனைப்பாக புரிந்துகொள்ளுதல் என்பது கட்டமைப்புக்கும் போராட்டத்துக்கும் இடையேயான வெளிப்புற இருமைவாதத்துக்கு மாறாக, அவற்றுக் கிடையே உள்உறவைக் கொண்டுள்ளது.

கட்டமைப்பையும் போராட்டத்தையும் பிரித்துப் பார்ப்பது மூலதனம் பற்றிய நிர்ணயவாத கருத்தாக்கத்தைக் கொண்டுள்ளது. அதில் மூலதனம் என்பது தப்பிக்க முடியாத வளர்ச்சிப் பாதைகளின் கட்டமைப்பாக மாறுகிறது. அது சமூகரீதியான செயல்பாட்டை முன்கூட்டியே தீர்மானிக்கப்பட்ட 'விதிகளுக்கு' கீழ்ப்படுத்துகிறது. இதற்கு மாறாக, மூலதனத்தை சமூகரீதியான உறவாக புரிந்து கொள்வதில் தப்பிக்க முடியாத வளர்ச்சிப் பாதைகள் எதுவும் இல்லை

அறிமுகம்

என்பது உள்ளார்ந்துள்ளது. 'வளர்ச்சிப் பாதைகள்' என்று சொல்லப்
படுபவை மூலதனம்-கூலி உழைப்பு உறவையே அதாவது வர்க்கப்
போராட்டத்தையே மாய்மாலமாக்கிய வடிவங்கள் ஆகும். திறந்தநிலை
மார்க்சியம் சமூக வாழ்வின் பகைநிலை இயல்பை வலியுறுத்துகிறது.
இந்நிலையில், கோட்பாட்டுக்கும் செயல்பாட்டுக்கும் இடையேயான
ஐக்கியம் என்ற மார்க்சிய புரிதல், வர்க்கப் போராட்டத்தை
கோட்பாட்டுக்குக் கீழ்ப்படுத்தவில்லை. மாறாக, மூலதனமே உள்ளடங்
கியிருக்கும் முரண்பாட்டின் இயக்கமாக வர்க்கப் போராட்டத்தை
பயன்படுத்துகிறது.

இவை அனைத்தும், மார்க்சியம் 'வர்க்கம்' என்ற பிரச்சினையை
எவ்வாறு அணுகுகிறது என்பது தொடர்பாக கறுக்கான விளைவுகளைக்
கொண்டுள்ளன. கட்டமைப்புக்கும் போராட்டத்துக்கும் இடையே
இருமைவாதம் இருக்க வேண்டும் என்றால், மூலதனம் பற்றிய
ஒற்றைப்பரிமாண சாரமாக்கலுக்குக் குறைவாக எதுவும் பெறப்படாது.
அத்தகைய சாரமாக்கலோ, மூலதனத்தின் தர்க்கம்தான் உழைக்கும்
வர்க்கத்தின் உருவாக்கத்துக்கும் வளர்ச்சிக்குமான திறவுகோல் என்று
அனுமானித்துக் கொள்கிறது. நிர்ணயவாத மார்க்சியமும் மூலதன-
தர்க்க மார்க்சியமும், லெனினிய-புரட்சிகர வேடத்தில் இருந்தாலும்
சரி அல்லது சீர்திருத்தவாத வேடத்தில் இருந்தாலும் சரி அல்லது
பின்-ஃபோர்டிச வேடத்தில் இருந்தாலும் சரி, சேர்ந்தே நடைபோட்டுள்ளன.
மூலதனம் கேள்விகளை முன் வைக்கிறது, தொழிலாளர் வர்க்கம்தான்,
தனக்குச் சரி என்று படும் விடைகளை முன்மொழிய வேண்டும்.

இந்த மரபில், 'வர்க்கம்' என்பது சமூகவியல் ரீதியில் புரிந்து
கொள்ளப்படுகிறது. பாட்டாளி வர்க்கம் என்பதை உடல் உழைப்பு
வர்க்கத்தோடு அடையாளப்படுத்த வேண்டுமா என்பது பற்றிய
விவாதங்கள், உடல் உழைப்பு வர்க்கம் இன்னும் பெரும்பான்மை
தொழிலாளர்களைக் கொண்டுள்ளதா என்பது பற்றிய விவாதங்கள்,
'புதிய உழைக்கும் வர்க்கம்' அல்லது 'புதிய குட்டி முதலாளித்துவ
வர்க்கம்'[2] ஆகியவற்றை அடையாளம் காண்பதற்கான முயற்சிகள்
இவை அனைத்தும், "இந்த அல்லது அந்த தனிநபரை எந்த வர்க்கத்தில்
ஒதுக்கலாம்?" என்ற கேள்வியை தமது அடிப்படை பிரச்சினைக்
களமாக எடுத்துக் கொள்கின்றன. அதே பிரச்சினைக்களத்தின்
சமீபத்திய வடிவங்கள் 'முரண்படும் தன்மையிலான' வர்க்க உறவுகள்
என்ற கருத்தாக்கத்தை முன்னிலைப்படுத்தின.[3] ஆனால் இது
பிரச்சினைக்களத்தை மேலும் சிக்கலானதாக்கும் அதே நேரத்தில் அதன்

அடிப்படைத் தன்மைகளை கேள்விக்குள்ளாக்கவில்லை. வர்க்கங்கள் என்பவை, தனிநபர்களை சமூகவியலாளர் பிரித்து ஒதுக்க வேண்டிய பெட்டிகள் அல்லது 'அமைவிடங்கள்' என்ற கருத்துநிலை, நிலைத்துவிட்ட அல்லது போராட்டத்திலிருந்து துண்டிக்கப்பட்ட கட்டமைப்புகளை இறுதியாக பயன்படுத்துகிறது. கணினி திரைகளுக்கு முன்னால் அல்லது சேவைத் துறைகளில் செய்யப்படும் வேலையின் வர்க்க முக்கியத்துவம் தொடர்பாக இப்போது நடைபெறும் ஃபோர்டிச/பின்-ஃபோர்டிச விவாதங்கள் இதே விளைவை ஏற்படுத்துகின்றன. வர்க்கம் பற்றிய இந்த அளவுரீதியான கருத்தாக்கங்கள், வர்க்கத்தின் அரசியல் முக்கியத்துவத்தை ஆட்களின் எண்ணிக்கை மூலம் நிறுவலாம் என்று முன் அனுமானித்துக் கொள்கின்றன. இதற்கு மாறான பண்புரீதியான வர்க்கம் பற்றிய கருத்தாக்கம், வர்க்கம் என்பதை தனிநபர்களை குழுக்களாக பிரிப்பது தொடர்பான பிரச்சினையாக பார்க்காமல், அதனை முரண்பட்ட பகை நிலையான சமூக உறவாக பார்க்கிறது. இந்த பண்புரீதியான கருத்தாக்கம் மார்க்சிய சிந்தனையில் இதுவரையில் ஓரளவு ஒதுக்கி வைக்கப்பட்ட மரபாக உள்ளது.

இரண்டாவதாகக் குறிப்பிட்ட மரபானது சமூகரீதியான நிகழ்வுகளை வர்க்கப் போராட்டம் எடுக்கும் வடிவங்களாக, எந்த வடிங்களில், எந்த வடிவங்களுக்கு எதிராக சமூக மோதல்கள் நடைபெறுகின்றனவோ அந்த வடிவங்களாக பார்க்க வேண்டும் என்று எப்போதுமே வலியுறுத்தி வந்திருக்கிறது. மூலதனம் என்பது பகைநிலை வாய்ந்த சமூக உறவு என்று அது குறிப்பாகத் தெரிவிக்கிறது. எனவே, உழைக்கும் வர்க்கத்தை மூலதன-உறவுக்குள் மீண்டும் ஒருங்கிணைப்பதன் மூலம் தன்னை மறுசேர்க்கை செய்து கொள்ள வேண்டிய நிலையிலேயே மூலதனம் எப்போதும் உள்ளது. மூலதனத்துக்கும் கூலி-உழைப்புக்கும் இடையேயான உறவு சமநிலை இல்லாதது என்பது இந்த அணுகுமுறையின் கருத்தாக்க அடித்தளமாக உள்ளது : மூலதனம் அதன் மதிப்புப் பெருக்கத்துக்கு உழைப்பைச் சார்ந்துள்ளது, ஆனால் உழைப்பைப் பொறுத்தவரையில் அது எந்த வகையிலும் மூலதனத்தின் ஆட்சியை அவசியமாக சார்ந்து இல்லை. இத்தகைய அணுகுமுறையின் அரசியல் அடித்தளத்தை வர்க்கப் போராட்டத்தின் வரலாற்றில் கண்டறிய வேண்டும். இது மார்க்சிய கோட்பாட்டாளர்களாலும் கூட பெரும்பாலும் புறக்கணிக்கப் படுகிறது அல்லது ஒதுக்கித் தள்ளப்படுகிறது. முதலாளித்துவம் ஒரு சமூகக் 'கட்டமைப்பாக' இறுகி வேகம் பிடிக்கத் தொடங்கியதிலிருந்தே நிகழ்ந்து கொண்டிருக்கும் உபரி-உழைப்பைக் கறப்பதன் வரலாற்றில் இந்த அரசியல் அடித்தளத்தை கண்டறிய வேண்டும்.

அறிமுகம்

'இருத்தலின் நிலை' என புரிந்து கொள்ளப்பட்ட 'வடிவம்' என்ற பிரச்சினை முதல் பாகத்தில் விவாதிக்கப்பட்டது. இந்த பாகத்தில் விவாதிக்கப்படும் கேள்வி, 'வடிவம்' பற்றிய இந்தப் புரிதல் வர்க்கம், கோட்பாட்டுக்கும் செயல்பாட்டுக்கும் இடையேயான ஐக்கியம் ஆகியவை மீது கொண்டுள்ள தாக்கங்களைப் பற்றியது.

திறந்தநிலை மார்க்சியம், கருத்தாக்கங்களை செயல்பாட்டின் மீது நெகிழ்வாக வைப்பதையும் - [ஏனென்றால்] புதுப்பித்துக் கொள்வதற்கும் புத்தாக்கத்துக்கும் செயல்பாடு கொண்டுள்ள ஆற்றல் நம்மை எப்போதுமே ஆச்சரியப்படுத்துகிறது - இந்தச் செயல்பாட்டை விமர்சன, சுய-விமர்சன வகையைச் சேர்ந்த கருத்தினங்கள் மூலமாக பார்ப்பதையும் வலியுறுத்துகிறது. அதன் மூலம், திறந்தநிலை மார்க்சியம் கோட்பாடா அல்லது செயல்பாடா என்ற இருமை நிலையை கடந்து நிற்கிறது. கோட்பாடும் செயல்பாடும் ஐக்கியத்தைக் கொண்டுள்ளன என்ற கருத்துநிலை மார்க்சியம் தோன்றிய காலத்தில் இருந்தே உள்ளது. இருப்பினும், இயங்கியல் பொருள்முதல்வாத ஸ்டாலினிச ஆண்டுகளின் மார்க்சிய-லெனினியத்தையும் சமீபத்திய பத்தாண்டுகளின் 'கட்டமைப்பு வாதத்தையும்' உள்ளடக்கிய மரபுவழி மார்க்சிய பள்ளிகள், கோட்பாட்டாளரை சமூகத்துக்கு வெளியே நிற்பவராகவும் சமூகத்தைப் பற்றி வெளியிலிருந்து சிந்திப்பவராகவும் பார்க்கும் போக்கைக் கொண்டிருந்தன. அத்தகைய கருத்தாக்கச் சட்டகங்களுக்குள் கோட்பாட்டுக்கும் செயல்பாட்டுக்கும் இடையேயான ஐக்கியம் என்பது கோட்பாட்டை செயல்பாட்டில் பொருத்துவது என்ற அளவில் மட்டுமே இருக்க முடியும். கட்டமைப்புவாதமும், தன்னார்வவாதமும், ஒன்றோடொன்று இணைந்திருந்தாலும், அத்தகைய அணுகுமுறையின் இரட்டை நிலை வெளிப்பாடுகளாகவே உள்ளன. சாரமானவையாக சொல்லப்படும் விதிகளுக்கும் அகநிலைவாதத்துக்கும் இடையேயான பிரிவினையின் விளைவாக இருக்கின்றன என்ற வகையில் கட்டமைப்பு வாதமும் தன்னார்வவாதமும் ஒன்றை ஒன்று இட்டு நிரப்புகின்றன. செயல்பாட்டில், செயல்பாட்டிலிருந்து பெறுவதாக கோட்பாட்டை அங்கீகரிப்பதன் மூலமாகவும், சிந்தனைரீதியாக கருதப்பட்ட அல்லது சிந்தனையின்றி அனுமானிக்கப்பட்ட விதிகளின்படி மட்டுமே செயல்பாடு (அதாவது மனிதரீதியான அல்லது சமூகரீதியான செயல்பாடு) என்பது நிகழ்வதாக அங்கீகரிப்பதன் மூலமாகவும் திறந்தநிலை மார்க்சியம் அத்தகைய இருமைநிலையைக் கடந்து செல்கிறது. கோட்பாடானது செயல்பாட்டைவிட எந்த வகையிலும் குறைந்த அளவு திட்டவட்டமானதாக இருக்க முடியாது. செயல்பாடு எந்த வகையிலும் கோட்பாட்டை

விட குறைந்த அளவு சாரமானதாக இருக்க முடியாது. நம்மிடம், இருமை வாதமுறையில் எதிரெதிராக வைக்கப்பட்ட இரண்டு இயக்கங்கள் இல்லை, மாறாக, ஒற்றைக் கோட்பாட்டுத் தன்மையிலான-செயல்பாட்டு வகையிலான (theoretico-practical) ஒரு வர்க்க இயக்கம் உள்ளது. இந்த வர்க்க இயக்கம் அதனுள்ளேயே வேறுபாடுகளையும் வேற்றுமைகளையும் கொண்டுள்ளது என்பதில் சந்தேகமில்லை.

இந்த வகையிலான ஒற்றை கோட்பாட்டுத்தன்மையிலான-செயல்பாட்டு வகையிலான வர்க்க இயக்கம் என்பது கோட்பாட்டின் செயல்பாட்டை பிரதிபலிக்கும் தன்மையையும் செயல்பாட்டின் கோட்பாட்டை பிரதிபலிக்கும் தன்மையையும் ஒரே மொத்தமாக்கத்தின் வெவ்வேறு கூறுகளாகக் கொண்டுள்ளது. கட்டமைப்புவாத அணுகுமுறைகள் வலியுறுத்துவது போல அகநிலைக்கும் புறநிலைக்கும் இடையே ஐக்கியமின்மை இருக்க வேண்டுமானால் அப்போது சமூக நிகழ்வுகளுக்கு இடையே அல்லது ஒன்று மற்றொன்றின் இருத்தல் நிலையாக (அல்லது 'வடிவமாக') நீடிக்கும் சமூக கூறுகளுக்கு இடையே என்றும் சொல்லலாம், உள் உறவு இருப்பது என்ற கேள்வி இல்லாமல் போய்விடும். எனவே, வடிவ-பகுப்பாய்வும், கோட்பாட்டுக்கும் செயல்பாட்டுக்கும் இடையேயான ஐக்கியமும் ஒன்று மற்றொன்றை உணர்த்துகின்றன. கோட்பாட்டுக்கும் செயல்பாடுக்கும் இடையேயான உள்உறவு அல்லது அகநிலைக்கும் புறநிலைக்கும் இடையேயான உள்உறவு கட்டமைப்புவாத அணுகுமுறைகளின் கோட்பாட்டுரீதியான சிரமங்களாகவும், தோல்விகளாகவும் அமைகின்றன: எல்லாவற்றுக்கும் மேலாக அத்தகைய அணுகுமுறைகள் மூலதனத்தை புறநிலை விதிகளின் குறிப்பிட்ட தொகுதிகளுக்குள் இயங்கும் தர்க்கவாத கட்டமைப்பாக பார்க்கின்றன. அதே நேரம், இரண்டாவதாக, எந்த ஒரு வரலாற்றுரீதியான பகுப்பாய்வும் அகநிலை அம்சங்களை மீண்டும் அறிமுகப்படுத்துவதை அவசியமாக்குகிறது. இவ்வாறாக, 'கட்டமைப்புவாதம்', 'தன்னார்வவாதம்' என்ற வெளிப்பார்வைக்கு எதிரெதிராகத் தோன்றும் பதங்கள் ஒன்று மற்றொன்றை இட்டு நிரப்பும் வகையில் உறவு கொண்டுள்ளன.

வடிவ-பகுப்பாய்வு மற்றும் கோட்பாட்டுக்கும் செயல்பாட்டுக்கும் இடையேயான ஐக்கியம் என்ற உள்இணைப்பு கொண்ட கருப்பொருட்கள் நம்மை விமர்சன பகுப்பாய்வின் களத்துக்கு நேரடியாக இட்டுச் செல்கின்றன. மாய்மாலமாக்கப்பட்ட உலகம் பற்றிய இருமைவாத பிரிவினைகளைத் தான், புறநிலையில் இருந்து அகநிலையை பிரிப்பது, கட்டமைப்புகளில் இருந்து போராட்டத்தைப் பிரிப்பது, செயல்பாட்டிலிருந்து கோட்பாட்டைப் பிரிப்பது, சமூகத்தின் ஒரு 'பகுதியிலிருந்து' இன்னொரு

பகுதியை பிரிப்பது ஆகியவற்றைத்தான், சமூக சிந்தனையின் கொள்கை களாக சரியென்று ஏற்றுக் கொண்டு பொறித்து வைத்துக் கொள்வதற்கு மாறாக கேள்விக்குள்ளாக்க வேண்டும். எதிர்நிலையாக, விமர்சன பகுப்பாய்வு என்பது வடிவ-பகுப்பாய்வையும் கோட்பாட்டுக்கும் செயல்பாடுக்கும் இடையேயான ஐக்கியம் பற்றிய தேற்றத்தையும் உணர்த்துகிறது. சமூகரீதியான வடிவங்கள் உள் தொடர்புடைய இருத்தலின் நிலைகளாக புரிந்துகொள்ளப்பட்டால்தான் தனித்தியங்கும் 'பகுதிகள்' மற்றும் 'அமைப்புகள்' அல்லது 'உண்மைகள்' மற்றும் 'சித்தாந்தங்கள்' ஆகியவற்றின் மாய்மாலத்தை கேள்விக்குள்ளாக்க முடியும்.

விமர்சன பகுப்பாய்வு தொடர்பான இந்த அணுகுமுறை சமகால சிந்தனையின் பல்வேறு விமர்சன மரபுகளாக சொல்லப்படுபவற்றில் உள்ள தவறுகளைப் பார்ப்பதற்கு வழி வகுக்கிறது. கட்டமைப்புவாதம் என்ற நேர்வை ஏற்கனவே விவாதித்து விட்டோம்: அது சமூக இருத்தலின் பகுதிகளுக்கு இடையேயான வேறுபாட்டை (உதாரணமாக. 'பொருளாதாரரீதியானதற்கும்', 'அரசியல்ரீதியானதற்கும்' இடையேயான வேறுபாட்டை) தனக்கு முற்கோளாகக் கொள்கிறது. அதன் மூலம் விமர்சனம் எதிர்த்து நிற்கும் மாய்மாலத்தை முறைபாடு கொள்கையாக பொறித்துக் கொள்கிறது. இதோடு தொடர்புடைய நேர்வு 'விமர்சன எதார்த்தவாதம்' (Critical Realism) எனப்படுவது, (முதல் தொகுதியில் சைக்கோபீடிஸ்-ஐ பார்க்கவும்) அது, தான் பரிசீலிக்கும் நிகழ்வுகளை விமர்சிப்பதற்கு பதிலாக அந்நிகழ்வுகளை தொகுத்து உறுதிப்படுத்த கான்டிய புலன் கடப்பு (transcendental) வாதத்தைப் பயன்படுத்திக் கொள்கிறது.[4] அதே போல, *1980*-களின் 'கரணிய தேர்வு' அல்லது 'கரணிய' மார்க்சியம், முதலாளிவர்க்க தனித்தன்மை என்ற கருத்தாக்கம் மற்றும் கட்டமைப்புவாதத்தைப் போன்ற அரசியல்/பொருளியல் பிரிவினை இரண்டையும் சரியென்று வைத்துக் கொள்கிறது.[5] தம்மை விமர்சன மரபுகள் என்று சித்தரித்துக் கொள்ளும் இன்னும் இரண்டு சிந்தனைப் பள்ளிகள் இதே போன்ற குறைபாடுகளைக் கொண்டுள்ளன. பின்-நவீனத்துவம் வரலாறு பற்றிய 'இலக்குவாத' (teleological) கருத்தாக்கங்களுக்கு எதிராக தன்னை பிரகடனப்படுத்திக் கொள்கிறது ஆனால், எல்லா வரலாற்றுரீதியான பகுப்பாய்வும் இலக்குவாத வகையிலானவை என்று அறிவிப்பதன் மூலமாக தன்னையே வரலாற்றின் கருணையின் கீழ் வைத்துக் கொள்கிறது.[6] அது தனது வரலாற்றுரீதியான பற்களை தானே பிடுங்கிக் கொள்கிறது. அறிவியலின் தத்துவம், பின் நவீனத்துவத்தைப் போல எப்போதுமே

வரலாற்றுரீதியான இலக்குவாதங்களுக்கு எதிராக நின்றிருக்கிறது,[7] அது சமீப ஆண்டுகளில் வரலாற்றுடன் இணைய ஆரம்பித்திருக்கிறது.[8] ஆனால் தத்துவரீதியான விளக்கங்களுக்கும் வெறும் வரலாற்று ரீதியான விளக்கங்களுக்கும் இடையே தெளிவின்றி நிற்கிறது.

இந்த அணுகுமுறைகள் அனைத்திலும் இருக்கும் குறைபாடு என்னவென்றால் அவை விமர்சன பகுப்பாய்வை கோட்பாட்டுக்கும் செயல்பாட்டுக்கும் இடையேயான ஐக்கியமாக ஆழப்படுத்தத் தவறுகின்றன. அவை ஒன்று (கட்டமைப்புவாதத்தைப் போல) வெறுமனே செயல்பாட்டின் கோட்பாடு அல்லது வெறுமனே செயல்பாட்டில் உள்ள கோட்பாடு (உதாரணம் - பின் நவீனத்துவம்) ஆகிய கோட்பாடாக்கத்தையே விளம்பரப்படுத்துகின்றன. அதிகபட்சமாக, அறிவியலின் தத்துவம் பற்றிய விமர்சன எதார்த்தவாத பதிப்பைப் போல, கோட்பாடும் செயல்பாடும் வினைவிளைவு தொடராக (எனவே, இன்னும் வெளிப்புறமாகவே) இணைக்கப்பட்டிருப்பதாக அவை பார்க்கின்றன. செயல்பாட்டில், மற்றும் செயல்பாடு பற்றிய கோட்பாடு என்ற கருத்தாக்கம் அவற்றின் பார்வை எல்லைகளுக்கு வெளியே உள்ளது. அதாவது ஒரே இயக்கத்திலும் ஒரே மூச்சிலும் பகுப்பாய்வுரீதியாகவும், விமர்சனரீதியாகவும் சமூக-அறிவியல்தன்மையாகவும் தத்துவரீதியாகவும் இருக்கும் கோட்பாடு என்ற கருத்தாக்கம் அவற்றின் எல்லைக்கு அப்பால் உள்ளது. நடைமுறைரீதியில் பிரதிபலிப்புத்தன்மையிலான விமர்சன பகுப்பாய்வு மட்டுமே இதனை சாதிக்க முடியும். அல்லது, வேறு சொற்களில் சொல்வதானால், வடிவம் என்ற கருத்தினத்தின் ஒளியில் மட்டுமே விமர்சன பகுப்பாய்வை சாதிக்க முடியும். ஒன்று அல்லது வேறொன்று எடுக்கக் கூடிய வெவ்வேறு இனங்களாகவே வடிவத்தைப் புரிந்து கொள்ளும் கட்டமைப்புவாதம் மற்றும் அனுபவ வாதத்தின் பிடியில் இருந்து வடிவத்தை விடுவித்த பிறகுதான் சமூக இருத்தல் உள்ளடக்கியிருக்கும் முரண்நிலை இயக்கத்தின் இருத்தல் நிலை(களை) அது சுட்டுகிறது. விமர்சனப் பகுப்பாய்வு அதன் பொருண்மைக்குள் இயங்குகிறது அதே நேரம் அதன் பொருண்மையின் ஒரு கூறாக உள்ளது. இவ்வாறாக, கோட்பாட்டுக்கும் செயல்பாட்டுக்கும் இடையேயான ஐக்கியத்தை உணர்த்தும் விமர்சன பகுப்பாய்வு, சமூகரீதியான உறவுகள் எடுக்கும் மாய்மால வடிவங்களான 'கட்டமைப்புகள்', 'அனுபவரீதியான உண்மைகள்', 'சித்தாந்தங்கள்' ஆகியவற்றை மாய்மாலநீக்கம் செய்வதை அனுமதிக்கிறது. சமூக ரீதியான உறவுகள் மேற்கொள்ளும் வடிவங்கள் தம்மளவில் நெகிழ்வான செயல்முறையாக உள்ள விமர்சன பகுப்பாய்வின் பொருண்மையாக

உள்ளன: சமூகரீதியான உறவுகள் வரித்துக் கொள்ளும் வடிவத்துக்கு (வடிவங்களுக்கு) எந்த வெளிப்புறத்தன்மையும் இல்லை. அதே அடிப்படையில், விமர்சன பகுப்பாய்வு என்பது அவசியமாகவே செயல்பாட்டுரீதியானது, சமூக உறவுகளின் வடிவம்-கொடுக்கும் நெருப்பை அது கோட்பாடாக்கம் செய்கிறது. விமர்சன பகுப்பாய்வு வடிவரீதியான-பகுப்பாய்வைக் கொண்டுள்ளது மறுதலையாக வடிவரீதியான-பகுப்பாய்வு என்பது விமர்சன பகுப்பாய்வை முன் வைக்கிறது. 'எல்லா சமூக உறவுகளும் சாராம்சத்தில் நடைமுறை ரீதியானவை' (மார்க்ஸ்)

ரிச்சர்ட் குன்-ன் விமர்சன எதார்த்தவாதம் பற்றிய சமீபத்திய விமர்சன பகுப்பாய்வு பெருமளவு விவாதிக்கப்பட்டது. அந்த விமர்சன பகுப்பாய்வு மார்க்சிய முறைபாடு பற்றிய கேள்விகளுக்கு புதிய அணுகுமுறையை வழங்குகிறது; கோட்பாடு/செயல்பாடு அடிப்படையிலான, மற்றவற்றோடு கூட லூக்காக்சில் இருந்து தோன்றிய, மார்க்சிய மரபை புதுப்பிக்க விளைகிறது; அத்தகைய மரபிலிருந்து கிடைத்த ஆழமான புரிதல்களை வரலாற்று பொருள்முதல்வாதத்தின் பழையபாணி பதிப்பு, புதியபாணி பதிப்பு இரண்டுக்கும் எதிராக நிறுத்துகிறது. கோட்பாட்டுக்கும் உயர்-அடுக்கு மீ-கோட்பாட்டுக்கும் இடையிலான ஐக்கியம் என்ற குன்-ன் கருத்தாக்கம் கட்டமைப்புக்கும் முனைப்புக்கும் இடையே வேறுபடுத்திப் பார்க்கும் 'மார்க்சியத்தின்' பதிப்புகளை விமர்சிக்கிறது. வரலாறு மற்றும் சமூகம் பற்றிய கோட்பாட்டை உருவாக்க முயற்சித்த உடனேயே, மார்க்ஸ் முன் வைத்த கோட்பாட்டுக்கும் செயல்பாட்டுக்கும் இடையேயான ஐக்கியத்தை அதன் அடிவேரிலேயே நாம் துண்டித்து விடுகிறோம் என்பது அவரது வாதமாக உள்ளது.

ஜோசப் ஃபிராக்கியாவின் மார்க்சியம் மற்றும் தத்துவம் பற்றிய சமீபத்திய படைப்பு விமர்சன பகுப்பாய்வு என்ற கருத்தாக்கத்தை மறுகட்டுவிக்கிறது. செய்னே ரயன் சமத்துவம், சுரண்டல் ஆகிய கருப்பொருட்களில் படைப்புகளை வெளியிட்டுள்ளார். அவர்கள் இருவரும் பின்-நவீனத்துவ சிந்தனை, அறிவியலின் தத்துவத்தில் சமகாலத்திய வளர்ச்சிகள் என்ற இருவகை பின்புலத்தைக் கொண்ட வாதத்தை வளர்த்தெடுப்பதன் மூலம் கோட்பாட்டுக்கும் செயல்பாட்டுக்கும் இடையேயான ஐக்கியம் என்ற பிரச்சினையை ஆய்வு செய்கின்றனர். ஆர்வத்தைத் தூண்டும் அவர்களது வாதம் என்னவென்றால், தாமஸ் கூன்-ன் (Thomas Kuhn) படைப்பு பின்-நவீனத்துவத்தின் குறைபாடுகளை களைந்து கொள்ள உதவுவதோடு மட்டுமில்லாமல் அறிவியலின்-

தத்துவம் பாணியிலான சிந்தனையில் உள்ளார்ந்துள்ள, செயல்பாட்டில் இருந்து கோட்பாட்டை பிரிப்பதை களையவும் நமக்கு உதவும் என்பதாகும். கூன்-ஐ மறுவரையறை செய்வதன் மூலம், 'கடப்பாடு' என்ற நடைமுறைரீதியான கருத்தினத்தின் மீது கவனத்தைக் குவிப்பதை அவர்கள் சாத்தியமாக்குகின்றனர். கோட்பாட்டுரீதியான கடப்பாடும் நடைமுறை நெகிழ்வுத் தன்மையும் கைகோர்த்து செல்கின்றன.

அந்தோனியோ நெக்ரி மார்க்ஸ் பற்றியும் வர்க்கம் பற்றியும் அவரது படைப்புகளுக்காக அறியப்பட்டவர். அவர் தன்னாட்சிவாத மார்க்சிய மரபின் ஒரு முன்னணி கோட்பாட்டாளர். முதலாளித்துவ மறுஉற்பத்தியின் அடிப்படையில் வார்க்கப்பட்ட வர்க்கம் பற்றிய சமூகவியலை அவர் நிராகரிக்கிறார். நெக்ரியின் அழுத்தம், சமூகரீதியான செயல்பாட்டை கட்டுவிப்பதாக உள்ள உழைப்பின் சக்தியின் மீது உள்ளது. இந்த அழுத்தத்தின் மூலம், சமூக முன்னேற்றத்தை புரட்சிகர கட்டுவிப்பாகவும் உடைப்பாகவும் புரிந்து கொள்ள அவரால் முடிகிறது. நெக்ரியின் பார்வையில், மூலதனத்துக்கு (ஏற்கனவே) உள்ளாகவும் மூலதனத்துக்கு எதிராகவும் பெறப்படும் கட்டுவிக்கும் சக்தியாக கம்யூனிசம் என்ற கருத்தினம், வர்க்கம் பற்றிய பிரச்சினைகள் மீது கவனத்தைக் குவிப்பதாக சொல்லிக் கொள்ளும் எந்த ஒரு கோட்பாட்டுக்கும் அவசியமானதாகும். 'மதிப்பு' என்ற கருத்தினத்தின் அடிப்படையில் கம்யூனிசத்தை கட்டுவிப்பதன் சாத்தியம் பற்றி அவர் விவாதிக்கிறார். 'மதிப்பு' என்பதை பொருளாதாரவாத 'அளவை'யாக பார்ப்பதற்கு மாறாக, மதிப்பின் பண்புரீதியான மற்றும் அரசியல் ரீதியான பரிமாணங்களை நெக்ரி வலியுறுத்துகிறார். நெக்ரியின் மதிப்பு என்ற பார்வை, மார்க்சிய 'பொருளியல்', 'அரசியல் அறிவியல்', இரண்டும் விரும்புகின்ற துருவத்துக்கு நேர் எதிர் துருவத்தில் உள்ளது. இந்தப் பார்வைகளுக்கு மாறாக, நிகழ்காலத்தில் திறந்து விடப்பட்ட கம்யூனிச கட்டுவிக்கும் சக்தியின் எதார்த்தமான, புரட்சிகர சாத்தியத்தை நெக்ரி வலியுறுத்துகிறார்.

ஹேரி கிளீவர் மார்க்சின் மூலதனம் நூலின் அரசியல் பரிமாணம் பற்றியும் உழைப்பின் கட்டுவிக்கும் சக்தி பற்றியும் விரிவாக எழுதி பதிப்பித்துள்ளார். அவர் பான்சியரி, த்ரோந்தி, நெக்ரி ஆகியோரோடு தொடர்புடைய தன்னாட்சிவாத மார்க்சிய மரபினுள் பணியாற்றுகிறார். 'புதிய சமூக இயக்கங்களை' வர்க்க அடிப்படையில் புரிந்து கொள்வது அவசியம் என்று தனது பங்களிப்பில் அவர் வாதிடுகிறார். முதலாளித்துவ உடைமைபறிப்புக்கும் சமூக வாழ்க்கை அழிக்கப்படுவதற்கும் எதிரான சுய-தீர்மானிக்கும் போராட்டத்தின் மீது அவர் கவனம் செலுத்துகிறார்.

மார்க்சியத்தின் கருத்தினங்கள் 'திருப்பி நிறுத்தல்' அல்லது இரட்டைத் தன்மை என்ற வகையில் விவாதிக்கப்படுகின்றன. முக்கியமாக, மதிப்புப் பெருக்கத்தின் திருப்பி நிறுத்திய பக்கம் 'மதிப்புப்பெருக்கநீக்கம்', அதாவது, மூலதனம் ஒட்டுண்ணித்தனமாக படைப்பாற்றலை உடைமைபறிப்பு செய்வதன் விளைவாக ஏற்படும் அடையாள இழப்பும் மரபுரீதியான மதிப்புகளின் (பன்மையில்) அழிவும். இந்த உடைமைபறிப்பை எதிர்த்து நிற்பது 'சுய-மதிப்புப் பெருக்கத்தை' அதாவது, உழைக்கும் வர்க்கத்தின் விடுதலைக்கான திட்டப்பணியைக் கொண்டுள்ளது.

ஜான் ஹாலவே, அரசு மற்றும் வர்க்கச் செயல்பாடு பற்றி விரிவான படைப்புகளை வெளியிட்டுள்ளார். 'மதிப்புக்கும்' வர்க்கப் போராட்டத்துக்கும் இடையேயான உள் உறவை புரிந்து கொள்ள நம்மை அனுமதிப்பதாக 'மாய்மாலம்' என்ற கருத்தினத்தை வழங்குகிறார். சமூகக் கட்டமைப்புகள் எந்தப் போராட்டத்தின் மூலமாக எந்தப் போராட்டத்தினுள் தாக்குப் பிடிக்கின்றனவோ அவற்றிலிருந்து பிரித்து தனியாக ஆய்வு செய்யப்படும் அதே இயக்கத்தில் அவை மாய்மாலமாக்கப்படுகின்றன. நடைமுறை உலகில் தான் உள்ளார்ந்திருப்பதை அங்கீகரிக்கத் தவறும் அதே நகர்வில் கோட்பாடு மாய்மாலமாக்கப்படுகிறது. அத்தகைய கோட்பாட்டின் மூலம் புரிந்துகொள்ளப்படும் செயல்பாடு மாய்மாலமான - 'கட்டமைப்புவாத' - வழியில் புரிந்து கொள்ளப்படுகிறது. அதன்படி, மாய்மாலத்தை விமர்சன பகுப்பாய்வு செய்வதும் கோட்பாட்டுக்கும் செயல்பாட்டுக்கும் இடையேயான ஐக்கியம் பற்றிய தேற்றமும் கைகோர்த்து செல்கின்றன. ஹாலவேயின் மாய்மாலம் பற்றிய விமர்சனம், இரண்டு பாகங்களிலும் நமது அக்கறையாக இருப்பவற்றை ஒன்றாக இணைக்கிறது. தமது பொருண்மையை சரியென்று வைத்துக் கொள்ளும் கோட்பாடுகள், அவற்றின் உள்ளடக்கம் தான் எடுக்கும் வடிவங்களை ஏன் எடுக்கிறது என்ற கேள்வியை கேட்காமல், நடைமுறை வாழ்க்கையில் உயிர்வாழும் மாய்மாலத்தை வலுப்படுத்துகின்றன.

குறிப்புகள்

1. பார்க்கவும் காரல் மார்க்ஸ் குருண்ட்ரிச, ஹார்மண்ட்ஸ் வொர்த், (Karl Marx, Grundrisse, Harmondsworth), *1973, ப.109*
2. 'புதிய குட்டி முதலாளித்துவ வர்க்கம்' பற்றி பார்க்கவும் எஸ்.கிளார்க், 'மார்க்சிசம், சோசியாலஜி அண்ட் புலண்ட்ஸஸ் தியரி ஆஃப் த ஸ்டேட்', *கேபிடல் & கிளாஸ்,* எண் 2 (Marixism, Sociology and Poulantzas's Theory of the State, *Capital & Class,* no.2), *1977;* ஜே ஹாலவே மற்றும் எஸ் பிக்கியோடோ (தொகுப்பு),

ஸ்டேட் அண்ட் கேபிடல் : எ மார்க்சிஸ்ட் டிபேட், லண்டன் (J. Holloway and S. Piciotto (eds), State and Capital : *A Marxist Debate, London*), *1978*, அறிமுகம்.

3. பார்க்கவும் ஈ.ஓ ரைட்: *'கிளாஸ் பவுண்டரிஸ் இன் அட்வான்ஸ்ட் கேபிடலிஸ்ட் சொசைட்டிஸ்', நியூ லெஃப்ட் ரிவியூ*, எண் *98*, லண்டன் (E.O. Wright : Class Boundaries in Advanced Capitalist Societies, *New Left Review*, no. 98, London), *1976;* கிளாசஸ், லண்டன் (Classes, London), *1985; 'வாட் இஸ் மிடில் அபவுட் த மிடில் கிளாஸ்', ர்யோமர்-ல் (தொகுப்பு), அனலிடிக்கல் மார்க்சிசம்*, கேம்பிரிட்ஜ், (What is Middle About the Middle Class, in J Roemer (ed), *Analytical Marxism*, Cambridge), *1986*

4. ஆர் பாஸ்கர், *ரிக்ளெய்மிங் ரியாலிடி*, லண்டன் (R Bhaskar, *Reclaiming Reality*, London), *1989;* விமர்சன பகுப்பாய்வுக்கு ஆர் குன் 'ரிக்ளெய்மிங் எக்ஸ்பீரியன்ஸ்', *சயின்ஸ் அஸ் கல்ச்சர்*, எண் *11* (R Gunn, 'Reclaiming Experience', *Science as Culture*, no. 11), *1991* என்பதைப் பார்க்கவும்

5. அரசியல்/பொருளியல் பிரிவினைக்கு ஜி.ஏ கோஹன், *கார்ல் மார்க்சஸ் தியரி ஆஃப் ஹிஸ்டரி: எ டிஃபென்ஸ்*, ஆக்ஸ்போர்டு (*Karl Marx's Theory of History : A Defence*, Oxford), *1978* ஐப் பார்க்கவும். தனிநபர்வாதம் பற்றி ஜே எல்ஸ்டர், *மேக்கிங் சென்ஸ் ஆஃப் மார்க்ஸ்*, கேம்பிரிட்ஜ் (J Elster, *Making Sense of Marx*, Cambridge), *1985* அத்தியாயம் 1-ஐப் பார்க்கவும். தனிநபர்வாதத்தை முறைபாட்டு உணர்வில் தான் நியாயப்படுத்துவதாக எல்ஸ்டர் தெளிவுபடுத்துகிறார். இருப்பினும், தனது செயல்முறை பற்றிய அவரது இந்த நியாயப்படுத்தல் அவர் முறைபாட்டை முதல் நிலை சமூக சிந்தனையில் இருந்து பிரிப்பதில் கொண்டு விடுகிறது. இதே பிரிவினையை அறிவியலின் தத்துவத்தில் பார்க்க முடிகிறது. சிரமம் என்னவென்றால், கோட்பாடு/மீ-கோட்பாடு பிரிவினை கோட்பாடு/ செயல்பாடு பிரிவினையையும் கொண்டுள்ளது: இந்தத் தொகுதியில் ரிச்சர்ட் குன்-ஐப் பார்க்கவும். பகுப்பாய்வுரீதியான/கரணிய மார்க்சியம் பற்றி மேலும் பார்க்க ர்யோமர் (தொகுப்பு), *அனலிடிகல் மார்க்சிசம்*, கேம்பிரிட்ஜ் (Roemer (ed), *Analytical Marxism*, Cambridge), *1986;* ஏ கார்லிங், 'ரேஷனல் சாய்ஸ் மார்க்சிசம்', *நியூ லெஃப்ட் ரிவியூ*, எண் *160* (A Carling, 'Rational Choice Marxism', New Left Review, no. 160), *1986*.

6. பார்க்கவும் ஜே.-எஃப். லயோடார்ட், *த போஸ்ட்மாடர்ன் கண்டிஷன் : எ ரிப்போர்ட் ஆன் நாலெட்ஜ்*, மான்செஸ்டர் (J.-F. Lyotard, *The Postmodern Condition: A Report on Knowledge*, Manchester), *1984*. லயோடார்ட் "பெருங்கதையாடல் களுக்கு", அதாவது உண்மையிலிருந்து சுதந்திரம் உருவெடுத்து வருவது பற்றிய இலக்குவாத கதையாடல்கள் போன்றவற்றுக்கு எதிராக பிரகடனப்படுத்திக் கொள்கிறார். அவற்றுக்குப் பதிலாக, ஒவ்வொன்றும் அதிகாரத்துக்கான போராட்டத்தைக் கொண்டிருக்கும் பல்வகையான 'மொழி விளையாட்டுகளுக்கு' ஆதரவாக அவர் வாதிடுகிறார். மொத்தத்தில், புதிய அலங்காரச் சொல்லாடல் என்ற போர்வையில் *1950*-களின் ஆங்கிலோ-சாக்சன் அரசியல் அறிவியலின் பன்முகவாதத்துக்கு அவர் புத்துயிர் கொடுக்கிறார். 'சித்தாந்தத்தின் முடிவு' என்ற பழைய கருப்பொருளை அவர் மறுபடியும் முன்வைக்கிறார். சித்தாந்தத்தின் முடிவு வரலாற்றின் முடிவாகவே ஆகி விடுகிறது. அதன்படி, லயோடார்டின் விவாதம் வரலாறு அற்றதாகவே இருக்கிறது. வரலாறு அற்ற பகுப்பாய்வுகள் தாம் கண்டிக்கும் வரலாற்றின் கருணையின் கீழ், பெருங்கதையாடல்களின் கருணையின் கீழாகவே தம்மை வைத்துக் கொள்கின்றன.

அறிமுகம்

7. பார்க்கவும், கார்ல் பாப்பர், *த பாவர்ட்டி ஆஃப் ஹிஸ்டாரிசிசம்*, லண்டன் (K. Popper, *The Poverty of Historicism*, London), 1957. அவரது *கஞ்செக்சர்ஸ் அண்ட் ரிஃப்யூடேஷன்ஸ்*, லண்டன் (*Conjectures and Refutations*, London), 1963, அத்தியாயம் 16 என்பதையும் பார்க்கவும்.

8. பின்-அனுபவவாத அறிவியலின் தத்துவத்துக்கான உருவாக்க நூலான டி.எஸ் கூன் எழுதிய *த ஸ்ட்ரக்சர் ஆஃப் சயின்டிஃபிக் ரெவல்யூஷன்ஸ்*, சிக்காகோ (*The Structure of Scientific Revolutions*, Chicago), 1962. பார்க்கவும். பி பையர்ஆபெண்ட், *எகெய்ன்ஸ்ட் மெதட்*, லண்டன் (P. Feyerabend, *Against Method*, London), 1975; ஆர்.ஜே பெர்ன்ஸ்டெய்ன், *பியாண்ட் அப்ஜெக்டிவிசம் அண்ட் ரிலேடிவிசம்*, ஆக்ஸ்ஃபோர்ட் (R. J. Bernstein, *Beyond Objectivism and Relativism*, Oxford), 1983; மற்றும் *த ரீஹேபிலிடேஷன் ஆஃப் பிராக்மடிசம்*, ஆர் ரோர்ட்டி, ஃபிலாசஃபி அண்ட் மிரர் ஆஃப் நேச்சர், ஆக்ஸ்ஃபோர்ட் (Rehabilitation of Pragmatism in R. Rorty, *Philosophy and the Mirror of Nature*, Oxford), 1980-ல்.

1. வரலாற்றுப் பொருள்முதல்வாதத்துக்கு எதிராக: முதல்-நிலை சொல்லாடலாக மார்க்சியம்

ரிச்சர்ட் குன்

மார்க்ஸ் சமூகக் கோட்பாட்டாளராக பிரபலமாக அறியப்படுகிறார். அதாவது, 'சமூகத்தை' கோட்பாட்டு சிந்தனைக்கான பொருண்மையாக ஏற்றுக் கொள்ளும் ஒருவராக மார்க்ஸ் அறியப்படுகிறார். மார்க்ஸ் சமூகக் கோட்பாட்டாளர் இல்லை என்றும் அதற்கும் மேலாக இந்த அர்த்தத்தில் 'கோட்பாட்டாளரே' இல்லை என்று வாதிடுவது இந்தக் கட்டுரையின் நோக்கம். ('கோட்பாட்டாளர்' என்பதை, ஏதாவது ஒரு பொருண்மை பற்றி சிந்திக்கும் ஒருவராக நான் புரிந்து கொள்கிறேன். எடுத்துக் கொள்ளப்பட்ட இந்தப் பொருண்மை சில கருத்தாக்கங்கள், அல்லது கருத்தினங்கள் அல்லது பதங்களின் தொகுதியாக குறிப்பிடப் படுகிறது.) எனது கருத்தின் முதல் பதிப்புருவைப் பின்வருமாறு கூறலாம்: மார்க்ஸ் சமூகக் கோட்பாட்டை தரவில்லை, மாறாக அவர் (தனது ஆரம்ப கால எழுத்துக்களில்) தத்துவத்தின் விமர்சன பகுப்பாய்வையும், (1844-ல் தொடங்கி, 1857-58 குருண்ட்ரிச கையெழுத்துப் பிரதிகளிலும் மூலதனம் நூலிலும் புதுப்பிக்கப்பட்ட) அரசியல் பொருளாதாரம் பற்றிய விமர்சன பகுப்பாய்வையும் வழங்குவது போல, சமூகக் கோட்பாடு பற்றிய விமர்சன பகுப்பாய்வை வழங்குகிறார். இதே கருத்தை பின்வருமாறும் கூறலாம் : மார்க்ஸ் சமூகவியலாளர் இல்லை, மாறாக சமூகவியலின் விமர்சகர்: 'மார்க்சிய சமூகவியல்' என்பது சொற்களில் முரணானது. (பத்தொன்பதாம் நூற்றாண்டின் இரண்டாம் பாதியில் புதிய-கான்டிய அடித்தளங்களில் கட்டி எழுப்பப்பட்ட குறிப்பிட்ட அறிவுத்துறையாக மட்டும் (பார்க்கவும். ரோஸ் 1981, அத்தியாயம். 1 - Rose 1981, ch.1) இல்லாமல், சமூகம் பற்றிய எந்த ஒரு பொதுக் கோட்பாட்டையும் 'சமூகவியல்' என்பதாக நான் புரிந்து கொள்கிறேன்; 'பொதுக்' கோட்பாடு என்பது பற்றிய வரையறை கீழே தரப்படுகிறது). எனது வாதத்தின் இன்னொரு வடிவம் பின்வருமாறு : வரலாற்றுப் பொருள்முதல்வாதம் மார்க்சியமற்றது, வெறும் சொற்பயன்பாடு[1] தொடர்பான காரணங்களால் மட்டுமோ, அல்லது உதாரணமாக, 1859-ம் ஆண்டு அரசியல் பொருளாதார

விமர்சனத்துக்கு ஒரு பங்களிப்பு என்ற நூலின் முன்னுரையில் மார்க்சின் வரையறைகள் பொருளாதார நிர்ணயவாதத்திற்கு பலியானது தொடர்பான காரணங்களால் மட்டுமோ இல்லை.[2]

குறிப்பான வாதங்களுக்குள் போவதற்கு முன்பு மேலே சொன்ன வாதங்களை சரியான பின்புலத்தில் அமைத்துக் கொள்வது அவசியமாக உள்ளது. அரசியல்ரீதியாக அவை பரவலாக கருதப்பட்ட 'தன்னாட்சிவாத' (autonomist) பார்வைக்குள் அமைகின்றன; *கோட்பாட்டுரீதியாக* - அவற்றின் கோட்பாட்டு அம்சம் தொடர்பாக மட்டுமே எனது அக்கறை உள்ளது - அவை மார்க்சிய சிந்தனையில் (முதல்-நிலை) கோட்பாட்டுக்கும், (இரண்டாம் அல்லது உயர்-நிலை) 'மீ-கோட்பாட்டுக்கும்' இடையேயான உறவை ஆய்வு செய்வதில் இருந்து தோன்றுகின்றன. தனித்த கோட்பாட்டு ரீதியான, அதாவது சமூகவியல்ரீதியான அல்லது அறிவியல்ரீதியான கோட்பாட்டு சிந்தனை தொகுதிகளுக்கும், மீ-கோட்பாட்டுவாத அதாவது தத்துவார்த்த அல்லது முறைபாட்டு சிந்தனை தொகுதிகளுக்கும் இடையேயான பாரம்பரிய வேறுபாட்டை மார்க்சியம் மறுக்கிறது. இந்த மறுப்பு, மார்க்சியம் ஆதரிப்பதாக அறிவிக்கும் *பிரதிபலிப்புத்தன்மை* என்ற இனத்தில் இருந்து தோன்றுகிறது. (தான் பயன்படுத்தும் கருத்தினங்கள், பதங்கள் ஆகியவற்றின் பொருத்தப்பாடு பற்றி சிந்திக்கும் கோட்பாடு 'பிரதிபலிப்புத்தன்மையுடைய' கோட்பாடாகக் கருதப்படுகிறது). கோட்பாடு செயல்பாட்டில் பிரதிபலிப்புத்தன்மையுடன் இருத்தல் மார்க்சியத்தின் தனிச்சிறப்பான தேவையாக உள்ளது (தனது செயல்பாட்டு நிலைமை தொடர்பாக *சிந்திக்கும் போக்கில்*, அதன் சொந்த கருத்தினங்களின் பொருத்தப்பாடு குறித்து சிந்திக்கும் போது மற்றும் (மறுதலையாக) தனது சொந்த கருத்தினங்களின் பொருத்தப்பாடு குறித்து சிந்திக்கும் போக்கில் அதன் செயல்பாட்டு நிலைமை தொடர்பாக சிந்திக்கும் போது, கோட்பாடு நடைமுறை பிரதிபலிப்புத்தன்மை யுடையதாகக் கருதப்படுகிறது (பார்க்கவும் குன் - Gunn 1987a). தனிச் சிறப்பாக, நடைமுறை பிரதிபலிப்புத்தன்மை என்பது - நடைமுறை ரீதியான, 'சமூகரீதியான', இன்னபிற - முதல்-நிலை சிந்தனை மீ-கோட்பாட்டு ரீதியாகவும் (மறுதலையாக) அதன் மீ-கோட்பாடு முதல்-நிலை சிந்தனைரீதியாகவும் தாக்கம் செலுத்தும் போது பாரம்பரியமான கோட்பாடு/மீ கோட்பாடு பிரிவினையை வலுவிழக்கச் செய்கிறது: அதனளவில், அது ஒரே நேரத்தில், ஒரே கோட்பாட்டு நகர்வில் 'கோட்பாட்டு' முனையிலும் 'மீ-கோட்பாட்டு' முனையிலும் முன்னேறிச் செல்கிறது. இந்த வழியில்தான், மார்க்சுக்கு - ஹெகலுக்கும் என்று நான் வாதிடுவேன் - இயக்கவியல் சிந்தனையானது மொத்தமாக்கலைக் கொண்டுள்ளது.

வேறு சொற்களில் சொல்வதானால், மார்க்ஸ் ஆதரித்து வாதிட்ட கோட்பாடு/செயல்பாடு ஐக்கியம் என்பது கோட்பாடு/மீ-கோட்பாடு ஐக்கியத்தையும் கொண்டுள்ளது. வேறு இடத்தில் (குன் 1989a - Gunn 1989a) 'மீ-கோட்பாடு' அச்சிற்கு இது கொண்டுள்ள தாக்கங்கள் சிலவற்றை நான் வளர்த்தெடுத்துள்ளேன்: மார்க்சியத்தில் தத்துவம் அல்லது முறைபாட்டியல் இட்டு நிரப்ப வேண்டிய கருத்தாக்க இடைவெளி எதுவும் இல்லை என்பதை இது உணர்த்துகிறது. மார்க்சியத்தில் அத்தகைய இடைவெளி எதுவும் இல்லாதது, மார்க்சியம் தத்துவம் முன்வைக்கும் கேள்விகளை (நேர்க்காட்சிவாதத்தைப் போல) நிராகரிப்பதால் ஏற்பட வில்லை, மாறாக அந்தக் கேள்விகளின் தத்துவ ரீதியான வடிவத்தை அதாவது அவற்றை தனித்தியங்கும் அறிவுத் துறையாக பிரிப்பதை மார்க்சியம் நிராகரிப்பதால் ஏற்படுகிறது. இப்போதைய கட்டுரையில், கோட்பாடாக்கத்தின் முதல்-நிலை அல்லது 'கோட்பாட்டு' அச்சு மீதுதான் நான் கவனம் செலுத்துகிறேன். கோட்பாடும் மீ-கோட்பாடும் ஒன்றிலிருந்து மற்றொன்று பிரிந்து செல்லும் (அவை தனித்தனி அறிவுத் துறையின் ஆய்வுப் பொருளாக மாறும்) விளைவை ஏற்படுத்தும் கோட்பாடு/செயல்பாடு மொத்தமாக்கல் உடைத்துப் பிரிக்கப்படுவதால், முதல்-நிலை கோட்பாடாக்கத்துக்கும் உயர்-அடுக்கு கோட்பாடாக்கத்துக்கும் இடையேயான உறவு மட்டும் பாதிக்கப்படவில்லை, மாறாக, அவை ஒவ்வொன்றின் தன்மையும் பாதிக்கப்படுகிறது. முதலாவதாக, மார்க்சுக்கு அரசு என்பது குடிமைச் சமூகம் என்ற நாணயத்தின் மறுபக்கமாகவும், குடிமைச் சமூகம் என்பது அரசின் மறுபக்கமாகவும் இருப்பதைப் போல, அவை ஒன்று மற்றொன்றுடனான உறவில், ஒரே நாணயத்தின் எதிரெதிரான ஆனால் இட்டுநிரப்பும் பக்கங்களாக நிற்கின்றன. ஆனால், இரண்டாவதாக, கோட்பாடாக்கத்தின் இப்போது ஒன்றையொன்று விலக்கும் பகுதிகளுக்குள் குழப்பங்கள் வெடித்துக் கிளம்புகின்றன.

மீ-கோட்பாடு, கோட்பாட்டின் கருத்தினங்களை சரிபார்க்கும், அல்லது விமர்சிக்கும் பணியை தனக்கென ஒதுக்கிக் கொள்கிறது. கோட்பாடு/மீ-கோட்பாடு பிளவு இருப்பதை முற்கோளாக ஏற்றுக் கொண்டால் அது இதைச் செய்தே தீர வேண்டும். ஏனென்றால், அதைச் செய்யாவிட்டால் நச்சுச்சுழல் ஏற்படும் வகையில் முதல்-நிலை கோட்பாடு தனது கருத்தினங்களை தானே சரிபார்த்துக் கொள்ள வேண்டியிருக்கும்[3] ஆனால், மீ-கோட்பாடு அதைச் செய்து விட்டால், அப்போது அதே முற்கோளை ஏற்றுக்கொண்டால், நச்சுச்சுழலுக்குப் பதிலாக, இரண்டாம்-நிலைக் கோட்பாடு தனது சொந்த சரிபார்த்தலுக்கு ஒரு மூன்றாம்-நிலைக் கோட்பாட்டை கோருகிறது... இன்னபிற என

முடிவிலியான தொடர்உறவுகள் வந்து விடுகின்றன. இத்தகைய தொடர் உறவு பற்றிய அச்சுறுத்தல், பிளாட்டோவின் 'மூன்றாவது மனிதன்' (Third Man) வாதத்தில் தொடங்கி (பார்க்கவும் கார்ன்ஃபோர்ட் - Cornford 1939) காண்ட்-ல் கருத்தினங்களின் பொருத்தப்பாடு பற்றிய வாதங்கள் தொடர்பான சச்சரவுகள் வரை தத்துவத்தின் வரலாறு முழுவதிலும் எதிரொலித்து வந்திருக்கிறது.

முதல்-நிலைக் கோட்பாடு, மீ-கோட்பாட்டின் அடிப்படையில் குறிப்பிடப்பட்ட விளங்கிக் கொள்ளக் கூடிய பொருண்மையை ஏதாவது ஒரு வழியைப் பயன்படுத்தி விபரமாக தெளிவாக்கும் பணிக்கு தன்னை அர்ப்பணித்துக் கொள்கிறது. எல்லாவற்றுக்கும் முன்பாக, மீ-கோட்பாடு கோட்பாட்டின் பொருண்மையை வரையறுக்கிறது, அதன் பின்னர் கோட்பாடு செயலில் இறங்குகிறது. இப்போதெல்லாம் விஷயம் இவ்வளவு எளிமையாக இல்லை என்பதில் சந்தேகமில்லை. மீ-கோட்பாடு கூன் (Kuhn, 1962), அல்தூசர் (Althuser, 1976) அல்லது பாஸ்கர் (Bhaskar et al. 1988, Bhaskar 1989) ஆகியவற்றில் தரப்பட்டுள்ளதைப் போன்ற *அடிதொழும்பணியாள்* (underlabourer) பாத்திரத்தை வரித்துக் கொள்கிறது. கூன்-ல் அடிதொழும்பணியாள் என்ற நிலை அறிவியலின் தத்துவத்தை அறிவியலின் வரலாற்றுக்குள் செரித்துக் கொள்வது என்ற வடிவத்தை எடுக்கிறது. அல்தூசரில், தத்துவத்தை வரலாற்றுவாதமாக்குவது என்ற தெளிவில்லாத[4] வடிவத்தை எடுக்கிறது; பாஸ்கரில் அடிதொழும் பணியாள் என்ற பணி அறிவியலின் செயல்பாட்டில் இருந்து அறிவியல் வெளிப்படுத்தும் வினைவிளைவுத்தொடர் கட்டமைப்புகளின் எதார்த்தத்துக்கு இட்டுச் செல்லும் புலன்கடந்த வாதம் என்ற உருவத்தை எடுக்கிறது.[5] (அறிவியலின் 'பின்-அனுபவவாத' தத்துவம் என்று அழைக்கப்படுவது பெரும்பாலும் அத்தகைய தத்துவத்தை முந்நூறு ஆண்டுகளுக்கு முன்பு லோக் அதற்கு வழங்கிய அடிதொழும்பணியாள் என்ற நிலைக்கு மீட்டமைப்பதாகவே உள்ளது : 1980-களிலும் 1990-களிலும் தன்னடக்கம்தான் எல்லா இடங்களிலும் கொடி கட்டிப் பறப்பதாகத் தோன்றியது). ஆனால், அடிதொழும்பணியாளை நோக்கிய மாற்றம் எதையும் சாதிக்கவில்லை. (உதாரணமாக, மீ-கோட்பாடாக, வினை விளைவுத்தொடர் கட்டமைப்புகளின் எதார்த்தத்தை அங்கீகரிக்காத அறிவியல்களை விமர்சன எதார்த்தவாதம் தனது வரம்புகளுக்கு வெளியே வைத்து விட முடிகிறது என்று பாஸ்கர் வலியுறுத்தும் போது அவர் தன்னடக்கத்துடன் இருப்பதைவிட தற்பெருமையுடனேயே இருக்கிறார்). உண்மையில் இந்த தன்னடக்கம்/தற்பெருமை இருமைநிலை, கோட்பாட்டையும் மீ-கோட்பாட்டையும் தலைகீழாக தனித்தியங்குபவையாக புரிந்து கொண்டவுடன் கோட்பாட்டுக்கும்

மீ-கோட்பாட்டுக்கும் இடையே எழும் ஒத்தத் தன்மையை - அதாவது ஒரே நாணயத்தின் இரு பக்கங்கள் என்ற தன்மையை - உள்வாங்கத் தவறுகிறது. ஒன்று, அடிதொழும்பணியாள் என்ற சுற்றிவளைப்பு முழுக்க முழுக்க சார்புவாதமாகவே உள்ளது, முதல்-நிலைக் கோட்பாட்டின் செயல்பாடுகளை வெறுமனே நம்பிக்கையின் அடிப்படையில் எடுத்துக் கொள்கிறது, அல்லது கோட்பாடு முன் வைக்கும் பிரச்சினைகளை தீர்க்க வேண்டிய பணி மீ-கோட்பாட்டிடம் விடப்படுகிறது என்ற முன் வைப்பாகவே அது அமைகிறது. வேறு சொற்களில் சொன்னால், (மீ-கோட்பாடு, கோட்பாட்டின் கேள்விகளுக்கு அவசியமாகவே காத்திருப்பது போல) 'கோட்பாடு' மீ-கோட்பாட்டின் தீர்வுகளுக்குக் காத்திருக்க வேண்டும், (மறுதலையாக) கோட்பாடு மீ-கோட்பாட்டின் தீர்வுகளுக்குக் காத்திருப்பது போல மீ-கோட்பாடு கோட்பாட்டின் கேள்விகளுக்குக் காத்திருக்க வேண்டும்: மக்கள்திரளின் கூருணர்வு தத்துவார்த்த பிரச்சினைகளுக்கு அறிவியல் வழியிலான தீர்வுகள் காணப்படு வதற்காக காத்திருக்கிறது. 'மீ-கோட்பாட்டாளர்கள் அதற்குத் தீர்வு கண்டவுடன் நாம் வேலை செய்ய ஆரம்பிக்கலாம்'; 'கோட்பாட்டாளர்கள் அதை நிறுவியவுடனே, இறுதியில் நாம் முடிவுகளை பெற்றுக் கொள்ளலாம்' என்ற வகையிலான வாதத்தின் ஒவ்வொரு இயக்கமும் மற்றதன் கழிவுகளை (washing) எடுத்துக் கொள்கின்றன. முறையே, ஒன்று முடிவிலியான உள்ளூறவுகள் அல்லது நச்சுச்சுழல் ஆகியவை இந்த வகையில் முன் வைக்கப்பட்ட வாதங்களின் விளைவாக உள்ளன.

இந்த ஆய்வுக் கட்டுரையின் நோக்கங்களைப் பொறுத்தவரை, மீ-கோட்பாட்டு விளைவுகளிலிருந்து தனித்தியங்கும் கோட்பாட்டு விளைவுகளே நமது கவனத்துக்கு உரியவை. அவற்றை பின்வருமாறு தொகுத்துக் கூறலாம் : எந்த ஒரு 'கோட்பாடும்', தான் எதன் கோட்பாடாக இருக்கிறதோ, அதனை மீ-கோட்பாட்டு ரீதியாக மட்டுமே குறிப்பிட முடியும் படியாக இருக்கும்போது, அது *அரூபமானதன்* கோட்பாடாகும். மீ-கோட்பாட்டுடனான கோட்பாட்டின் இடையுறவு (அடிதொழும்பணி என்ற மூலஉத்தியால் அறிவிக்கப்பட்டது) செயல்படும் போது கூட இதுதான் நிலைமை. *அரூபமானதன்* ஒரு கோட்பாடு' என்பதற்கு கருத்தினரீதியாக குறிப்பான பொருண்மை அவசியமாக உள்ளது; கருத்தினரீதியாக குறிப்பான பொருண்மையைப் பற்றிய கோட்பாடு '*அரூபமானதன்* கோட்பாடு' ஆக உள்ளது. இப்போதெல்லாம், எல்லா விதமான கோட்பாடுகளையும் '*அரூபமானதன்* கோட்பாடு' என்று சிந்திக்கும் போக்கில் உள்ளோம். அதாவது, கோட்பாடாக்கத்தையே அதனளவில் ஹெகல் (உதாரணம். 1977 அறிமுகம்) 'கூருணர்வு' என்று குறிப்பிடும் நோக்குநிலைக்குள் உள்வாங்கும் போக்கைக் கொண்டுள்ளோம்.

'கூருணர்வின்' தன்மை அதன் ஹெகலிய கருத்தில், அதனைப் பற்றி தெரிந்துகொண்டதாகக் கூறிக்கொள்ளும் அகநிலைக்கு எதிராக நிற்பதாக தனது பொருண்மையைக் கட்டமைக்கிறது - அதன் மூலம் அதனை பொருண்மையாகக் கட்டமைக்கிறது. கூருணர்வு, சுருக்கமாக, 'அரூபமானதன் கோட்பாடு' ஆக உள்ள கோட்பாடு, அதன் பொருண்மையை இறுகச்செய்துவிடும் (reifying) அபாயத்தைக் கொண்டுள்ளது. இந்த விஷயம் அவ்வளவு அடிப்படை முக்கியமுடையதாக இருப்பதால் இதனை இன்னும் விரிவாக விரித்துரைப்பதற்கு முயற்சிக்கிறேன்.

'அரூபமானதன் கோட்பாடு', அல்லது 'கூருணர்வு', தனது பொருண்மையை இறுகச்செய்துவிடும் (reify) போக்கைக் கொண்டிருப்பதால், ஹெகல் அதனை அன்னியமாக்கப்பட்ட உலகின் நடைமுறை சட்டவிதியுடன் இணைக்கிறார். இருபதாம் நூற்றாண்டின் நிகழ்வியல் (phenomenology) இதே விஷயத்தை பதிவு செய்கிறது : மெர்லு-போன்டி (Merleau-Ponty), *1962*-ன் கருத்துப்படி, கூருணர்வு தன்னிலை பார்வையிலிருந்து படர்க்கை பார்வைகளுக்கு தாண்டிச் செல்லும் போக்கைக் கொண்டுள்ளது. அப்படியானால், கோட்பாடு அதனளவில் நமக்கு 'அரூபமானதன் கோட்பாடாகத்' தோற்றமளித்தால், அவ்வாறாக கூருணர்வு அதனளவில் வரம்பைத் தாண்டிச் செல்வதாக நமக்குத் தோன்றினால், மார்க்சிய மற்றும் ஹெகலிய முற்கோள்களின் அடிப்படையில் கோட்பாட்டு-நடைமுறை உயிரினங்களான நாம் வாழ்வதாக சொல்லக்கூடிய உலகத்திலிருந்து பிளவுண்டிருக்கும் நிலையை இதற்குக் காரணமாக்கலாம். விளங்கிக் கொள்வதற்குள்ளான இறுகலாக்கம் (reification) என்பது செயல்பாட்டுக்குள் அன்னியமானதையும், மற்றும் *மறுதலையாக*, பதிவு செய்கிறது. 'அரூபமானதன் கோட்பாடாக' இல்லாமல் போனதும் கோட்பாடு என்னவாக இருக்கும் என்பதை கற்பனை செய்வதே நமக்கு சிரமமாகிவிடும் அளவுக்கு இந்த அன்னியமாதல் வலுவாக உள்ளது. கோட்பாடு என்று தனக்குத்தானே முடிசூட்டிக் கொண்டு (*soi disant*), "அரூபமானதன் கோட்பாடு" ஆக முன் வைப்பது ஞானவியல் சொல்லாடலின் விளிம்புகளில் மட்டுமே கேள்விக் குள்ளாக்கப்படுகிறது. உதாரணமாக, உண்மையும் பொய்மையும் மெய்ம்மைகளைப் பற்றிய கோட்பாடாக்கத்தோடு மட்டுமின்றி அந்த மெய்ம்மைகளுடனேயே தொடர்புடையவை என்பதுதான் ஃபிராங்ஃபர்ட் பள்ளி விமர்சன கோட்பாட்டில் வழக்கமான வாதமாக உள்ளது. அல்லது மீண்டும்: 'மெய்யாகவே தலைகீழான உலகில், உண்மை என்பது பொய்யின் ஒரு கூறு' (டெபோர்ட் - Debord 1987 para 9). உண்மையில், முந்தைய மேற்கோள்கள் நிரூபித்தது போல கோட்பாட்டை, (கருத்தாக்கங்களின், சமூகங்களின், இயற்கையின்: ஆனால் இந்தப்

பதங்கள் அனைத்துமே பிரச்சினைக்களமாக உள்ளன) ஏதோ ஒன்றின் கோட்பாடாக அல்லாமல் வேறு எதுவாகவும் புரிந்து கொள்வது அதன் ஒரே கலாச்சார ஆதாரத்தை முரண்நிலையில் மட்டுமே காணக் கூடியதாக இருக்கும்.

வேண்டுமென்றே உருவான முரண்நிலையைவிட, அதிகமாக ஏதோ ஒன்று இருப்பதை பார்ப்பதற்கு 'அரூபமானதன் கோட்பாடு' என்ற கருத்துநிலையை நாம் இன்னும் நெருக்கமாக பரிசீலிக்க வேண்டும். எதையோ பற்றிய 'கோட்பாட்டை' நான் பொதுக் கோட்பாடு என்று வரையறுக்கிறேன். பொதுக் கோட்பாடு என்பது அதன் பொருண்மை முழுவதையும் பற்றி மற்றும் அதன் பொருண்மையைப் பற்றி மட்டுமே பேசுகிறது (இது பொதுக் கோட்பாட்டின் 'விரிவான' - extensive நிபந்தனையாக உள்ளது) அதே நேரம் அது தனது பொருண்மையை மிகைநிர்ணயிப்பதும் இல்லை, குறைநிர்ணயிப்பதும் இல்லை (இது 'குவிப்பான' - intensive நிபந்தனையாக உள்ளது). உதாரணமாக, சமூகம் பற்றிய பொதுக் கோட்பாடு (விரிவான நிபந்தனை) எல்லாச் சமூகங்கள் பற்றியும் அதே நேரம் சமூகங்களைப் பற்றி மட்டும் பேசும் வல்லமை கொண்டதாக இருக்க வேண்டும். இந்த நிபந்தனையின் பிந்தைய பகுதி இறையியல் அல்லது இயற்கை கருத்தாக்கச் சட்டகங்களை ஒதுக்கி வைக்கிறது. (அத்தகைய கோட்பாடு, உதாரணமாக, வரலாற்றுப் பொருள்முதல் வாதம் செய்வதைப் போல, இயற்கையுடன் சமூகத்தின் உறவைப் பிரதிபலிப்பதற்கும் அந்த உறவை ஆதாரத்தானமாக ஆக்கவும் வல்லமை கொண்டதாக இருக்கும். ஆனால் சமூகம்/இயற்கை உறவை அதன் தரப்பில் சமூகரீதியான உறவாகப் புரிந்துகொள்ள வேண்டும் என்ற நிபந்தனையின் பேரில் மட்டுமே வல்லமை கொண்டதாக இருக்கும் என்பது நிச்சயம்: லூக்காக்ஸ் (Lukacs, 1971) பதிவு செய்வது போல இயற்கை என்பது 'சமூகத் தன்மையிலான கருத்தினமாக உள்ளது'). மேலும், சமூகம் பற்றிய பொதுக் கோட்பாடு, அதன் பொருண்மையை (குவிப்பான நிபந்தனை) உதாரணமாக இறையியல் அல்லது இயற்கை விளக்கங்களை அறிமுகப் படுத்துவதன் மூலம் குறை தீர்மானிக்கவோ, சமூகரீதியான இருத்தலின் ஏதோ ஒரு அம்சத்துக்கு உதாரணமாக பொருளாதார அம்சத்துக்கு அல்லது கலாச்சார அம்சத்துக்கு சிறப்பிடம் வழங்குவதன் மூலமாக மிகைதீர்மானிக்கவோ கூடாது: அல்தூசரின் (Althusser's 1970) சொற்றொடரான 'சமூக விளைவு' பற்றி அது பேச வேண்டும். (சமூகத்தின் ஏதோ ஒரு அம்சம் உண்மையாகவே சிறப்பிடம் பெற்றிருக்கலாம் என்பதில் சந்தேகமில்லை, ஆனால் முறைபாட்டியல் அடித்தளங்களில் அத்தகைய சிறப்பிடம் எதுவும் நிறுவப்படக் கூடாது). விரிவான

நிபந்தனைகளும் குவிப்பான நிபந்தனைகளும் ஒன்றாக நிறைவேறு வதுதான் வெற்றிகரமான பொதுக் கோட்பாடாக அமைய முடியும் என்ற வகையில் பொதுக் கோட்பாட்டுக்கான குவிப்பான நிபந்தனை களையும், விரிவான நிபந்தனைகளையும் என இரு வகையைக் குறிப்பிடுவது தேவை யற்றதாகத் தோன்றலாம்: நமது உதாரணத்தை மீண்டும் எடுத்துக் கொண்டால், 'சமூகம்' என்பது கோட்பாட்டு ரீதியாக குறை தீர்மானிப்போ மிகைதீர்மானிப்போ செய்யப்படவில்லை என்றால் சமூகம் அனைத்தும் மற்றும் சமூகம் மட்டுமே கோட்பாட்டின் பொருண்மையாக (மறுதலையாகவும்) இருக்கும். ஆனால், அவை ஒவ்வொன்றும் பொதுக் கோட்பாட்டின் கட்டுவிப்பில் வெவ்வேறு பாத்திரம் வகிப்பதால் இவ்வாறு நிபந்தனைகளை வேறுபடுத்திப் பார்ப்பது அர்த்தமுள்ளதாக இருக்கிறது. ஏனென்றால். விரிவான நிபந்தனை (பொருள்கூறும் அர்த்தத்தில்) பொதுக் கோட்பாட்டின் பொருண்மை பற்றிய முன் மதிப்பீடு அல்லது முன்கருத்தாக்கத்தை வழங்குகிறது. மேலே கூறிய உதாரணத்தில், 'சமூகம்' என்பதன் பொருள் என்ன என்பது குறித்து முறைசாராமலும் தோராயமாகவும் நாம் அனைவரும் அறிந்திருக்கிறோம். எனவே, விரிவான நிபந்தனை என்பது தவிர்க்க முடியாத ஒன்றை, அதாவது பொதுக்கோட்பாட்டின் தொடக்கப் புள்ளியைச் சுட்டுகிறது. ஆனால், விரிவான நிபந்தனை மட்டும் செயல்பாட்டில் இருந்தால் பொதுக் கோட்பாடு என்பது மொத்தத்தில் கச்சாவான அதாவது கருத்தினம் இல்லாத மெய்ம்மைகளை மட்டும் பதிவு செய்வது என்ற சாத்தியமற்ற களத்துக்குள்ளாகவே முடக்கப்பட்டு விடும். (அதன் குறைபாடுகள் என்னவாக இருந்தாலும், அந்தக் களத்துக்குள் சென்று விடுவதை பொதுக் கோட்பாடு எப்போதுமே தவிர்த்து வந்திருக்கிறது). இதற்கு மாறாக, விரிவானதன்மை பிரச்சினைகளை முன் வைத்த பிறகு பொதுக்கோட்பாட்டின் குவிப்பான நிபந்தனை செயல்பாட்டுக்கு வருகிறது : உதாரணமாக, சமூகம் என்பது என்ன என்று நாம் அறிய வேண்டுமானால் - அதைப் பற்றிய நமது அறிவு தொடர்பாக அதனை மிகைதீர்மானிக்கவோ, குறைதீர்மானிக்கவோ கூடாது என்றால் - அப்போது எந்தப் பதங்கள் மற்றும் கருத்தாக்கங்கள் மற்றும் கருத்தினங்கள் மூலம் அது அறியப் படலாமோ அவை தொடர்பான பிரச்சினையைப் பற்றி பேசும்படி நாம் கட்டாயப்படுத்தப்படுகிறோம். குவிப்பான தன்மையானது கடந்த காலத்தை பின் நோக்குகிற, முதல் அடி பற்றிய விசாரணையைக் கொண்ட (தொடக்கநிலை கேள்விகள் எவ்வளவு திருத்தமாக முன் வைக்கப்பட்டன?) அடியாக இருந்தாலும், பொதுக் கோட்பாட்டின் கட்டுவிப்பில் அதன் இரண்டாவது அடியை பதிவு செய்கிறது.

மேலும், உண்மையில், குவிப்பான நிபந்தனைதான் தர்க்கரீதியாக முன்னுரிமை கொண்டுள்ளது. ஒரு பிரச்சினையின் சாத்தியமான தீர்வுக்கு போதுமான கருத்தினங்களை வரையறுக்க முடிந்தால் ஒழிய அந்தப் பிரச்சினை தவறிப் போகிறது. மொத்தத்தில் ஏதோ ஒரு பொருண்மையுடனான பொதுமைத்தன்மையை கருத்தில் கொள்ளும் பொதுக் கோட்பாடு பற்றிய எனது வரையறையில் இந்த முன்னுரிமை பிரதிபலிக்கிறது. (இந்த வரையறையின்படி, ஒற்றை மூலக்கூறு பற்றிய பொதுக் கோட்பாடு அசாத்தியமானது இல்லை). 'அதனோடு தொடர்புடைய' என்ற இணைப்புத் தொடர் குவிப்பான தன்மையை, அதாவது இந்த அல்லது அந்தப் பொருண்மை பொருண்மையாக அல்லது வேறு சொற்களில் சொன்னால் அறிந்து கொள்வதன் சாத்தியத்தைக் கொண்டதாக இருக்கக்கூடிய கருத்தினங்களை தீர்மானிக்கும் மீ-கோட்பாட்டு பிரச்சினையை முன்னிலைப்படுத்துகிறது.

இதன்படி பொதுக் கோட்பாடு என்பது, 'அரூபமானதன் கோட்பாடாக' உள்ளது மற்றும் (மறுதலையாக) 'அரூபமானதன் கோட்பாடு என்பது ஒரு பொதுக் கோட்பாடாக உள்ளது : கோட்பாடு/செயல்பாடு ஐக்கிய மின்மையின் காரணமாக, அதாவது அன்னியமாதலின் காரணமாக - அதன் மீ-கோட்பாட்டு பரிமாணம் பிரித்து எடுக்கப்பட்டவுடன் முதல் நிலைக் கோட்பாடு பொதுக் கோட்பாடாக ஆகிறது.

'அரூபமானதன் கோட்பாடு' என்பதை பொதுக் கோட்பாடு என்று நாம் வரையறுப்பது முக்கியமான ஒன்றை, முதலாவதாக, தூய முதல்-நிலை சிந்தனைக்குள் இனக்குறிப்பாக உள்ள சர்வப் பொதுவானதற்கும் குறிப்பானதற்கும் இடையேயான உறவை கவனத்துக்குக் கொண்டு வருகிறது. குவிப்பான தன்மை விரிவான தன்மையைவிட எந்த அளவுக்கு முன்னுரிமை பெறுகிறதோ அந்த அளவுக்கு சர்வப் பொதுவானது குறிப்பானதை விட முன்னுரிமை பெறுகிறது: ஏதோ வகையிலான சர்வப்பொது கருத்தினங்களின் வரையறைக்குள் கொண்டு வரக் கூடியவை மட்டுமே 'அரூபமானதன் கோட்பாடு' என்பதற்கான சாத்தியமான ஒரே பொருண்மைகளாக உள்ளன. குறிப்பானவற்றை எதிர்கொள்வதற்கு முன்னரே இந்த சர்வப்பொது கருத்தினங்கள் அறியப்படலாம் என்பதில் சந்தேகமில்லை (கான்ட்டின் முதல் இரண்டு விமர்சன பகுப்பாய்வுகளில் (critique) ஆதிக்கம் செலுத்தும் அவரது 'தீர்மானகர மதிப்பீடு') அல்லது குறிப்பானவற்றுடனான தொடர்பில் அல்லது தொடர்பின் மூலமாக அவை உருவாக்கப்படலாம் ('அடிதொழும்பணியாள்' அணுகுமுறைகளில் இருப்பதைப் போல, கான்ட்டின் மூன்றாவது விமர்சனப் பகுப்பாய்வின் (critique) 'சிந்திக்கும்'

மதிப்பீட்டுடன் சேர்ந்ததாக - ஆனால் இரண்டாவதாகச் சொன்னது ஏற்கனவே பொதுக் கோட்பாடு என்பதிலிருந்து அதனளவில் முறித்துக் கொள்கிறது என்பதில் சந்தேகமில்லை). சர்வப்பொதுவானவற்றுக்குள் உள்ளடக்கப்பட முடியாத குறிப்பானவை கருத்தில் கொள்ளத் தகுந்த பொருண்மைகளே இல்லை என்ற பார்வைதான் தீர்மானகர அணுகுமுறை, சிந்திக்கும் அணுகுமுறை என இரண்டு அணுகுமுறைகளிலும் சந்தேகத்துக் கிடமாய் எஞ்சியுள்ளது. அவை இருக்காதவை அல்லது அற்பமானவை அல்லது வெறுக்கக் கூடியவை: உதாரணமாக, பிளாட்டோ (பார்க்கவும்: கார்ன்ஃபோர்ட் - Cornford 1939), 'முடி' (அந்தரங்க முடி) மற்றும் 'அழுக்கு' ஆகியவை பற்றிய எந்த வடிவங்களும் அல்லது சர்வப்பொது கருத்துருக்களும் இல்லை என்று அறுதியிட்டுக் கூறினார். இங்கு, நாம் உண்மையில், மேற்கத்திய சிந்தனை மரபின் மையமான உருப்படிவத்தின் (central motif) முன் இருக்கிறோம். சாக்ரடீஸ் பேச ஆரம்பித்த காலத்தில் இருந்தே, கோட்பாடு என்பதை பொதுக் கோட்பாடு (அரூபமானதன் கோட்பாடு') என்றே மேற்கத்திய சிந்தனை மரபு எப்போதுமே அனுமானித்துக் கொண்டது. குறிப்பானவற்றை சர்வப்பொதுவானவற்றுக்குக் கீழ்ப்படுத்தாமல், நாம் எப்படி அவற்றைப் பற்றி அறிய முடியும் - அவற்றுக்கு எப்படி 'கருத்தின உரிமைகளை' ஒதுக்க முடியும்? உதாரணமாக, கான்ட் தனது முதல் விமர்சன பகுப்பாய்வில் புறநிலையை தனித்துவமாக பார்ப்பதற்கான கண்ணாடி களாக பன்னிரண்டு கருத்தினங்கள் உள்ளன, பன்னிரண்டு கருத்தினங்கள் மட்டுமே உள்ளன என்று அறுதியிடும் அளவுக்குச் சென்றார். சர்வப் பொதுவானவற்றை குறிப்பானவற்றுடன் உறவுபடுத்துவது என்ற இந்தப் பிரச்சினை கிரிட்டிக் ஆஃப் ஜட்ஜ்மென்ட் (Critique of Judgement) (பார்க்கவும் வால்ஷ் Walsh 1975) என்பதில் 'வரைவாக்கம்' (schematism) பற்றிய அவரது விவாதத்திலும் அதோடு தொடர்புடைய 'திறனுடை கற்பனை' என்பதிலும் வெளிப்படுகிறது : எது தர்க்கவியல் முன்னுரிமையை பெறுகிறது? வரைவாக்கங்களா அல்லது படைப்பாக்க கற்பனையா? முதல் விமர்சன பகுப்பாய்வா அல்லது மூன்றாவதா? கான்டிய ஆய்வாளர்கள் இது பற்றி ஒரு போதும் முடிவு செய்ய இயலாதவர்களாகவே இருக்கின்றனர்.

மீண்டும் ஒருமுறை, குறிப்பானதை மீட்டுருவாக்கம் செய்ய நாம் முயற்சித்தால் நாம் ஞானவியல் சிந்தனையின் விளிம்புகளுக்குத் திரும்பி விடுகிறோம். (a) விதிவகுத்தல் பற்றிய பிரச்சினையின் மீதும் - அது மொத்தத்தில் ஹியூமில் இருந்து கான்ட் பெற்றுக் கொண்டது - மற்றும் (b) குறிப்பானவை பற்றிய எல்லா அறிவும், அதனளவில் சர்வப்பொதுவான கருத்தினங்கள் மூலமாகவே பெறப்படுகிறது என்ற

சுய-தெளிவான சூழல் மீதும் *பெயர்ப்போலிமைவாதம்* (nominalism) தோற்றுப் போனது. இதன்படி, குறிப்பானவற்றை கொலை செய்து ஒதுக்கி வைப்பதை மறுக்கும் எந்த ஒரு கருத்தாக்கமும் தனக்கு எதிராகவே சிந்திக்கும் சிந்தனையைக் (அது அதனளவில் சர்வப்பொது கருத்தினங்களை கையாள்கிறது) கொண்டுள்ளது என்று ஃபிராங்க்ஃபர்ட் பள்ளி கோட்பாடு பதிவு செய்கிறது. (ஹெகல் ஏற்கனவே தனது ஃபினாமினாலஜி ஆஃப் ஸ்பிரிட் *(Phenemology of Spirit)*-ல் முழுக்க முழுக்க சர்வப்பொதுத்தன்மையான 'புரிதலை' கொலையுடன் சமப்படுத்தியுள்ளார்.). அடோர்னோ (Adorno, 1973) குறிப்பான தன்மையையே ஒரு சர்வப்பொது கருத்தினமாக அறிவிக்கும் அளவுக்கு முரண்நிலையை தீவிரப்படுத்தியுள்ளார். இருபதாம் நூற்றாண்டில் குறிப்பானவற்றுக்கு கனவுவாத (surrealistically) மறுவாழ்வு கொடுக்கும் முயற்சிகளை, உதாரணமாக, உண்மை என்ற கோட்பாடு குறிப்பான வற்றிலிருந்து பொதுமைப்படுத்துவதாக இல்லாமல் குறிப்பானவற்றின் ஒரு 'தொகுதியாக' கூறப்படுவதில் உள்ளது என்பதை வால்டர் பெஞ்சமினின் *த ஆரிஜின் ஆஃப் ஜெர்மன் டிராஜிக் டிராமா (The Origin of German Tragic Drama)*வுக்கான அறிமுகத்திலும் (இங்கு முன்வைக்கப்படும் கருத்து என்னவென்றால், குறிப்பானவை 'முதன்மைகளாக' (monads) இருக்கின்றன, அவற்றுக்குள்ளேயே சர்வப்பொதுவானதை கொண்டிருக்கின்றன), இதனை படாய்ல்லே (Bataille 1985)-ன் ஆரம்ப கால எழுத்துக்களிலும் காண முடிகிறது. இருப்பினும், இந்த மறுவாழ்வு கொடுத்தல் கோட்பாடாக்கம் செய்யப்படாமல் உள்ளது. குறிப்பானவை ஏற்கனவே குறிப்பானதாக உள்ள சர்வப்பொதுவானதாக உள்ளன என்பதைக் காட்டுவது சர்வப் பொதுவானவையாக உள்ள சர்வப்பொதுவானவை எவ்வாறு தமக்குள்ளேயே குறிப்பானதன்மையைக் கொண்டிருக்கின்றன என்ற பதில் அளிக்கப்படாத கேள்வியை விட்டு வைக்கின்றது.

'அரூபமானதன் கோட்பாடு' என்பதை பொதுக் கோட்பாடாக நாம் இனம் காட்டுவதன் மூலம் எழும் இரண்டாவது முக்கியமான கருத்து, பொதுக் கோட்பாடு கொண்டிருக்கும் பேரினத்துக்கும் (genus) இனத்துக்கும் (species) இடையேயான உறவுடன் தொடர்புடையது. இந்த உறவு நமக்கு நன்கு பழக்கமான, தனியானவை இனங்களின் கீழும், இனங்கள் தம்மளவில் பேரினங்களின் கீழும் வரும் கிளை வரைபடமாக (tree diagram) உள்ளது. இந்த நிகழ்வில், அத்தகைய உறவுகள் (பொது-கோட்பாட்டுரீதியாக) இருக்கின்றன என்பதே மேலே பேசப்பட்ட சர்வப்பொதுவானவை/குறிப்பானவை தொடர்பான கருத்திலிருந்து பெறப்படும் புரிதலாக மட்டுமே உள்ளது. ஆனால், இந்தக் கருத்தை பொதுக்கோட்பாடு என்ற கருத்துநிலையிலிருந்தே வெளிப்படுத்த முடியும்.

குறிப்பானவற்றின் புலத்தை, கருத்தின பதங்களின் ஏதோ ஒரு தொகுப்பின் மூலமாக, குறிப்பிடப்பட்ட 'பொருண்மைக்குள்' குவிப்பானதாக இட்டுச் செல்ல முடியும் அளவுக்குத்தான் பொதுக் கோட்பாடு 'பொதுவானதாக' கருதப்படுகிறது. அப்போதுதான் கோட்பாடு 'அரூபமானதன் கோட்பாடாகக்' கருதப்பட முடியும். இந்த இட்டுச் செல்லல் எந்த அளவுக்கு வெற்றிகரமாக அமைகிறதோ, அந்த அளவுக்கு (பிரச்சினைகளை முறைப்படுத்துவதற்கும் சாத்தியமான தீர்வுகளை உருவாக்குவதற்கும் குறிப்பான குவிப்பான திட்டங்களுக்கு மேலாகவும் அவற்றைத் தாண்டியும்) விரிவான கேள்விகள் மேலும் கூடுதலாக வெடித்துக் கிளம்புகின்றன. இந்த பொதுக் கோட்பாடு வழங்கும் தரவை இன்னும் பொது வகையிலான பொதுக் கோட்பாட்டின் கீழ் கொண்டு வர முடியுமா? விரிவானதன்மையிலிருந்து குவிப்பான தன்மைக்கு கட்டுவிக்கும்-இயக்கம் அதே மாதிரியான கூடுதலான இயக்கத்தின் தொடக்கப் புள்ளியாக முடியுமா? எந்த அறிவும் கருத்தின-சார்பின்றி இல்லை ('இலகலற்ற மெய்ம்மைகள்' என்று எதுவும் இல்லை) என்ற சூழ்நிலையில் இருந்து இத்தகைய கேள்விகள் தமது தர்க்கவாத வன்மையை பெறுகின்றன. எனவே, *தரவு அதனளவில்* கோட்பாட்டின் விளைவாக உருவாக்கப்பட்ட போதிலும்கூட, அது ஒருபோதும் வெறுமனே விளைவாக தோன்ற முடியாது; தொடர்புடைய எல்லோரும் அவற்றை உண்மை என்று ஏற்றுக்கொண்டாலும், *தரவு* சிந்தனைக்கான புதிய தொடக்கப் புள்ளியாகவும் கருதப்பட வேண்டும். *தரவு* புதிய கேள்விகளை எழுப்புகின்றது, உண்மையான *தரவு* குறிப்பான வகை கேள்விகளுக்கு மாறாக பெருங்குடைக் கருத்தாக்கமான கேள்விகளை எழுப்புகிறது. பிரச்சினைக்கள (problematic) *தரவு* நம்மை முடிவிலி உள்ளுறவுகளைக் கொண்ட மீ-ஏணிக்குள் கடத்தி ஏற்றி விடுகிறது. நன்கு உறுதி செய்யப்பட்ட தரவு, இனங்களில் இருந்து பேரினத்துக்கு இன்னபிற என மேல் நோக்கிச் செல்லும் ஏணியில் ஏற்றி விடுகிறது, (அதே அளவுக்கு அது நம்மை ஏணியில் கீழிறக்கியும் விடுகிறது: இனங்களை தனியானதாக்குவதையும் குறிப்பானதாக்கு வதையும் முடிவிலியாகச் செய்ய முடியாதா, அல்லது எப்படியானாலும், அதிகரித்துச் செல்லும் வகையில் செய்ய முடியாதா?). 'அரூபமானதன் கோட்பாடு' மீ-கோட்பாடுகள் ஊடாக செங்குத்தான ஏறிச் செல்லுதலை, முதல்-நிலை கோட்பாடாக்கத்திற்குள் மட்டும் செயல்படக்கூடிய ஒற்றை-பரிமாண ஏற்றமாக சமப்படுத்தி விடுகிறது என்று சொல்லலாம். இந்தக் கருத்தின் பதினெட்டாம் நூற்றாண்டு விளக்கத்தை ஃபூக்கோவின் த ஆர்டர் ஆஃப் திங்ஸ் (Foucault's *The Order of Things*) சிறப்பாக விவாதிக்கிறது. பத்தொன்பதாம் நூற்றாண்டும் இருபதாம் நூற்றாண்டும்

இத்தகைய அரிஸ்டாட்டிலிய திட்டங்களிலிருந்து துண்டித்துக் கொண்டு விட்டன என்பதில் சந்தேகமில்லை. ஆனால், இந்தத் துண்டித்தல்கள் எந்த அளவுக்கு வெற்றிகரமானவையாக உள்ளனவோ அந்த அளவுக்கு அவை வட்டார மற்றும் கலாச்சார அரிஸ்டாட்டிலியவாதத்துக்கு எதிராக மட்டுமின்றி பொதுக் கோட்பாடு என்ற கருத்துநிலைக்கு எதிராகவே கேள்வி எழுப்புகின்றன. பொதுக் கோட்பாட்டின் தர்க்கரீதியான கட்டமைப்பு தனியானதுக்கும் பேரினத்துக்கும் இடையேயான நடுப் புள்ளியில் அது அமைவதை அனுமதிக்கிறது. இந்த நடுப்புள்ளி கட்டுடைக்கப்பட்டதும் பொதுக் கோட்பாட்டின் ஒட்டுமொத்த கட்டமைப்பு ஆட்டம் காண்கிறது அல்லது இன்னும் சரியாகச் சொன்னால் வீழ்கிறது.

தன்னிலிருந்து பிரிக்கப்பட்ட மீ-கோட்பாட்டின் கீழ் முன்னேறிச் செல்லும் முதல்-நிலைக் கோட்பாட்டின் சட்டகம் பற்றிய சித்திரத்தை வழங்க நாம் மேலே முயற்சித்தோம். தர்க்கவியல் குற்றச்சாட்டுகளுக்கு அப்பால், அத்தகைய கோட்பாட்டின் மீது கொண்டு வரப்படும் குற்றச் சாட்டு என்பது அது அன்னியமாக்கப்பட்ட நீர்ப்பரப்பில், அதாவது கோட்பாடு/செயல்பாடு பிளவில் நீந்துகிறது என்ற வகையிலானதாகும். இதுவரையில், நான் நியாயப்படுத்தலை நிறுவிய செலாவணி பற்றி இந்த ஆய்வுக் கட்டுரையின் எஞ்சிய பகுதி ஏறக்குறைய வாதப் பிரதிவாத (polemic) முறையில் விரித்துச் செல்லும். அவ்வாறு செய்வதன் மூலம், பொதுக் கோட்பாடாக உள்ள கோட்பாட்டுக்கு ஒரு மாற்று பற்றிய கோட்டுச் சித்திரத்தை நான் வழங்குவேன். அத்தகைய கோட்டுச் சித்திரத்தை நிறுவி, அதற்குள் கோட்பாட்டு சிந்தனையை இறுதி வரை செய்து முடித்தது மார்க்சின் தனித்துவமான (யாராலும் முந்தப்படாத) சாதனை என்று நான் எடுத்துக் கொள்கிறேன்.

ஒதுக்கித் தள்ளப்பட வேண்டியது என்ன? முதலாவதாகவும் எனது முந்தைய வரையறையிலும், சமூகவியல் ஒதுக்கித் தள்ளப்பட வேண்டும். பொதுக் கோட்பாடு என்ற கருத்துநிலையை தூக்கி எறிந்ததும் சமூகவியல் (சமூகம் பற்றிய - தன்னார்வவாத அல்லது நிர்ணயவாத, தனிநபர்வாத அல்லது கட்டமைப்புவாத, வேபரிய அல்லது துர்கீமிய, ‘முதலாளி வர்க்க’ அல்லது ‘மார்க்சிய’ என எந்த ஒரு பொதுக் கோட்பாடாக இருந்தாலும் சரி) மடிந்து போகிறது. மார்க்ஸ் கோட்பாட்டுக்கும் செயல்பாட்டிற்கும் இடையேயான தனது கருதுகோளை தீவிரமாக எடுத்துக் கொள்வாரானால் - மீண்டும் எனது முந்தைய வரையறையில் - மார்க்ஸ் சமூகவியலாளராக இருக்க முடியாது. ‘எல்லா சமூக வாழ்வும் சாராம்சத்தில் செயல்பாடு சார்ந்தது’ (‘ஃபாயர்பாஹ் பற்றிய

ஆய்வுரைகள்', VIII) என்றும் அதே விதத்தில், அன்னியமாக்கப்பட்ட உழைப்புதான் தனிச்சொத்துடைமை என்ற நிறுவனத்துக்கான திறவுகோல், தனிச்சொத்துடைமை என்ற நிறுவனம் அன்னியமாக்கப்பட்ட உழைப்புக்கான திறவுகோல் இல்லை என்று *1844 கையெழுத்துப் பிரதிகளில்* அறிவிக்கும் அளவிலும் மார்க்ஸ் சமூகக் கோட்பாட்டாளராக இல்லை. அத்தகைய கருத்தினங்கள் சமூகக் கட்டமைப்புகளின் மீது தனிக்கவனம் கொடுப்பதற்கு மாறாக செயல் மீது, அல்லது செயல்பாடு மீது தனிக்கவனம் கொடுக்கின்றன : நீங்கள் 'சமூகத்தை'ப் பற்றிப் புரிந்துகொள்ள விரும்பினால், சமூகத்தை அதனளவில் ஆய்வு செய்யாதீர்கள், மாறாக எந்தச் செயல்பாட்டிலிருந்து (இப்போதும் மற்றும் அன்னியமாதல் என்ற பதாகையின் கீழ்) சமூகம் தோன்றுகிறதோ அந்தச் செயல்பாட்டைப் பாருங்கள் என்று அவர் கூறுவதாகத் தோன்றுகிறது. அத்தகைய பத்திகள் செயல்-சார் சமூகவியலுக்கு ஆதரவாக வாதிடுகின்றன என்ற உணர்வில் பொருள் கூறும் சபலம் இருக்கத்தான் செய்கிறது. ஆனால், மேலே விவாதித்தவற்றின் ஒளியில் அவற்றை நாம் இன்னும் சிறப்பாக புரிந்து கொள்ள முடிகிறது : அவை (பொதுவான கருத்தில், அந்தப் பதம் உருவாக்கப்படுவதற்கு முன்னரே) சமூகவியல் மீதே விமர்சன பகுப்பாய்வை அறிவிக்கின்றன. செயல்-சார் சமூகவியல் கூட - அத்தகைய சமூகவியல் பொதுவாகக் கொண்டிருக்கும் தனிநபர்வாத சாயல்களுக்கும் அப்பால் - சமூகம் பற்றிய கோட்பாடாகவே இருக்கிறது: ஒன்றையொன்று இட்டு நிரப்பும் ஒரு 'அரூபமானதன் கோட்பாடு', ஒரு 'சமூகம்' என்ற இந்த இரண்டு விஷயங்களுக்கு எதிராகத்தான் மார்க்ஸ் உறுதியாக வாதிடுகிறார். கோட்பாடு/செயல்பாடு ஐக்கியம் உடைந்து போன பிறகுதான் 'அரூபமானதன் கோட்பாடுகளும்', 'சமூகங்களும்' உயிர்வாழ முடிகிறது.

முன்பு குறிப்பிட்டது போல, மார்க்சிய சமூகவியல் என்ற வேடத்தில் வரும் எதுவும் எவ்வளவு சூழல் இணைவு சார்ந்து (conjunctural) இருந்தாலும் சரி, இந்தச் சிந்தனைகள் அதனைக் கவிழ்த்து விடுகின்றன. ஏனென்றால், இறுதியாகப் பார்க்கும்போது, அதில் 'பொதுத்தன்மை' என்பது குவிப்பானதாக வரையறுக்கப்படுகிறது. சிறு-வீத பகுப்பாய்வு புகலிடமாக இல்லை என்பது மட்டுமில்லை, மாறாக சிறு-வீத என்பது பெரு-வீத என்பதுடன் இனம் பேரினத்துடன் இணைவது போல இணைக்கப்பட்டிருக்கிறது: ஒன்று மற்றொன்றை நியாயப்படுத்துகிறது. உதாரணமாக, ஃபோர்டிச/பின்-ஃபோர்டிச விவாதம் "மாறிச் செல்வது பற்றிய சமூகவியல்" என்ற இனத்தில் சேர்கிறது, மாறிச்செல்வது பற்றிய சமூகவியல் என்பது *த புரோட்டஸ்டென்ட் எதிக் அண்ட் த ஸ்பிரிட் ஆஃப் கேப்பிடலிசம்* (The Protestant Ethic and the Spirit of Capitalism)

என்ற நூலின் ஆசிரியர் தனது பேனாவை கையில் எடுத்ததிலிருந்தே, ஏறக்குறைய சமூகவியல் என்பதற்கு அதனளவில் வரையறையாக உள்ளது. அல்லது மீண்டும் கிராம்சி, சூழல் இணைவு (conjunctural) பகுப்பாய்வை பெருநோக்காக முன்வைக்கும் அவர் மார்க்சியத்தை எவ்வளவு சார்ந்திருக்கிறாரோ அவ்வளவுக்கு மேல்தட்டு கோட்பாடுகளை (elite theories) சார்ந்திருக்கிறார் (பெல்லாமி - Bellamy 1987). இறுதியாக, வர்க்கம் பற்றிய பேரியல் அரசியலை தனிநபர் முடிவு எடுப்பதன் சிற்றியல் அரசியலில் இருந்து மறுகட்டமைப்பது என்று முன்வைக்கும் கரணிய தேர்வுக் கோட்பாடு (Rational Choice Theory) (எல்ஸ்டர் - Elster 1985; ர்யோமர் - Roemer 1986) சமநிலைகள் என்ற கருத்துநிலையை செயலுக்குக் கொண்டு வந்த உடனேயே பொதுவான கேள்விகளின் மீது கவனத்தைத் திருப்பி விடுகிறது. இந்தச் சூழல்இணைவு சார்ந்த (conjunctural) திட்டங்கள் ஒவ்வொன்றிலும் மார்க்சியம்-அல்லாத பொதுக் கோட்பாடு பயன்படுத்தப்படுகிறது என்பது இல்லை விஷயம். மாறாக, பயன்படுத்தப்படும் பொதுக் கோட்பாடுகள் மார்க்சியம்-அல்லாதவையாகவே இருக்க வேண்டும் என்பதுதான் விஷயம். ஏனென்றால், மேலே கருத்தாக்கம் செய்யப்பட்ட வகையில் மார்க்சியம் எந்த வகையான பொதுக்கோட்பாட்டுக்கு (உதாரணமாக, சமூகத்தைப் பற்றிய பொதுக் கோட்பாடு) எதிராகவும் வாதிடுகிறது.

இரண்டாவதாக, வரலாற்றுப் பொருள்முதல்வாதத்தை கைவிட வேண்டும். மார்க்சின் எழுத்துக்களில் - குறிப்பாக ஜெர்மன் சித்தாந்தம் - பகுதி 1-லும், 1859 முன்னுரையிலும் - வரலாற்றுப் பொருள் முதல்வாதம் என்று அழைக்கப்படுவதுதான் பொதுக் கோட்பாட்டுக்கு மிக நெருக்கமான அணுகுமுறையாக உள்ளது. வரலாற்றுப் பொருள் முதல்வாதம் தோற்றுவித்துள்ள பிரச்சினைகளை குறிப்பிடுவதன் மூலம் அதன் 'பொதுவான' தன்மையை சிறப்பாக விளக்க முடியும். விரிவானதாக, ஆசியபாணி உற்பத்திமுறை பற்றி (விட்ஃபோகல் 1953; லிஷ்ட்ஹெய்ம் 1963; பார்க்கவும் ஹாப்ஸ்பாம் 1964, அறிமுகம்) மார்க்சிய அடிப்படையில் விளக்கம் அளிப்பது இன்னும் மீதியிருக்கிறது. மார்க்சியத்தின் நெருக்கடி வெடிக்கக் கூடிய புள்ளியாக ஆசியபாணி உற்பத்திமுறை உள்ளது என்பதை பாரோ (Bahro 1979) சுட்டிக்காட்டிய பிறகு அதற்கு விளக்கம் அளிப்பது அரசியல்ரீதியாக இன்னும் அவசரமானதாக ஆகியுள்ளது. ஆசியபாணி முறையின் நிலை பற்றிய விவாதங்கள், வரலாற்றுப் பொருள்முதல்வாத சட்டகத்துக்குள் வரலாற்றின் தொடக்கங்களைக் குறிக்கின்றன என்பதில் ஐயமில்லை. அதற்குக் குறைவில்லாத அளவு தர்க்கவியல் ரீதியாக சக்திவாய்ந்த

விரிவான கருத்துக்கள் வரலாற்றின் இறுதியிலும் வெடித்துக் கிளம்புகின்றன. அதனளவில் நிர்ணயவாதமாக உள்ள முதலாளித்துவம் பற்றிய பதிவாக இருப்பது வரை வரலாற்று நிர்ணயவாதத்தில் எல்லாம் சரியாகத்தான் இருக்கிறது, ஆனால் கூலி-உழைப்புக்கும் மூலதனத்துக்கும் இடையிலான பகைத்தன்மையிலான உறவு உருவாக்கும் பாதை இட்டுச் செல்லும் விடுவிக்கும் இருத்தலுக்கு அது உறுதியான வழிகாட்டியாக இல்லை என்று மார்க்சியத்தின் ஒரு ஒட்டுமொத்த பள்ளி (லூகாக்ஸ் - Lukacs 1971, 5-வது கட்டுரை; மார்க்யூஸ் - Marcuse 1941; ஹோர்க்ஹெய்மர் - Horkheimer 1972, p. 220; சார்த்தர் - Sartre n.d, p.34) வாதிடுகிறது. இரண்டாவதாகச் சொல்லப்பட்ட இந்தப் பள்ளி விரிவான கருத்தாக்கங்களை முன்நிறுத்தும் அதே நேரம் குவிப்பான கருத்தாக்கங்களுடன் நெருக்கமாக உள்ளது : இங்கு பிரச்சினைகள் மார்க்சின் *1859* முன்னுரையின் வெளிப்படையான பொருளாதார நிர்ணயவாதத்தோடு தொடர்புடையவை. உதாரணமாக, “மார்க்சியத்துக்கும் முதலாளித்துவ சிந்தனைக்கும் இடையேயான தீர்மானமான வேறுபாட்டைக் கட்டுவிப்பது வரலாற்றை விளக்குவதில் பொருளாதார நோக்கங்கள் முதன்மை பெறுவது என்பது இல்லை, மாறாக முழுமை பற்றிய நோக்குநிலையே அவற்றுக்கு இடையேயான தீர்மானமான வேறுபாட்டைக் கட்டுவிக்கிறது” என்கிறார் லூகாக்ஸ் (Lukacs 1971, p.27). ‘நோக்கங்கள்’, ‘நோக்கு நிலைகள்’ போன்ற கருத்தாக்கங்கள் லூகாக்ஸ் பயிற்றுவிக்கப்பட்ட வேபரிய (Weberian) பெருநோக்குக்கு இன்னமும் அளவுக்கு அதிகமாக நெருங்கி உள்ளன என்பதில் சந்தேகம் இல்லை; முறைபாட்டு தனிநபர்வாதம் (கட்டமைப்புவாத நாணயத்தின், வேபரிய மறுபக்கம்) அவற்றின் நியதியாக தொடர்கிறது. லூகாக்ஸ் - பின்னர் மார்க்யூஸ், ஹோர்க்ஹெய்மர், சார்த்தர் ஆகியோர் ஏன் கிராம்சியும் கூட - பொருளாதார நிர்ணயவாதம் (a) மார்க்ஸ் தனது *1844 கையெழுத்துப் பிரதிகளில்* குறிப்பிடும் ‘நீர்நாய்களின் சமூகம்’ என்ற வகையாக புரிந்து கொள்வதன் மூலம் சமூக இருத்தலை குறை தீர்மானிக்கிறது என்றும் (b) ‘மனிதர்கள் தமக்குள்ளான சச்சரவுகளைப் பற்றி உணர்ந்துகொண்டு தங்களுக்குள் போராடித் தீர்த்துக் கொள்ளும்’ (*மார்க்ஸ் 1971, ப.21*) சமூகக் களத்தின் ஒட்டுமொத்தத்தை மேல் கட்டுமானமாக ஒதுக்கி வைப்பதன் மூலம் மிகை தீர்மானிக்கிறது என்றும் சொல்கிறார் என்பது தெளிவாக உள்ளது. வரலாற்றுப் பொருள் முதல்வாதத்துக்குள் மொத்தமாக்கும் நோக்கு நிலைக்கும் வினைவிளைவுத் தொடர்வாத நோக்குநிலைக்கும் இடையேயான (கீழே fn. 12-ல் பார்க்கவும்), பொதுமையாக்கும் சிந்தனை என்ற விரிவான அச்சின் ஊடாக அதன் பிரச்சினைக்கள தன்மையை தெளிவாக வெளிப்படுத்துகிறது.

வேறு சொற்களில் சொன்னால், 'அரூபமானதன் கோட்பாடு' ஆக இருக்கும் கோட்பாடு மீதான (கோட்பாடு/செயல்பாடு ஐக்கியம் என்ற ஆய்வுரையில் இருந்து பெறப்படும்) மார்க்சிய விமர்சனப் பகுப்பாய்வில் வரலாற்றுப் பொருள்முதல்வாதம் அடிபட்டு பலியாகி விடுகிறது. மூலதனம் நூல் என்பது பெருங்குடைக் கருத்தாக்கமான வரலாற்றுப் பொருள்முதல்வாதத்தின் குறிப்பான பயன்பாடுதான்[6] தான் என்ற லெனினிய மற்றும் எங்கெல்சிய கருத்தும் அதனோடு சேர்ந்து (பேரினம்/இனம் உறவுகளோடு கூடவே) பலியாகி விடுகிறது. நமது சமகால ஃபோர்டிச/பின்-ஃபோர்டிச சமூகவியல்களும், அவற்றின் மார்க்சிய வேர்கள் தொடர்பான விவாதங்களில் முன்வைக்கப்பட்ட காரணங்களிலிருந்து முற்றிலும் வேறுபட்ட காரணங்களுக்காக பலியாகி விடுகின்றன. அவற்றின் வரலாற்றுப் பொருள்முதல்வாத வேரை ஏற்றுக் கொள்ள முடிந்தாலும் அவை தோற்றுப் போகின்றன. வரலாற்றுப் பொருள்முதல்வாதம் பற்றி இங்கு முன் வைக்கப்பட்டுள்ள விமர்சனப் பகுப்பாய்வு அதன் உள்ளடக்கத்தைப் பற்றி வடிவத்தை விடக் குறைவாகவே (விரிவாக குறிப்பிடப்பட்ட ஒரு பொதுக் கோட்பாடாக) பேசுகிறது. வரலாற்றுப் பொருள்முதல்வாதத்துக்குள்ளும் வரலாற்றுப் பொருள்முதல்வாதம் தொடர்பாகவும் ஏராளமான வாதப் பிரதிவாதங்கள் உள்ளன என்பதில் சந்தேகமில்லை. உதாரணமாக, வரலாற்றுப் பொருள் முதல்வாதம் மொத்தமாக்குவதா அல்லது வினைவிளைவுத் தொடர்வாதமானதா என்ற மீண்டும் மீண்டும் எழும் கேள்வி உள்ளது; பொருளாதார 'அடித்தளத்தை' அரசியல்ரீதியான மற்றும் சட்டரீதியான மற்றும் கருத்தியல்ரீதியான 'மேல்கட்டுமானத்திலிருந்து' சுயேச்சையாக கருத்தாக்கம் செய்ய முடியுமா என்ற அதனோடு தொடர்புடைய கேள்வியும் உள்ளது;[7] உற்பத்திச் 'சக்திகள்' உற்பத்தி 'உறவுகளுக்கு' மேலாக முன்னுரிமை கொண்டிருக்கின்றவா மறுதலையாக உற்பத்தி 'உறவுகள்' உற்பத்திச் 'சக்திகளுக்கு' மேலாக முன்னுரிமை கொண்டிருக்கின்றனவா என்ற கேள்வி தொடர்பான தகராறு தொடர்ந்து எழுகிறது.[8] உற்பத்திச் சக்திகள் பற்றியும் உற்பத்தி உறவுகள் பற்றியும் துல்லியமான வரையறை செய்யும் பிரச்சினை சச்சரவு குறையாமல் தொடர்கிறது.[9] இந்த வாதப் பிரதிவாதங்கள் எதுவும் வரலாற்றுப் பொருள்முதல்வாதத்தின் நிலையை அல்லது வடிவத்தைப் பற்றி விவாதிக்கவில்லை. எனவே, இந்தக் கட்டுரையின் நோக்குநிலையின்படி, அவை இரண்டாம் நிலையாகவே கருதப்படுகின்றன. மார்க்சின் 1859 முன்னுரை (அவரது ஆய்வுகளை 'வழிநடத்தும் இழை' பற்றிய விவரிப்பின் போக்கில்) வர்க்கம் பற்றிக் குறிப்பிடுவதை விட்டுள்ளது, அதே நேரம் கம்யூனிஸ்ட் அறிக்கையின் முதல் வாக்கியம் இந்த இழையை முழுக்க முழுக்க வர்க்கப் போராட்டச்

செயல்பாடாகவே சித்தரிக்கிறது என்பதுதான் ஒருவேளை இந்த வாதப் பிரதிவாதங்களின் போக்கில் சொல்லப்பட்ட ஒரே பொருள்பொதிந்த வார்த்தையாக இருக்கலாம்.

மார்க்சின் சிந்தனைகளில் மிகக் குறைவான புதிய அம்சம் கொண்ட துறைகளில் ஒன்றாக வரலாற்றுப் பொருள்முதல்வாதம் உள்ளது என்று முன்னர் குறிப்பிட்டோம். வரலாற்றுப் பொருள்முதல்வாதம் என்ற கருத்தாக்கம் வரவிருப்பதன் அறிகுறிகளை கண்டுபிடிப்பது ஒரு வகையான அறிவுத்துறை பொழுதுபோக்காக ஆகி விட்டிருக்கிறது (உதாரணம். பாஸ்கல் - Pascal 1938; ஸ்கின்னர் - Skinner 1965; மீக் - Meek 1976). மார்க்சின் எழுத்துக்களில் அரசியல் பொருளாதாரம் என்பது விமர்சனம் என்ற உருளைகளுக்கிடையே செலுத்தி செழுமைப்படுத்தப் பட்டுள்ளது, மாறாக வரலாறு பற்றிய தனது கருத்தாக்கத்தை - கூடவே 'சமூக விளைவு' என்பதை - ஏறக்குறைய நம்பிக்கையின் பேரில் மார்க்ஸ் எடுத்துக்கொண்டிருக்கிறார் என்ற கருத்து நமக்கு காம்னினலிடம் (Comninel - 1987. தொகுதி I ல் கெர்ஸ்டன்பெர்கரின் - Gerstenberger's பங்களிப்பைப் பார்க்கவும்) இருந்து கிடைத்துள்ளது. வரலாற்றுப் பொருள்முதல்வாதத்தில் புதிதாக எதுவும் இல்லை என்பதால்தான் அதற்கான 'அறிகுறிகளை' எளிதாகக் கண்டுபிடிக்க முடிகிறது. காம்னினல் போராட்டத்தை முக்கியமான வரலாற்றுப் பொருள் முதல்வாத பிரச்சினையாக முன்னிலைப்படுத்துகிறார். தனது ஆய்வில், மாறிச் செல்வது பற்றிய சமூகவியல்களில் உள்ளார்ந்துள்ள இலக்குவாதம் என்ற மகத்தான கண்டறிதலைச் (diagnosis) செய்கிறார். (ஃபோர்டிசம்/பின்-ஃபோர்டிசம் தொடர்பான இதே வகையிலான வாதத்துக்கு போன்ஃபெல்ட் - Bonefeld 1987-ஐப் பார்க்கவும்). இருப்பினும், போராட்டத்தின் வரலாற்றுப் பொருள்முதல்வாதத்தைத்தான் காம்னினல் வேண்டுகிறார். போராட்டத்தைப் 'பற்றிய கோட்பாடு', அதாவது போராட்டத்தை தனது ஆய்வுப் பொருளாகக் கொண்ட பொதுக் கோட்பாடு என்பது சொற்களில் முரணாக உள்ளது என்ற அளவில், போராட்டம் என்பது வரலாற்றுப் பொருள்முதல்வாதத்தின் எல்லைகளை வெடி வைத்து (சிதறியும் உட்சரிந்தும்) தகர்க்கிறது, அதன் வரம்புகளுக்கு அப்பாலும் சுட்டுகிறது என்பதுதான் எனது சொந்த வாதம். இந்த முடிபிற்கு ஆதரவான வாதம் மேலே தரப்பட்டுள்ளது. போராட்டம் அல்லது பொதுக் கோட்பாட்டின் இறுகலாக்கம் (reification): இந்த இரண்டுக்கும் நடுவே எந்த ஒரு இடைநிலை வழி அல்லது மூன்றாவது வழி இல்லை[10].

இதன் மூலம் வரலாற்றுப் பொருள்முதல்வாதம் தொடர்பான எல்லா வாதங்களும் சமஅளவில் உள்ளடக்கமற்றவை (அல்லது

சரியானவை) என்று சொல்ல வரவில்லை. வரலாற்றுப் பொருள்முதல் வாதத்துக்கு எதிரான வாதங்களில் சில அதன் வடிவத்தில் இருந்து முறித்துக் கொள்வதாக அச்சுறுத்துகின்றன, அதே நேரம் மற்றவை அவ்வாறு அச்சுறுத்தவில்லை. முறித்துக் கொள்வதாக அச்சுறுத்தும் வாதங்கள், முழுமையை முற்கோளாகக் கொண்டவை, ஏனென்றால் அவை சர்வப்பொதுத் தன்மைக்கும் குறிப்பான தன்மைக்கும் இடையேயான உறவு என்ற கேள்வியை பயன்படுத்துகின்றன. எவ்வளவு எளிமையானதாக அல்லது 'சிக்கலானதாக' (அல்தூசர் - Althuser 1969, 6; 1970, ch.5 ஐப் பார்க்கவும்) இருந்தாலும் சரி, குறிப்பானதற்குள் சர்வப்பொதுவானது இருப்பதையும் (மறுதலையாக) சர்வப்பொதுவானதற்குள் குறிப்பானது இருப்பதையும் பதிவு செய்யும் முழுமை பற்றிய கருத்தாக்கத்தின் மூலம், குறிப்பானவை சர்வப்பொதுவானவற்றின் கீழ் அமைகின்றன என்று கூறும் இனம்/பேரினம் என்ற சட்டகம் பிரச்சினைக்களமாக்கப் (problematise) படுகிறது. சார்த்தர் (Sartre n.d.; 1976) லூகாக்சுக்கு எதிராக வாதப் பிரதிவாதம் புரியும் போது 'முழுமையின்' செயலின்மைக்கு எதிராக மொத்தமாக்கலின் செயல்முனைப்பை அழுத்திக் காட்ட சரியாகவே முயற்சிக்கிறார். இந்த முயற்சி வரவேற்க வேண்டிய, அதே நேரம் சிறிய அளவிலான திருத்தமாக உள்ளது, அல்லது வேறு சொற்களில் சொன்னால் ஒரே முகாமுக்குள்ளான வாதப் பிரதிவாதமாகவே அது முடிகிறது: முழுமை என்பது முரண்பாட்டின் இயக்கத்தைத் தவிர வேறு எதையும் காட்டவில்லை (பார்க்கவும் ஹெகலின் ஜேனா லாஜிக்- Hegel's *Jena Logic:* Hegel 1986, p.35ff). குறிப்பான தன்மை அதற்குரிய கவனத்தைப் பெற்றதும், பொதுத்தன்மை - அல்லது முன்பு வரையறுத்தது போல தூய பொதுத்தன்மை என்று சொல்வது சரியாக இருக்கும் - வெடித்துத் தகர்கிறது. எனவே, லூகாக்ஸ் முதலானோர் பொதுக் கோட்பாட்டின் மண்டலத்திலிருந்து விரிவாக மட்டுமின்றி குவிப்பாகவும் விலகுகின்றனர். அவர்கள் எழுப்பும் கேள்வி, பொதுவான என்று கூறப்படுவதன், அல்லது சர்வப்பொதுவான கருத்தினங்களின் வரலாற்று தனிச்சிறப்பானதன்மை தொடர்பானது : மாய்மாலம் அல்லது இறுகலாக்கம் (reification) மீதான மார்க்சின் பகுப்பாய்வு (பார்க்கவும் கோல்ட்மன் - Goldmann 1977), வேறு எதையும் பிரச்சினைக் களமாக்கவில்லை (problematise).

இந்த இடத்தில், ஒரு இடைக்குறிப்பை தருகிறேன். மேலே தரப்பட்டுள்ள வாதச் சங்கிலியில் ஏதாவது ஒன்று கூட சரியானதாக, அல்லது கவனத்தைத் தூண்டுவதாக காணப்பட்டால், அப்போது மார்க்சின் அறிவுசார் வளர்ச்சி பற்றிய கருத்தாக்கத்தை மாற்றி அமைப்பதைத் தவிர வேறு வழியில்லை. அந்தக் கருத்தாக்கம்

அதனளவில் மரபுத்தூய்மையானதாகவே ஆகிவிட்டிருக்கிறது. இந்தக் கருத்தாக்கம் மார்க்சின் 'இளமைக்கால' படைப்புகளுக்கும், 'முதிர்ச்சி கால' படைப்புகளுக்கும் இடையே அவரைப் பிரிக்கிறது, நிலைமையைப் பொறுத்து ஒன்றை மற்றொன்றுக்கு எதிராக சமமாக அல்லது சமமின்றி எடை போடுகின்றது. இந்தக் காலப் பிரிப்பின் அதிதீவிரமான பதிப்பு அல்தூசருடையது என்பதில் சந்தேகமில்லை: 1845 வாக்கில் மார்க்சுக்குள் ஒரு 'ஞானவியல் உடைப்பு' ஏற்படுகிறது என்று அல்தூசர் (Althuser 1969; 1970; 1976) வலியுறுத்துகிறார். 1845-க்கு முன்னர் மார்க்ஸ் சித்தாந்த மனிதவியலாளர்; 1845-க்குப் பிறகு மார்க்ஸ் வரலாற்றுப் பொருள்முதல்வாத அறிவியலின் அடித்தளங்களை உருவாக்க ஆரம்பிக்கிறார் (அல்தூசரால் அந்த அடித்தளங்களின் கோட்டுச் சித்திரத்தை தெளிவுபடுத்த முடியவில்லை).[11] டேவிட் மெக்லெல்லன் மார்க்ஸ் தொடர்பான தனது ஏராளமான கருத்துரைகளில் (அவற்றின் தொகுப்புரையாக இருப்பது மெக்லெல்லன் - McLellan 1973), அதே கருதுகோளின் நீர்த்துப் போன பதிப்பை பரிமாறுகிறார் : அதன்படி, மார்க்ஸ் (pace அல்தூசர்) 1845-ல் மனிதவியலாளராக இல்லாமல் போய் விடவில்லை, ஆனால் 'ஃபாயர்பாஹ் பற்றிய தேற்றங்களில்' கோட்டுச் சித்திரமாகவும், பின்னர் *ஜெர்மானிய சித்தாந்தம்* நூலில் தற்காலிகமாவது தொகுக்கப்படவும் செய்த வரலாற்றுப் பொருள் முதல்வாதம் அவரது சிந்தனையில் மகத்தான பாய்ச்சலை குறிக்கிறது. அப்படி எதுவும் இல்லை என்பதைத்தான் இந்தக் கட்டுரையில் முன் வைக்கப்படும் வாதத்தின் உட்பொருளாக உள்ளது. 1845-ன் வரலாற்றுப் பொருள்முதல்வாதம் (அது 1859-ல் துல்லியமின்றி நினைவுகூறப்படுகிறது)[12] கோட்பாட்டு முன்னேற்றத்தைக் காட்டுவதைவிட 'இளம் பிள்ளை கோளாறை'த்தான் (லெனின்) காட்டுகிறது. அந்தக் கோளாறு அரசியல் பொருளாதாரம், சமுகம் ஆகியவற்றைப் பற்றிய விமர்சன பகுப்பாய்வை அதன் ஆரம்ப நாட்களில் பீடித்திருந்தது. தொடர்ச்சியின் இழையானது, (போட்டி என்ற தார்மீக சட்டகத்தின் கீழ் வைக்கப்பட்டாலும்) அரசியல் பொருளாதாரத்தின் மீதான விமர்சன பகுப்பாய்வு முதன்முதலில் விரித்துரைக்கப்பட்ட 1844-ல் தொடங்கி 1857-ல் 'அறிமுகம்' முதல் வரைவாக வைக்கப்பட்டது வரை (பின்னர் அதன் இடத்தில் 1859 முன்னுரை வந்துவிட்டது) நீள்கிறது. மார்க்சின் படைப்புகளில், ஆரம்பம் முதல் இறுதி வரை அவரது வர்க்கம் சார்ந்த எழுத்துக்களின் பிசகாத தொடர்ச்சி வியப்பூட்டுவதாக உள்ளது. இந்தத் தொடர்ச்சியான இழைக்குள் வரலாற்றுப் பொருள்முதல்வாதம் என்பது, 1980-கள் நமக்கு அறிமுகப்படுத்திய சொல்லில், தோன்றி மறைவதாகவே இடம்பெறுகிறது. மார்க்ஸ், அரசியல் பொருளாதாரத்தைப் பற்றிய

விமர்சனப் பகுப்பாய்வையும் சமூகம் பற்றிய விமர்சன பகுப்பாய்வையும் அறிவித்த பிறகு, தவறிழைத்து தனது கருத்துக்களுக்கு ஆதாரமாக சமூகக் கோட்பாட்டைச் சார்ந்திருக்க ஆரம்பித்து விடுவது போல இது உள்ளது. 1859 முன்னுரையின் உருத்திரிபுகள் என்னவாக இருந்தபோதிலும், அது இந்தச் சூழலை நேர்மையாக பதிவு செய்கிறது: நாம் 'அறிவியலின் நுழைவாயிலில் நிற்கிறோம்' என்று முன்னுரையின் போக்கில் மார்க்ஸ் சொல்லவில்லை, அதன் இறுதியில்தான் சொல்கிறார். (மார்க்ஸ் 1971, p.83). அவரது வாழ்க்கையின் கடைசி பத்தாண்டில் கூட மார்க்ஸ் இதே போராட்டத்தை எந்த விதத்திலும் தீவிரம் குறையாமல் நடத்துவதை நாம் பார்க்க முடிகிறது. 'நோட்ஸ் ஆன் வாக்னர்' (Notes on Wagner) 'மதிப்பு' என்பதை 'கருத்தாக்கம்', அதாவது சரக்கு உற்பத்தி என்ற இனம் வைக்கப்படக்கூடிய பேரினம் என்பதிலிருந்து முற்றிலும் வேறுபட்டதாக பதிவு செய்கிறது.

ஆனால், வரலாற்றுப் பொருள்முதல்வாதத்தை கழித்து விட்டால், மார்க்சியம் என்னவாக இருக்க முடியும்? இந்தக் கேள்விக்கான பொதுவான பதில் இதுவரை பேசியதிலேயே உள்ளார்ந்துள்ளது. மார்க்சியம் தேக்க நிலைக்குப் பதிலாக போராட்டத்தை அறிவிக்கிறது, செயலின்மைக்கு பதிலாக செயல்பாட்டை (அல்லது நடைமுறையை) அறிவிக்கிறது, சடத்திற்குப் பதிலாக சுயமுனைப்பை அறிவிக்கிறது, சர்வப்பொதுத் தன்மை (மற்றும் அதன் பேரின/இன வகைப்படுத்தல்) மட்டும் என்பதற்குப் பதிலாக சர்வப் பொதுமைத் தன்மைக்குள்ளாகவும் சர்வப் பொதுமைத்தன்மையின் ஊடாகவும் குறிப்பான தன்மையை முன் வைக்கிறது இன்ன பிற. வேறு சொற்களில், பட்டியலாக தரப்பட்டுள்ள ஒவ்வொரு இணை பதங்களிலும் இரண்டாவதற்கு மேல் முதலாவதற்கு முன்னுரிமை கொடுப்பதன் மூலம் மார்க்சியத்தின் அக்கறைக்குரியவற்றை தொடக்கத்தில் நாம் அடையாளம் காண முடியும். மார்க்சியம், அதன் முதல்-நிலை அச்சின் ஊடாக, செயல்-சார் சமூகவியல் எனப்படுவதை விட (அத்தகைய சமூகவியல்களின் இனக்குறிப்பான முறைபாட்டு தனிநபர்வாதத்துக்கும் இதற்கும் எந்த வகையிலும் தொடர்பு இல்லை, இந்தத் தனிநபர்வாதத்துக்கு எதிராக மார்க்சியமும் அறிவித்துக் கொள்கிறது (1976 p.280)) செயல்பாட்டின் பெயரால் சமூகவியல் மீது விமர்சன பகுப்பாய்வு செய்வதற்கு நெருக்கமாக உள்ளது.[13] இதன் மூலம், மேலே குறிப்பிட்டுள்ள ஒவ்வொரு இணையின் இரண்டாவது பதமும் எதார்த்தமற்றது, அல்லது அற்பமானது என்பது மார்க்சின் கருத்து என்று சொல்லவரவில்லை. சரக்கு உற்பத்தியாளர்களுக்கு இடையேயான சமூக உறவுகள், அவர்களைப் பொறுத்தவரை 'பொருட்களுக்கு இடையேயான சமூக உறவுகளாக' தோன்றும் போது, 'அவை எப்படி

இருக்கின்றனவோ' அப்படியே அவை தோன்றுகின்றன (மார்க்ஸ் 1976, p. 166; பார்க்கவும். கெராஸ் - Geras 1972). நாம் ஒரு போலீஸ்காரரின் குண்டாந்தடிக்குக் கீழ் சிக்கி விட முடியும் என்பது ஒரு சமூக எதார்த்தம். அதே அளவுக்கு எளிதாக நாம் சர்வப்பொதுவானவைக்குக் கீழ் விழவோ அல்லது இருட்டில் பௌதீக பொருண்மைகள் மீது தடுக்கி விழவோ முடியும். மார்க்சிய கருத்தாக்கத்தில் தேக்கம் என்பது இருக்கிறது, ஆனால் எப்போதுமே அன்னியமாக்கப்பட்டு உயிர்வாழும் போராட்டமாக, அதாவது, மறுக்கப்படும் வாழ்வு என்ற நிலையில் இருக்கிறது. கட்டமைப்பு செயல்பாடாக இருக்கிறது ஆனால் அதே நிலையில் இருக்கிறது. (குன் 1987b). இப்போது பதிவு செய்த ஒவ்வொரு இணையிலும் - இந்தப் பட்டியலை இன்னும் நீட்டிக்கலாம் - உள்ள இரண்டாவது கூறு ஒட்டுண்ணித்தனத்தை, அதாவது, கோட்பாட்டு பொருண்மைகள் 'வாழ்வின் முழுமையான ஓய்வின்மையிலிருந்து' (ஹெகல், Hegel 1977, p. 27) அகற்றப்படுவதைக் காட்டுகிறது. அன்னியமாக்கப்படாத வாழ்வு 'அதன் உலகத்தையும் அதன் அடித்தளத்தையும் இனிமேலும் தனக்கு வெளியே வைப்பதில்லை' என்று ஹெகல் பதிவு செய்கிறார் (Hegel 1977, p.265). ஹெகலில் இருந்து பெறப்பட்ட மார்க்சின் அன்னியமாதல் தொடர்பான வாதப் பிரதிவாதம் இதை விஷயத்தைச் சொல்கிறது. பொதுக்கோட்பாடு, வரலாற்றுப் பொருள்முதல்வாத வேடத்தில் வந்தால்கூட எல்லாவற்றையும் குலைக்கிறது. பொதுக் கோட்பாட்டால் வழிகாட்டப்பட்ட அரசியல் செயல்பாடு அது ஏற்படுத்திக் கொள்ளும் பாதை அமைந்துள்ள தளத்தின் எல்லைகளை தொகுத்துக் கொள்கிறதே தவிர கட்டுடைப்ப தில்லை - அதன் கட்டுடைப்பு பணிவாகவே உள்ளது. இவை அனைத்தும் மேலே தரப்பட்ட வாதத்தின் அடிப்படையில் மிகத் தெளிவாக உள்ளன என்று நான் எடுத்துக் கொள்கிறேன்.

மார்க்சிய கோட்பாடாக்கம் என்னவாக இல்லை என்ற அடிப்படையில் கோட்பாடாக்கத்தின் பரப்பு பற்றி குறிப்பிடுவது தெளிவாக உள்ளது. நாக்குக் கட்டப்பட்ட மணிகளை அடிப்பது போன்ற மார்க்சின் மவுனத்தின் ஓசையை வைத்துப் பார்க்கும் போது இதுவே போதுமானது என்று வாதிடலாம். இந்த உலகம் பற்றிய மார்க்சின் சொல்லாடலில், விடுதலை செய்யப்பட்ட உலகம் பற்றிய சொல்லாடல் அறிவிக்கப்படுவதாகத் தோன்றும் இடங்களில் எல்லாம் மார்க்சின் இந்த மவுனம் உரக்க ஒலிக்கிறது. (குன் 1985). உதாரணமாக, கம்யூனிசம் என்பதை 'சமூகத்தின்' வடிவம் என்று மார்க்ஸ் எங்குமே பதிவு செய்யவில்லை. மாறாக, (ஜெர்மானிய சித்தாந்தம் நூலிலும் பிரான்சில் உள்நாட்டுப் போர் நூலிலும்) தொழிலாளி வர்க்கத்தின்

மெய்யான - இன்னும் சிறப்பாகச் சொன்னால் எதார்த்தமான[14] - இயக்கமாக மட்டுமே அதனை பதிவு செய்கிறார். இதன்படி, கம்யூனிசம் ஏற்கனவே இருக்கிறது - இங்கு இருத்தல் (existence) என்பது சார்த்தர் அல்லது எர்ன்ஸ்ட் ப்ளோஹ் (Ernst Bloch) முன் வைக்கும் புறத்தேக்கம் (ek-stasis) என்ற கருத்தில் புரிந்துகொள்ளப்படுகிறது. ப்ளோஹின் மொழியியலில், இருத்தல் என்பது எப்போதுமே ஏற்கனவே இன்னும்-இல்லாத இருத்தல் தான். மார்க்சியம் என்பது 'அடக்குமுறை பற்றிய கோட்பாடு இல்லை, மாறாக அது அடக்குமுறையின் முரண்பாடுகள் பற்றிய கோட்பாடு' (ஹாலவே Holloway 1989); மேலும் இந்த முரண்பாடுகள் இயங்குகின்றன. இதைச் சொன்ன பிறகு, மார்க்சின் கோட்பாடாக்கம் என்னவாக உள்ளது என்பதைப் பற்றியும் விளக்கத்தைத் தர நான் முயற்சிக்கிறேன். இன்னும் சில வாதப் பிரதிவாத இடைக்குறிப்புகள், தேவையாகத்தான் உள்ளன. கறாராகச் சொன்னால், எனது வாதமுறையை கவனமாக பின்தொடர்ந்து அதனை ஏற்றுக்கொண்டவர்களுக்கு இந்த ஆய்வுக் கட்டுரையின் எஞ்சிய பகுதி தேவையில்லைதான். அத்தகையவர்கள் இங்கேயே படிப்பதை நிறுத்திக் கொள்ளுங்கள்.

மார்க்சின் கோட்பாடாக்கம் பற்றிய மேலும் சிறப்பு முக்கியத்துவம் வாய்ந்த அல்லது நேர்மறை விளக்கம் மேலே காட்டப்பட்டுள்ள நடைமுறை பிரதிபலிப்பு என்ற கருத்துநிலையை ஆழப்படுத்துவதை அடிப்படையாகக் கொண்டுள்ளது. மார்க்ஸ் தனது (கைவிடப்பட்ட எனவே மவுனமான) 1857 அறிமுகத்தில் (மார்க்ஸ் 1973, pp. 83-111) இதைத்தான் செய்ய முயற்சிக்கிறார். இந்தப் படைப்பு மார்க்சியத்திற் குள்ளேயே அதிக அளவு சர்ச்சைக்கு உள்ளானவற்றுள் ஒன்று - இதனை காவுட்ஸ்கி பதிப்பித்து வெளியிட்டார், லூகாக்ஸ் காவுட்ஸ்கிக்கு எதிராக அதனை மேற்கோள் காட்டுகிறார், அல்தூசர் அதனை கட்டமைப்புவாதம் என்று அறிவிக்கிறார், மெக்லெல்லன் அதனை மனிதவியல் என்றும் மொத்தமாக்கல் என்றும் கருதுகிறார். இவை எல்லாவற்றுக்கும் மேலாக, தனது வரலாற்றுப் பொருள்முதல்வாத மனசாட்சியை மார்க்சே விமர்சன பகுப்பாய்வு செய்வதாக அது அமைகிறது. இதில் எல்லாமே ஓடிக் கொண்டிருக்கின்றன. மறுப்புக்குரியதாக அல்லது கல்வித்துறைக்கானதாக தோன்றக்கூடிய பிரச்சினை மீது, அதாவது சாரமாக்கல் மீது இந்தப் படைப்பின் கவனம் குவிக்கப்படுகிறது. சாரமாக்கலை நாம் எப்படிப் புரிந்துகொள்கிறோம் என்பதைப் பொறுத்து, நமது அரசியல் வர்க்கப் போராட்டத்தின் சரியான பக்கத்தில் அல்லது தவறான பக்கத்தில் செல்கிறது என்று மார்க்ஸ் சொல்வதாகத் தெரிகிறது (நெக்ரி 1984, பாடம் ஒன்று, 1988, அத்தியாயம். 4). வேறு சொற்களில் சொன்னால், துறைசார்ந்த கருத்தாக்கக் குறிப்பு

களாகத் தெரிபவை தம்முடனேயே, நேரடியாக ஜனரஞ்சக அரசியல் குறிப்பொருளைக் கொண்டிருக்க முடியும். அவை அத்தகைய குறிப் பொருளை அவசியமாகவே கொண்டிருக்க வேண்டும் என்பதைத்தான் மார்க்சின் 1857 விமர்சனப் பகுப்பாய்வு வலியுறுத்துகிறது. நாம் எப்படி சிந்திக்கிறோம் என்பது சார்பற்றது இல்லை. குறிப்பானதிலிருந்து பெருங்குடைக் கருத்தாக்கத்துக்கு அல்லது சர்வப்பொதுவானதற்கு யாரெல்லாம் ஏறிச் செல்ல முயற்சிக்கிறார்களோ - விதிவகுமுறை (inductivism) என்று அழைக்கப்பட்ட செயல்திட்டத்துக்கு யாரெல்லாம் விசுவாசமாக இருக்கிறார்களோ - அவர்கள் எல்லாம் பொய்யான மெய்ம்மைகள் உண்மையாகவும், உண்மையான மெய்ம்மைகள் பொய்யாகவும் இருக்கக் கூடிய உலகத்துக்குள் கட்டப்படுகிறார்கள். *(மார்க்ஸ் 1973, பக்கம். 100-1)*. 'குழப்பம் நிரம்பிய ஒரு கருத்து [Vorstellung]' இதன் விளைவாக உள்ளது: ஹெகலிய பதங்களில் சொன்னால், தெரிவிப்பு (Begriff) இனிமேல்தான் வரவிருக்கிறது. கருத்தை *(Vorstellung)* தெரிவிப்பாக *(Begriff)* உருமாற்று வதற்கான வழியாக, திட்டவட்டமானது அல்லது குறிப்பானதிலிருந்து சாரமானதற்கு ஏறிச் செல்வதற்குப் பதிலாக சாரமானதிலிருந்து திட்டவட்டமானதற்கு ஏறிச் செல்ல வேண்டும் என்கிறார் மார்க்ஸ் *(1973)*. இங்கு *(முன் தரப்பட்ட* a priori *மற்றும் செயல்பாட்டிலிருந்து-துண்டிக்கப்பட்ட சிந்தனை என்ற வகையில்)* கருத்துமுதல்வாதத்தின் அபாயம் தோன்றுகிறது என்பதில் சந்தேகமில்லை. அறிமுகத்தில் *(பக்கம் 101-2)* இத்தகைய சிந்தனை முறைக்கு எதிராக அறிவித்துக்கொள்ளும் மார்க்ஸ், சில நேரங்களில் அதற்குள்ளே விழுந்து விடுவதாகத் தோன்றுகிறது *(மூலதனம் நூலின் முதல் பாகத்துக்கான முன்னுரை : மார்க்ஸ் 1976)*. விதிவகு முறைக்குப் பதிலாக பதிலாக விதிதருமுறையை (deductivism) வைப்பது என்ற அத்தகைய போக்குக்கு எதிராக எந்த விதமான அமைப்புரீதியான தற்காப்புகளை மார்க்ஸ் வைத்திருந்தார்? என்ற கேள்வி எழுகிறது. 1857 அறிமுகத்தின் எஞ்சிய பகுதிகள் எல்லா வற்றையும் தெளிவுபடுத்தி விடுகின்றன.

விதிவகுமுறை (inductivism) என்பது 'சாரமாக்கலைப் பெறுவது' ஆகும். அது குறிப்பானவற்றை சர்வப்பொதுவானவற்றின் குடைக்குள் கொண்டு வருவதாகக் கூறுகிறது, அது பற்றிய (ஹியூம் முதல் பாப்பர் வரையிலான) விமர்சன பகுப்பாய்வு, அது இதனைச் செய்ய முடியாது என்று சரியாகவே அறிவிக்கிறது. *விதிதருமுறை* (deductivism) என்பது 'சாரமாக்கலுக்குள் பெறுவது' ஆகும். கான்டின் 'தீர்மானகர மதிப்பீடு' அதன் நோக்குநிலையாக உள்ளது; எல்லா குறிப்பானவைற்றையும் ஏதோ ஒரு வகையிலான சர்வப்பொதுவானதின் கீழ் கொண்டு வருவதாக அது சொல்கிறது. விதிவகுமுறை மீதான மீதான நியாயமான கண்டனம்

(சாக்ரடீஸ்/பிளேட்டோ தாக்கிய சோஃபிஸ்டுகள் தொடங்கி அடோர்னோ/பெஞ்சமின், படாய்ல்லே வரை), குறிப்பானவை ஒத்துழைக்க மறுப்பவை என்ற வகையிலானது. குறிப்பானவை, குறிப்பாக அவை மனிதர்களாக இருக்கும்போது, கருத்தில் கொள்ளக் கூடிய எந்த ஒரு வகைப்படுத்தல் கட்டமைப்புக்கும் எதிராக முரண்டு பிடிக்கும் போக்கைக் கொண்டுள்ளன. இவ்வாறாக, 'சாரமாக்கலைப் பெறுவதும்', 'சாரமாக்கலுக்குள் பெறுவதும்' தோல்வியைத் தழுவுகின்றன. இந்த இரண்டு உத்திகளில் ஒன்றைச் சார்ந்துள்ள சாரமாக்கல் பற்றிய எந்த ஒரு கருத்தாக்கத்தையும் அனுபவவாத சாரமாக்கல் என்று நான் அழைக்கிறேன். மார்க்சின் (மவுனமான) 1857 அறிமுகம் தனது தரப்பை நிலைநாட்ட வேண்டும் என்றால், அது விதிதரு வகையிலானதாகவோ விதிவகு வகையிலானதாகவோ இல்லாத சாரமாக்கல் பற்றிய கருத்தாக்கத்தை வளர்த்தெடுக்க வேண்டும். அறிமுகம் உண்மையிலேயே மவுனமாக உள்ளது என்பது கோட்பாட்டுக்கும் செயல்பாட்டிற்கும் இடையேயான ஐக்கியம் பற்றிய கருதுகோள் தொடர்பாக மார்க்சின் உறுதியான நிலைப்பாட்டுக்கு சாட்சியம் கூறுகிறது: 'நான் முதல் வரைவாக எழுதிய பொதுவான அறிமுகத்தை இங்கு சேர்க்கவில்லை... ஏனென்றால், *இனிமேல்தான் நிரூபிக்க வேண்டிய முடிவுகளை முன்கூட்டியே தெரிவிப்பது குழப்பத்தை ஏற்படுத்தும்* என்று எனக்குத் தோன்றுகிறது' (மார்க்ஸ் 1971 : அழுத்தம் சேர்க்கப்பட்டது); நிரூபணம் என்பது (மார்க்சிடம் எப்போதுமே இருப்பது போல) நடைமுறை, அரசியல் வகையிலானது என்று நான் எடுத்துக் கொள்கிறேன். வேறு சொற்களில் சொல்வதானால், 1857-ல், விதிவகுமுறை இல்லாத, விதிதருமுறை இல்லாத சாரமாக்கல் பற்றிய கருத்தாக்கம் தொடர்பான மார்க்சின் அறைகூவல் அவரது 1857 அறிமுகத்தில் கோட்டுச் சித்திரமாக தரப்படுகிறது - கம்யூனிசத்தை கட்டமைப்பது தொடர்பான மவுனத்துக்குள்ளாக வைக்கப்படுகிறது - அது எதார்த்தத்தில் இருக்கக் கூடிய வர்க்கத்தின் போராட்டத்தின் விளைவு மீதான பந்தயம்[15] என்ற நிலையைக் கொண்டுள்ளது. மேலே தரப்பட்டது, மார்க்ஸ் பொதுக் கோட்பாட்டாளராக இருக்க முடியாது என்பதை ஏற்கனவே காட்டுவதால், 'மனித உடற்கூறியல், மனிதக் குரங்கின் உடற்கூறியலுக்கான திறவுகோலை தன்னுள் கொண்டுள்ளது' (மார்க்ஸ் 1973, ப.105) என்பதை ஏதோ ஒரு வகையான அரிஸ்டாட்டிலிய இலக்குவாதத்துக்கு ஆதரவான அறிவிப்பாக இல்லாமல், ப்ளோஹின் (Bloch 1986) உணர்வில், சாரமாக்கல்கள் புரட்சிகரமாக நெகிழ்வான எதிர்காலத்தை தம்முள் கொண்டுள்ளன என்பதற்கு ஆதரவான அறிவிப்பாக நான் எடுத்துக் கொள்கிறேன். மார்க்ஸ் சாரமாக்கல்களின் காலச்சார்பை அறிவிக்கிறார்,

இதனை *"சாரமாக்கலைப் பெறுவது"*, *"சாரமாக்கலுக்குள் பெறுவது"* இரண்டுமே மறுக்கின்றன. இலக்குவாதத்தின்படி மனிதக் குரங்குகள் இலக்குசார்ந்து மனிதர்களாக மாற முயல்வதில்லை; ஆனால் மனிதர்கள், அவர்களது செயல்பாடு புதிய எதிர்காலத்தை முன் வைப்பதை முற் கோளாகக் கொண்டிருப்பதால், மனிதக் குரங்குகள் பற்றி, தமது சொந்த கடந்த காலத்தைப் பற்றியும் புரிந்துகொள்ள முடியும். மார்க்சைப் பொறுத்தவரையில் சாரமாக்கல்கள் காலத்தில் இருக்கின்றன. அதே மூச்சில், அவை சர்வப்பொதுவானவையாக இருந்த போதிலும், அவற்றளவில் குறிப்பானவையாக இருக்கின்றன. சர்வப்பொது சிந்தனை குறிப்பான வற்றை உள்வாங்குவதற்காக தனக்கு எதிராக தானே சிந்திப்பதற்கு பதிலாக (அடோர்னோ - Adorno), குறிப்பான - வரலாற்று, சமூக, நடைமுறை - சர்வப்பொது சிந்தனையின் இருத்தல், வேறு சொற்களில் சொன்னால், மொத்தமாக்கல் உள்ளது (மார்க்ஸ் 1973, பக்கம் 100-1).

மார்க்ஸ் 1857 அறிமுகத்தில் வழங்கும் இந்த வழியில் புரிந்து கொள்ளப்பட்ட சர்வப்பொது கருத்தினத்துக்கான உதாரணம், உழைப்பு என்பதைப் பற்றியது. உழைப்பு என்பது *"சாரப்படுத்தலைப் பெறுவது"* அல்லது *"சாரப்படுத்தலுக்குள் பெறுவது"* என்ற வகையில் 'எல்லா சகாப்தங்களிலும்' பெறப்படுகிறது என்பதில் சந்தேகமில்லை. இருந்தாலும், உழைப்பு என்ற சாரமாக்கல் - அது சாரமானதாக - இருப்பது நடைமுறையில் முதலாளித்துவ சமூக உறவுகளில் (உழைப்புச் சக்தி கூட சரக்காகவே உயிர்வாழக்கூடிய அளவுக்கு சரக்கு உற்பத்தி பொதுவாகவும் தீவிரமாகவும் இருக்கும்போது) மட்டுமே பெறப்படுகிறது (மார்க்ஸ் 1973, p.105). தனது உழைப்புச் சக்தியின் பயன்பாட்டை உழைப்புச் சந்தையில் விற்க முயற்சிக்கும் யாரும், உழைப்பு என்பது சாரமாக்கப்பட்டது என்ற கூற்றின் உண்மையை உடனடியாக கண்டறிகின்றனர். சாரமான புரிதல் 'கொல்லக் கூடியது' என்ற ஹெகலின் வாதம் இங்கே நடைமுறை முறைபாட்டில் (தொழிலாளர்களின் இறப்பு தொடர்பான அறிக்கையாக) அரங்கேற்றப்படுகிறது.

இதைச் சொன்ன பிறகு, மார்க்ஸ் 'உழைப்பு' என்ற மோசமான உதாரணத்தைத் தேர்ந்தெடுத்திருக்கிறார் என்பதை ஏற்றுக்கொள்ள வேண்டும். ஒருவேளை, அலங்காரச் சொல்லாடல் என்ற நிலையில் உதாரணங்கள் அவற்றளவில் சாரமாக்கலின் இனம்/பேரினம் என்ற கருத்தாக்கத்தைக் (1857-ல் இந்த கருத்தாக்கத்தில் இருந்துதான் மார்க்ஸ் தன்னை விடுவித்துக் கொள்கிறார்) கொண்டுள்ளன என்ற வகையில் எந்த உதாரணமும் மோசமானதாகவே இருக்கலாம். உழைப்பு என்பதை பெருங்குடையான, எனவே பொதுவான வழியில், புரிந்து கொண்ட

அரசியல் பொருளியலாளர்களுக்கு எதிராக மார்க்ஸ் தனது வாழ்நாள் முழுவதும் போராடினார். மூலதனம்/உழைப்பு இடையுறவு என்பது உழைப்பு என்பதைவிட தெளிவான உதாரணமாக இருந்திருக்கும்: இந்த இடையுறவுக்கு உள்ளே மட்டும்தான் (போராட்டத்தின் உறவாக) உழைப்பு என்பது கோட்பாட்டில் மட்டும் இல்லாமல் நடை முறையில் வாழும் சாரமாக்கலாக தோன்றுகிறது. 'விடுவிக்கப்பட்ட வேலை [அதனளவிலேயே பிரச்சினைக்களமான கருத்தினம்] என்பது வேலையிலிருந்து விடுவிக்கப்படுவது' (நெக்ரி - Negri 1984, p.165): கம்யூனிசம், அதாவது இந்த விடுதலை, ஏற்கனவே இருக்கிறது (ex-ists). மேலே சொன்ன வாதத்துடன் ஒத்து வரும் வகையில், உழைப்பு என்ற உதாரணத்துக்கு மாறாக, மூலதனம்/உழைப்பு உறவு என்ற உதாரணம் மார்க்சின் (1857-க்குப் பிந்தைய) சிந்தனையில் அனுபவவாத சாரமாக்கல் கட்டுடைக்கப் படுவதை இன்னும் சிறப்பாக விளக்கிக் காட்டியிருக்கும்.

அனுபவவாத சாரமாக்கலைக் கைவிடும் சிந்தனை எவ்வாறு தோன்றும்? அது குருண்ட்ரிச போலவோ, மூலதனம் போலவோ தோன்றும் என்பது நிச்சயம்: நடைமுறையில் இருக்கும் சாரமாக்கல்களின் அடிப்படையில் மட்டுமே ஆய்வு செய்வதை கொள்கையாக கடைப் பிடித்த முதல் (மற்றும் ஒரே) சமூகக் கோட்பாட்டாளராக மார்க்ஸ் இருந்தார். இவ்வாறாக, மார்க்ஸ் தனது சிந்தனையை புரட்சிகரமான வழியில் வரலாற்றுவாதமாக்குகிறார் அல்லது மொத்தமாக்குகிறார். இந்தக் கருத்து அற்பமானதாக தோன்றிவிடக்கூடும் என்பதால் நான் ஒரே என்ற வார்த்தைக்கு அழுத்தம் கொடுத்துள்ளேன். ஏனென்றால், கோட்பாட்டிற்கும் செயல்பாட்டிற்கும் இடையேயான ஐக்கியம் தொடர்பான தேற்றம் மார்க்சின் சிந்தனையை ஒழுங்குபடுத்துகிறது என்பதை (மெக்லெலன்-மனிதாபிமானவாதம் தொடங்கி அல்தூசர்-கட்டமைப்புவாதம் வரையிலும் அதற்கு அப்பாலும்) யாருமே எப்போதுமே மறுத்ததில்லை.

இந்தத் தேற்றம் எவ்வாறு புரிந்து கொள்ளப்படுகிறது என்பதைச் சார்ந்துதான் எல்லாமே உள்ளது என்பது நிச்சயம். இதனை நடைமுறை பிரதிபலிப்புத்தன்மை என்ற உணர்வில் புரிந்துகொள்ள வேண்டும் என்று நான் மேலே குறிப்பாக தெரிவித்துள்ளேன். சாரமாக்கல்களை (சித்தாந்த வடிவங்களாக) சமூகரீதியில் அமைந்தவை என்று மட்டுமின்றி சமூக ரீதியில் எதார்த்தமானவை என்று புரிந்துகொள்வதற்கு இது மார்க்சை அனுமதிக்கின்றது. எல்லா சமூக வாழ்க்கையும், சாரமாக்கல் உள்ளிட்டு-சாராம்சத்தில் செயல்பாடு சார்ந்தது. சமூகரீதியில் எதார்த்தமற்ற - அல்லது இன்னும் சரியாகச் சொன்னால், மெய்ம்மையற்ற - சாரமாக்கல்கள்

இருக்க முடியும் என்பதில் சந்தேகமில்லை. ஆனால், நடைமுறை பிரதிபலிப்புத்தன்மை உடைய சிந்தனை மட்டும்தான் மெய்யாக உள்ள சாரமாக்கல்களை (உழைப்பு, வர்க்கம், மதிப்பு, இன்ன பிற) விளக்க முடியும்; அதுமட்டுமின்றி, நடைமுறை பிரதிபலிப்புத் தன்மை எதார்த்தம் தொடர்பாக, அது அவற்றுடையதா அல்லது அவற்றுடையது இல்லையா என்ற வகையில் சாரமாக்கல்களை கேள்விக்குள்ளாக்குவதைக் கோருகிறது. வேறு சொற்களில் சொல்வதானால், அது அனுபவாத சாரமாக்கலுக்கும், காத்திரமான (substantive) அல்லது தீர்மானகர (குன் Gunn 187b) சாரமாக்கலுக்கும் இடையே வேறுபாட்டைக் கோருவதுடன் அதைச் சாத்தியமாக்கவும் செய்கிறது. இரண்டாவதாகக் குறிப்பிட்ட தீர்மானகர சாரமாக்கல் என்பது கோட்பாட்டில் மட்டுமின்றி செயல்பாட்டிலும் உள்ளடங்கியுள்ளது.

இவ்வாறாக, மார்க்சின் பணியின் தொடர்ச்சி, கோட்பாடு/செயல்பாடு ஐக்கியம் என்ற ஆய்வுரை விரித்துரைக்கப்பட்ட, அவரது ஆரம்பகால எழுத்துக்களில் ('பாயர்பாஹ் பற்றிய தேற்றங்கள்' வரையிலும் அதையும் உள்ளிட்டு) தொடங்கி, தீர்மானகர சாரமாக்கல் என்ற கருத்து நிலை முதன்முதலில் தோன்றும் 1857 அறிமுகம் வரையிலான கோட்டில் அமைந்துள்ளது. வரலாற்றுப் பொருள்முதல்வாதத்தை அறிவிக்கும் ஜெர்மன் சித்தாந்தம், மேலும் குறிப்பாக ஜெர்மன் சித்தாந்தம் நூலை தவறாக நினைவுகூரும் 1859 முன்னுரை இரண்டுமே இந்தப் பாதையில் இடைவிலகலாகவே கருதப்படுகின்றன.

தீர்மானகர சாரமாக்கல் என்ற இந்தப் போக்கைச் சார்ந்திருப்பவை ஏராளம். அனுபவவாத சாரமாக்கல் என்பது தூய முதல்-நிலை சாரமாக்கல் : அதில்தான் இனங்களுக்கும் பேரினங்களுக்கும் இடையேயான வேறுபாடும், குறிப்பானவற்றுக்கு மேலாக சர்வப்பொதுவானவற்றை பிரச்சினைக்களமாக்குவதும் இடம் பெறுகின்றன. 1857 அறிமுகத்திலிருந்து வேறுபட்டு, 1859 முன்னுரையின் வழிகாட்டும் பாதையாக இருப்பது அனுபவவாத சாரமாக்கல்தான். மார்க்சின் 1859 குறிப்புகளில் இருக்கும் வினைவிளைவுத்தொடர்வாதத் தொனியை விளக்குவதற்கு இந்தச் சிந்தனை ஓரளவுக்கு உதவுகிறது. குறிப்பானவற்றுக்கு மேலாக சர்வப்பொதுவானவற்றுக்கு முன்னுரிமை அளிக்கும் எல்லா பகுப்பாய்வுகளும் வினைவிளைவுத்தொடர்வாதமாக இருக்க வேண்டியதில்லை என்பது சரிதான். (பிளாட்டோ முதல் கான்ட் வரையில் முன்தரப்பட்ட வகையிலான எல்லா மீ-பொருண்மைவாத

திட்டங்களும் அத்தகைய விதிக்கு விலக்காக உள்ளன), ஆனால், வினைவிளைவுத்தொடர்வாதத் திட்டங்கள் இந்த வகையிலான சிறப்புரிமையுடன் ஒத்துப் போகின்றன என்பது அதற்கு இணையாக உறுதியானது: வினைவிளைவுத்தொடர்வாதம் குறிப்பானவற்றை கீழ் நிலைக்குத் தள்ளுவது, விளக்கத்தின் புரிந்துகொள்ளும் தன்மைக்கான நிபந்தனையாக, ஒரே காரணம் எல்லா இடங்களிலும் ஒரே விளைவுகளை தோற்றுவிப்பதாக பார்க்கப்பட வேண்டும் மற்றும் அது எல்லா இடங்களிலும் பார்க்கப்பட வேண்டும் என்ற சூழலில் அமைந்துள்ளது. குறிப்பானவை அவசியமாகவே (சர்வப்பொதுவானதாக இருக்கும் போது) குறிப்பானவற்றின் பன்முகத்தன்மையைப் பொருட்படுத்தாத சர்வப்பொதுவானவற்றின் கீழ் வரும் நேர்வுகளாக மட்டுமே இடம் பெறுகின்றன. வினைவிளைவுத்தொடர்வாதமும், இனம்/பேரினம்/ குறிப்பானது வேறுபடுத்தலும் ஒன்றோடொன்று இணைந்து செல்கின்றன. கோட்பாட்டுரீதியான அல்லது கோட்பாடாக்கத்தின் முதல்-நிலை அச்சில் சர்வப்பொது கருத்தினங்களுக்கு முன்னுரிமை கொடுத்தவுடனேயே, மீ-கோட்பாட்டுவாத அல்லது உயர்-நிலை அச்சின் ஊடாக முடிவிலியான உறவுத் தொடர் தொடங்குகிறது. வேறு சொற்களில் சொன்னால், அச்சுகள் தனியாகப் பிரிகின்றன. மார்க்ஸைப் பொறுத்தவரையில் 1859 முன்னுரையின் குறிப்பான பொருளாதார நிர்ணயவாதத்தை மட்டும் நாம் குறைகூறவில்லை, மாறாக அதன் வடிவத்தின் வினைவிளைவுத்தொடர்வாதத்தை (பலவீனமாக அல்லது வலுவாக நிர்ணயவாதத் தன்மையைக் கொண்டிருத்தல்) கேள்விக்குள்ளாக்குகிறோம். எல்லா வினைவிளைவுத்தொடர்வாதங்களும், செயல்-சார் வினை விளைவுத் தொடர்வாதங்களும் 'சுதந்திரத்தின் வினைவிளைவுத் தொடர்களும்' கூட,[16] மேலே சொன்ன கருத்துக்களின் ஒளியில் கண்டனத்துக்குள்ளாகின்றன. மேலும், வினைவிளைவுத்தொடர்வாதம் சர்வப்பொதுவானவற்றுக்கு முன்னுரிமை கொடுப்பது வரையிலும், மற்றும் இவ்வாறாக பேரினம்/ இனம் பிரிவினையைச் சார்ந்திருக்கும் வரையிலும் 1859 முன்னுரை உற்பத்தி முறைகளை (இங்கு 'உற்பத்தி முறை' என்பது சர்வப் பொதுவானதாகவும் பெருங்குடையாகவும் புரிந்து கொள்ளப்படுகிறது) 'ஆசியபாணி, புராதன, நிலப்பிரபுத்துவ மற்றும் நவீன முதலாளித்துவ' என்று குறிப்பிடுவதை (மார்க்ஸ் 1971, ப.21) மறுப்பதற்கான அடித்தளங்களை நாம் கண்டறிகிறோம்.[17] இந்தக் குறிப்பான உற்பத்தி முறைகளை காலத்துக்கேற்ப மாறும் சகாப்தங்கள் என்று புரிந்து கொண்டாலும் சரி, வரலாற்றுத் தொடர்பற்ற காலப் பொருத்தமானவை என்று புரிந்துகொண்டாலும் சரி அல்லது இந்த இரண்டின் சேர்க்கையாக

புரிந்துகொண்டாலும் சரி இத்தகைய சமூகவியல்தான் மார்க்சியம் அல்லாதது. இந்தக் குறிப்பின் வடிவமேதான் மறுப்புக்குரியது (பார்க்கவும். காம்னினல் - Comninel 1987; தொகுதி I-ல் கெர்ஸ்டன்பெர்கரின் - Gerstenberger - பங்களிப்பு). மேலும், வரலாற்றின் பாதையில் முன்நோக்கிச் செல்வதற்கு பன்முக வழிகள் இருந்தாலும் சரி அல்லது ஒற்றை வழிதான் இருக்கிறது என்றாலும் சரி இது மறுப்புக்குரியது. (ஹாப்ஸ்பாம் Hobsbawm 1964)

பொதுக்கோட்பாட்டின் சொல்லாடல் முறைபாடாக, அனுபவவாத சாரமாக்கல் உள்ளது. ஏனென்றால், விதிதருவாதமும் விதிவகுவாதமும் (மற்றும் புலன்கடந்த விதிதருவாதமும்), சர்வப்பொதுவானதன் மீ-கோட்பாட்டுரீதியான சரிபார்த்தலுக்காக, குறிப்பானவை பார்க்கப்பட வேண்டிய கருத்தின கண்ணாடிகளுக்காக ஒரே மாதிரியாக காத்திருக் கின்றன. சர்வப்பொதுவானவற்றை அவற்றளவிலேயே குறிப்பானவை யாகவும், (மறுதலையாக) குறிப்பானவற்றை அவற்றளவிலேயே சர்வப் பொதுவானவையாகவும் பார்க்க முடிந்தவுடனேயே எல்லாமே மாறி விடுகின்றன: கற்பிப்பவர் (மீ-கோட்பாட்டாளராக இருக்கும் கோட்பாட்டாளரும் மறுதலையாக கோட்பாட்டாளராக இருக்கும் மீ-கோட்பாட்டாளரும்) கற்பவராக ஆக முடியும். பாட்டாளி வர்க்கத்துக்கு மார்க்ஸ் உரித்தாக்கும் சுயகல்வி மற்றும் சுய-விடுதலை ஆகிய கருத்துநிலைகள்தான்,[18] கோட்பாடு/மீ-கோட்பாடு உறவு இந்த வழியில் பார்க்கப்படுவதை சார்ந்திருக்கின்றன. வேறு வகையாகச் சொன்னால் தீர்மானகர சாரமாக்கல் - அதாவது நடைமுறையில் இருக்கும் திறனுடைய, மற்றும் குறிப்பாக இருக்கும் திறனுடைய சாரமாக்கல்தான் பொதுக் கோட்பாட்டிலிருந்து முறித்துக் கொள்ளும் சொல்லாடல் முறையாக உள்ளது; அவ்வாறு செய்யும் போது அதே நேரத்தில் விமர்சன கோட்பாட்டையும் விமர்சன செயல்பாட்டையும் நோக்கிய பாதையை அது உருவாக்குகிறது.

இதே கருத்து பற்றிய இன்னொரு வரையறுப்பை பின்வருமாறு சொல்லலாம் : வினைவிளைவுத் தொடர்வாதம் பகுதிகள், காரணிகள், நிகழ்வுகள், செயல்பாடுகள் அல்லது சமூக வாழ்க்கைக்குள்ளான கூறுகளுக்கு இடையே பிரித்துப் பார்ப்பதிலிருந்து மட்டுமின்றி, வினைவிளைவுத்தொடர்வாதம் சார்ந்திருக்கும் பொதுக்-கோட்பாட்டு வடிவத்திலிருந்தும் (முன்பு கோட்டுச்சித்திரமாகத் தரப்பட்ட வகையில்) மொத்தமாக்கும் கோட்பாடு முறித்துக் கொள்கிறது. சர்வப் பொதுத் தன்மைக்கும் குறிப்பான தன்மைக்கும் இடையே உள்ளுறவு இருக்குமானால், சர்வப்பொதுவானது ஏற்கனவே குறிப்பானதன்மையால்

மாசுபட்டுள்ளது. இனங்களுக்கும் பேரினங்களுக்கும் இடையேயான வெளிப்புற உறவு சிந்தனையின் கொள்கையாக உயர்த்தப்பட்டதுமே இனங்களும் பேரினங்களும் (ஹெகல் சொல்வது போல - 'கொலை வெறியோடு') சர்வப்பொதுவானவற்றின் *கீழ் வீழ்ந்து* விடுகின்றன. வடிவமும் உள்ளடக்கமும் முறையே மீ-கோட்பாட்டுக்கும் கோட்பாட்டுக்கும் சமமாகின்றன, அதன் மூலம் முன்பு நாம் கருத்தில் கொண்ட நச்சுச்சுழல் மற்றும் முடிவிலியான உள்ளுறவு தொடர்பான எல்லா சிரமங்களையும் கிளப்பி விடுகின்றன. சர்வப்பொது கருத்தினங்கள் திட்டவட்டமான ('எதார்த்தமான') இருத்தலை கொண்டிருக்கலாம் என்ற மொத்தமாக்கும் வாதம் நிராகரிக்கப்பட்ட உடனேயே இது நிகழ்கிறது. நடைமுறை பிரதிபலிப்புத்தன்மை என்ற அளவில் கோட்பாட்டையும் நடைமுறையையும் மொத்தமாக்குவது *அதனளவில்* மொத்தமாக்கலுக்கே திறவுகோலாக உள்ளது என்ற வகையிலான மார்க்சின் முக்கியமான சிந்தனை, குருண்ட்ரிசவையும் *மூலதனத்தையும்* அசலான தனிச்சிறப்பின் வெளிப்பாடுகள் என்ற வகையில் வாசிக்க நம்மை அனுமதிக்கிறது. கோட்பாடும் செயல்பாடும் - 'அறிவு பற்றிய முதலாளிவர்க்க சமூகவியல்களைப்' போல வெறும் வினைவிளைவுத்தொடராக மட்டும் இல்லாமல்-உள்ளார்ந்து தொடர்புடையவை என்று சொல்வதுகூட, அளவுக்கதிகமாக பலவீனமாக உள்ளது. கோட்பாடும், செயல்பாடும் இடையுறவு புரிகின்றன என்று முதல்நிலை தோராயமாகத்தான் நாம் கூறலாம். மனித சுய-கூருணர்வில் அல்லது சுய சிந்தனையில் சமூகரீதியாக இல்லாத எதுவும் இல்லை என்பது போல (ஹெகல் 1977-ஐப் பார்க்கவும்), அதே அடிப்படையில், கோட்பாட்டின் மிகவும் அடர்த்தி குறைவான பகுதிகளில் கூட - *1844 கையெழுத்துப் பிரதிகளில்* மார்க்ஸ் 'அறிவியல்' பற்றிச் சொல்வதைப் பார்க்கவும் - ஏதோ ஒரு நடைமுறை புலத்துக்கு வெளியே தனது கட்டுவிப்புக் கொள்கையைக் கொண்டுள்ள எதுவும் இல்லை. *தத்துவத்தின் வறுமை* என்ற நூலில் சாரமாக்கல்களை சார்ந்திருப்பது தொடர்பாக மார்க்ஸ் புரூதோனை கண்டிக்கிறார். இந்தக் கண்டனம் மிக எளிதாக தவறாகப் புரிந்துகொள்ளப்படுகிறது. மார்க்ஸ் புரூதோனை, அவரது சாரமாக்கல்களின் விருப்ப-நிறைவேற்றம் தொடர்பாகவும் எதார்த்தமின்மை தொடர்பாகவும் குறைவாகவே எதிர்க்கிறார். முதலாளித்துவ உலகத்துக்குள்ளேயே அவரது சாரமாக்கல்கள் அளவுக்கதிகமாக-எதார்த்த இணக்கவாதமாக உயிர்வாழ்வது - அவை செயல்பாட்டில்-உயிர் வாழ்வது - தொடர்பாகத்தான் அதிகமாக உள்ளது. சுருக்கமாகச் சொன்னால், புரூதோன் தனது சாரமாக்கல்களை தீர்மானகரமாக புரிந்து கொள்ளத் (அதாவது அவற்றைப் பற்றி நடைமுறைரீதியாக சிந்திக்கத்) தவறினார் என்பது மார்க்சின் கருத்து.

1847-ல் புருதோன் பற்றிய மார்க்சின் விமர்சனப் பகுப்பாய்வில் இந்த பரிமாணம் குறைவாகவே வளர்த்தெடுக்கப்பட்டிருந்தது என்பதில் சந்தேகமில்லை. ஆனால், குருண்ட்ரிசவில் (மார்க்ஸ் *1973*, pp. *248-9*) இதற்கு இணையான பத்தியில் எல்லாம் தெளிவாக்கப்படுகின்றன.

மொத்தமாக்கும் கோட்பாடு மட்டும்தான் சாரமாக்கலின் நிலை தொடர்பாக போதுமான அளவு கறாராக விசாரணை நடத்த முடியும். எல்லா மொத்தமாக்கும் சிந்தனைகளும் போதுமான அளவு ஆழமான விசாரணையை நடத்தி விடுவதில்லை. நடைமுறை பிரதிபலிப்புத் தன்மையும், தீர்மானகர சாரமாக்கலும், கறாரான மொத்தமாக்கலும் சேர்ந்தே இருக்கின்றன: இதுவரையில் நமது வாதம் வந்தடைந்துள்ள நேர்மறை முடிவை சொல்வதற்கு இது ஒரு வழியாகும்.

ஆனால், அது ஒரு வழி மட்டும்தான்: எவ்வளவுதான் தெளிவற்றதானாலும், பொதுவான சமூகக் கோட்பாடு மார்க்சின் சிந்தனையில் ஒரு தூணாக இருப்பதற்கு மாறாக, மார்க்சின் சிந்தனையில் அதற்கு இடமே இல்லை என்பது மேலே சொன்ன குறிப்புகள் மூலமாக நிறுவப்பட்டு விட்டதாக நான் எடுத்துக் கொள்கிறேன். நடைமுறை பிரதிபலிப்புத் தன்மையும், அதோடு இணைந்த கோட்பாடு/மீ-கோட்பாடு பிளவை எதிர்ப்பதும் பொதுக் கோட்பாட்டை மரண-ஓலமிடுவதாக மாற்றுகிறது. பொதுவான சமூகக் கோட்பாடு, உதாரணமாக வரலாற்றுப் பொருள்முதல்வாதம், பாம்பின் ஓலமீடும் வாலாகவே உள்ளது. ஏனென்றால், எந்த ஒரு சமூகக் கோட்பாடும் அறிவிக்கப்பட்டவுடனேயே நடைமுறை பிரதிபலிப்புத்தன்மை என்ற கேள்வி தவிர்க்க முடியாத ஒன்றாக தோன்றி விடுகிறது. மார்க்ஸ் இந்த வாலைப் பிடித்து அசைக்கிறார்: சில சமயங்களில் (*1859*) பாம்பு கடித்து விடுகிறது; மற்ற சமயங்களில் (*1857*) அதன் முதுகு உடைக்கப் படுகிறது. மனிதவியலை முழுவதும் ஒதுக்கி வைத்து விட்டு, மார்க்சின் சிந்தனையில் நச்சு நுழையும் எல்லா இடங்களையும் நாம் வேறுபடுத்திப் பார்க்க வேண்டும்.

சமூகவியல் மார்க்சியம் - தீர்மானகர சாரமாக்கலுக்கு மாறாக அனுபவவாத சாரமாக்கலைச் சார்ந்திருக்கும் மார்க்சியம் - சொற்களில் முரணுடையதாக உள்ளது. அதன் பொதுவான-கோட்பாட்டு வடிவத்தின்[19] மூலம் வரலாற்றுப் பொருள்முதல்வாதமும் அவ்வாறே உள்ளது. எனக்குத் தெரிந்தவரை, அனுபவவாத சாரமாக்கலை தூக்கி எறிந்துவிட்டால், மார்க்சியக் கோட்பாட்டின் முதல்-நிலை அம்சம் என்னவாக இருக்கும்? என்ற ஒரே மறுப்பு மட்டும்தான் இந்த முடிவுகளுக்கு உள்ளது: அனுபவவாதத்தின் நங்கூர பிணைப்புகள் வெட்டப்படும் அதே

இயக்கத்தில், முன் தரப்பட்டதாகக் கோட்பாடு மற்றும் 'சுயேச்சையான தளம்' என்ற சொர்க்கங்களுக்குள் (பார்க்கவும் மார்க்ஸ் 1975 V, p 447) நாம் ஏறிவிடவில்லையா?

இந்த வகையிலான மறுப்புக்கான பதில் வடிவம் என்பதைப் புரிந்துகொள்வதை சார்ந்துள்ளது. சாரமாக்கல்கள் திட்டவட்டமாகவும் செயல்பாட்டிலும் இருக்க முடியும்; சர்வப்பொதுவானவை குறிப்பானதாக இருக்க முடியும், மறுதலையாக குறிப்பானது சர்வப்பொதுவானதாக இருக்க முடியும். (மூலதனத்தின் கீழ் உழைப்பு, அதாவது மார்க்சின் கருத்துப்படி மதிப்பைப் படைக்கும் உழைப்பு என்ற உதாரணத்தைப் போல) திட்டவட்டமானது சாரமானதாக இருக்க முடியும். ஒன்றின் வடிவம் அதன் இருத்தல் நிலையாக புரிந்துகொள்ளப்பட முடியும் என்கிறோம். இந்த 'ஒன்று' சாரமானதாக இருந்தாலும் சரி, திட்ட வட்டமானதாக இருந்தாலும் சரி மற்றும் (முறையே) அதன் வடிவம் திட்டவட்டமானதாக இருந்தாலும் சரி சாரமானதாக இருந்தாலும் சரி. 'இருத்தலின் நிலை' என்ற கருத்துநிலை இங்கு முக்கியமான ஒன்றாக உள்ளது. அது தீர்மானகர சாரமாக்கலை செயல்பாட்டுடன் இணைக்கிறது (பார்க்கவும் : குன் 1987b; 1989a). ஒவ்வொரு 'இருத்தலும் (is)' அதற்கு இணையான 'எப்படி (how)' என்பதைக் கொண்டுள்ளது, அதனைச் சார்ந்துள்ளது என்று சொல்லலாம். புனிதர்கள் புனிதமான பாணியில்தான் இருக்க முடியும். புனிதமான செயல்பாடு, புனிதர்களின் இருத்தலுக்கான நிபந்தனையாகும். உரிச்சொற்கள் ('பல குணங்களைக் கொண்ட பொருள்' என்பதில் இருப்பதைப் போல : பார்க்கவும் ஹெகல் 1977, அத். 2) வினையுரிச் சொற்களாக மாறி விடுகின்றன, அதன் மூலம் செயல்பாடு பொருண்மைக்கு முன்னதாக இருப்பதாக புரிந்துகொள்ளப்படுகிறது, 'இருத்தல்' (existence) என்பதை வெளியில் வலியுறுத்தல் (ex-sistence) அல்லது புறத் தேக்கம் (ek-stasis) அல்லது பரவசம் (ecstacy) என்று, அதாவது செயல்முனைப்பான முறையில் புரிந்து கொண்டால்தான் 'புனிதத்தன்மையிலான இருத்தல்' என்பது கருத்துள்ளதாக இருக்கும். அதே போல, 'தோற்றம்' (appearance) என்பதை 'எதார்த்தத்தின்' இருத்தல் நிலையாக புரிந்து கொள்ள முடியும் (ஹெகல், என்சைக்ளோபீடியா, பத்தி 131). தோற்றம் என்பதை தோன்றிக் கொண்டிருப்பதாக (appearing) புரிந்துகொள்வது என்ற நிபந்தனையின் பேரிலும், 'எதார்த்தம்', அல்லது சாராம்சம் என்பது 'எதார்த்தத்தன்மையுடன்' (actuality) (மேலே வரையறுக்கப்பட்ட கருத்தில்) பிணைக்கப்பட்டுள்ளது என்ற மேல் நிபந்தனையின்

பேரிலும் மட்டும்தான் இவ்வாறு புரிந்து கொள்ள முடியும். நிலைத்த எதுவும் - உதாரணமாக, ஸ்பினோசாவின் உந்துதல் (conatus) என்ற கருத்து நிலையில் இருப்பது போல - அதற்குள் உள்ளடங்கியிருக்கவில்லை என்பதை உணர்ந்துகொண்ட பிறகுதான் 'இருத்தலின் நிலை' என்ற பதத்தை இங்கு பயன்படுத்த முடிகிறது. வாழ்வு எடுக்கும் வடிவங்களுக்கு மேலாக வாழ்வுக்கு இருப்பினவகை முன்னுரிமை கொடுக்கும் ஒவ்வொரு முறையும், இருத்தலின்-நிலை (வடிவம்) (ஸ்பினோசாவின் 'முறைகள்' உள்ளிட்ட) இருப்பினவகையை உடைத்து விடுகிறது. உடனடித்தன்மை - உதாரணமாக, ஹெய்டெக்கரில் (Heidegger) உள்ள வாழ்வின் சுய-இருப்பு (பார்க்கவும் அடோர்னோ - Adorno 1973) - கண்டனத்துக்குள்ளாகிறது. வடிவம் முழுக்க முழுக்க இயங்கியல் ரீதியிலானது. வடிவத்துக்கும் இருத்தலின் நிலைக்கும் இடையிலான சமதையை நாம் அறிவிக்கும் அதே மூச்சில், செயல்பாட்டில் இருந்து அனுபவவாத உணர்வில் சாரமாக்கி சர்வப்பொது விதிகளை விளக்கும் - ஒவ்வொரு இயக்கவியல் இனமும் கண்டனத்துக்குள்ளாகிறது.

சற்றுமுன் விளக்கப்பட்ட 'வடிவம்' என்ற கருத்துநிலையை ஒதுக்கி வைத்து விட்டால், சாரமாக்கல் திட்டவட்டமானதாக இருக்க முடியாது. மேலும் 'வடிவம்' என்பது செயலின் மீது தாக்கம் செலுத்தத் தான் செய்கிறது. அன்னியமாக்கப்பட்ட உழைப்பு (செயல்) என்பது தான் தனியார் சொத்துடைமை (ஒரு சமூக நிறுவனம்: செயலின்மை) என்பதற்கான நிபந்தனையாக உள்ளது என்ற வகையிலான மார்க்சின் பிரகடனம், அவரது பிந்தைய எழுத்துக்களை பெருமளவுக்கு முன் அறிவிப்பதாகவும் ஆழமானதாகவும் உள்ளது. மறுதலையாக, செயல்பாடு - மேலே சொன்ன உணர்வில், அது பரவசமானதாக கருதப் படுகிறது - அதன் வடிங்களின் ஊடாக இருக்கிறது; மேலும் இந்த வடிவங்களில் பெரும்பாலானவை அன்னியமாக்குபவை என்பது உறுதி. ஏடறிந்த வரலாறு முழுவதிலும் (கம்யூனிஸ்ட் அறிக்கையின் தொடக்க வாக்கியத்தை பார்க்கவும்) மறுக்கப்படும் வடிவம் அல்லது நிலையில்தான் செயல்பாடு உயிர்வாழ்ந்திருக்கிறது. திட்டவட்டமானதை அல்லது நடைமுறையில்-இருக்கும் சாரமாக்கலை கருப்பொருளாக்கும் சொல்லாடல் அந்த வகையில் இறுகலாக்கப்பட்ட (reified) கருத்தினங்களுக்குள் செயல்பாட்டை புகுத்தும் சொல்லாடலாக உள்ளது. தீர்மானகர சாரமாக்கலும், நடைமுறை-சார் சாரமாக்கலும் இணையாகச் செல்கின்றன. எனவே, அத்தகைய சாரமாக்கல் என்ன செய்தாலும், கோட்பாட்டு ரீதியாக, அது கோட்பாட்டை 'சுயேச்சையான' - செயல்பாட்டிலிருந்து சுயேச்சையான - தளமாக கட்டமைப்பதற்கு வெகு தூரத்தில் உள்ளது.

அனுபவவாதிகளைப் பொறுத்தவரை, இந்த வகையிலான வாதம் போதுமான தூரத்துக்குப் போகாமல் இருக்கலாம். சற்றுமுன் சித்தரிக்கப்பட்ட முறையிலான கோட்பாடாக்கம் 'வடிவம் அற்றதாக' தோன்றக் கூடியது. அது குறிப்பான கவனக் குவிப்பு இல்லாமல் உள்ளது. (ஹாலவேக்கு எதிரான ஜேசப்பின்[20] குற்றச்சாட்டு, 'சாராம்சவாதம்' மீதான அல்தூசரின் வாதப் பிரதிவாதம், அல்லது வேறு சொற்களில் சொல்வதானால் இனங்களை பேரினங்களாக குறுக்குவது: அல்தூசரும் பாலிபரும் 1970 ஆகியவற்றைப் பார்க்கவும்). வடிவம் மற்றும் இருத்தல் நிலைகள், தீர்மானகர சாரமாக்கல் ஆகிய கருத்துநிலைகளைச் சார்ந்துள்ள மார்க்சியம் சூழல் இணைவு கேள்விகளைப் பற்றி எப்படி பேச முடியும்? இந்த வகையிலான கேள்விகளுக்கு, 'சூழல் இணைவு' என்பது பேரினம்/இனம் வகையிலான உள்ளுறவுகள் உலகத்தைச் சார்ந்தது என்று பதில் சொல்வது (அது நடைமுறையில் உண்மைதான்) அளவுக்கதிகமாக எளிமைப்படுத்தப்பட்டதாக இருக்கும். மெய்யான அல்லது எதார்த்தமான உலகம் பற்றி மார்க்சியத்தின் புரிதல் என்ன என்பதுதான் கேட்கப்பட்டது. அனுபவவாதத்திடம் இந்த வகையில் சொல்வதற்கு அதன் சொந்த இருத்தலின் நிலைக்கான பதிப்பு உள்ளது. அது எதிலிருந்து தோன்றியதோ அந்த பெயர்போலிமைவாத மரபுகளைப் போலவே, அனுபவவாதம் இனங்களை பேரினங்களை விட எதார்த்தமானவையாகவும், குறிப்பானவற்றை இவை இரண்டையும் விட எதார்த்தமானவையாகவும் கருதுவது என்ற வகையில் அனுபவவாத சாரமாக்கலின் சொல்லாடலுக்குள் இருத்தல் நிலையாக வடிவம் என்பதன் இன்றியமையாத சாயல்களை காண முடிகிறது. எல்லா பெயர் போலிவாதத்தையும் போலவே, இங்கும் குறிப்பானதை மீட்டமைப்பதை நோக்கிய தீவிரமான இயக்கம் ஒன்று உள்ளது, ஆனால் அது போதுமான தூரம் போகவில்லை. சர்வப்பொதுவானவற்றுக்குக் கீழ் மீண்டும் வீழ்ந்து விடுவதற்காகத்தான் குறிப்பானவை கவனக் குவிப்புக்குக் கீழ் கொண்டு வரப்படுகின்றன. 'முதலாளித்துவத்தின் கீழ் தனித்தன்மை ஏற்கனவே இருக்கிறது என்று சொல்வதன் மூலம் ஒருவர் மூலதனத்தின் கைகளில் தனித்தன்மை எதிர்கொள்ளும் அன்னியமாதல்களை புறக்கணித்து விடுவது (அதன் மூலம் சந்தடியில்லாமல் அதற்கு மன்னிப்பை எழுதி விடுவது) போன்றது, இது. இதன்படி வடிவ -விமர்சன-பகுப்பாய்வு என்பது தனிநபர்வாத கோட்பாடுகளாக முடிசூட்டிக் கொள்பவற்றுக்கான திறவுகோலாக உள்ளது. இதே வழியில், அனுபவவாத சாரமாக்கலுக்கு பதிலாக தீர்மானகர சாரமாக்கலை பயன்படுத்தும் போதுதான் அனுபவவாதத்துக்குள் உள்ள விடுவிக்கும் தன்மையிலான மற்றும்

பெயர்போலிமைவாத போக்கு தனக்குரிய கவனத்தை பெற முடியும். சாரமாக்கல்களின் முரண்பாடான தாக்கங்களாகத்தான் திட்டவட்டமானது (சூழல் இணைவு) உயிர்வாழ்கிறது என்கிறது மார்க்சின் 1857 அறிமுகம். வேறு சொற்களில் சொல்வதானால், பேரினம்/இனம் என்ற வரை வாக்கத்துடன் சாரமாக்கலின் பிணைப்பு துண்டிக்கப்பட்டதும், 'வடிவமின்மை' என்ற குற்றச்சாட்டு (உதாரணமாக, ஜேசப் Jessop 1991) செயலிழக்கிறது அல்லது திருப்பப்படுகிறது. சூழல் இணைவுகள் ஏதோ ஒன்றின் கீழ் இடம் பெறுவது வரையில்தான், அதாவது, அவை மேல்நோக்கி உள்வாங்கப்படுவது வரையில்தான் (அல்தூசரின் சாராம்சவாத-எதிர்ப்பு விமர்சன பகுப்பாய்வின் ஆர்வமூட்டும் பக்கம்), அவற்றைப் பற்றி அனுபவவாதம் பேச முடிகிறது. தீர்மானகர சாரமாக்கல்களின் ஒரு தொகுதியாக சூழல் இணைவுகளை புரிந்து கொண்டவுடனேயே சூழல் இணைவு பற்றிய கருத்தாக்கத்துக்குத் தேவையான சாரமாக்கல்கள், அந்தச் சூழல் இணைவுக்கு உள்ளாகவே (உண்மையில் அதனை கட்டமைப்பதாக) இருக்கின்றன என்ற பொருளில் அவை கூர்மையான கவனக்குவிப்பை தக்க வைத்துக் கொள்கின்றன. சூழல் இணைவு எதன் கீழும் வரவோ அல்லது எதன் கீழும் உள்வாங்கப்படவோ செய்யாததால்தான் அது இன்னும் கூர்மையான கவனக் குவிப்பில் காட்டப்படுகிறது. இந்த அளவில் அனுபவவாதத்தை நோக்கி உதவும் கரம் நீட்டப்படுகிறது. ஆனால், இந்த உதவியின் தாக்கங்கள் வெளிப்பட்ட உடனேயே இந்தக் கை பின்இழுக்கப் படுகிறது. (அ) இறுதியில் தீர்மானகர சாரமாக்கல் என்ற கருத்துருவினுள் அனுபவவாதம் தோராயமாக்கக் கூடிய எதுவும் இல்லை. (ஆ) சூழல் இணைவுகள் தொகுதிகளாக கருத்தாக்கம் செய்யப் பட்டதுமே, அனுபவவாத கருத்தில், அவை இல்லாமல் போய் விடுகின்றன.

மேலே தந்துள்ள தற்காப்பை தெளிவாக்குவதற்கு 'தீர்மானகர சாரமாக்கல்', 'வடிவம்' என்ற இரண்டையும் பற்றிய வரையறைகள் தேவைப்படுகின்றன. ஏற்கனவே பேசியதிலேயே இரண்டு வரையறைகளும் உள்ளார்ந்துள்ளன. தீர்மானகர சாரமாக்கல் என்பது அதனுள் அதன் மூலமாக நிகழ்வுகள் பெறப்படும் சாரமாக்கல், இது சம்பந்தப்பட்ட நிகழ்வுகளிலிருந்து சாரமாக்குவது என்ற அனுபவவாத சாரமாக்கலைப் போன்றது இல்லை. எண்ணற்ற அனுபவவாத சாரமாக்கல்கள் உண்மையில் தீர்மானகர சாரமாக்கல்களாக உள்ளன. ஆனால், மாய்மால உலகத்தில் அல்லது இறுகலாக்கப்பட்ட (reified) உலகத்தில்தான் அவை அவ்வாறு உள்ளன - இதுதான் அரசியல் பொருளாதாரம் பற்றிய மார்க்சின் விமர்சனப் பகுப்பாய்விலிருந்து பெறப்படுகிறது. செயல்

பாட்டில்-இருத்தல் (செயல்பாடு எவ்வளவுதான் அன்னியமானதாக இருந்தாலும்) என்பதுதான் தீர்மானகர சாரமாக்கல்கள் நிறைவு செய்ய வேண்டிய தேர்வு அடிப்படையாக உள்ளது.

மேலே முன்வைத்தது போல, வடிவம் என்பதை இருத்தல் நிலை என்ற உணர்வில் புரிந்து கொள்ள வேண்டும். சாரமானது என்பது திட்டவட்டமானதன் இருத்தல் நிலையாக இருக்க முடிகிற அளவுக்கு (மற்றும் எதிர்த் திசையிலும்) 'வடிவம்' என்பது 'தீர்மானகர சாரமாக்கலை' முன் அனுமானிக்கிறது, மறுதலையாக, 'தீர்மானகர சாரமாக்கலானது' 'வடிவத்தை' முன் அனுமானிக்கிறது. உள் தொடர்புடைய 'புலம்' என்ற கருத்துநிலை இங்கு சுட்டப்படுகிறது. எதுவானாலும் வேறு எந்த ஒன்றின் இருத்தல் நிலையாக இருக்க முடியும் (மெய்ம்மையில், நிச்சயமாக, எதுவானாலும் வேறு எந்த ஒன்றின் இருத்தல் நிலையாக இருக்கிறது என்று இதற்குப் பொருள் இல்லை). உள்ளுறவு கொண்டுள்ள - சாரமான, திட்டவட்டமான, சர்வப்பொது, குறிப்பான, இன்னபிற - பதங்கள் இங்கு பல்வகையாக இருப்பதைப் போலவே அவை உயிர்வாழும் முறைகளும் பல்வகையாக இருக்க முடியும். இந்த வகையில் ஒரு விதிவிலக்கு குறிப்பாக முக்கியமானது: ஒரு கூறு மறுக்கப்படும் நிலையில் இருக்கலாம் (பார்க்கவும் குன் Gunn 1987b). அதாவது, ஒரு கூறு அதனோடு முரண்படும் இன்னொரு கூறிலும் அந்த கூறின் மூலமாகவும் இருக்கலாம். சரக்குகளின் மாய்மாலம் என்ற மார்க்சின் கருத்து நிலைக்கான திறவுகோலாக இது உள்ளது என்று நான் எடுத்துக் கொள்கிறேன். 'மனிதர்களுக்கு இடையேயான பொருளாயத உறவுகளாகவும், பொருட்களுக்கு இடையிலான சமூக உறவுகளாகவும்' தோன்றும் சமூக உறவுகள், 'அவை எப்படி இருக்கின்றனவோ' அப்படியே தோன்றுகின்றன என்று நாம் கற்கும் போது (மார்க்ஸ் 1976, p.166), மறுக்கப்படும்-நிலையில்-இருத்தல் என்ற கருத்து நிலையை நமது கருத்தில் எடுத்துக் கொள்ளாமல் புரிந்து கொள்ள முடியாத ஒரு நிலைமையை நாம் தெரிந்து கொள்கிறோம்.

இருத்தலின் நிலையே வடிவம் என்ற புரிதல்தான் ஹெகலின் சயின்ஸ் ஆஃப் லாஜிக் (Science of Logic)-ன் மையமான கருப்பொருள். அத்தகைய வாதத்தை விளக்குவதற்கு இங்கு இடம் இல்லை. தனது தர்க்கம் மீபொருண்மையியலாகவும் அல்லது இருப்பினவகையாகவும் உள்ளது என்ற ஹெகலின் வலியுறுத்தலை இந்தப் பொருளில் புரிந்து கொள்ள வேண்டும் என்று நாம் முன் வைக்கிறேன். (ஹெகல் 1969, ப.63; என்சைக்ளோபீடியா, பத்தி. 24). சிந்தனை வடிவங்களாக இருக்கும் தீர்மானகர சாரமாக்கல்கள் இருத்தல் நிலைகளாக உள்ளன. 'கையாளும்

முறையில்..... நான் ஹெகலின் லாஜிக்கை புரட்டிப் பார்த்தேன் என்ற மெய்ம்மையிலிருந்து' என்ற மார்க்சின் அறிவிப்பை (மார்க்ஸ் எங்கெல்சுக்கு, *14 ஜனவரி 1858;* மார்க்ஸ்/எங்கெல்ஸ். n.d., ப.121) இதே ஒளியில் புரிந்து கொள்ள வேண்டும் என்பதில் சந்தேகமில்லை.[21]

அனுபவவாத சாரமாக்கலின் போக்கு, *வெளிப்புற* உறவுகளைப் பற்றிய சொல்லாடலை ஆதரிப்பதாக உள்ளது: அதன்படி குறிப்பானவை ஒன்று மற்றொன்றுடன் தொடர்பின்றி நிற்கின்றன. (அவற்றுக்கு மேலேயும் உயர்வாகவும் நிற்கும் பேரினங்கள் மூலமாகவே இனங்களுக்கு இடையிலான உறவு பெறப்படுவது போல) இனம் மூலமாக மட்டுமே அவை ஒன்றுபடுத்தப்படுகின்றன. இதற்கு மாறாக, இப்போது குறிப்பிட்டது போல, எங்கெல்லாம் B என்பது A-ன் இருத்தல் நிலையாக அல்லது வடிவமாக இருக்கிறதோ அங்கெல்லாம் A-க்கும் B-க்கும் இடையே உள்ளுறவு இருக்கிறது என்ற அளவில் தீர்மானகர சாரமாக்கல் உள்ளுறவு நிலையைச் சுட்டுகிறது. இப்போது, நாம் A-ஐ (ஒருவேளை) B-ன் இருத்தல் நிலையாகவும் சிந்தித்தால், மற்றும் C-ஐ (ஒருவேளை)யும் A-ன் இருத்தல் நிலையாகவும், D-ஐ (ஒருவேளை) B-ன் இருத்தல் நிலையாகவும் அதே நேரம் தனது சொந்த இருத்தல் நிலையாக A-ஐக் கொண்டிருப்பதாகவும் இன்ன பிறவாகவும் சிந்தித்தால், *முழுமையாக* அமையும் ஒன்று மற்றொன்றை குறுக்கும் மறுக்குமாக கடக்கும் இடைநிலைகளின் புலம் ஒன்றை நாம் கண்டறிகிறோம்: இந்தப் புலத்தில் எந்தக் கூறும் தன்னளவில் தனித்து நிற்கவில்லை. 'மொத்தமாக்கும்' வரலாற்றுப் பொருள் முதல்வாதம்,[22] 'வினைவிளைவுத்தொடர்வாத' வரலாற்றுப் பொருள் முதல்வாதத்தை விட மார்க்சியத்துக்கு நெருக்கமானது என்ற எனது முந்தைய வாதத்தை இது வலுப்படுத்துகிறது. (வினைவிளைவுத் தொடர்வாத கோட்பாடுகள் தமது புரிந்து கொள்ளும் தன்மைக்காக காரண-காரிய வகையிலான வெளிப்புற-தொடர்புத்தன்மையை எப்போதுமே கோருகின்றன). ஆனால், மொத்தமாக்கும் வரலாற்றுப் பொருள்முதல்வாதம், வரலாற்றுப் பொருள்முதல்வாதத்துக்கு *அப்பால்* அதாவது, ஏதோ ஒரு பொது சமூகக் கோட்பாடாக கருதப்பட்ட 'சமூகவியலுக்கு' அப்பால் சுட்டுகின்றது என்ற எனது வாதத்தையும் அது அதே அளவுக்கு வலுப்படுத்துகிறது. ஏனென்றால், அனுபவவாத சாரமாக்கல் சார்ந்திருக்கும் 'அரூபமானதன் கோட்பாடு' என்ற கருத்து நிலையை தீர்மானகர சாரமாக்கல் உடைத்து விடுகிறது.

கடைசியாகக் குறிப்பிட்ட கருத்து பற்றி மேலும் விவாதிக்க வேண்டியுள்ளது. எல்லாவற்றுக்கும் முதலாவதாக, மொத்தமாக்கும்

சாரமாக்கல், தீர்மானகர சாரமாக்கல் என்ற கருத்துநிலையைக் கோருகிறது. இந்தக் கருத்துநிலையைக் கழித்து விட்டால், 'ஒவ்வொரு அங்கக முழுமையையும்' (மார்க்ஸ் 1973, ப.100) போலவே 'வெவ்வேறு கூறுகளுக்கு' இடையேயான 'பரஸ்பர இடைஉறவு' என்ற கருத்தாக்கம், ஒவ்வொன்றும் ஏதோ ஒருவகையில் மற்ற ஒவ்வொன்றையும் பாதிக்கிறது (பார்க்கவும் வில்லியம்ஸ் 1973) என அற்பமானதாகி விடுகிறது. முழுமையின் சதைக்குள் எலும்புகளை பொருத்துவதற்கு, கூறுகள் ஒன்று மற்றொன்றின் ஊடாக இருப்பதோடு மட்டுமின்றி, ஒன்றினுள்ளும் ஒன்றின் ஊடாகவும் - அல்லது இன்னும் மேலாக, ஒன்று மற்றொன்றாகவும் - இருக்க முடியும் என்பதை நாம் புரிந்து கொள்ள வேண்டும். கூறுகள் பிற கூறுகளை வடிவாக்கவும் மறு வடிவாக்கவும் முடிவது எப்படி, கட்டுவிப்பதும் மறுகட்டுவிப்பதும் எப்படி என்பதை, ஒரு கூறின் இருத்தல் நிலை, மிச்சமில்லாமல் இன்னொரு கூறாக இருக்க முடியும் என்பதை நாம் புரிந்து கொள்வது அவசியமாக உள்ளது. தர்க்கரீதியாக மேலும் வலுவான இந்த கருத்தாக்கம் முழுமையையும் 'இயக்கவியலையும்' வெறும் எதிரெதிர் இடைச்செயல் (இடத்துக்கு ஏற்ப இந்தச் செயல் வினைவிளைவுத் தொடர்வாதமாகவோ அல்லது இல்லாமலோ இருக்கலாம்) என்ற தெளிவற்ற கருத்துநிலையிலிருந்து மீட்கிறது. தர்க்கரீதியில் வலுவான இந்த அணுகுமுறையில் எல்லா இடைச்செயல்களும் மொத்தமாக்கு பவையாக கருதப்படுவதில்லை. முழுமைத்தன்மை அதன் அளவில் மறுக்கப்படும் நிலையில் இருக்க முடியும் என்பது மேலே சொன்ன வாதத்தின் அடிப்படையில் சொல்லாமலே விளங்கும்.

இரண்டாவதாக, அனுபவவாத சாரமாக்கலின் செயல்திட்டமான 'அரூபமானதன் கோட்பாடு' என்ற கருத்துநிலை பின்வருமாறு உள்ளது. பெருங்குடையான கருத்தாக்கம் ஒன்று கிடைத்ததும், இனங்கள் பற்றிய கோட்பாட்டை நாம் உருவாக்க முடியும். (உதாரணமாக, பேரினம் பற்றி அறிந்தவுடன் சர்வப்பொது விதிகளை முற்கோளாகக் கொண்ட வினைவிளைவுத்தொடர்வாத விளக்கங்களை நாம் கட்டியமைக்கத் தொடங்கலாம்: மின்னல் என்பது 'கடவுளின் கோபம்' என்ற பேரினத்தில் அல்லாமல், 'மின் இறக்கம்' என்ற பேரினத்தில் வருகிறது, இன்ன பிற). அவற்றின் தரப்பில் பெருங்குடையான கருத்தாக்கங்களுக்கு மீ-கோட்பாடு ஆதாரமாகிறது. இதன் விளைவாக கருத்தாக்கமும் பொருண்மையும் சரியாக பொருத்தப்படுகின்றன அல்லது சரியாக இணைக்கப்படுகின்றன. கோட்பாட்டு ஒத்திசைவு என்ற இந்தக் கருத்துருதான் பொதுக் கோட்பாடு என்பதை வரையறுக்கிறது என்பதை நாம் ஏற்கனவே பார்த்து விட்டோம். தீர்மானகர சாரமாக்கல்

(மொத்தமாக்கும், 'இயங்கியல்') கோட்பாட்டின் இந்த வகையிலான ஒத்திசை வின்மையைத்தான் இது தொடர்பாக தெளிவுபடுத்த வேண்டியுள்ளது என்று சொல்லலாம். தீர்மானகர சாரமாக்கல் கோட்பாடு, இல்லாத 'தன் அரூபமான கோட்பாடாக' இருக்க முடியும், ஏனென்றால், தான் பதிவு செய்யும் நடைமுறை புலத்துக்குள்ளாகவே தனது சொந்த கூறுகளை அது அமைத்துக் கொள்கிறது.[23] ஹெகல், 'கூருணர்வின்' நோக்குநிலை என்று அழைப்பதை அது நிராகரித்து விடுகிறது (மேலே பார்க்கவும்). தீர்மானகர சாரமாக்கல் கோட்பாட்டுக்கு எதிராக, அதற்கு மேலாக அது பதிவு செய்யும் வகையில் எதுவும் நிற்கவில்லை. அது தனது கருத்தாக்கங்களின் இயக்கத்தை பொருண்மையின் உருக்குக் கலனுக்குள் (செயல்பாடு அல்லது 'மெய்ம்மைநிலை': முந்தியதை பார்க்கவும்) போட்டு விடுகிறது. இவ்வாறாக, பொருத்தம் அல்லது இணைப்பது பற்றிய கருத்துருக்கள் செயல்படும், 'கருத்தாக்கம்', 'பொருண்மை' இரண்டுக்கும் இடையேயான பிரிவினையை பலவீனப் படுத்துகிறது. பொதுக் கோட்பாடு, தனது பொருண்மை பற்றிய கோட்பாட்டை (அல்லது மீ-கோட்பாட்டை) முதலில் முன் வைக்கிறது, இரண்டாவ தாகத்தான் அதன் பொருண்மையின் உள்ளே கோட்பாட்டை முன் வைக்கிறது. தீர்மானகர சாரமாக்கல் கோட்பாடு, உள்ளிருந்து வெளிநோக்கி நகர்கிறது என்று சொல்லும்படியாக இந்த முன்னுரிமையை திருப்பிப் போடுகிறது. இந்நிலையில், தனது சொந்த நோக்கு நிலையி லிருந்து இயக்கவியலை கேலி செய்வதில் நேர்க்காட்சிவாதம் மிகச் சரியாகவே உள்ளது. சாரமாக்கலின் வெவ்வேறு இனங்களுக்கு இடையே இணக்கத்தை அடைந்து விடலாம் என்று கருதும் 'எங்கெல்ஸ் முதல் பாஸ்கர்' வரையிலான இயங்கியல் கோட்பாட்டாளர்கள் இன்னும் அதிக சந்தேகத்துக்குரியவர்களாக உள்ளனர்.

எனது வாதத்தில் ஒரு இறுதி அடி உள்ளது. அனுபவவாத சாரமாக்கலில் இருந்து தீர்மானகர சாரமாக்கலுக்கு மாறிச் செல்வது - பொதுக் கோட்பாட்டில் இருந்து மொத்தமாக்கும் கோட்பாட்டுக்கு மாறிச் செல்வது, வரலாற்றுப் பொருள்முதல்வாதம் அல்லது சமூகவியலில் இருந்து மார்க்சியத்துக்கு மாறிச் செல்வது - கோட்பாட்டை அவ்வப்போது தோன்றக் கூடிய நடைமுறைப் போக்கின் தயவில் விட்டு விடுவதற்குத் தான் பயன்படுகிறதா? 'அரூபமானதன் கோட்பாடு' என்பதை அதன் உன்னத நிலையிலிருந்து அகற்றியதுமே, நாம் எங்கு கரையேறுவோம் என்று யாரால் சொல்ல முடியும்?

உண்மையில், தீர்மானகர சாரமாக்கல், நல்லதுக்கோ கெட்டதுக்கோ, அதனுடனேயே அதற்கேயுரிய ஒரு குறிப்பானதன்மையை கொண்டுள்ளது.

அதாவது, அதிலிருந்து அது சுரக்கும் முதல்-நிலைக் கோட்பாட்டுக்கு மீ-கோட்பாட்டை நாம் பரிந்துரைக்க முடியும். உண்மையில், ஒரு இருமனநிலை செயல்படுகிறது. ஒன்று பொதுக் கோட்பாட்டை கைவிடுவதன் முதல்-நிலை விளைவுகள் தொடர்பாக (மார்க்ஸ் கம்யூனிசத்தை பரிந்துரைக்க மறுப்பது போல, ஒருவேளை அதே காரணத்துக்காக) நாம் மவுனமாகி விடுவது அல்லது அனுபவவாதத்தை கண்டனம் செய்வது என்பது, அதாவது சொல்லப்படும் அளவிலோ (sotto voce) அல்லது முழு குரலிலோ, கரணியமின்மையுடன் உறவு ஏற்படுத்திக் கொள்வது என்பதை நாம் ஒத்துக் கொள்வது என்ற இருமனநிலை உள்ளது. இதுதான் எப்போதுமே நேர்க்காட்சிவாதத்தின் எதிர் விமர்சன-பகுப்பாய்வாக இருந்திருக்கிறது. பரிந்துரைப்பதன் மூலம் இந்த இருமனநிலையிலிருந்து தப்பிப்பது என்பது நமக்கு நாமே துரோகம் செய்வதாகிறது, இருமனநிலையிலேயே இருப்பது என்பது தோல்வியை ஒத்துக் கொள்வதாகிறது. இந்த இருமனநிலை இரண்டு முனைகளையும் மறுப்பது கோட்பாடு/மீ-கோட்பாடு பிளவை, எனவே கோட்பாடு/செயல்பாடு பிளவை மீட்டமைப்பதாகிறது. வாசகர், இதுவரையிலான வாதத்தை நிராகரிக்க முடியாததாக ஏற்றுக் கொண்டதாக வைத்துக் கொண்டாலும், இந்த இருமனநிலை அவரது உறுதியை குலைப்பதாகவே அமைகிறது.

இந்த வகையிலான மறுப்புக்கு சாத்தியமான பதில் எதுவும் இல்லை என்பதுதான் உண்மை. தீர்மானகர சாரமாக்கல் கோட்பாடு இன்மையை கோட்பாடாக்கம் செய்கிறது. இன்மையை கோட்பாடாக்கம் செய்யக் கூடிய ஒரே கோட்பாடாக்க இனமாக அது மட்டுமே உள்ளது- மொத்தத்தில் இதுதான் நமது பதிலாக உள்ளது. ‘இன்மை‘ (nothing) என்பதிலிருந்து இல்லாத ஒன்று (no-thing) என்பதற்கு, அதாவது ஒருபோதும் நிர்ணயிக்கப்பட முடியாத, நிபந்தனைக்குட்படுத்த முடியாத, அல்லது ஓரிடத்தில் இருத்தி விட முடியாத ஒன்றுக்கு: முரண்நிலைக்குள் தப்பிச் செல்வதற்கு பதிலாக (முன்பு சொன்னதைப் பார்க்கவும்) வார்த்தை விளையாட்டுக்குள் தப்பிச் செல்வதாக இது தோன்றலாம். இரண்டாயிரம் ஆண்டுகளாக பர்மெனிடஸ் முதல் பிளாட்டோ வரை அறிவித்தது போல இன்மை ‘பற்றிய கோட்பாடு’ எதுவும் சாத்தியமில்லை. இன்மை என்பது, ஒன்று அது எதார்த்தத்தில் ஏதோ ஒன்றாக இருக்கிறது (அப்படியானால் அது தனக்குத்தானே முரண்படுகிறது) அல்லது அது உண்மையிலேயே இல்லாதது (அப்படியானால், பிளாட்டோ முதல் அகஸ்டின் வரை, அது இருத்தலின் அல்லது நல்லதின் வறுமையாக உள்ளது) என்ற மோசமான இருமன நிலையை எதிர்கொள்கிறது. எனக்குத் தெரிந்த வரை, இத்தகைய

தடைகள் அனைத்திலிருந்தும் முதலில் முறித்துக் கொண்டவர் ஹெகல் மட்டும்தான். வீழ்ச்சி (Fall) என்பதை விவாதிக்கும் போக்கில், மனிதன் இயல்பிலேயே 'கெட்டவன்' என்று அவர் சொன்னார் (*என்சைக்ளோபீடியா*, பத்தி.24), இதன் மூலம், கடவுளின் சட்டகத்துக்குள் மனிதஇனம் பாவம் பொருந்தியதாக உள்ளது என்று அவர் சொல்லவில்லை. மாறாக, மனிதத்தன்மை தனது இருத்தலின் எதிர்மறையாக கடவுளின் பிடிகளிலிருந்து எப்போதுமே (அல்லது எப்போதுமே-ஏற்கனவே) தப்பிக்கிறது என்று அவர் சொல்கிறார். ஏனென்றால், கடவுள் ஏதோ ஒன்றைத்தான் - மாய்மாலம் என்ற முறையில்-ஏதோ ஒன்றைத்தான் - படைக்க முடியும். எனவே, மேலே சொன்ன மறுப்புகளுக்கு இல்லை என்ற விடையை தேர்வு செய்ததன் மூலம், நாம் நமது வாதத்தில் தோல்வியை ஏற்றுக் கொள்ளவில்லை. இன்மை அனுபவவாத சாரமாக்கலை தவிர்த்து விடுகிறது, இந்தத் தவிர்க்கும் பாதையை சித்தரிப்பதுதான் நமது வேலை. அனுபவவாதமும் இறையியலும் மாய்மாலத்தை (உதாரணமாக, சமூகம் என்பதை இறுகலாக்கமாக) கட்டமைக்கின்றன. இதை அங்கீகரிப்பது விஷயங்களை வியக்கத்தக்க வகையில் எளிமைப்படுத்தி விடுகின்றது. தப்பும்-பாதையை சித்தரிப்பதற்கு எதிரான மறுப்பு கோட்பாட்டுரீதியானதாக இல்லாமல் போய் விடுகிறது. நாம் எங்கே போக நினைக்கிறோம் என்பதை நமது சிறைக் காப்பாளர்களிடம் முன்கூட்டியே சொல்லாமல் இருக்கும் விஷயம்தான், அது.

சிறைக்காப்பாளரின் பார்வையில் பார்க்கும் போது மட்டும்தான், தீர்மானகர சாரமாக்கல், முதல்-நிலைக் கோட்பாட்டுக்கான கூறுகளை பரிந்துரைக்கிறது. தீர்மானகர சாரமாக்கல், (மீ-கோட்பாடுரீதியானதாக இருக்கும் போதே) முதல்-நிலைக் கோட்பாடாக உள்ளது, மறுதலையாக: இங்குதான் தன்னெழுச்சிவாதத்துக்கான இடம் உள்ளது.[24] மார்க்சின் கருத்துப்படி, முதல்-நிலைக் கோட்பாட்டின் வலிமைகள், ஜெர்மன் சித்தாந்தம் நூலிலும் சரி பிரான்சில் உள்நாட்டுப் போர் நூலிலும் சரி மனிதர்களின் எதிர்கால சமூகப் பிரிவாக சித்தரிக்கப்படாத, மாறாக, இரண்டிலுமே கோட்பாடாக்கத்துக்கான செயல்பாட்டு பிரதிபலிப்புக் களமாக அதாவது உழைக்கும் வர்க்கத்தின் மெய்யான அல்லது எதார்த்தமான இயக்கமாக சித்தரிக்கப்படும் கம்யூனிசத்துடன் கூடவே நம் கவனத்துக்கு வருகின்றன. தனித்தியங்கும் மீ-கோட்பாட்டுரீதியான மட்டங்கள் அனைத்தும் ரத்து செய்யப்படுகின்றன. தொழிலாளர்களின் எதிர் நோக்கல் (prolepsis) என்பது, முறைபாடு ரீதியாக (ஆனால் முறைபாடு கூட சிதறடிக்கப்படுகிறது) கோட்பாட்டாளரின் பொது உணர்வாக ('பொது' என்பது இங்கு கோட்பாடு, மீ-கோட்பாடு ஐக்கியத்தைக்

குறிக்கிறது) இடம் பெறுகிறது. எந்த வகையிலும் கரணியமின்மையாக இல்லாமல், கோட்பாடாக்கம் எதிர்கொள்ளக் கூடிய- வருபவர்கள் எல்லோருக்கும் திறந்த நிலையானது என்ற வகையில் - மிகக் கடுமையான சோதனையை நாம் கண்டுபிடிக்கிறோம். (அவற்றுக்கு எதிராக) நீங்கள் என்ன விரும்புகிறீர்களோ, அதைச் சொல்லலாம் என்ற நிபந்தனையின் பேரில் மட்டுமே உண்மை-உரிமை பற்றிய கோரல்களை எழுப்ப முடியும்.[25]

நடைமுறை பிரதிபலிப்புத்தன்மையிலான அல்லது தீர்மானகர சாரமாக்கல் கோட்பாடானது கோட்பாடாக்கம் செய்யும் இன்மை என்பது பின்வருமாறு காட்சியளிக்கிறது: அது முரண்பாட்டைக் கொண்டுள்ளது. அனுபவவாத சாரமாக்கலின் நோக்கு நிலையிலிருந்து, முரண்பட்டதாக பார்க்கப்படும் எதார்த்தம் பற்றி (அல்லது மெய்ம்மை பற்றி) பேசும் விவாதம் ஒத்திசைவின்மையாக அல்லது தற்போக்கானதாக மட்டுமே இருக்க முடியும், ஏனென்றால், முரண்பாட்டில் இருந்து எந்த ஒரு முன்வைப்பையும் உய்த்தறிய முடியும். (பாப்பர் Popper *1963*, ப *130*). இது நிச்சயமாக சரியானதுதான்: 'இயக்கவியல்' முரண்பாட்டை ஏதோ முறை-சாரா முரண்பாட்டின் இனமாக தீர்த்து விட முயற்சிக்கும் எந்தச் செயல்திட்டமும் (உதாரணம். கார்ன்ஃபோர்த் Cornforth *1968;* குன் Gunn *1973*), A என்பது B-ன் இருத்தல் நிலையாக இருந்தால் அப்போது A என்பது A ஆகவும், A-ஆக இல்லாமலும் இருக்கிறது என்ற கருத்தைத் தவற விடுகின்றன (ஹெகலிய மொழியில்: "நான் நானாக இருக்கிறேன்" என்ற அசையாத கூறியது கூறல் - ஹெகல் *1977*, ப.*105* - சுய-கூருணர்வின் சுய-இயக்கத்தை பதிவு செய்யத் தவறுகிறது). முரண்பாடுகள் எதார்த்தமானவை அல்லது இன்னும் சரியாக மெய்ம்மையானவை. எல்லாமே எதார்த்தத்தில் தண்ணீர்தான் என்ற தேல்ஸின் அனுபவவாத அறுதியிடல் தொடங்கி, அனுபவவாத சாரமாக்கல்கள் அனைத்தும், ஏதோ ஒரு வகை இனம்/ பேரினம் இழையில் சேர்ந்து தொங்கிக் கொண்டிருக்கும் பதங்களின் வேறுபாட்டுக்கு (பரஸ்பர தொடர்பின்மையின் - indifference) உள்ளே முரண்பாட்டை செரித்து விடுவதன் மூலம் முரண்பாட்டை தீர்த்து வைக்க முயற்சிக்கின்றன. 'அரூபமானதன் கோட்பாடு' என்பதன் முற்கோள், எல்லாமே அது என்னவாக இருக்கிறதோ அதுவாக இருக்க வேண்டும், வேறு ஒன்றாக இருக்கக் கூடாது என்பதாக இருப்பதால் அது இவ்வாறு செய்தே தீர வேண்டும். (எதைப் பற்றிய கோட்பாடு?) தீர்மானகர சாரமாக்கல் முரண்பாட்டின் எதார்த்தநிலையை ஏற்றுக் கொண்டே தீர வேண்டும். ஏனென்றால், பதிவு செய்தபடி, A என்பது B-ன் இருத்தல் நிலையாக இருக்கிறது என்றால், A என்பது A-இல்லாததாக

இருக்க முடியும்: இதிலிருந்து விடுபட வழியே இல்லை. இவ்வாறாக, இயங்கியல் அல்லது மொத்தமாக்கும் (மார்க்சிய) சிந்தனை கார்ல் பாப்பரின் மறுப்புகளை நேருக்கு நேராக எதிர்கொள்ள வேண்டியிருக்கிறது. அதை எதிர்கொள்வதற்கான ஒரே வழி: முரண் பாட்டிலிருந்து உய்த்துணரக் கூடியவற்றின் முடிவிலி வரம்புக்குள் சில உய்த்துணர்வுகள் மட்டும்தான் பொருத்தமானவையாக இருக்கின்றன. உய்த்துணர்ந்ததன் 'பொருத்தப்பாட்டை' கைவசம் இருக்கும் ஆய்வுப் பொருள் (மீண்டும் கருத்தாக்கத்துக்கும்/பொருண்மைக்கும் இடையேயான ஐக்கியம்) தீர்மானிக்க வேண்டும்.[26]

கரணியமின்மைவாதத்துக்கு எதிரான தற்காப்பு என்பது இறுதியில், தீர்மானகர சாரமாக்கல் கோட்பாட்டின் ஆய்வுப் பொருளைப் பற்றிய விவாதத்தில் வந்து முடிகிறது. தன்னாட்சிவாத கோட்பாட்டையும் கம்யூனிசம் பற்றிய மார்க்சின் கருத்தாக்கத்தையும் குறிப்பிட்டதன் மூலம் நாம் ஏற்கனவே இது பற்றிய முன்கருத்தாக்கத்தை (அது உழைக்கும் வர்க்கம்தான்) வரைந்து காட்டியுள்ளோம். ஆனால், முன்கருத்தாக்கங்களை வழங்குவதற்கும் மேல் சிறப்பாக நாம் செயல் படுவதற்கான நிலைமை உள்ளது. ஹெகலின் மற்றும் மார்க்சின் எதிர் நோக்கல்களை ஆதாரமாகக் கொண்டு, முரண்பாடு எவ்வாறு தோன்றுகிறது என்பது குறித்து நாம் சிலவற்றை சொல்ல முடியும். பின்வருவது நான் பந்தயம் என்று சித்தரித்ததற்கு மேல் எதுவுமில்லை.

அனைத்து முரண்பாடுகளும் சிக்கலானவை, மும்முனைகளைக் கொண்டவை. முழுக்க முழுக்க முறை-சாரா காரணங்களுக்காகவே எல்லா முரண்பாடுகளும் குறைந்தபட்சம் மும்மூன்றாக செல்கின்றன. ஏனென்றால், ஒரு முரண்பாட்டுடன் இன்னும் ஒரு முரண்பாடுதான் முரண்பட முடியும். இல்லாத ஒன்றுடன் (ஒரு முரண்பாடு) ஏதோ ஒன்று முரண்பட்டால், அதன் விளைவு ஒத்திசைவின்மை அல்லது தேக்கமாகத்தான் இருக்கமே தவிர முரண்பாட்டின் அதனளவிலான- 'முரண்படக் கூடிய' அல்லது ஒத்திசைந்து வாழும் (modus vivendi) *(மார்க்ஸ் 1976, ப. 198)* - இயக்கமாக இருக்க முடியாது. இதே கருத்தில்- ஒருவேளை இதே உணர்வில் - சுதந்திரம் மட்டுமே சுதந்திரம் இன்மையை வரம்பிட முடியும் என்று ஸ்பினோசா அறிவித்தார். மறுதலையாகவும் இதே கருத்து பெறப்படுகிறது. மெய்யான அல்லது எதார்த்தமான என்று அடையாளம் காணப்பட்ட முரண்பாடு என்பது 'முரண்பாட்டில் தன்னைத் தானே பாதுகாத்துக் கொள்ளும் சக்தியைக் கொண்டது' *(ஹெகல், என்சைக்ளோபீடியா, பத்தி 392)*. 'தூய உணர்வின் வாழ்க்கை என்பது இறப்பில் இருந்து ஒதுங்கும் வாழ்க்கை இல்லை... மாறாக,

இறப்பை சகித்துக் கொண்டு தன்னை அதற்குள் பராமரித்துக் கொள்ளும் வாழ்க்கைதான் தூய உணர்வின் வாழ்க்கை' (ஹெகல் 1977, பக்கம். 19). வேறு சொற்களில் சொன்னால், முரண்படுத்தப்பட்ட முரண்பாடு என்பதுதான் சாத்தியப்பாட்டிலாவது, முரண்பாடுக்கே நிபந்தனையாக உள்ளது. இதுவரையில், நமது கருத்துருநிலையின் மூன்று பதங்களில் இரண்டு பதங்களை பார்த்து விட்டோம்.

ஆனால், முரண்பாட்டின் இந்த இரு-அடுக்கு பதிப்பு கூட - இருப்பினவகையிலான மற்றும் அரசியல்ரீதியான - தர்க்கவாத வேலையைச் செய்ய முடியும். முரண்பாடு (i) என்பது 'தூய சுய-இயக்கத்தின் இந்த அறுதி ஓய்வின்மை' என்று ஹெகல் (1977, பக்கம் 101) குறிப்பிட்டதும், தொழிலாளி வர்க்கத்தின் எதார்த்தமான இயக்கம் என்று மார்க்ஸ் குறிப்பிட்டதும் ஆகும். அதாவது, இப்போதைய நமது தேவைகளுக்காக ஹெகல்/மார்க்ஸ் என்று குறிப்பிடக் கூடிய கோட்பாட்டாளர்களின் தொகுதி, சுய-நிர்ணயிக்கும் வாழ்வை நோக்கிச் செல்கின்றனர். 1844 கையெழுத்துப் பிரதிகளில் 'இன இருப்பு' பற்றிய மார்க்சின் குறிப்புகள் வேறு எதையும் சொல்லவில்லை. சுய-தீர்மானிப்பு என்பது அத்தகைய இருப்பானது, அது (இன்னும்) எதுவாக இல்லையோ அதுவாக, மற்றும் அது (இன்னும் இல்லாத) எதுவாக இருக்கிறதோ அதுவாக இருப்பது என்ற அளவில் (கோஜேவே Kojeve 1969, jhhkf 7; ப்ளோஹ் Bloch 1986, அறிமுகம்.) உண்மையில் இருக்கும் முரண்பாட்டைக் கொண்டுள்ளது. மறுதலையாக, சுய-தீர்மானிக்கும் வாழ்வு என்ற ஆய்வுப் பொருள் தொடர்பாக மட்டுமே முரண்பாட்டை பொருத்துவது கருத்துடையதாக உள்ளது. நாம் கல்லை உதைக்காமல் இருப்பது வரையில், இயற்கையின் ஒழுங்குக்குள் கல் என்பது கல் என்பது கல்தான் (அது என்னவாக இருக்கிறதோ அதுவேதான்). கல்லை உதைத்ததும் நாம் இயற்கையை 'சமூகத்தன்மையிலான கருத்தினமாக' (லூகாக்ஸ் 1971) மாற்றி விடுகிறோம். ஆனால், உதைப்பதற்கு முந்தைய கல் என்பதை முரண்பாடுடையதாக உதாரணமாக எங்கெல்சில் கூறப்படுவதைப் போல (பார்க்கவும் - குன் Gunn 1977),[27] ஏற்கனவே புரிந்து கொண்டால், அப்போது 'இயற்கைவணக்க படிமத்துக்கு' மேல் வேறு எதுவும் விளைபலனாக இருக்க முடியாது. ஏனென்றால், வாழ்வின் இன்னும்-இருக்காத பரிமாணம்தான், எதார்த்தமான முரண்பாடு என்ற கருத்துநிலைக்கு பொருள் தருகிறது. திட்டப்பணிகளுடன் கூடிய இருப்புகள் மட்டும்தான் அவ்வாறு உயிர்வாழ முடியும். இயற்கை சமூகத்தன்மையிலான கருத்தினமாக இருப்பதால், மனிதஇனம்/இயற்கை உறவாடல் என்பது அதன் அளவில் மனிதத்தன்மையாக கருதப்படுகிறது (ஷ்மிட் Schmidt 1969).

இங்கு தருவிக்கப்பட வேண்டிய அரசியல் முடிவுகள் பின்வருமாறு இருக்க வேண்டும்: இயற்கையை தொழில்நுட்பரீதியாக பாழ்படுத்தும் கருத்தினம் அல்லது இயற்கையை பாதிக்காத காப்பாளர் தன்மையிலான கருத்தினம் இரண்டுமே பொருளற்றவை. இங்கு நமக்கு உதவி எதுவும் கிடைக்கப் போவதில்லை.

மனிதவியல் மார்க்சியம்[28] முரண்பாடு (i)-ன் மட்டத்துடன் நின்று கொள்கிறது: சுய-தீர்மானிப்பு மீது தனியாக கவனம் செலுத்தப்படும் போது அது சுய-திருப்தியாக மாறி விடுகிறது. முரண்பாடு (ii), - சுய-தீர்மானிப்பாக இருக்கும் முரண்பாட்டுடன் முரண்படும் முரண்பாடு-மார்க்ஸ் பதினெட்டாம் புரூமேரின் ஆரம்பப் பக்கங்களில் தொழிலாளர்களின் 'சுய-விடுதலை' என்று அழைப்பதின் மற்றும் அவர் சுய-விமர்சனம் என்றும் குறிப்பிடுவதின் தாக்கத்தை தெளிவுபடுத்துகிறது. அரசியல் சிந்தனையின் வரலாறு முழுவதும், உதாரணமாக ஆரெண்ட்-ல் Arendt*(1973)*-ல் சுதந்திரத்துக்கும் உய்வடைவதற்கும் இடையேயான வேறுபாட்டை வெளிப்படுத்தும் போது இருப்பது போல முரண்பாடு (ii) பொதுவாக முரண்பாடு (i)-க்கு எதிர்நிலையாக வைக்கப்பட்டு வந்திருக்கிறது. இதே வேறுபாடு, 'சுதந்திரமாக இருக்கக் கட்டாயப் படுத்தப்பட்ட' என்ற ரூசோவின் பிரபலமான முரண்நிலையின் அடித்தளமாக உள்ளது. சுதந்திரமற்ற நிலையில் இருந்து சுதந்திரமான நிலைக்கு நாம் எப்படி நகர்ந்து செல்ல முடியும் என்பதுதான் ஆரெண்ட் மற்றும் ரூசோவின் பதிவுகளில் உள்ளார்ந்து இருக்கும் கேள்வி. நாம் சுதந்திரமற்று இருக்கும் போது நாம் சுதந்திரமாக இயங்கினால், ஆரம்பத்திலேயே நாம் சுதந்திரமற்று இருக்கவில்லை, ஆனால் நாம் சுதந்திரமற்று இயங்கினால், அப்போது ஒரு போதும் (எப்படியானாலும் சுய-தீர்மானிப்பு என்ற கருத்தில்) அதன் பலனாக சுதந்திரத்தைப் பெற முடியது ஆரெண்ட்-ன் வேறுபடுத்தலும், ரூசோவின் முரண்நிலையும், சாத்தியப்பாட்டிலிருந்து நிதர்சனநிலைக்கு மாறிச் செல்வது தொடர்பான ஹெகலின் (என்சைக்ளோபீடியா) கருத்தாக்கத்தை விட எல்லா வகையிலும் கறாரானவையாக உள்ளன. ஹெகலின் கருத்தாக்கத்தின்படி, இந்த மாறிச் செல்லலின் போது, சாத்தியமான சுதந்திரத்துக்கு பாத்திரம் இருந்தால் அது ஏற்கனவே எதார்த்தமாக உள்ளது; அது எந்தவித பாத்திரத்தையும் வகிப்பதற்கு இல்லை என்றால் அது ஒரே நேரத்தில் சாத்தியமற்றதாகவும், எதார்த்தமற்றதாகவும் உள்ளது. சுதந்திரமின்மையை சுதந்திரம் இருப்பதன் நிலையாகப் பார்ப்பதுதான் இங்கு பின்பற்ற வேண்டிய வித்தையாக உள்ளது. (முரண்படப்படாத) சுதந்திரம் எவ்வாறு உருவாகலாம் என்பது பற்றிய புரிதல் தொடர்பாக அனுபவவாத சாரமாக்கல் எந்தப் பங்களிப்பையும் செய்ய முடியாது.

தீர்மானகர சாரமாக்கலின் நோக்குநிலையில் இருந்து இந்த விஷயத்தை பின்வருமாறு பார்க்கலாம். முரண்பாடு (i) என்பது சுதந்திரம் சுய-தீர்மானிப்பாக இருக்கும் முரண்பாட்டைக் கொண்டுள்ளது. இந்த முரண்பாடு முரண்பட்டு நிற்கும் போது, (முரண்பாடு (ii)) நேரடியாகச் சொன்னால் இது சுதந்திரமின்மையாக உருவெடுக்கவில்லை, மாறாக, சுதந்திரமற்ற சுதந்திரமாக உருவெடுக்கிறது: முரண்படுத்தப்பட்ட சுதந்திரமாக அல்லது அன்னியமான நிலையில் வாழும் சுதந்திரமாக நிற்கிறது, அதாவது இருத்தல் மறுக்கப்பட்ட நிலையில் நிற்கிறது. (சுய-தீர்மானிப்பாக அல்லது முரண்பாடாக இருக்கும் சுதந்திரம்தான், இதைச் செய்ய முடியும்). இந்தக் காரணத்தினால் சுதந்திரத்திடம் 'தன்னைத் தானே பாதுகாத்துக் கொள்ளக் கூடிய சக்தி' உள்ளது. (ஹெகல்). சுதந்திரமின்மை ஒடுக்கப்பட்டவர்களின் (சுயமுரண்படும் தன்மையிலான) எழுச்சியாக மட்டுமே உயிர்வாழ்கிறது. ரூசோவிலும் ஆரெண்டிலும் இருப்பது போல சுதந்திரமின்மையிலிருந்து சுதந்திரத்துக்கு ஏறிச் செல்வது என்ற கேள்விக்கே இடமில்லை. ஏனென்றால் சுதந்திரமின்மை என்பது இருக்காத ஒன்று: கம்யூனிசம் வர்க்கத்தின் எதார்த்த இயக்கமாக ஏற்கனவே பெறப்படுகிறது. வரலாற்றின் கட்டங்கள் மற்றும் அனுபவவாத சாரமாக்கல் ஆகியவற்றோடு கூடவே சாத்தியப்பாடு/மெய்ம்மை வேறுபாடுகளும் கவிழ்க்கப்படுகின்றன. வேறு விதமாகச் சொன்னால், முரண்பாடுகள் (i), (ii) இரண்டுமே தமது வேறுபாடுகளை சிதையாமல் பராமரிக்கும் அதே நேரத்தில் ஒரே மாதிரியானவையாக இருக்கின்றன. அவை முழுவதும் ஒரே மாதிரியாக இருந்தால், சுதந்திரத்துக்கும் சுதந்திரமின்மைக்கும் இடையே எந்த விதமான வேறுபாடும் இருக்காது. அதே நேரம், அவை முற்றிலும் வேறுபட்டவையாக இருந்தால் சுதந்திரமின்மையில் இருந்து சுதந்திரத்துக்கு ஏறிச் செல்வது அசாத்தியமானதாகி விடும். ஒவ்வொன்றும் மற்றொன்றாக இருக்கிறது மற்றும் இல்லாமலும் இருக்கிறது. ஒவ்வொன்றும் மற்றொன்றாக இருக்கிறது, ஆனால் நிராகரிக்கப்படும் நிலையில் இருக்கிறது.

இதுவரையில் முரண்பாட்டின் இரண்டு கூறுகள் மட்டுமே நம் முன் வந்தன என்பதால் நாம் மனிதவியல் அடித்தளங்களில் மட்டுமே இருந்தோம். நாம் இந்த இடத்தில் நின்று விட்டால், அல்தூசர் சரியாக அடையாளம் கண்டபடி, முரண்பாடு (i)-ன் சாராம்சவாதம்தான் அதன் விளைவாக இருக்கும். அதிகபட்சமாக 'பேசாமல் களத்தில் இறங்குங்கள்' என்பது போன்ற கொச்சையான தன்னெழுச்சி வாதம்தான், எந்த வகையிலும் குறைவற்ற மாய்மாலமாக்கும் முரண்பாடு (ii) தான், நமக்குக் கிடைக்கிறது. அல்தூசரின் குறிப்பும் முக்கியமான நகர்வும் நான் முரண்பாடு (iii) என்று அழைப்பதாகும்: முரண்பாட்டுடன் முரண்படும்

முரண்பாட்டைக் கொண்டுள்ள முரண்பாடு. அதாவது, முரண்பாடு (ii), ஒவ்வொன்றும் முரண்பாடாக உள்ள இரண்டு கூறுகளை உறவுபடுத்துகிறது:[29]

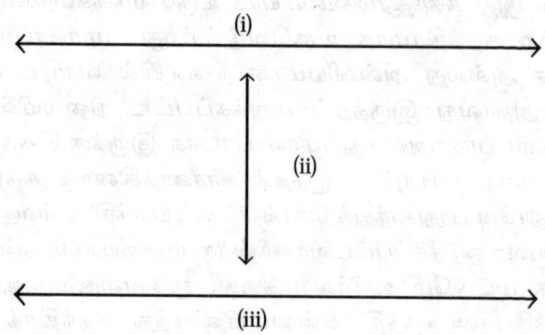

இந்தக் கூறுகளில் எந்த ஒன்றாவது, இல்லாத ஒன்றாக இருப்பதற்கு மாறாக ஏதோ ஒன்றாக இருந்தால் (ஒரு முரண்பாடாக இருப்பதற்கு மாறாக), 'புலம்' அல்லது முழுமையின் வெளி (மேலே தரப்பட்டுள்ள படத்தில் வெளிநோக்கிய அம்புக்குறிகளால் குறியிடப்பட்டது) தகர்ந்து போகும். ஏனென்றால், ஒரு முரண்பாட்டால் முரண்படப்படும் போதுதான் ஒரு முரண்பாடு தன்னைத் தானே 'பாதுகாத்துக் கொள்ள' முடியும். வேறு சொற்களில் சொன்னால், முரண்பாட்டினால் ஆன முரண்பாடுதான் வெறுமனே வெடித்துச் சிதறி விடாமல் தொடர்ந்து 'இயங்குவதற்கு' ஒரு முரண்பாட்டை அனுமதிக்கிறது. (ஹெகல் 1977, பக்கம் 101; நெக்ரி Negri 1984; மார்க்ஸ் 1976, p. 198). ஏதோ ஒன்றால் முரண்படக் கூடிய முரண்பாடு தானே கரைந்து போகிறது என்று சொல்ல வரவில்லை. ஆனால், அது கரைந்து போகாமல் இருக்க வேண்டுமானால், முரண்பாடாக இல்லாத 'ஏதோ ஒன்றுடனான' அதன் உறவு அதன் அளவிலேயே முரண்பாடுடையதாக புரிந்து கொள்ளப்பட வேண்டும் (உதாரணமாக, மனிதஇனத்துக்கும் இயற்கைக்கும் இடையிலான உறவை சமூக உறவாக பார்க்க வேண்டும்). அதாவது, இதன் பொருள், முதலில் முரண்பாடு என்ற கருத்துநிலையை அதனளவில் மேலே செய்தது போல பேச வேண்டும். முரண்பாட்டின் இந்த மூன்று கூறுகளை கருப்பொருளாக்கம் செய்யாமல் இருந்தால் முரண்பாடு மறைந்து போகிறது: அவை ஒவ்வொன்றும் மற்றொன்றை உணர்த்துகின்றன. ஒவ்வொன்றும் மற்றொன்றாக இருக்கிறது இல்லாமலும் இருக்கிறது. முரண்பாடு (i) ஐ மட்டும் கொண்டதாக

இருந்தால் முரண்பாடு தூயதாக தானாகவே இருக்கும், அதாவது அது இருக்கப் போவதில்லை என்பதாகும் (இதுவேதான் நேர்க்காட்சிவாதத்தின் குற்றச்சாட்டு). அது இருக்கவும் இல்லாமல் இருக்கவும் வேண்டுமானால்- அது தனது சொந்த முறைபாட்டில் அதாவது முரண்பாடாக வாழ வேண்டுமானால் (ii) செயல்பாட்டுக்கு வர வேண்டும். இருப்பினும், எதனாலும் முரண்படப்படாத முரண்பாடு ஏதோ ஒன்றாக, அதாவது, ஏதுமற்ற-ஒன்றாக இருக்கும்; எனவே, முரண்பாடு (ii) அதன் கூடவே, முரண்பாடு (iii)-ஐக் கொண்டிருக்க வேண்டும். முரண்பாடு (iii) என்பது முரண்பாடு (i)-ன் நோக்குநிலையிலிருந்து ஏதோ ஒன்றாக கருதப்படுகிறது: உதாரணமாக, சுய-தீர்மானிப்பவர்களாக அல்லது சுதந்திரமாக இருப்பதற்காக போராடும் தனிநபர்களை சமூகக் கட்டமைவுகளின் ஒட்டுமொத்த எடையும் ஒடுக்குகிறது. இவ்வாறாக, ரூல்ஸ் ஆஃப் *சோசியாலஜிக்கல் மெத்தட்* (Rules of the Socialogical Method)-ல் துர்கீம் (Durkheim), சமூக மெய்ம்மைகளை வலுவந்தம் செய்பவையாக பதிவு செய்யும் போது முரண்பாடு ii-லிருந்து பிரித்து முரண்பாடுகள் (i), (iii) இரண்டின் மீது மட்டும் கவனத்தைக் குவிக்கிறார். (iii)-ன் ஏதோ ஒன்றான தன்மை மீது துர்கீம் முழு தனிக்கவனத்தையும் கொடுக்கிறார். ஆனால், (i)-ம், (iii)-ம் முரண்பாடாக இணைக்கப்பட்டிருந்தால், அப்போது (iii) அதன் பங்குக்கு முரண்பாட்டால் துளைக்கப்பட்டிருக்கிறது. சமூகரீதியான உலகங்கள் வெறும் 'செத்துப் போன சாராம்சம்' ஒன்றால் மட்டும் ஆனவை இல்லை என்று பதிவு செய்கிறார், ஹெகல் (1977, பக்கம் 264); அவை ஒவ்வொன்றும் 'மெய்யானது' மற்றும் 'உயிரோடிருப்பது'.

அல்தூசர், இந்த உயிரோட்டமான தன்மையை மட்டும்தான் எடுத்துக் கொள்கிறார். அதனால்தான், அகநிலை இல்லாத நிகழ்முறை என்ற அவரது கருத்துநிலை (iii)-ஐ (i)-ல் இருந்தும் (ii)-ல் இருந்தும் பிரித்து விடுகிறது. அல்தூசர் (Althusser 1976) அதனை ஹெகல் சொன்னதாக கூறும் அளவுக்கு போகிறார். இவ்வாறாக, அல்தூசர் சமூகவியல் ஒன்றுக்கான சாக்கை உறுதி செய்கிறார்: மனிதவியலாளர்கள் (முதல் முரண்பாடு) தத்தளிக்கும்படி விடப்படுகிறார்கள், தன்னாட்சிவாதிகள் (இரண்டாவது முரண்பாடு) சமூக'த்தைப் பற்றிய கோட்பாட்டின்' நுழைவாயிலிலேயே இருந்து விடுகிறார்கள். ஏனென்றால், முரண்பாடு (iii) அதனளவில் எடுத்துக் கொள்ளப்படும் போது 'சமூகத்தன்மையிலான விளைவின்' மீது மட்டுமே கவனத்தைக் குவிக்கிறது. (அல்தூசர் 1970). சமூகக் கட்டமைப்புகள் தளைத்தோங்குகின்றன, ஆனால், முரண்பாடு (iii)-ஐ மட்டும் ஒரே கருப்பொருளாக எடுத்துக் கொண்டவுடனே அவற்றின் கன்னத்தின் பளபளப்பு ஆரோக்கியத்தின் விளைவா அல்லது காய்ச்சலின் விளைவா, வாழ்வின் வெளிப்பாடா அல்லது சாவின்

வெளிப்பாடா என்பது தீர்மானிக்க முடியாமல் போய் விடுகிறது. ஆச்சரியத்துக்கு இடமில்லாமல், 'அன்னியமாதல்' என்ற கருத்தினத்தைத்தான் அல்தூசர் தூக்கி எறிகிறார் (நான் அவரை மேற்கோள் காட்டுவது ஏனென்றால் சமூகவியல் மார்க்சிஸ்டுகளில் அவர்தான் மிகவும் கறாரானவர்). ஆச்சரியத்துக்கு இடமில்லாமல் மனிதவியலாளர்கள் (மெக்லெல்லன் முதலானோர்), அன்னியமாதலை தூக்கிப் பிடித்து வெறுமனே கூப்பாடு போட்டு அல்தூசரை உட்கார வைத்து விடுகின்றனர். இந்த ஒட்டுமொத்த வாதப் பிரதிவாதமும் பயனற்றது என்பது உறுதி: முரண்பாடுகள் (i), (iii) இரண்டையும் முரண்பாடு (ii)-ன் இடையுறவு மூலமாக மட்டுமே *முரண்பாடுகளாக* இருப்பவையாக உறவுபடுத்த முடியும்.

இந்த இடத்தில் எச்சரிக்க வேண்டும். காண்ட்-தான் தனது *கிரிட்டிக் ஆஃப் ஜட்ஜ்மென்ட்* (*Critique of Judgement*)-ல் எண் மூன்றின் தர்க்கவாத (மற்றும் அதனுடன் கூடவே மூலஆராய்ச்சி) முதன்மையை முதலில் அறிவித்தவர். இந்த அறிவிப்புக்குப் பின்னால் அகஸ்டின் (Augustine) ஃபியோர்-ன் ஜோக்கிம் (Joachim of Fiore) போன்றவர்கள் இருப்பதில் சந்தேகமில்லை. ஹெகல் *சயின்ஸ் ஆஃப் லாஜிக்* (*Science of Logic*)-க்கான அறிமுகக் குறிப்புகளில், 'மூன்று' என்பதை முறைபாட்டு உணர்வில் எடுத்துக் கொள்ளக் கூடாது என்று வலியுறுத்துகிறார் - இது அத்துவானக் காட்டில் ஒலிக்கும் ஒரு சிறு குரலாகவே இருக்கிறது. எங்கெல்சின் எழுச்சி எல்லாவற்றையும் புரட்டிப் போட்டது. *டூரிங்குக்கு மறுப்பு, இயற்கையின் இயக்கவியல்* இரண்டிலுமே எங்கெல்ஸ் உரை/ எதிருரை/தொகுப்புரை என்ற இலக்குவாத கருத்துநிலையை பரப்புரை செய்ததோடு மட்டுமின்றி, வியப்பூட்டும் தற்செயல் நேர்வாக மூன்று (மூன்றே மூன்று) இயக்கவியல் விதிகளை கண்டுபிடிக்கிறார். மும்மைவாதம், இத்தகைய எதிர்மறையான கொண்டாட்டத்தில் இருந்து தனது கௌரவத்தை ஒரு போதும் மீட்டுக் கொள்ள முடிய வில்லை. முரண்பாடு தனது சொந்த உள்கட்டமைப்பில் மும்மைத் தன்மையிலானது என்று நான் அறிவித்திருப்பதால், நான் இதைச் சொல்ல வேண்டியதாகிறது : முரண்பாட்டை கட்டமைக்கும் மூன்று முரண்பாடுகளில் எதுவும் முதன்மையைக் கொண்டிருக்கவில்லை. நான் முரண்பாட்டின் 'புலம்' என்று குறிப்பிட்டதற்குள் தொகுப்புரை எதையும் கண்டுபிடிக்க வேண்டியதில்லை. (i), (ii), (iii) ஆகிய எண்கள் வெறும் பெயரளவிலானவைதான். நாம் எந்த நுழைவுப் புள்ளியிலிருந்து தொடங்கியிருந்தாலும் இதே வாதத்தை கட்டமைத்திருக்க முடியும். இவ்வாறு புரிந்து கொள்ளப்பட்ட முரண்பாடு தோன்றியதுமே, இலக்குவாதம் மறைந்து போகிறது.

இந்த எச்சரிக்கையைத் தொடர்ந்து, ஒரு உரிமைகோரல்: அனுபவாத சாரமாக்கல் அல்லது பொதுக் கோட்பாடு மட்டுமே ஆதிக்கம் செலுத்தும் இடத்தில் மேலே முன் வைத்த முரண்பாடு பற்றிய விளக்கம் புரிந்து கொள்ளப்படாததாகவே இருக்கும். விஷயத்தை தெளிவுபடுத்துவதற்காக ஒவ்வொரு முரண்பாடும், மற்ற ஒவ்வொன்றின் இருத்தல் நிலையாக உள்ளது என்று நாம் சொல்ல வேண்டியிருப்பதால் அது புரிந்து கொள்ள முடியாததாக உள்ளது. ஒவ்வொன்றும் மற்றதன் வடிவமாக உள்ளது (மற்றதை மறு-வடிவாக்குகிறது). அத்தகைய மறு-வடிவாக்கம் இல்லாமல் எதுவும், கோட்பாட்டிலும் சரி செயல்பாட்டிலும் சரி, தனியாக இருக்க முடியாது. இந்த அத்தியாயத்தின் முந்தைய கருப் பொருளுக்கு திரும்பி நாம் பின்வருமாறும் சொல்ல வேண்டியிருக்கிறது: இத்தகைய முரண்பாட்டின் புலத்துக்கு வெளியே சமூகம் பற்றிய கோட்பாட்டாளர் நிற்கக் கூடிய (நடைமுறை பிரதிபலிப்புத்தன்மை செயல்படுவதாகக் கருதப்படுகிறது) எந்த இடமும் இல்லை. தீர்மானகர சாரமாக்கல் நடைமுறை பிரதிபலிப்புத் தன்மையை முரண்பாடாக மாற்றுகிறது. மறுதலையாக நடைமுறை பிரதிபலிப்புத் தன்மை தீர்மானகர சாரமாக்கலை முரண்பாடாக மாற்றுகிறது: குறிப்பானவையும் சர்வப் பொதுவானவையும், ஒரே தாளத்துக்கு இல்லை என்றாலும், சேர்ந்து நடனமாடுகின்றன. 'வடிவம்' என்பதை இருத்தலின் நிலையாக புரிந்து கொள்ள வேண்டுமே தவிர, (முன் கூறுவதாக ஆனால் இலக்குவாதமற்று கருதப்பட்ட இருத்தல் நிலைகள் எடுக்கக் கூடிய எல்லா கணிக்க முடியாமையுடனும் காலப் பொருத்தமின்மையுடனும்) இனமாக புரிந்து கொள்ளக் கூடாது. அனுபவவாத, அல்லது பொது-கோட்பாடு, சாரமாக்கல் 'வடிவம்' என்பதை நிலைத்த ஒன்றாக எடுத்துக் கொள்கிறது, அல்லது எப்படியானாலும் நிலைப்படுத்தக் கூடியதாக எடுத்துக் கொள்கிறது; தீர்மானகர சாரமாக்கல் அதனை இயக்கமாக மட்டுமே எடுத்துக் கொள்கிறது வேறு எதுவாகவும் (இல்லாத பொருளாகவும்) எடுத்துக் கொள்ளவில்லை. இரண்டாம் நிலை உரிமைகோரலை இங்கு சேர்க்க வேண்டும். வடிவத்தின் நிலையின்மை எதிர்காலத்தை நோக்கிய அதன் நெகிழ்வுத் தன்மையை சுட்டுகிறது.[30] இந்த நெகிழ்வுத்தன்மை முரண்பாட்டில் உள்ளார்ந்தது. எனவே, முரண்பாடு (i)- மனிதவியலையும், மற்றும் முரண்பாடு (iii) கட்டமைப்பு வாதத்தையும் இரண்டையும் விட முரண்பாடு (ii) முன்னுரிமை பெறுகிறது. இறுதியாகப் பார்க்கும் போது, இதனால்தான் 1970-களின் தன்னாட்சிவாதிகள் சரியான பாதையில் இருந்தார்கள்.

பல தேற்றங்களுடன் நான் இறுதி செய்கிறேன். இந்த ஒவ்வொன்றும் நான் முன்வைத்த வாதத்தில் இருந்து பெறப்படுபவை. இந்தத் தேற்றங்கள் ஒவ்வொன்றும் உண்மை:

- மார்க்சியம் என்பது பொது சமூகக் கோட்பாட்டின் விமர்சன பகுப்பாய்வே தவிர, அதன் உறுதிப்படுத்தல் இல்லை; எனவே வரலாற்றுப் பொருள்முதல்வாதத்துடன் கூடவே மார்க்சிய சமூகவியலையும் புறக்கணிக்கா விட்டாலும் கண்டிக்க வேண்டும்.

- விபரமாகச் சொன்னால், மொத்தமாக்கும் மார்க்சியம் என்பது வினைவிளைவு தொடர்வாத பதிப்பை விட மேலும் கறாரானது: ஆனால் இந்தக் கருத்து மனிதாபிமான மார்க்சியம் அல்லது கட்டமைப்புவாத மார்க்சியத்துக்கு எந்தச் சலுகையையும் வழங்கவில்லை.

- பொதுக் கோட்பாடு என்பது தனது பொருண்மையில் இருந்து விலகி நின்று அதனைப் பற்றி சிந்திப்பதாக இருக்கும் போது, மார்க்சியக் கோட்பாடு தனது பொருண்மைக்கு உள்ளேயே தன்னை அமைத்துக் கொள்கிறது (நடைமுறை பிரதிபலிப்புத் தன்மை), அதன் பொருண்மையின் மூலமாக கட்டுவிக்கப் பட்டதாக தன்னைக் கருதுகிறது (தீர்மானகர சாரமாக்கல்).

- அதாவது, மார்க்சியக் கோட்பாட்டுக்கு பொருண்மை இல்லை என்று சொல்கிறோம். கோட்பாட்டுக்கு பொருண்மை இருக்கிறது என்றால், அது தனது கருத்தாக்கங்களுக்கும் தனது பொருண்மைக்கும் இடையே மீ-கோட்பாட்டு ரீதியாக நிலைநிறுத்தப்பட்டிருப்பதைக் கோரும் போதுமான உறவை முன்வைக்க வேண்டியிருக்கும். (பார்க்கவும்: ஹெகல் 1977, அறிமுகம்., கூருணர்வுக்காக-வாழ்வு மற்றும் தனது-சொந்த-வாழ்வு பற்றி). ('நிபந்தனை' என்ற கருத்துநிலை பற்றி ஹெகல் 1977-ஐப் பார்க்கவும்). விரும்பினால், மார்க்சியம் முரண்பாட்டின் இயக்கத்தை தனது பொருண்மையாகக் கொண்டிருக்கிறது என்று ஒருவர் கூற முடியும். ஆனால், அத்தகைய வரையறை உதவி செய்வதாக இருப்பதை விட அதிகமாக தவறாக வழி நடத்தும். ஏனென்றால், அது இயங்குகிறது என்பது தான் (அதன் மும்மை வேடத்தில்) முரண்பாட்டின் விசித்திரத் தன்மையாக உள்ளது. 'பொருண்மைகளிலிருந்து' - அந்தப் பதத்தின் எல்லா இருப்பினவியல் மற்றும் ஞானவியல் கருத்தில்- வேறுபட்ட வகையில் முரண்பாட்டை ஒருபோதும் நிலை கொள்ளச் செய்ய முடியாது. கருத்தாக்கங்களை பொருண்மைகளுடன் இணைப்பது உட்பட எல்லா 'இணைத்தல்களும்' இணைக்கப்படுவதன்

தரப்பில் சார்புநிலை தேக்கத்தன்மையை கோருகின்றன. மார்க்சியம் தேக்கத்தன்மையை மாயநீக்கம் செய்கிறது. மார்க்சியத்தைப் பொறுத்தவரையில் நிலையான சமூகம் என்பது சிறப்பான நேர்வு: அதாவது அன்னியமாதல் அல்லது மாய்மாலத்தின் நேர்வு. அத்தகைய சமூகத்தை மறுக்கப் படும் நிலையில் வாழும் முரண்பாடு என்ற வகையில் புரிந்து கொள்ள வேண்டும்.

- வரைவாக்கமாக உரைப்போமானால்: கட்டமைப்புகள் என்பவை போராட்டத்தின் இருத்தல் நிலைகளாக ('வடிவங்கள்') உள்ளன. இருப்பினும், இதைச் சொல்வது என்பது போராட்டத்தின் *சாராம்சவாதத்துக்குள்* வீழ்ந்து விடுவது இல்லை. ஏனென்றால், முரண்பாடு (iii) என்பது முரண்பாடுகள் (i)-ஐயும் (ii)-ஐயும் போலவே சம அளவுக்கு எதார்த்தமாக இருப்பதால். மறு தலையாக, இது கட்டமைப்பும் போராட்டமும் ஒன்று மற்றொன்றை மாற்றியமைக்கும் கதம்பவாதத்தை அங்கீகரிப்பதாகாது. (பார்க்கவும் ஜேசப் - Jessop *1988*); ஏனென்றால் முரண்பாடு (iii) என்பது முரண்பாடுகள் (i)-ம் (ii)-ம் ஆகும். அது இருக்கிறது (is) அது இல்லை (is not). இந்த மூன்று முரண்பாடுகளுக்கு இடையே (பெறப்பட வேண்டிய) முரண்படும் உறவே பெறப்படுகிறது.
- நமது மூன்று முரண்பாடுகளும், அனுபவவாத விளக்கத்தில் சாரமாக்கலின் மூன்று 'மட்டங்களாக' இல்லவே இல்லை என்பது இதிலிருந்து பெறப்படுகிறது. ஒவ்வொன்றும் மற்ற ஒவ்வொன்றின் வடிவமாக உள்ளது, எதுவும் ஒன்றும் மற்றதன் இனமாக இருக்கவில்லை. ஒவ்வொன்றும் மற்றதன் இருத்தல் நிலையாக உள்ளது. முரண்பாடு மூன்றடுக்காக இருப்பது என்ற அளவில், அனுபவவாத சாரமாக்கல் செயல்பாட்டுக்குக் கொண்டுவரப்பட்ட உடனேயே முரண்பாடு கண்ணுக்குத் தெரியாமல் ஆகி விடுகிறது.
- இவை அனைத்தும் நடைமுறை பிரதிபலிப்புத் தன்மையை விரித்துரைப்பதிலிருந்து பெறப்படுகின்றன. அது கோட்பாடு, மீ-கோட்பாடு என்ற வகையான பொது உணர்வை தோன்றச் செய்கிறது. கோட்பாட்டுக்கு பொருண்மை உள்ளது என்ற கருத்துநிலை கோட்பாடுக்கும் மீ-கோட்பாடுக்கும் இடையிலான பிளவைச் சார்ந்துள்ளது. கருத்தாக்கமும் பொருண்மையும் தனித்தனியாக தெறித்து பிரிகின்ற (அதன் மூலம் 'பொருத்து வதற்கான' திட்டத்தை செயல்பாட்டுக்குக் கொண்டு வருகின்ற)

அதே இயக்கத்தில் கோட்பாடும் மீ-கோட்பாடும் தனித்தனியாக தெறித்துப் பிரிகின்றன. கோட்பாட்டுக்கும் மீ-கோட்பாட்டுக்கும் இடையிலான ஐக்கியம் கருத்தாக்கத்தை பொருண்மையில் இடம் பெறச் செய்கிறது, மறுதலையானதும் உண்மை.[31] 'கூருணர்வின்' நோக்குநிலை என்று ஹெகல் அழைத்தது கடக்கப்படுகிறது. 'பொருண்மைகள்' வெடித்து சிதைக்கப் படுகின்றன. அனுபவவாதம் என்று நான் அழைத்த, கோட்பாடு/ மீ-கோட்பாடு பிரிப்பை சார்ந்துள்ள கோட்பாடு நடைமுறை பிரதிபலிப்புத் தன்மையை சில சமயங்களில் சுட்டுகிறது என்பதில் ஐயமில்லை. (உதாரணம் - பாஸ்கர் முதலானோர் 1988; பார்க்கவும் 1989 a, பக்கம் 94-5). இருப்பினும் அத்தகைய சுட்டல் எதையும் சாதிக்கப் போவதில்லை. இந்த ஆய்வுக் கட்டுரை தெளிவுபடுத்த விளைந்த முதல்-நிலை அச்சின் வழியாக கோட்பாடாக்கம் செய்வதன் புதுப்பித்தல் தன்மையுடைய எல்லா வாய்ப்புகளையும் விளைவுகளையும் அது புறக்கணிக்கிறது. தீர்மானகர பிரதிபலிப்புத்தன்மை கோட்பாடு என்று கருதப்படுவதை கைப்பற்றக் கூடியதாக விட்டு வைக்கிறது.

சமூகக் கோட்பாட்டுக்கும் சமூகம் பற்றிய கோட்பாட்டுக்கும் ('சமூகவியல்') இடையிலான வேறுபடுத்தல் மிக முக்கியமானது: சமூகம் பற்றிய கோட்பாடு என்பது கோட்பாட்டாளருக்கு முன் நிற்கும் ஒன்றாக சமூகத்தை இறுகச் செய்கிறது. சமூகக் கோட்பாடு என்பது கோட்பாட்டாளரின் முதுகுக்குப் பின்னால் நடப்பதாக கருத்தினங்களின் கட்டுவிப்பை கருத்தில் கொள்கிறது. சமூகம் பற்றிய கோட்பாடு முனைப்பு-பொருண்மை பிளவை சார்ந்துள்ளது ('கூருணர்வின்' நோக்குநிலை), சமூகக் கோட்பாடோ பிரதிபலிப்புத்தன்மையை, அதாவது நடைமுறை வகையிலான பிரதிபலிப்புத்தன்மையை கையில் எடுக்கிறது. சமூகக் கோட்பாட்டின் நோக்கு நிலையில் சமூகம் பற்றிய கோட்பாட்டின் பொருண்மை மாயாவாதமாக தோன்றுகிறது (பார்க்கவும். பக்ஹவுஸ், தொகுதி I Backhaus, volume one), சமூகக் கோட்பாட்டின் நோக்குநிலையில் சமூகம் பற்றிய கோட்பாடு மீபொருண்மைவாதமாகத் தோன்றுகிறது. ஆனால், அனுபவவாத சாரமாக்கல் ஏற்கனவே, முன் தரப்பட்டதாக முன் அனுமானிக்கப்படுவதால்தான் அது அவ்வாறு தோன்றுகிறது.

சமூகம் பற்றிய கோட்பாடுகள் மீதான சமூகமற்ற விமர்சன பகுப்பாய்வுகள் காசுக்கு இரண்டு என மலிவாகக் கிடைக்கின்றன. சமூகம், முறைபாட்டு தனிநபர்வாத நோக்குநிலையில் இருக்கவில்லை என்று சொல்லலாம். ஆனால், எல்ஸ்டர் (1985) அல்லது ர்யோமரின் (1986) தனிநபர்வாதம், உதாரணமாக, ஹெகல் அல்லது மார்க்சின் விவாதங்கள் சார்ந்திருக்கும் தனியானது பற்றிய சமூகரீதியான மற்றும் முனைப்புகளுக்கிடையிலான இடைநிலை கட்டுவிப்பின் மங்கலான சாயல்களைக் கூட அடையாளம் காண்பதற்கு குட்டிக் கரணம் போட வேண்டியிருக்கிறது. (ஏனென்றால், 'தனியானது' என்பது இன்னும் ஒரு முறை தீர்மானகர சாரமாக்கலாக உள்ளது). மறு பக்கத்தில், சமூக விமர்சன பகுப்பாய்வுகள் எல்லாமே அளவுக்கதிகமாக சமூகவியல் ரீதியானவை: அல்தூசரும் அவரது கட்டமைப்புவாத வாரிசுகளும் சமூகக் கோட்பாட்டை (மாய்மாலமாக்கப்பட்ட) அரூபமானதன் கோட்பாடாக மாற்றி விடுகின்றனர். சமூகக் கோட்பாட்டுக்கும் (மார்க்ஸ்), (முன்னது மட்டுமின்றி பின்னதும் 'சமூகத்துடன்' சமநிலைகள் ரீதியாக அல்லது எதிர்பாராத விளைவுகளின் விதி என்று ஏதோ ஒன்றின் கருத்தில் சமரசத்தை அறிவிக்கின்றன என்ற வகையில் கட்டமைப்புவாத வகையின் வாரிசுகள் மட்டுமின்றி, தனிநபர்வாத வகையின் வாரிசுகளும்) சமூகவியல் கோட்பாட்டுக்கும் இடையே ஒரு ஆப்பை புகுத்த வேண்டியுள்ளது. சமூகக் கோட்பாடு என்பது தானாகவே சமூகவியல் கோட்பாடாக இருக்க வேண்டும் என்ற மாயையை பிரதிபலிப்புரீதியில் கேள்விக்குள்ளாக்க வேண்டும். சமூகவியல்-அல்லாத கோட்பாடு முறைபாட்டுரீதியாக தனிநபர்வாத கோட்பாடாகவே இருக்க வேண்டும் என்று அறிவிக்கும் மாயையை கேள்விக்குட்படுத்த வேண்டும் என்பதற்கும் குறைவாக எதையும் கோர முடியாது. இந்த ஆப்பை பொருத்தமான கோணத்தில் புகுத்த வேண்டும் : அது மிகவும் துல்லியமான ஒன்றாக இருக்க வேண்டும். அத்தகைய கோட்பாட்டுரீதியான மற்றும் செயல்பாட்டுரீதியான தலையீட்டை தெளிவுபடுத்தத்தான் இந்த அத்தியாயம் முயற்சித்தது.

குறிப்புகள்

1. மார்க்சும் சரி எங்கெல்சும் சரி 'வரலாற்றுப் பொருள்முதல்வாதம்' என்ற பதத்தை பயன்படுத்தவில்லை. எங்கெல்ஸ் 'வரலாற்றின் பொருள்முதல்வாத கருத்தாக்கம்' (மார்க்ஸ் 1971, பக்கம் 220) என்ற சித்தரிப்பை விரும்பினார். இதற்கு சமதையான எந்த சித்தரிப்பையும் மார்க்சின் எழுத்துக்களில் காண முடியவில்லை. இருந்த போதிலும், வரலாற்றுப் பொருள்முதல்வாதம் என்பது (அவ்வப்போது) மார்க்சும், (எப்போதும்) எங்கெல்சும் தடுக்கி விழுந்த, பொது சமூகக் கோட்பாட்டின் பதிப்பின் போதுமான துல்லியமான சித்தரிப்பாக உள்ளது என்று நான் நினைக்கிறேன்.

2. வரலாற்றுப் பொருள்முதல்வாதத்தின் மிக அதிகாரபூர்வமான பத்தியாக (locus classicus) அதிகமாக மேற்கோள் காட்டப்பட்டது. அனைத்துத் தரப்புகளில் இருந்தும் செய்யப்படுவதால் மேற்கோள் மேலும் கருத்துக்குரியதாகிறது. லெனினின் கருத்துப்படி, 'மனித சமூகத்துக்கும் அதன் வரலாற்றுக்கும் பொருத்திய வகையில் பொருள்முதல்வாதத்தின் அடிப்படைக் கொள்கைகள் பற்றிய ஒருங்கிணைந்த வரையறை' இங்கு உள்ளது. (n.d, 21, p.55) (குறிப்பு: 'பொருத்துதல்' என்ற கருத்துரு). எட்வர்ட் பெர்ன்ஸ்டெய்னின் விளக்கவுரையின்படி (1909, பக்கம் 3) - 1890-களில் எங்கெல்ஸ் ப்ளோஹ் bloch, ஷ்மிட் Schmidt ஆகியோருக்கு எழுதிய கடிதங்களுக்கு நெருக்கமாகவே எட்வர்ட் பெர்ன்ஸ்டைன் தனது கருத்தை அமைத்துக் கொள்கிறார் என்றாலும் - 'வரலாறு பற்றிய மார்க்சிய தத்துவம் தொடர்பான முக்கியக் கருத்து எதுவும் இங்கு விட்டுப் போகவில்லை'. ப்ளாமெனாட்ஸ் (Plamenatz 1970, பக்கம் 18, 19) இந்த முன்னுரையை மார்க்சியத்தின் 'செவ்வியல் வரையறை' என்று பார்க்கிறார். மைக்கேல் ஈவான்ஸ் (Michael Evans, 1975, பக்கம் 61) கருத்துப்படி மார்க்சின் 'பொது முடிவுகள்' பற்றிய 'செவ்வியல் விளக்கமாக' முன்னுரை உள்ளது. கோஹனும் (Cohen 1978) இதே போன்ற முடிவுக்கு ஆதரவாக அறிவித்துக் கொள்கிறார்.

3. உதாரணமாக, அல்தூசர் (Althusser, 1970)-ஐப் பார்க்கவும். அறிவியல்கள் அவை 'உண்மையிலேயே கட்டுவிக்கப்பட்டு வளர்க்கப்பட்ட' பிறகுதான் உண்மைக்கான-நிபந்தனைகளை வழங்க முடியும் என்று அல்தூசர் அறிவிக்கிறார். ஆனால், உண்மையான கட்டுவிப்பு என்று கணக்கில் கொள்ளப்படுவது எது? முதல்-நிலை கோட்பாடே அதை தீர்மானித்து விடுகிறதா? உண்மை அதன் அளவிலேயே உண்மைக்கும் பொய்மைக்கும் ஆன குறிப்பாக (குறியெண்ணாக) உள்ளது என்ற ஸ்பினோசாவின் பார்வையை அல்தூசர் தூக்கிப் பிடிக்கிறார். அப்படியானால், அறிவுவாத இயல், உதாரணமாக, UFOஇயல் தனது வழக்கிற்கு தானே சாட்சி அளிக்க முடியுமா?

4. அல்தூசரின் ஃபார் மார்க்ஸ் (For Marx) தொடங்கி, அவரது லெனின் அண்ட் ஃபிலாசஃபி (Lenin and Philosophy) தொடர்ந்து அவரது எஸ்சேஸ் இன் செல்ஃப் கிரிடிசிசம் (Essays in Self-Criticism) வரை தத்துவம் மீ-கோட்பாடாக தன்னைத்தானே தாழ்த்திக் கொள்வதை பார்க்க முடிகிறது. அது 'கோட்பாட்டுரீதியான செயல்பாடு பற்றிய கோட்பாடு' என்பதில் தொடங்கி, 'கோட்பாட்டின் மண்டலத்தில் வர்க்கப் போராட்டம்' என்று முடிகிறது. இருப்பினும், இந்த தாழ்த்துவதையும் தாண்டி, 'இயக்கவியல் பொருள்முதல்வாதத்துக்குள்' தத்துவம் தீர்மானகரமான ஒன்றாக உள்ளது என்பது அல்தூசரின் பார்வை. இதன் இறுதி விளைவு அல்தூசர் பாதுகாக்க முற்படும் 'வரலாற்றின் அறிவியல்' என்ற கட்டமைப்புவாத நாணயத்தின் மறுபக்கமான வரலாற்றுவாதம் அல்லது ஒப்புமைவாதம் (முந்தைய குறிப்பையும் பார்க்கவும்), ஆகவே உள்ளது.

5. புலன்கடந்த வாதங்கள் கருத்தினங்களை கால் கொள்ள வைக்க முயற்சிக்கும் போது நச்சுச் சுழல் ஆகின்றன. X ஆனது Y-ஐ முன் அனுமானித்துக் கொண்டால், அது Y-ன் பொருத்தப்பாட்டையோ அல்லது (Y-ல் இருந்து பெறப்படுவதாக) X-ன் பொருத்தப்பாட்டையோ எந்த வகையிலும் நிறுவவில்லை. எனவே, மீண்டும் ஒப்புமைவாதமும் வரலாற்றுவாதமும். வாதத்தின் புலன்கடந்த வடிவங்களுக்கு தனித்தாக்குதல் வாதங்களாக, மரியாதைக்குரிய பாத்திரம் உள்ளது, ஆனால், பாஸ்கர் தன்னை அடிதொழும்பணியாள் ஆக முன்வைத்துக் கொண்டாலும் (பார்க்கவும் பாஸ்கர் 1989), அவை இன்னும் அதிகமாக சாதிக்க வேண்டும் என்று விரும்புவதாகத் தெரிகிறது.

6. பயன்பாடு என்பது எவ்வளவுதான் 'படைப்பூக்கமாக' இருந்தாலும் சரி, பேரினம்/இனம் சட்டகத்தினுள் அடங்கியுள்ளது. பேரினம்/இனம் சட்டகத்தை மார்க்சியம்-அற்றதாக வலியுறுத்துவதன் மூலம் நாம் புனையப்பட்ட வாதத்துக்கு எதிராக வாதிடுகிறோம் என்று தோன்றுவதாக இருந்தால், மார்க்சிய மரபுத்தூய்மையின் ஒரு ஒட்டுமொத்த பள்ளி (இயக்கவியல் பொருள்முதல்வாதம் அல்லது DIAMAT) இந்தச் சட்டகத்தை தனக்குச் சொந்தமாக்கிக் கொண்டுள்ளது என்பதை குறித்துக் கொள்ள வேண்டும். இயக்கவியல் பொருள்முதல்வாதம் என்பது 'பொருள்முதல்வாதம்' என்ற பேரினத்தின் இனமாக பார்க்கப்பட்டது. வரலாற்றுப் பொருள்முதல்வாதம் என்பது இயக்கவியல் தன்மையிலான பொருள்முதல்வாதத்தின் இனமாக பார்க்கப் பட்டது. கம்யூனிஸ்ட் கட்சிக் கல்வி வகுப்புகளும், அவற்றின் ஆசிரியர்களும், இந்த அரிஸ்டாட்டிலிய வழியில்தான் ஒழுங்கமைக்கப்பட்டிருந்தனர். இந்த பேரினம்/இனம் திட்டத்துக்கு எதிராக, லூகாக்ஸ் (Lukacs)ன் *ஹிஸ்டரி அண்ட் கிளாஸ் கான்சியஸ்னஸ் (History and Class Consciousness)*, கிராம்சியின் பிரிசன் நோட்புக்ஸ் (Prison Notebooks) ஆகியவற்றில் முதல் நகர்வுகள் மேற்கொள்ளப்பட்டன. அவை இயக்கவியல் பொருள்முதல்வாதத்துக்கு மேலாக வரலாற்றுப் பொருள் முதல்வாதத்தையும் பொருள்முதல்வாதத்துக்கு மேலாக வரலாற்றையும் (உதாரணம்: Gramsci 1971, பக்கம் 454-6) முன்னுரிமையில் வைத்தன.

7. ஆக்டன் (Acton 1955); ப்ளமெனாஸ் (Plamenatz 1970), அத்தியாயம் 5, பிரிவு 2; கோஹன் (Cohen) 1978, அத்தியாயம் 5; லூக்ஸ் (Lukes 1984); இன்னும் பிற.

8. புலண்ட்ஸஸ் (Poulantzas 1978); பான்சியெரி (Panzieri 1976).

9. மார்க்சின் கருத்துப்படி உற்பத்திச் சக்திகளில் இயற்கை அறிவியலும் அடங்கியுள்ளது. கூடுதலாக, உற்பத்தி சக்திகளில் 'பொது சமூக அறிவு'ம் 'மனிதர்களுமே கூட' உள்ளனர் (மார்க்ஸ் 1973, பக்கம் 706, 422). உழைப்பே தன்னளவில் 'மகத்தான உற்பத்தித் திறனுள்ள சக்தி' (அதே நூல்., பக்கம் 711). மூலதனம் நூலிலும் ஜெர்மன் சித்தாந்தம் நூலிலும் கூட்டு-வேலையின் சக்தியும் இடையுறவின் சக்தியும் அதனுடன் சேர்க்கப்பட்டுள்ளன. பொதுக்கோட்பாட்டு நோக்குநிலையிலிருந்து உற்பத்திச் சக்தியாக எது கருதப்படுகிறது எது கருதப்படுவதில்லை என்ற சிரமம் குறைவானதுதான். இதே நோக்குநிலையில் இருந்து பார்க்கும் போது உற்பத்தி உறவுகளுக்கும் இதே சிரமம் பொருந்துகிறது. கூலி உழைப்பும் மூலதனமும் (மார்க்ஸ் 1967, பக்கம். 28) நூலில் எல்லா சமூக உறவுகளும் உற்பத்தி உறவுகள்தான் என்று நாம் அறிந்து கொள்கிறோம். அதாவது, 'அடிப்படையான' அல்லது 'பொருளாதார' உறவுகள் மட்டும்தான் உற்பத்தி உறவுகள் என்று நாம் நினைத்திருந்தால், அப்படி இல்லை. எனவே, உற்பத்திச் சக்திகளும் உற்பத்தி உறவுகளும் ஒன்றோடு ஒன்று பிணைந்திருப்பதாகத் தோன்றுகிறது. ஒவ்வொன்றும்

மற்றதாக கணக்கில் கொள்ளப்பட முடியும். மார்க்சின் சிந்தனையில் இதனை பலமாகக் கருத வேண்டுமா அல்லது பலவீனமாகக் கருத வேண்டுமா?

10. ஒன்று/அல்லது என்ற வரையறைகள் எப்போதுமே பிரச்சினைக்களமாக உள்ளன, எனவே ஒரு எச்சரிக்கையை பதிவு செய்ய வேண்டும். ஒன்று/அல்லது என்ற எதிர்நிலை கோட்பாட்டின் தொடக்கப் புள்ளியை மட்டுமே சுட்டுகிறது. கட்டமைப்பை போராட்டமாக குறுக்குவது, அதன் மறுதலையான போராட்டத்தை கட்டமைப்பாக குறுக்குவது போன்ற அதே அளவுக்கு மோசமானது. இங்கு இயங்கியல் கேள்வி, 'வடிவம்', 'உள்ளடக்கம்' ஆகிய கருத்தினங்களைப் பற்றியதாக உள்ளது. இடப் பற்றாக்குறை காரணமாக, இது தொடர்பாக இந்த அத்தியாயம் சுருக்கமாக மட்டுமே குறிப்பிட முடிந்தது. ஒன்றை ஒன்று விலக்கும் பிரச்சினைக் களங்கள் என்பது மட்டும்தான் கேள்வியாக இருக்க முடியும். அகநிலையின் இயங்கியல், பொருண்மையை இறுகலாக்கமாக உள்ளடக்க முடிகிறது. அதே நேரம் பொருண்மையின் இயங்கியல் அதன் கருத்தாக்கத்தில் இருந்து அகநிலையை வெளியேற்றி விடுகிறது, முடிவுவாதம் அல்லது வரலாற்று வாதம் வழியாக மட்டுமே அதனுடன் மீண்டும்-பொருத்திக் கொள்ள முடிகிறது. எனவே, இங்கு குறுக்கல்வாதம் என்ற கேள்விக்கே இடமில்லை.

11. அல்தூசரின் எல்லா புத்தகங்களின் சொற்பட்டியல்களிலும் 'ஆதிக்கத்தில்-உள்ள-கட்டமைவு' என்பதற்கான வரையறையைப் பார்க்கவும். ஒரு சகாப்தத்துக்குள் எந்தக் கூறு அல்லது செயல்பாடு அல்லது நேர்வு ஆதிக்கம் செலுத்தினாலும் அது இறுதிக் கணக்கில் பொருளாதாரரீதியாக தீர்மானிக்கப்பட்டதாக இடம் பெறுகிறது. இறுதியாக, எங்கெல்சின் பிந்தைய கால கடிதங்கள் மீதான கருத்து சொல்பவராகவே அல்தூசர் தோன்றுகிறார். பொருளாதாரம்-அல்லாத மாறிகள் சுயேச்சையான மாறிகளாக (எவ்வளவுதான் மெல்லியதாக இருந்தாலும்) தோன்றுகின்றனவா அல்லது வெறும் வட்டார அளவு குலைவுகளாக தோன்றுகின்றனவா? வரலாற்றின் திசையில் (எங்கெல்சின் ஒப்புவமை) அவை ஏதாவது உண்மையான வேறுபாட்டை உருவாக்க முடியுமா? இந்த அளவில் எங்கெல்சும் சரி அல்தூசரும் சரி தெளிவான பார்வை எதையும் நமக்குத் தரவில்லை.

12. எலிகளின் கொறிக்கும் விமர்சனத்துக்கு விட்டு விட்டதாக 1859-ல் மார்க்ஸ் குறிப்பிடும் படைப்பு *ஜெர்மன் சித்தாந்தம்*தான். 1859 ஒரு அறிவுசார் தன்வரலாற்றை முன் வைக்கிறது ('எனது ஆய்வின் போக்கு பற்றிய சில சுருக்கமான குறிப்புகள்': மார்க்ஸ் 1981, பக்கம் 19). மார்க்ஸ் வந்தடைந்த வழிகாட்டும் கொள்கைகள் (Leitfaden) பற்றிய பதிவுடன் அந்த தன்வரலாறு முடிகிறது. *ஜெர்மன் சித்தாந்தம்* நூலை எழுதிய 'பிரசல்ஸ் நகரில்' மார்க்ஸ் இந்த வழிகாட்டும் கொள்கைகளை வந்தடைந்தார். 1859 முன்னுரை தொகுத்துச் சொல்லும் அவர் வந்தடைந்த அந்த புகழ்பெற்ற 'பொது முடிவு', அதில் குறிப்பிட்டபடி *ஜெர்மன் சித்தாந்தம்* நூலில் (குறிப்பாக, பகுதி ஒன்று) பதிவு செய்யப்படுகிறது. இங்கு இரண்டு குறிப்புகள் பொருத்தமானவை. 1859 முன்னுரையில் இடம் பெற்றுள்ள தொகுப்புக்கு எந்த அறிவியல் தகுதியும் இல்லை. ஹெகலின் *லாஜிக்*-ஐ 1857-8-ல் மறுபடியும் படித்த மார்க்ஸ் முன்னுரைகள் பற்றிய ஹெகலின் கருத்தை ஏற்றுக் கொண்டிருக்கலாம் என்பதால் மட்டுமில்லை - இந்தக் கருத்தை எங்கெல்சும் ஏற்றுக் கொண்டிருக்கிறார் என்பது, 1890-களில் அவரது கடிதப் போக்குவரத்துகளில், மார்க்சின் 1859 கருத்துக்களில் இருந்து முதன்மைக் கொள்கையை (Hauptprinzip) மட்டுமே பெற முடியும், என்று எங்கெல்ஸ் சொல்வதிலிருந்து தெரிகிறது - 1859 முன்னுரையின் இறுதியில்தான் மார்க்சின் கருத்துப்படி 'அறிவியல்

(Wissenschaft)' எழுகிறது என்பதாலும்தான் அந்தத் தொகுப்புக்கு அறிவியல் அந்தஸ்து இல்லை. இரண்டாவதாக, மேலும் முக்கியமானதாக, *ஜெர்மன் சித்தாந்தம்* நூலின் சொல்லாடல் 1859-ன் மார்க்சால் கூருணர்வோடோ நினைவின்றியோ பொய்யாக்கப்படுகிறது. *ஜெர்மன் சித்தாந்தம்* நூலின் பகுதி ஒன்றில் 'வரலாற்றுப் பொருள்முதல்வாதம் பற்றி முற்கோள்கள்' என்று தலைப்பிடப்பட்ட (தொகுத்தவரின் துணைத்தலைப்பு என்ற ஒன்று இருக்குமென்றால் அது இதுதான்) பிரிவை படிக்கும் போது, மொத்தமாக்கும் பார்வைக்கும் வினைவிளைவுத் தொடர்வாத பார்வைக்கும் இடையே மார்க்சின் 1845-46 அணுகுமுறையில் தெளிவின்மை வெளிப்படுகிறது. சம்பந்தப்பட்ட முற்கோள்கள், வாழ்வுச் சாதனங்களின் உற்பத்தி, 'புதிய தேவைகள்', பாலியல் ரீதியாக மறுஉற்பத்திக்கான கட்டமைப்புகள், 'ஒத்துழைப்புக்கான குறிப்பிட்ட முறை', 'மொழி (எனவே உணர்வுநிலை)' ஆகியவையாக பதிவு செய்யப்படுகின்றன. இவை அனைத்தும் ஏறுவரிசையில் உள்ளன (மார்க்ஸ்/எங்கெல்ஸ் 1975, பாகம் 5, பக்கம் 41-44). ஏறுவரிசை என்ற கருத்துநிலை அறத்துக்கு-முன்னால்-உணவு அடிப்படையிலான வினைவிளைவுத்தொடர்வாத வகையிலானது. மார்க்சின் கல்லறைக்கு அருகில் எங்கெல்சின் உரையில் சமூக டார்வினியவாதியின் பாணியில் அவசியமான நிபந்தனையும் போதுமான (வினைவிளைவுத்தொடர்வாத) நிபந்தனையும் தவிர்க்கவியலாமல் அவ்வளவு குழப்பப்பட்டது போன்றது. ஆனால், 'சமூக செயல்பாடுகளின் அம்சங்களாக' தான் குறிப்பிட்டவற்றை 'வெவ்வேறு கட்டங்களாக எடுத்துக் கொள்ளக் கூடாது' மாறாக, அதனளவில் வேறுபடுத்திப் பார்க்கக்கூடிய சமூக இருத்தலின் 'கூறுகளாக' எடுத்துக் கொள்ள வேண்டும் என்று மார்க்ஸ் கூடுதலாகச் சொல்கிறார் (மார்க்ஸ்/எங்கெல்ஸ் 1975, பக்கம் 43). இங்கு நோக்குநிலை வினைவிளைவு தொடர்வாதமாக (உணவு அறத்தை தீர்மானிக்கிறது) இல்லாமல் போய் *மொத்தமாக்கலாக* மாறுகிறது. ஏனென்றால், உதாரணமாக கூருணர்வு மூலமாக அல்லது சுய-சிந்தனை மூலமாக, வாழ்வுச் சாதனங்களின் உற்பத்தி அல்லது புதிய தேவைகளின் உற்பத்தி சமூக (மறு) உற்பத்தியாக மாறியதும், எதுவுமே முன்பு இருந்தது போல இனிமேலும் இருக்க முடியாது. முற்கோள்களாக சொல்லப்படுபவற்றின் 'வரிசையாக்கம்தான்' துல்லியமாக பிரச்சினைக் களமாக்கப்படுகிறது (problematised). கடைசியாகத் தரப்பட்டது முதலில் வந்தாலும் சரிதான். (சிந்தனைசார், பகைநிலைசார்) சமூக உற்பத்தி சிந்தனை சாரா தேனீக்கள், நீர்நாய்கள் அல்லது எறும்புகளின் உற்பத்தியோடு சமப்படுத்த முடியாததாகிறது. *ஜெர்மன் சித்தாந்தம்* நூலில் வினைவிளைவுத்தொடர்வாத பார்வைக்கும் மொத்தமாக்கும் பார்வைக்கும் இடையேயான தெளிவின்மை செழிப்பாக நீடிக்கிறது, அது பதினெட்டாம் நூற்றாண்டு பொருள்முதல்வாதிகளின் 'பொறியமைவுவாதம்', மற்றும் ஹெகல், கான்ட் ஆகியோரின் இலக்குவாதம் ஆகியவற்றை ஒன்றுக்கு எதிராக ஒன்றை நிறுத்துவதை அனுமதிக்கிறது. *ஜெர்மன் சித்தாந்தம்* நூலின் நுண்ணறிவு பற்றிய 1859 வரையறையில் வினைவிளைவுத்தொடர்வாதம் தக்க வைத்துக் கொள்ளப்படுகிறது, மொத்தமாக்கல் பார்வையிலிருந்து மறைந்து விடுகிறது. அத்தகைய தவறான நினைவுகூரலுக்கு மார்க்சுக்கு பொருத்தமான காரணங்கள் (Realpolitiker) இருக்கலாம், (பார்க்கவும். பிரின்ஸ் 1969), ஆனால், அவரது காரணங்கள் நம்முடைய காரணங்களாக இருக்க முடியாது.

13. 'செயலின் பெயரால்....' இங்கும் நாம் எச்சரிக்கையடைவது தவிர்க்க முடியாததாகிறது. ஏனென்றால், அதன் தொடக்கப் புள்ளியில் கருதப்படும் போது செயல் எளிதாக வெற்று வடிவமாக ஆகி விடுகிறது. 'வடிவ பகுப்பாய்வுதான்'

இதற்கான திறவுகோல். செயலின் பெயரில்தான், வடிவ-பகுப்பாய்வு உடைத்து வெளிவர முடியும் என்று நான் சொல்ல விரும்புகிறேன் (பார்க்கவும், அடோர்னாவின் 'புறநிலைவாதம்' பற்றிய பக்ஹவுஸ்-ன் விமர்சனத்தை: தொகுதி I). செவ்வியல் முதலாளிவர்க்க அரசியல் பொருளாதாரம் கூட 'இந்த உள்ளடக்கம் இந்தக் குறிப்பிட்ட வடிவத்தை எடுப்பது ஏன் என்ற கேள்வியை ஒரு முறை கூட கேட்கவில்லை' (மார்க்ஸ் 1976, பக்கம் 174). எனது கருத்து இந்தச் சிரமத்தை முன் வைக்க அனுமதிக்கும் முறைபாட்டு கருத்தாக்கங்கள் பற்றியது.

14. ஜெர்மன் மொழியில் எதார்த்தத்தன்மை (actuality-Wirklichkeit)-க்கும் செயல்பாடு (activity)-க்கும் இடையேயான சிலேடை ஆங்கில மொழியைப் போலவே உள்ளது. (ஹெகல் 1969, பக்கம். 546; மோல்ட்மான் 1985, பக்கம். 313 வழியாக). எதார்த்தத்தன்மை நடைமுறையின் அளவுக்கு மெய்ம்மையை (நிலையான 'தரப்பட்ட' மெய்ம்மையை நிச்சயமாகக்) குறிப்பதில்லை. ஜெர்மன் சித்தாந்தத்தில் மார்க்சின், எதார்த்தமான, 'செயல்படும் உழைப்பாளர்கள் (wirkliche werkenden)' எதார்த்தத்தன்மையும் செயல்பாடும் ஒரே விடயம்தான் என்ற இதே கருத்தை பதிவு செய்கின்றனர்.

15. பாஸ்கலின் உணர்வில் இதை நான் கூறுகிறேன். நீங்கள் உங்களை அழிவில்லா தவராக கருதிக் கொள்வதே நல்லது ஏனென்றால் அந்த வழியில் நீங்கள் எதையும் இழக்கப் போவதில்லை என்பது பாஸ்கலின் வாதத்தின் மோசமான வடிவம். அவ்வளவு மோசமில்லாத பதிப்பில், நீங்கள் உங்கள் விமோச்சனத்துக்கு எதிராக உங்கள் தர்க்கத்தை பந்தயம் வைக்க வேண்டும் என்று பாஸ்கலின் வாதம் பதிவு செய்கிறது. பாஸ்கலின் வாதத்தின் சார்பற்ற வடிவத்தில் காரணமும் விமோச்சனமும் - தத்துவமும் பாட்டாளி வர்க்கமும் - ஒரே சீட்டுக் கட்டில் இருந்து புரிந்து கொள்ளப்பட முடியும் என்று பாஸ்கல் அறுதியிடுகிறார் (ஆனால், இங்கும் அது பந்தயமாகவே உள்ளது).

16. பார்க்கவும்: *கான்டின் கிரிட்டிக் ஆஃப் பியூர் ரீசன்* (*Kant's Critique of Pure Reason*) - passim, அல்லது உதாரணமாக. தாமஸ் ரீட்-ன் *எஸ்சேஸ் ஆன் த ஆக்டிவ் பவர்ஸ் ஆஃப் ஹியூமன் மைண்ட்* (*Thomas Reid's Essays on the Active Power of Human Mind*). எப்போதுமே, சுயேச்சையான-மனம் தொடர்பான விவாதம் வினைவிளைவுத் தொடர்வாதத்துடன் கைகோர்த்துக் கொள்கிறது. பொருள்கூறுவதற்கான முறைபாட்டு (Hermeneutical) சமூகவியல் (உதாரணம் வேபர் Weber), முன்வைக்கும் பொருள்கூறல்களுக்கு வினைவிளைவுத்தொடர்வாத விளக்கத்துக்காக காத்திருப்பது என்ற வகையில் அதே விஷயத்தைச் செய்கிறது. வேபரின் எகனாமி அண்ட் சொசைட்டி (Weber's Economy and Society) சமூகச்செயலை மற்றவர்களின் கருத்துக்களை கணக்கில் எடுத்துக் கொண்டுள்ள செயல் என்று வரையறுக்கும் அதே இயக்கத்தில் செயலை சமூகவியலாக்குகிறது. (அதாவது, அது செயலை அனுபவவாத சாரமாக்கலின் சின்னத்தின் கீழ் கொண்டு வருகிறது). 'மனித செயல்' என்பது 'சமூக உலகத்தை கட்டமைப்பதை' சாதிக்கும் அதே நேரம் 'அதே உலகத்தால்' 'கட்டுப்படுத்தப்பட்டு அல்லது வரம்பிடப்படும்' செயலாக இருக்கிறது என்ற கிட்டனின் (Gidden) கருத்தாக்கம் (Giddens, 1981, பக்கம். 54) இதே மரபை வரித்துக் கொள்கிறது. பாஸ்கரும் (1989, அத்தியாயம் 5) அவ்வாறே செய்கிறார். விவாதத்தின் அடிப்படைகள் அனுபவாதமற்ற தளத்துக்கு நகர்த்தப் பட்டதுமே தன்னார்வவாத சமூகவியலுக்கு எதிரான தீர்மானகர சமூகவியல் என்ற புராதன சச்சரவு (அவற்றின் மாறிக் கொண்டிருக்கும் பொருள்கூறலுடன் சேர்ந்து) தேவையற்றவையாக மாறி விடுகிறது என்கிறேன், நான்.

17. உற்பத்தி முறைகளின் (அல்லது அவற்றின் மேலும் செம்மையாக்கப்பட்ட கட்டமைப்புவாத பதிப்புகளில் இருப்பது போல சமூகப் படிவங்களின்) வரலாற்று வரிசைக்கிரமம் என்ற கருத்துருவுடன் தொடர்புடையதாக இருக்கும் பேரினம்/இனம் சட்டகத்துக்கு எதிராக பிரகடனப்படுத்துவது, எளிதாக பெறக் கூடிய வெற்றியாக தோன்றலாம். அப்படியானால், முதலாளித்துவத்துக்கு முந்தைய உற்பத்தி முறைகளை எப்படித்தான் கோட்பாட்டாக்கம் செய்வது? முதலாளித்துவ மண்ணில் ஊன்றப்பட்டுள்ள (அதாவது சமூகரீதியாக முரண்பட்ட) ஒன்றாக தன்னைக் கருதிக் கொள்ளும் நடைமுறை பிரதிபலிப்பாக இருக்கும் அணுகுமுறைக்குள் மட்டும்தான் அவற்றை கோட்பாடாக்கம் செய்ய முடியும் என்பதுதான் என்னுடைய வாதத்தின் கருப்பொருளாக உள்ளது. ஏனென்றால், அப்போதுதான் மதம், குடும்பம், மந்திரம், பொருளியல், உற்பத்தியே கூட அடங்கிய இனவியல் சாரமாக்கல்களை பிரச்சினைக் களமாக்க முடியும். உதாரணமாக, 'புராதன மதம்' அல்லது உண்மையில் 'நிலப்பிரபுத்துவ மதம்' என்பது கருத்தில்லாத சாரமாக்கலாக இருந்து விடுகிறது. சமூகரீதியாக சார்பற்ற கருத்தினமாக பார்வைக்குத் தெரியும் (ஏனெனில், எல்லாச் சமூகங்களும் தமது வாழ்வுச் சாதனங்களை உற்பத்தி செய்வதற்கு உழைத்து தீர வேண்டும்) உழைப்பு என்பதில் இந்த பிரச்சினைக் களம் (problemitisation) எவ்வளவு ஆழமாகப் போக முடியும் என்பதை விளக்கிக் காட்டுவதற்கு பார்க்கவும் பவ்த்ரியர் (Baudrillard 1975). வேறு சொற்களில் சொன்னால், இன்னமும் அனுபவரீதியிலான கருத்தினமாக 'பொதுவாக-உற்பத்தி' என்று மார்க்சின் 1857 அறிமுகத்தில் பயன்படுத்தப்பட்டுள்ளது இங்கு திறவுகோலாக இல்லை. அதே கட்டுரையில், 1859 முன்னுரையின் ஆசிரியரான அவரது அனுபவவாத மறுபக்கத்தை கடிந்து கொள்வதைப் போல - 'பொதுவான உற்பத்தி என்று... எதுவும் இல்லை' என்று சொல்லும் அளவுக்கு அவர் போகிறார். (மார்க்ஸ் 1973, பக்கம். 86). 'உற்பத்தி முறைகள்' பற்றிய விவாதத்தின் தோற்றுவாயைப் பற்றி தெரிந்து கொள்ள பார்க்கவும் டாப் (Dobb 1946); ஹில்டன் (Hilton 1978); ஆஸ்டனில் ஹாப்ஸ்பாம் (Hobsbawm in Aston 1965).

18. முதல் கம்யூனிஸ்ட் அகிலத்துக்கான விதிகளின் 1872 பதிப்பில்

19. ஒழுங்குமுறை அணுகுமுறையாலும் ஃபோர்டிசம்/பின்-ஃபோர்டிசத்தாலும் விளம்பரப்படுத்தப்பட்ட, 'இடைநிலை' மட்டங்களிலான, சாரமாக்கல் என்ற கருத்துநிலை கூட இதனை மீட்க முடியாது. இடைநிலைத்தன்மை என்பது பேரினம்/இனம் என்ற அதன் மூலம் அனுபவவாத வடிவத்தை எடுத்துள்ள சாரமாக்கலில் மொத்தமாக உள்ளமைந்துள்ளது, உண்மையில் அதன் வரையறையாகவே உள்ளது.

20. 1991-ல் ஜேசப் (Jessop), உதாரணமாக ஹாலவே பதிவு செய்தது போன்ற வர்க்கப் போராட்டத்தின் 'வடிவமற்ற' தன்மைக்கு எதிராக பிரகடனப்படுத்துகிறார். ஜேசப் அவரது தரப்பில், வர்க்கப் போராட்டத்தின் 'முறைகளை' 'வெளிப்படுத்தும்' செயல்திட்டத்தை அறிவிக்கிறார்: 'வர்க்கப் போராட்டத்தின் குறிப்பான வடிவங்களை கவனத்தில் கொள்ளாமல் வர்க்கப் போராட்டத்தின் மீது கவனத்தை குவித்தால்... நாம் தவறாக வழிநடத்தப்படுவோம்'. மேலும், சில போராட்டங்கள் 'வர்க்கப் பொருத்தப்பாட்டைப் பெற முடியலாம்' பிற போராட்டங்கள் அவ்வாறு வர்க்கப் பொருத்தப்பாட்டைப் பெற முடியாமல் போகலாம். இவ்வாறாக, பேரினம்/இனம் என்ற திட்டம், வர்க்கப் போராட்டத்தின் 'முறைமைகளுக்கு' *மத்தியிலும்*, மற்றும் குறிப்பாக வர்க்கப் போராட்டங்களின் முறைகளுக்கும், பிற வகையிலான போராட்டங்களின் முறைகளுக்கும் *இடையிலும்*

ஜேசப்-ஆல் பயன்படுத்தப்படுகிறது. 'வடிவம்' என்பது 'இனம்' என்ற அடிப்படையில் மூலம் மட்டும் புரிந்து கொள்ளப்படுகிறது, 'இருத்தலின் நிலை' என்ற வடிவில் புரிந்து கொள்ளப்படவே இல்லை (கீழே பார்க்கவும்). இவ்வாறாக, முதலாளித்து வத்துக்கு முந்தைய போராட்டங்களுக்கு - குடும்பம் தொடர்பாக, உதாரணமாக (பார்க்கவும் குன் Gunn 1987) - மூலதனம்/கூலி உழைப்பு வர்க்க உறவிலும் அதன் ஊடாகவும் மறு-வடிவம் கொடுப்பது என்ற கருத்துநிலை பார்வையிலிருந்து மறைந்து விடுகிறது. முறைபாடுகள் என்பவை ஏதோ ஒரு வகையிலான பேரினத்தின் கீழ், நிலைத்தன்மையுடன் வைக்கப்படும் இனம் மட்டுமே. அதே போல, இப்போது விவாதத்துக்குட்படுத்தப்படும் படைப்பில் ஜேசப்பின் விவாதத்தின் தூய அடிப்படையான சமூகவியல் தன்மை, மதிப்பு பற்றிய அவரது கருத்துக்களில் வெளிப்படுகிறது. மதிப்பு வடிவத்தின் ஆதிக்கத்தைப் பற்றி (அதை விட மேலாக, அதற்கு வெவ்வேறு கூறுகள் இருப்பதால், மீ-வடிவம் பற்றி) அவர் குறிப்பிடுகிறார்: 'வெவ்வேறு கூறுகள்', உதாரணமாக, 'சரக்கு, விலை, மற்றும் பண வடிவங்கள்' தொடர்பானவை. வேறு சொற்களில் சொல்வதானால், அது தனக்குள்ளேயே எண்ணற்ற இனங்களைக் - அல்லது இனங்களின் கருத்தில் உள்ள வடிவங்களை - கொண்டுள்ள பேரினமாக இருக்கிறது என்ற ஒரே காரணத்தினால் மதிப்பு என்பது ஜேசப்புக்கு 'மீ-வடிவமாக' உள்ளது. இனத்திலிருந்து பேரினத்துக்கு என்ற இந்தப் பிரதிபலிப்பின் கிடைநிலை நீட்டிப்பு (புதுப்பிக்கப்பட்ட இனமாக கணக்கில் கொள்ளப்பட்டது) என்ற வகையில் இன்னும் ஒரு பேரினத்துக்கு பிரதிபலிப்பது, என்பதற்கு விஷயங்களை தெளிவுபடுத்துவதற்கு ஏதாவது மீ-கோட்பாட்டுரீதியான செங்குத்து ஏற்றம் தேவைப்படுகிறது. ஒருவேளை அதனால்தான், பாஸ்கரின் விமர்சன எதார்த்தவாதத்தை தழுவிக் கொள்ளும் ஆர்வம் ஜேசப் (1988/9)-ல் காணப்படுகிறது. சமூகவியல் (மீ-கோட்பாட்டில் இருந்து துண்டிக்கப்பட்ட முதல்-நிலை சொல்லாடல்) மற்றும் தத்துவம் (தான் அடிதொழும்பணியாளாக இருக்க முயலும் அல்லது உத்தரவிடும் கோட்பாட்டில் இருந்து துண்டிக்கப்பட்ட உயர்-அடுக்கு சொல்லாடல்), இரண்டும் ஒரே நாணயத்தின் இரண்டு பக்கங்கள் - ஒன்று மற்றொன்றை கோரும் - என்று நான் கருதிக் கொள்கிறேன் : நச்சுச்சுழல் அல்லது முடிவிலி உள்ளுறவு. மேலும், இந்த நாணயத்துக்கு மார்க்சிய வகையிலான செலாவணி எதுவும் இல்லை.

21. இந்த அத்தியாயம் பரிசீலிக்கும் சர்வப்பொதுவான/குறிப்பான, வடிவம்/உள்ளடக்கம், இன்ன பிற கருத்தினங்கள் அனைத்தும் ஹெகலுடையவை. எனது ஆய்வுக் கட்டுரை கோட்டுச் சித்திரத்தை விட மேலாக இருந்திருந்தால், *சயின்ஸ் ஆஃப் லாஜிக்*-ஐ (அந்த நூல் முழுவதும் தீர்மானகர சாரமாக்கல் என்ற கருத்து நிலையை அடிப்படையாகக் கொண்டு சிந்திக்கிறது) திருத்தி எழுதுவது அல்லது விமர்சன பகுப்பாய்வு செய்வதுதான் விளைவாக இருந்திருக்கும். பார்க்கவும், உதாரணமாக, மார்க்யூஸ் Marcuse 1987. அளவு/பண்பு என்ற ஹெகலிய கருத்தினம் பற்றிய கருத்தை முன் வைக்க என்னை அனுமதித்துக் கொள்கிறேன். அளவு ரீதியான மாற்றம் (குறிப்பிட்ட புள்ளியில்) பண்புரீதியான மாற்றமாகவும் மறுதலையாக பண்புரீதியான மாற்றம் அளவுரீதியான மாற்றமாகவும் மாறிச் செல்கிறது என்று அறிவித்துக் கொண்டது தொடர்பாக எங்கெல்சிய மார்க்சியம் புகழ் பெற்றது (உதாரணமாக, எங்கெல்ஸ் 1964, பக்கம் 63). இதற்கு இணையாக ஹெகலின் *சயின்ஸ் ஆஃப் லாஜிக்*-ல் உள்ள பத்திகள் பெருமளவு போற்றப் பட்டவை, அவை குறித்து லெனின் தனது 'தத்துவார்த்த குறிப்பேடுகளிலும்' கருத்து கூறியுள்ளார். 'மாறிச்செல்லுதல்... மிகவும் தெளிவின்றி விளக்கப்பட்டுள்ளது'

(லெனின் n.d., xxxviii, பக்கம். 125) என்று கருத்து சொல்வது மட்டும்தான் லெனினுக்கு சாத்தியமாக இருந்திருக்கிறது. கெடுவாய்ப்பாக, எங்கெல்சுக்கும் லெனினுக்கும், மார்க்சின் மூலதனம் சார்ந்திருக்கும் இந்த 'மாறிச் செல்வது' ஹெகலில் முக்கியமான பத்தியாக உள்ளது. மூலதனம் நூலில், அளவுரீதியான கருத்தினங்கள் - மதிப்பு, உபரி-மதிப்பு, இன்னபிற - பண்புரீதியான கருத்தினங்களாக - அதாவது வர்க்கப் போராட்டத்தில் உள்ள பிரச்சினைகளாக - புரிந்து கொள்ளப் படுகின்றன. (பார்க்கவும் கிளீவர் Cleaver 1977). அவசிய உழைப்புக்கும் உபரி-உழைப்புக்கும் இடையேயான அத்தகைய எதிர்விகித உறவு என்ற கருத்து நிலையைக் கூட ஹெகல் தனது உதாரணமாக பயன்படுத்துகிறார். அளவுரீதியான வேறு படுத்தல்கள் எங்கு ஏன் பண்புரீதியானவையாகவும் புரிந்து கொள்ளப்பட வேண்டும் (1969, பக்கம் 378). உபரி-மதிப்பு என்ற கருத்துநிலை ஹெகலின் சிந்தனையில் எங்காவது வெளிப்படுகிறது என்றால் - ஒப்பிடவும் மெக்கிரிகோர் MacCregor 1984 - அது இங்குதான் வெளிப்படுகிறது. லெனினும் எங்கெல்சும் தங்கள் கண் முன்னால் இருந்ததை பார்க்கத் தவறினார்கள். மார்க்சையும் ஹெகலையும் பொறுத்தவரை அளவு என்பது பண்பின் இருத்தல் நிலையாகும் மறுதலையாக பண்பு என்பது அளவின் இருத்தல் நிலையாகும். அளவு பண்பு ஆகவும் பண்பு அளவு ஆகவும் உருமாற்றம் அடைவது என்பது அளவுக்கு அதிகமாக புறநிலை உறவாக உள்ளது: மார்க்சிய சமூகவியல், முதலாளிவர்க்க-மார்க்சிய பொருளியலும்தான் அதன் விளைவாக உள்ளது. (பார்க்கவும் பக்ஹவுஸ் - Backhaus, தொகுதி I). பண்பாக உள்ள அளவு (மற்றும் மறுதலையாக அளவாக உள்ள பண்பு) என்பது சமூகவியல் - பொதுவான சமூகக் கோட்பாட்டின் - மீதான விமர்சன பகுப்பாய்வை அறிவிக்கிறது. 'அரூபமானதன் கோட்பாடு' என்ற சொற்றொடரில் 'கோட்பாடு' என்பதற்கும் 'அரூபமானதன்' என்பதற்கும் இடையேயான உறவின் வெளிப்புறத்தன்மை பிரச்சினைக் களமாக்கப்படும் (problematise) அளவுக்கு அதைச் செய்கிறது. லெனினுடைய 'மிகவும் தெளிவின்றி' என்பது DIAMAT-ன் மாறக் கூடிய மார்க்சிய சிந்தனையைத் தவறவிடுவதையும் விட கூடுதலாக தெரிவிக்கிறது.

22. உதாரணமாக லூகாக்ஸ் (Lukacs 1971) 5-வது கட்டுரை; மார்க்யூஸ் (Marcuse 1941, பக்கம் 316-9); சார்த்தர் (Sartre n.d., பக்கம் 34). இந்த மொத்தமாக்கும் சொல்லாடலுக்குள், அதன் பொருண்மையின் மாய்மாலமான தன்மையின் காரணமாக, முதலாளித்துவம் முதலாவது சமூகவியல்ரீதியிலான சமூகமாக தோற்றமளிக்கிறது. (பார்க்கவும். பக்ஹவுஸ் Backhaus, தொகுதி I, மற்றும் 'பொறியமைவு', இயந்திரங்கள் ஆகியவை பற்றி ஹோர்க்ஹெய்மர் Horkheimer 1972, பக்கம். 229). வேறு சொற்களில், மார்க்ஸ் மிகப் பொதுவாக (1859 முன்னுரையில் போல) பேசும் போதுதான், மிகக் குறிப்பாகவும் பேசுகிறார், அல்லது மிகவும் தாராளமாக புரிந்து கொள்ளும் போது குறைந்தபட்சம் குறிப்பாக உள்ளார். முதலாளித்துவ சமூகம் மட்டும்தான், வரலாற்றுரீதியான பொருள்முதல்வாத சமூகமாக, அது கொண்டிருக்கும் எல்லா நிர்ணயவாதங்களுடன் கூடவே, உள்ளது. இவ்வாறாக, குறிப்பான கவனக் குவிப்பு மார்க்சின் மிகவும் பெருங்குடைக் கருத்தாக்கமான சாரமாக்கல்களில் ஒன்றுக்கு அடித்தளமாக உள்ளது. உதாரணமாக, கம்யூனிசம் பற்றிய வரலாற்றுப் பொருள்முதல்வாதம் (சமூகவியல்), சொற்களில் முரணுடையதாக இருக்கும்.

23. இங்கு 'புலம்' என்ற பதத்தை அழுத்திச் சொல்ல வேண்டும். நான் பின்னர் விவாதிக்கும் முரண்பாடுகளின் புலத்துக்கு வெளியில், எதுவும் இல்லை, அல்லது 'உட்புறம்', 'வெளிப்புறம்' என்ற இரண்டுக்கும் இடையேயான இருமைவாதம் தகர்க்கப்படுகிறது. கோட்பாடு நிற்பதற்கு, (செயல்பாட்டுரீதியான) முரண்பாட்டின்

களத்துக்கு அப்பால் எந்த இடமும் இல்லை: பார்க்கவும். கோஜேவ் Kojeve 1972, இதே விஷயத்தை 'முழுமை' என்ற பதம் தொடர்பாக அதன் ஹெகலிய கருத்தில் பதிவு செய்கிறார்.

24. முரண்பாட்டின் இயக்கம் என்ற 'செவ்வியல்' உணர்வில் தன்னெழுச்சிவாதம், வெறும் உடனடித்தன்மை என்ற கொச்சை உணர்வில் இல்லை: 'ஒருபுறம் நாள்தோறும் நடக்கும் போராட்டம் உள்ளது; மறுபுறம், சமூகப் புரட்சி உள்ளது. இத்தகைய இயக்கவியல் முரண்பாட்டின் அடிப்படையில்தான் சோசலிச இயக்கம் முன்னேறிச் செல்கிறது' (லக்சம்பர்க் Luxemburg 1970, பக்கம் 128-9).

25. இந்தத் தீவிர முறைசாரா கருத்துநிலை பற்றிய நியாயப்படுத்தலுக்கு குன் Gunn 1989b-ஐப் பார்க்கவும். இந்தக் கட்டுரையில், கருத்தாக்கங்களை பொருண்மையுடன் ஒன்றுடன் ஒன்று என இணைக்கும் அனுபவவாத கருத்துநிலையைத்தான், 'அரூபமானதன் கோட்பாடு' -ஐத்தான் குன், அளவுக்கு அதிகமாக சார்ந்துள்ளார். அவரது இன்னும் தர்க்கரீதியாக சக்திவாய்ந்த வாதம், 'உறவுநிலை' என்ற உணர்வில் குறியை தாக்கும் உண்மையானது ஒரே அடியில் குழியில் விழுந்து விடும் கோல்ஃப் பந்து போன்றது: உண்மை கோரல்களை எழுப்பும் கோட்பாட்டாளரும் சரி, தனது கோல்ஃப் மட்டையை உயர்த்தும் கோல்ஃப் ஆட்டக்காரரும் சரி, தத்தமது வெற்றிகள் எவ்வாறு சாதிக்கப்பட்டன என்று விளக்க முடிய வேண்டிய அவசியம் இல்லை. குன் நியாயப்படுத்த முயற்சிக்கும் உண்மை பற்றிய ஒத்த கருத்து பதிப்பு பிரதிபலிப்புத்தன்மை என்ற ஜெர்மன் சித்தாந்தத்தின் கொள்கையுடன் தொடர்புடையது: உண்மை என்பது வருபவர்கள் எல்லோர் முன்னாலும் அதனை பாதுகாக்க முடிகிற அளவுக்குத்தான் உண்மை என்று கருதப்படுகிறது. இந்த வகையில், தற்செயலான துல்லியம் உண்மை என்று தகுதியை பெறத் தவறி விடுகிறது. உண்மை பற்றிய இணைநிலை கோட்பாடுகளின் குறைபாடு என்னவென்றால், அவை அத்தகைய தற்செயல்களைத்தான் தமது நியதியாக ஏற்றுக் கொள்கின்றன. அதன் மூலம் மேலே முன் வைக்கப்பட்ட, வரலாற்றுவாதம், ஒப்பீட்டுவாதம் ஆகிய குற்றச்சாட்டுகளுக்கு இடம் அளிக்கின்றன. உண்மை பிரதிபலிப்புத்தன்மையைக் கொண்டுள்ளது. பிரதிபலிப்புத்தன்மை இல்லாத உண்மை என்பது ஊகிப்பதாகிறது. பிரதிபலிப்புத்தன்மை தீர்மானகர சாரமாக்கலுக்கான பாதையை திறந்து விடுகிறது, தீர்மானகர சாரமாக்கல் (கம்யூனிஸ்ட் அறிக்கை), ஒவ்வொருவரின் சுதந்திரமும், எல்லோரின் சுதந்திரத்தின் நிபந்தனையாகவும் அதன் விளைவாகவும் உள்ளது என்ற பரஸ்பர அங்கீகாரம் இருக்கும் சமூகத்துக்கான பாதையை திறந்து விடுகிறது. குன் நல்-எண்ணம் கொண்ட கருத்துக்களை எழுப்புகிறார். ஆனால், அவை தீர்மானகர சாரமாக்கல் பிரதிநிதித்துவப்படுத்தும் நெருப்பில் புடம்போடப்பட வேண்டும். ஒவ்வொருவரின் சுதந்திரமும் அனைவரின் சுதந்திரத்துக்கான நிபந்தனையாக இருந்தால் மட்டும்தான், அதன் வாசகர்கள் பற்றிய ஏதோ ஒரு கருத்துநிலையைக் கோரும் (செயல்பாட்டுரீதியான) பிரதிபலிப்புத்தன்மையின் வரம்புக்குள் உண்மை-கோரல்கள் மீட்கப்பட முடியும்.

26. 'குறிப்புநிறைத்தன்மை' என்பது இங்கு மேலும் ஒரு இயங்கியல் திருப்பத்தைக் கோருகிறது. 'குறிப்புகள்' ஞானவியல் ரீதியாக, மிகச்சிறப்பாக, மிக-மாய்மாலரீதியாவும் இறுகலாக்குவதாகவும் - நிறுவப்பட்டதாகத் தோன்றுகின்றன. அத்தகைய நிலைத்தன்மையின் பெயர்ப்பலகையின் கீழ் புரிந்து கொள்ளப்பட்ட ஞானவியல் உலகத்தின் குறுக்கே தீர்மானகர சாரமாக்கல் இன்னும் ஒரு சூறாவளியைப் போல கடக்கிறது. இங்கு குறிப்பிடப்பட்டுள்ள வாக்கியம்

எழுப்பும் குறிப்புநிறைத்தன்மையின் குறிப்பை புரிந்து கொள்வதற்கு, சாரமாக்கல்கள் எதார்த்தமாகவோ (தீர்மானகர வாழ்வாக) இருக்க முடிந்தால், அப்போது அவற்றளவில் சமூகங்கள் உண்மையாகவோ அல்லது பொய்யாகவோ இருக்க முடியும் என்பதை நம்மால் பார்க்க முடிய வேண்டும். பொய்யான சமூக ரீதியான சாரமாக்கல்களுக்கு அவற்றின் உண்மை - அவற்றின் பொய்மையின் உண்மை - நன்றாக பதிவு செய்யப்பட வேண்டுமானால் உண்மையான தீர்மானகர சாரமாக்கல் கோட்பாடு தேவைப்பட முடியும், 'எதார்த்தமாகவே தலைகீழாக இருக்கும் உலகத்தில், உண்மை என்பது பொய்யின் கூறே' (டெபோர்ட் Debord 1987). நம் வசம் இருக்கும் ஆய்வுப் பொருள் எந்த ஒரு சமூகவியல் உணர்விலும், அதைக் கையில் பிடித்திருக்க விரும்பும் விரல்கள் வழியாக வழிந்து போய் விடும் அத்தகைய வழியில் நிகழ்த்தப்படுகிறது. பார்க்கவும் ஹார்க்ஹெய்மர் Horkheimer 1972 மற்றும் அடோர்னோ Adorno 1973.

27. குன் Gunn 1997, முரண்பாடுகளை வெறும் கோட்பாட்டு ரீதியாக (=பெயர்ப் போலிமைவாதம், = அனுபவவாதம்) மட்டுமே கருத்தாக்கம் செய்யும் மோசமான தவறைச் செய்கிறார். இந்தக் குறைபாட்டைக் கழித்து விட்டால், அவரது வாதத்தின் எஞ்சிய பகுதி ஏறக்குறைய சரியாக உள்ளது.

28. இங்கு நான் மெக்லெல்லனை மட்டும் சுட்டவில்லை. அவர் வர்க்கப் போராட்டத்தின் அவசர தேவைகளுக்குள் அளவுக்கதிகமாக சாதுவாக தோற்றமளிக்கலாம், ஆனால், உதாரணமாக ப்ளோஹின் இன்னும்-இருத்தல்-இல்லாததையும் சுட்டுகிறேன். நமது எதிர்காலம் நமது கடந்தகால பாவங்களால் பாதிக்கப்படாமல் இருக்கலாம் என்று பொருள்படும் அளவுக்கு ப்ளோஹிடம் தீவிரமான மனித பண்பாடு இருக்கிறது: எனவே, உடனடித்தன்மை; ப்ளோஹுக்கே உரிய லெனினிய அரசியலையும் மீறி கொச்சையான தன்னெழுச்சிவாதம். முரண்பாடு (i) அதனளவில், அனுபவவாத சாரமாக்கலில் இடம் பெற்றுள்ளது: பொதுவாக மனிதர்கள், அவர்கள் பேரழிவு வாதிகளாக இருந்தாலும் சரி கற்பனாவாதிகளாக இருந்தாலும் சரி (பார்க்கவும் குன் Gunn 1985), இறுதிக் கணக்கில் நல்லவர்கள். இதே ஃப்ளோஹால் தூண்டப் பட்ட நம்பிக்கைவாத பார்வைக்கு ஹாலவே Holloway 1988-ஐப் பார்க்கவும். இருப்பினும், முரண்பாடுகள் (ii), (iii) இரண்டின் சிதைவுகளும் இனிமேல்தான் உள்ளன, எனவே, தொடர்ந்து வாசியுங்கள்.

29. ஒப்பிடவும் குன் Gunn 1988. பின்வரும் வரைபடம் ஹெகலின் பின்வரும் இரண்டு வாக்கியங்களை அப்படியே வெளிப்படுத்துவதைத் தவிர வேறு எதுவுமில்லை: 'உணர்வு என்பது அதன் எளிய உண்மையில், கூருணர்வு, தன் கூறுகளை தனித்தனியாக பிரித்துத் தள்ளுகிறது. செயல் அதனை சாரமாகவும், சாரத்தின் உணர்வுநிலையாகவும் பிரிக்கிறது; மற்றும் சாரத்தையும் உணர்வுநிலையையும் பிரிக்கிறது' (ஹெகல் 1977, பக்கம். 266). ஹெகலின் விவாதத்தில் உள்ள உணர்வின் அன்னியமாக்கம் பற்றிய எல்லாமே இந்தக் கருத்தைச் சார்ந்துள்ளன.

30. தெளிவுக்காக மூன்று கருத்திலான 'வடிவங்களை' வேறுபடுத்திப் பார்க்க வேண்டும்: (i) வடிவம் கருத்தாக்கரீதியான நிலையை சுட்டலாம் ('மார்க்சின் 1859 முன்னுரையின் வடிவம் அதன் உள்ளடக்கத்தின் அளவுக்கு பிரச்சினையாக்கப்பட்டது' என்பதில் இருப்பது போல); (ii) வடிவம் வெறும் இனத்தை சுட்டலாம் (ஜேசப் Jessop 1988/9-ல் இருப்பதைப் போல; (iii) வடிவம் இருத்தலின் நிலையைச் சுட்டலாம், தீவிரவாதத்துக்கு நெருக்கமான எதுவும் வெடித்துக் கிளம்புமாயின் 'வடிவம்' மறுகண்டுபிடிப்பு செய்யப்பட வேண்டும் என்ற உணர்வில். 'இருத்தல் நிலை'

என்பது, அதன் தரப்பில், நிலைத்தன்மையில் கருதப்படக் கூடாது என்பதைச் சொல்லத் தேவையில்லை. இருத்தல் (existence) = புற-வலியுறுத்தல் (ex-sistence) = பரவசம் (ecstasis). நாம் நமக்கு முன்பே நமது வடிவங்களுக்குள்ளாகவும் நமது வடிவங்களின் ஊடாகவும் பரவசமாக வாழ்கிறோம்.

31. இந்தக் கருத்து ஹெகல் *1977*, அறிமுகத்தில் மிகத் தெளிவாக வளர்த்தெடுக்கப் பட்டுள்ளது. அங்கு 'தன்னளவில்-இருப்பு' என்பது, 'உணர்வுநிலைக்காக-தன்னளவில்-இருப்பு' என்று அறிவிக்கப்படுகிறது. ஹெகலின் கருத்துப்படி கோட்பாட்டின் தளமும் மீ-கோட்பாட்டின் தளமும் ஒன்றையொன்று குறுக்காக வெட்டிக் கொள்கின்றன. மேலும், உணர்தல் என்பது 'கருவியாக' உள்ளது என்ற கான்டிய பார்வை (உதாரணமாக: பார்க்கவும் பாஸ்கர் *1989*) வீழ்ந்து விடுகிறது.

நூல் பட்டியல்

ஆக்டன் எச் பி (1955) தி இல்லூஷன் ஆஃப் த எபோக் (Acton, H. B. (1955) The Illusion of the Epoch) (London).

அடோர்னோ (1973), நெகடிவ் டயலெக்டிக்ஸ் (Adorno, T. W. (1973) Negative Dialectics) (London).

அல்தூசர் எல். (1969) ஃபார் மார்க்ஸ் (Althusser, L. (1969) For Marx) (London).

அல்தூசர் எல் (1970): அல்தூசர் எல், பாலிபர் ஈ ரீடிங் கேப்பிட்டல் என்பதற்கு அவரது பங்களிப்பைப் பார்க்கவும் (Althusser, L. (1970): Althusser, L. and Balibar, E. Reading Capital) (London).

அல்தூசர் எல், (1971) லெனின் அண்ட் ஃபிலாசஃபி அண்ட் அதர் எஸ்சேஸ் (Althusser, L. (1971) Lenin and Philosophy and Other Essays) (London).

அல்தூசர் எல், (1976) எஸ்சேஸ் இன் செல்ஃப்-கிரிடிசிசம் (Althusser, L. (1976) Essays in Self-Criticism) (London).

ஆரெண்ட் எச், (1973) ஆன் ரெவல்யூஷன் (Arendt, H. (1973) On Revolution) (Harmondsworth).

ஆஸ்டன் டி. (1965) கிரைசிஸ் இன் யூரோப் 1560-1660 (Aston, T. (1965) Crisis in Europe 1560-1660) (London).

பாரோ ஆர், (1979) தி அல்டர்நேடிவ் இன் ஈஸ்டர்ன் யூரோப் (Bahro, R. (1979) The Alternative In Eastern Europe) (London).

படாய் ஜி, (1985) விஷன்ஸ் ஆஃப் எக்சஸ் (Bataille, G. (1985) Visions of Excess) (Manchester).

பூட்ரியார் ஜே, (1975) த மிரர் ஆஃப் ப்ரொடக்சன் (Baudrillard, J. (1975) The Mirror of Production) (St Louis, Miss.).

பெல்லாமி ஆர், (1987) மாடர்ன் இத்தாலியன் சோசியல் தியரி (Bellamy, R. (1987) Modern Italian Social Theory) (Cambridge).

பெர்ன்ஸ்டெய்ன் ஈ, (1909) எவல்யூஷனரி சோசலிசம் (Bernstein, E. (1909) Evolutionary Socialism) (London).

பாஸ்கர் ஆர், (1989) ரீக்ளெய்மிங் ரியாலிட்டி (Bhaskar, R. (1989) Reclaiming Reality) (London).

பாஸ்கர் ஆர் முதலானோர், (1988) ஃபிலாசஃபிகல் அண்டர்ஸ் டேண்டிங் (Bhaskar, R. et al. (1988) 'Philosophical Underlabouring'), Interlink, no. 8.

ப்ளோஹ் ஈ, (1986) த பிரின்சிப்பிள் ஆஃப் ஹோப் (Bloch, E. (1986) The Principle of Hope) (Oxford).

போன்ஃபெல்ட், வெர்னர் *(1987) 'ரீஃபார்முலேஷன் ஆஃப் ஸ்டேட் தியரி', கேபிடல் அண்ட் கிளாஸ்* (Bonefeld, W. (1987) 'Reformulation of State TheoryÔ, Capital and Class), no. 33.

க்ளீவர் எச் (1979), ரீடிங் கேபிடல் பொலிடிகலி (Cleaver, H. (1979) Reading Capital Politically) (Brighton)

கோஹென் ஜி ஏ *(1978), கார்ல் மார்க்சஸ் தியரீ ஆஃப் ஹிஸ்டரி: எ டிஃபென்ஸ்* (Cohen, G.A.(1978) Karl Marx's Theory of History: A Defence) (Oxford).

காம்னினல், ஜி.சி *(1987) ரீதிங்கிங் த ஃபிரெஞ்ச் ரெவல்யூஷன்* (Comninel, G.C. (1987) Rethinking the French Revolution) (London).

கார்ன்ஃபோர்ட் எஃப்.எம் *(1939) பிளாட்டோ அண்ட் பார்மனீடஸ்* (Cornford, F.M. (1939) Plato and Parmenides) (London).

கார்ன்ஃபோர்த் எம், *(1968) தி ஓப்பன் ஃபிலாசஃபி அண்ட் தி ஓப்பன் சொசைட்டி* (Cornforth, M. (1968) The Open Philosophy and the Open Society) (London).

டிபோர்ட் ஜி, *(1987) சொசைட்டி ஆஃப் த ஸ்பெக்டகிள்* (Debord, G. (1987) Society of the Spectacle) (Rebel Press, n.p).

டாப் எம், *(1946) ஸ்டடீஸ் இன் த டெவலப்மெண்ட் ஆஃப் கேபிடலிசம்* (Dobb, M.(1946) Studies in the Development of Capitalism) (London).

எல்ஸ்டர் ஜே (1985) மேக்கிங் சென்ஸ் ஆஃப் மார்க்ஸ் (Elster,J. (1985) Making Sense of Marx) (Cambridge).

எங்கெல்ஸ் எஃப், (1964) டயலிக்டிக்ஸ் ஆஃப் நேச்சர் (Engels, F. (1964) Dialectics of Nature) (Moscow).

இவான்ஸ் எம், (1975) கார்ல் மார்க்ஸ் (Evans, M. (1975) Karl Marx) (London).

கேரஸ் என், (1972) 'மார்க்ஸ் அண்ட் தி கிரிட்டிக் ஆஃப் பொலிடிகல் எகானமி' பிளாக்பர்ன் (தொகுப்பு) ஐடியாலஜி இன் சோசியல் சயின்சஸ்-ல் (Geras, N. (1972)' Marx and the Critique of Political Economy', in Blackburn (ed) Ideology in Social Science) (London).

கிட்டென்ஸ் ஏ, (1981) ஹிஸ்டாரிக்கல் மெட்டீரியலிசம்: எ கன்டெம்ப்ரரி கிரிட்டிக் (Giddens, A. (1981) Historical Materialism: A Contemporary Critique) (London).

கிராம்சி ஏ, (1971) செலெக்சன்ஸ் ஃப்ரம் த பிரிசன் நோட்புக்ஸ் (Gramsci, A. (1971) Selections from the Prison Notebooks) (London).

குன் ஆர், (1973) 'மார்க்சிம் அண்ட் டயலக்டிகல் மெத்தட்', மார்க்சிசம் டுடே (Gunn, R. (1973) 'Marxism and Dialectical Method', Marxism Today) vol. 17 no. 7.

குன் ஆர், (1977) 'இஸ் நேச்சர் டயலிக்டிகல்?', மார்க்சிசம் டுடே (Gunn, R. (1977) 'Is Nature Dialectical?', Marxism Today), vol. 21, no. 2.

குன் ஆர், (1985) 'நோட்ஸ் ஆன் உடோப்பியா அண்ட் அபோகாலிப்ஸ்', எடின்பர்க் ரிவியூ. (Gunn R (1985) 'Notes on Utopia and Apocalypse', Edinburgh Review) no. 71.

குன் ஆர், (1987a) 'பிராக்டிகல் ரிஃப்ளெக்சிவிட்டி இன் மார்க்ஸ்', காமன் சென்ஸ் (Gunn R (1987a) 'Practical Reflexivity in Marx', Common Sense) no. 1.

குன் ஆர், (1987b) 'மார்க்சிசம் அண்ட் மீடியேஷன்' காமன் சென்ஸ் (Gunn R (1987b) 'Marxism and Mediation', Common Sense) no.3.

குன் ஆர், (1988) 'ரெகக்னிஷன்' இன் ஹெகல்ஸ் ஃபினாமினாலஜி ஆஃப் ஸ்பிரிட்', காமன் சென்ஸ் (Gunn R (1988) '"Recognition" in Hegel's Phenomenology of Spirit', Common Sense) no. 4.

குன் ஆர், (1989a) 'மார்க்சிசம் அண்ட் ஃபிலாஃபி', கேபிடல் அண்ட் கிளாஸ் (Gunn R (1989a) 'Marxism and Philosophy', Capital & Class) no. 37.

குன் ஆர், (1989b) 'இன் டிஃபென்ஸ் ஆஃப் எ கான்சன்சஸ் தியரி ஆஃப் ட்ரூத்', காமன் சென்ஸ் (Gunn R (1989b) 'In Defence of a Consensus Theory of Truth', Common Sense), no. 7.

ஹெகல் ஜி.டபிள்யூ.எஃப், (1892/1971) 'என்சைக்ளோபீடியா': த லாஜிக் ஆஃப் ஹெகல் அண்ட் ஃபிலாசஃபி என்று குறிக்கப்பட்டது (1892/1971) ('Encyclopaedia': The Logic of Hegel and Philosophy of Mind) (Oxford).

ஹெகல் ஜி.டபிள்யூ.எஃப்., (1969) த சயின்ஸ் ஆஃப் லாஜிக் (Hegel G.W.F (1969) (The Science of Logic) (London).

ஹெகல் ஜி.டபிள்யூ.எஃப்., (1977) த ஃபினாமினாலஜி ஆஃப் ஸ்பிரிட் (Hegel G.W.F (1977) (The Phenomenology of Spirit) (Oxford).

ஹெகல் ஜி.டபிள்யூ.எஃப் (1986) த ஜேனா சிஸ்டம் 1805-5: லாஜிக் அண்ட் மெட்டாஃபிசிக்ஸ் ((Hegel G.W.F (1986) The Jena System 1804-5: Logic and Metaphysics) (Kingston and Montreal).

ஹில்டன் ஆர், (1978), த டிரான்சிஷன் ஃப்ரம் ஃப்யூடலிசம் டு கேபிடலிசம் (Hilton, R. (ed.) (1978) The Transition from Feudalism to Capitalism (London))

ஹாப்ஸ்பாம் ஈ.ஜே, (1964), இன்ட்ரொடக்ஷன் டு மார்க்ஸ் பிரீ-கேபிடலிஸ்ட் எகனாமிக் ஃபார்மேஷன்ஸ் (Hobsbawm, E.J. (1964) Introduction to Marx Pre-capitalist Economic Formations) (London).

ஹாலவே ஜே *(1988)*, 'என் இன்ட்ரொடக்ஷன் டூ கேப்பிட்டல்', *காமன் சென்ஸ்* (Holloway, J. (1988) An Introduction to Capital', Common Sense), no.5.

ஹாலவே ஜே *(1989), 'மார்க்சிசம்: எ தியரடிக்கல் அண்ட் பொலிடிக்கல் ப்ரோக்ராம்', காமன் சென்ஸ்* (Holloway, J. (1989) 'Marxism: A Theoretical and Political Programme', Common Sense), no. 7.

ஹோர்க்ஹெய்மர் எம், *(1972), கிரிட்டிக்கல் தியரி: செலக்டட் எஸ்சேஸ்* (Horkheimer, M. (1972) Critical Theory: Selected Essays) (New York).

ஜேசப் பி, *(1988)* 'ரெகுலேஷன் தியரி, 'போஸ்ட்ஃபோர்டிசம் *அண்ட் த ஸ்டேட்', கேபிடல்&கிளாஸ்* (Jessop, B. (1988) 'Regulation Theory, Postfordism and The State', Capital& Class), no. 34.

ஜேசப் பி, *(1988/89)*ர, '*ரெகுலேஷன் தியரீஸ் இன் ரிட்ரோஸ்பெக்ட் அண்ட் பிராஸ்பெக்ட்*', *ஸ்டாட்ஸ் அவுஃப்காபன்* (Jessop, B. (1988/9) 'Regulation Theories in Retrospect and Prospect', Staatsaufgaben), University of Bielefeld Zentrum fiir interdisziplinare Forschung (Bielefeld).

ஜேசப் பி, *(1991)* '*போலர் பியர் அண்ட் கிளாஸ் ஸ்ட்ரகிள்*', போன்ஃபெல்ட், ஹாலவே *(தொகுப்பாசிரியர்கள்)*, *போஸ்ட்ஃபோர்டிசம் அண்ட் சோசியல் ஃபார்ம்* (Jessop, B. (1991) 'Polar Bears and Class Struggle', in Bonefeld and Holloway (eds) Post-Fordism and Social Form) (London).

கொஜேவே ஏ, *(1969)*, *இன்ட்ரொடக்ஷன் டு தி ரீடிங் ஆஃப் ஹெகல்* (Kojeve, A. (1969) Introduction to the Reading of Hegel) (New York).

கொஜேவே ஏ, *(1972)*, '*தி ஐடியா ஆஃப் டெத் இன் த ஃபிலாசஃபி ஆஃப் ஹெகல்*', *இன்டர்ப்ரடேஷன்,* (Kojeve, A. (1972) 'The Idea of Death in the Philosophy of Hegel', Interpretation), vol. 3, nos. 2/3.

கூன் டி.எஸ், (1962), த ஸ்ட்ரக்சர் ஆஃப் சயின்டிஃபிக் ரெவல்யூஷன்ஸ் (Kuhn, T.S. (1962) The Structure of Scientific Revolutions) (Chicago).

லெனின் வி ஐ, *தொகுதி நூல்கள்* (Lenin, V.I. (n.d.) Collected Works) (Moscow).

லிஷ்ட்ஹெய்ம் ஜி *(1963)* '*மார்க்ஸ் அண்ட் தி ஏசியாடிக் மோட் ஆஃப் ப்ரொடக்ஷன்*', *செயின்ட் ஆன்டனிஸ் பேப்பர்ஸ்* (Lichtheim, G. (1963) 'Marx and the Asiatic Mode of Production', St Anthony's Papers).

லூகாக்ஸ் ஜி *(1971)*, *ஹிஸ்டரி அண்ட் கிளாஸ் கான்சியஸ்னஸ்* (Lukacs, G. (1971) History and Class Consciousness) (London).

லூக்ஸ் எஸ், *(1984)*, '*கேன் த பேஸ் பி டிஸ்டின்குவிஷ்ட் ஃபிரம் த சூப்பர்ஸ்ட்ரக்சர்*', மில்லர் அண்ட் சீடன்டாப்*(தொகுப்பாசிரியர்கள்)*, *த நேச்சர் ஆஃப் பொலிடிகல் தியரி* (Lukes, S. (1984) 'Can the Base Be Distinguished from the Superstructure?', in Miller and Siedentop (eds) The Nature of Political Theory), (London).

லக்சம்பர்க் ஆர் *(1970)* *ரோசா லக்சம்பர்க் ஸ்பீக்ஸ்* (Luxemburg, R. (1970) Rosa Luxemburg Speaks) (New York).

மெக்கிரிகோர் டி *(1984)* *த கம்யூனிஸ்ட் ஐடியல் இன் ஹெகல் அண்ட் மார்க்ஸ்* (MacGregor, D . (1984) The Communist Ideal in Hegel and Marx) (London).

மெக்லெல்லன் டி *(1973) கார்ல் மார்க்ஸ்: ஹிஸ் லைஃப் அண்ட் தாட்* (McLellan, D . (1973) Karl Marx: His Life and Thought) (London).

மார்க்யூஸ் எச் *(1941), ரீசன் அண்ட் ரெவல்யூஷன்* (Marcuse, H. (1941) Reason and Revolution) (London).

மார்க்யூஸ் எச் (Marcuse, H. (1987) Hegel's Ontology and the Theory of Historicity (Cambridge, Mass.).

கார்ல் மார்க்ஸ், *(1967) கூலி உழைப்பும் மூலதனமும்* (Marx, K. (1967) Wage Labour and Capital) (Moscow).

கார்ல் மார்க்ஸ், *(1971) அரசியல் பொருளாதாரம் மீதான விமர்சன பகுப்பாய்வுக்கு ஒரு பங்களிப்பு* (Marx, K. (1971) A Contribution to the Critique of Political Economy) (London).

கார்ல் மார்க்ஸ், *(1973) குருண்ட்ரிச* (Marx, K. (1973) Grundrisse) (Harmondsworth).

கார்ல் மார்க்ஸ், *(1976) மூலதனம் முதல் பாகம்* (Marx, K. (1976) Capital vol. I) (Harmondsworth).

மார்க்ஸ், எங்கெல்ஸ், *தொகுதி நூல்கள்* (Marx, K. and Engels F. (1975-) Collected Works) (London).

கார்ல் மார்க்ஸ், ஃபிரெடரிக் எங்கெல்ஸ், *தேர்ந்தெடுத்த கடிதங்கள்* (Marx, K. and Engels F. (n.d.) Selected Correspondence) (London).

மீக் ஆர், *(1976) சோசியல் சயின்ஸ் அண்ட் த இக்னோபிள் சேவேஜ்* (Meek, R. (1976) Social Science and the Ignoble Savage) (Cambridge).

மோர்லோ-பான்டி என், *(1962) ஃபினாமினாலஜி ஆஃப் பெர்சப்ஷன்* (Merleau-Ponty, M. (1962) Phenomenology of Perception) (London).

மோல்ட்மன் ஜே, *(1985) காட் இன் கிரியேஷன்* (Moltmann, J. (1985) God in Creation) (London).

மோனோட் ஜே, *(1972) சான்ஸ் அண்ட் நெசசிடி* (Monod, J. (1972) Chance and Necessity) (London).

நெக்ரி ஏ, *(1984) மார்க்ஸ் பியாண்ட் மார்க்ஸ்* (Negri, A . (1984) Marx beyond Marx) (South Hadley, Mass.).

நெக்ரி ஏ, *(1988) ரெவல்யூஷன் ரிட்ரீவ்ட்* (Negri, A. (1988): Revolution Retrieved) (London).

பன்சியேரி ஆர், (1976) 'சர்ப்ளஸ் வேல்யூ அண்ட் பிளானிங்: நோட்ஸ் ஆன் த ரீடிங் ஆஃப் கேப்பிட்டல்', த லேபர் ப்ராசஸ் அண்ட் கிளாஸ் ஸ்ட்ரேடஜிஸ் -ல் (Panzieri, R. (1976) 'Surplus Value and Planning: Notes on the Reading of Capital, in The Labour Process and Class Strategies), C. S. E. Pamphlet no. 1.

பாஸ்கல் ஆர், (1938) 'பிராப்பர்டி அண்ட் சோசைட்டி', மாடர்ன் குவார்ட்டர்லி (Pascal, R. (1938) 'Property and Society', Modern Quarterly), vol. 1, no. 2.

பிளமெனாஸ், (1970) ஜெர்மன் மார்க்சியம் அண்ட் ரசியன் கம்யூனிசம் (Plamenatz, J. (1970) German Marxism and Russian Communism) (London).

பாப்பர் கே, (1963) கஞ்சக்சர்ஸ் அண்ட் ரெஃப்யூடேஷன்ஸ் (Popper, K. (1963) Conjectures and Refutations) (London).

புலண்ட்ஸஸ், (1978) ஸ்டேட், பவர், சோசலிசம் (Poulantzas, N. (1978) State, Power, Socialism) (London).

பிரின்ஸ் ஏ, (1969) 'பேக்கிரவுண்ட் அண்ட் அல்டீரியர் மோடிவ் ஆஃப் மார்க்சஸ் "பிரீஃபேஸ்" ஆஃப் 1859', ஜர்னல் ஆஃப் த ஹிஸ்டரி ஆஃப் ஐடியாஸ் (Prinz, A . (1969) 'Background and Ulterior Motive of Marx's "Preface" of 1859Ô, Journal of the History of Ideas).

ர்யோமர் ஜே, (1986) அனலிடிகல் மார்க்சியம் (Roemer, J. (ed.) (1986) Analytical Marxism) (Cambridge).

ரோஸ் ஜி, (1981) ஹெகல் கான்ட்ரா சோசியாலஜி (Rose, G. (1981) Hegel contra Sociology) (London).

சார்த்தர் ஜே-பி, த பிராப்ளம் ஆஃப் மெதட் (Sartre, J.-P. (n.d.) The Problem of Method) (London).

சார்த்தர் ஜே-பி, (1976) கிரிட்டிக் ஆஃப் டயலெக்டிகல் ரீசன் (Sartre, J.-P. (1976) Critique of Dialectical Reason) (London).

ஷ்மிட் ஏ, (1969) த கான்சப்ட் ஆஃப் நேச்சர் இன் மார்க்ஸ் (Schmidt. A. (1969) The Concept of Nature in Marx) (London).

ஸ்கின்னர் ஏ, (1965) 'எகனாமிக்ஸ் அண்ட் ஹிஸ்டரி - த ஸ்காட்டிஸ் என்லைட்டன்மென்ட்', ஸ்காட்டிஷ் ஜர்னல் ஆஃப் பொலிடிகல் எகானமி (Skinner, A. (1965) 'Economics and History - The Scottish Enlightenment', Scottish Journal of Political Economy), vol. 12.

வால்ஷ், டபிள்யூ எச் (1975), கான்ட்ஸ் கிரிடிசிசம் ஆஃப் மெட்டாஃபிசிக்ஸ் (Walsh, W. H. (1975) KantÔs Criticism of Metaphysics) (Edinburgh).

வில்லியம்ஸ் ஆர், (1973) 'பேஸ் அண்ட் சூப்பர்ஸ்ட்ரக்சர் இன் *மார்க்சிஸ்ட் கல்ச்சுரல் தியரி*', *நியூ லெஃப்ட் ரிவியூ* (Williams, R. (1973) 'Base and Superstructure in Marxist Cultural Theory', New Left Review), no. 82.

விட்ஃபோகல் கே.ஏ. *(1953)*, 'த ரூலிங் பியூரோக்ரசி ஆஃப் ஓரியன்டல் டெஸ்பாடிசம்', *ரிவியூ ஆஃப் பொலிடிக்ஸ்* (Wittfogel, K. A. (1953) 'The Ruling Bureaucracy of Oriental Despotism', Review of Politics), July.

2. வரலாற்றுப் பொருள்முதல்வாத அறிவியலும் நெருக்கடியும் கடப்பாடும்

ஜோசப் ஃபிராக்கியா, செய்னே ரயன்

நவீனத்துவ நோக்குநிலையை கட்டமைப்பதில் 'நெருக்கடி' பற்றிய அலங்காரச் சொல்லாடல் மையமான பாத்திரத்தை ஆற்றுகிறது என்று பால் டி மான் (Paul De Mann) பரிந்துரைத்துள்ளார். 'நெருக்கடிகள்' என்று பலரும் தொடர்ந்து அறிவித்துக் கொண்டிருப்பதும், இந்த 'நெருக்கடிகள்' 'முடிவு' வரப்போவதை அறிவிப்பவை என்று வாதிடப் படுவதும் சிறிது காலமாகவே, நமது அறிவுத்துறை வாழ்வின் அடையாளமாக உள்ளது. இருபதாம் நூற்றாண்டில், பிந்தை முதலாளித் துவத்தில் ஏற்படும் வளர்ச்சிகளுடன் தொடர்புடைய குறிப்பிட்ட பேரழிவுரீதியிலான கூருணர்வுடன் இந்த அலங்காரச் சொல்லாடல் தொடர்பு கொண்டிருப்பதாகத் தெரிகிறது. இது தொடர்பாக, ஸ்பெங்க்ளர் (Spengler) நிறுவிய ஆளுமையாக உள்ளார். ஹெகல் போன்ற சிந்தனையாளர்களில் இறுதிநிலையை அடையும் வரலாற்று வாதத்தின் வடிவத்திலிருந்து இந்த 'நெருக்கடி' பற்றிய அலங்காரச் சொல்லாடலை பிரிக்க முடியாது; இந்த வரலாற்றுவாதம் 'நெருக்கடிகளை' (தனிநபர்களின், அரசுகளின், கலாச்சாரங்களின் பிறப்பு மற்றும் இறப்பின் நெருக்கடிகளை), ஏதோ இறுதி முடிவை நோக்கி முன்னேறிச் செல்லும் வளர்ச்சியுடன் தொடர்புபடுத்துகிறது என்பதுதான் டி மான்-ன் கருத்தாக இருப்பதாகத் தெரிகிறது. 'நெருக்கடி' என்பது வேறு ஏதோ ஒன்றை நோக்கிய பயணத்தில் நிகழக் கூடியதாக உள்ளது. நாம் அவசியமாகவே வேறு ஏதோ ஒன்றை நோக்கிய பாதையில் செல்கிறோம் என்ற அனுமானத்தை கேள்விக்குள்ளாக்கினால், 'நெருக்கடி' பற்றிய அலங்காரச் சொல்லாடலுக்கு கருத்தை அளிக்கும் நிலைமைகளை நாம் கேள்விக்குள்ளாக்குகிறோம்.[1]

டி மானின் கருத்தைப் பின்தொடரும், பின்-நவீனத்துவ நோக்கு நிலையின் பணி, ஒரு வரலாற்றுச் சகாப்தம் தனது நிலைமைகளை சுமைப்பொதிகளைப் போல தூக்கி எறிந்து விட முடியும் என்பது போல, 'நெருக்கடி' பற்றிய அலங்காரச் சொல்லாடலை கைவிட்டு முன் செல்வதாக இருக்காது; மாறாக, குறைந்தபட்சம் ஆரம்பத்தில், 'நெருக்கடி' பற்றிய அலங்காரச் சொல்லாடல் எங்கெல்லாம் எழுகிறதோ

அங்கெல்லாம் மேலும் சிறிதளவு சுய-கூருணர்வை, குறிப்பாக இன்னும் சிறிதளவு முரண்தொடையை அதனுள் செலுத்துவதாகத்தான் இருக்கும். ஆனால், பின்-நவீனத்துவ சிந்தனையில் இருந்து தங்களது தூண்டுதலைப் பெற்றதாகச் சொல்லிக் கொள்ளும், மார்க்சியத்தை விமர்சிப்பவர்கள் பலர் இதைச் செய்யத்தான் தவறுகிறார்கள். அவர்கள் மார்க்சியத்தில் 'நெருக்கடி' பற்றி பேசுகிறார்கள், அதைக் 'கடந்து செல்வதன்' தேவையைப் பற்றிப் பேசுகிறார்கள், பின்-கட்டமைப்புவாத சிந்தனையின் மையமான கருப்பொருட்கள் அத்தகைய பேச்சுக்களை ஆழமான பிரச்சினைக்களமாக்கி விட்டன என்பதை முற்றிலும் அறியாமல் பேசுகிறார்கள். கோட்பாட்டுரீதியாக அப்பாவித்தனமான, அரசியல்ரீதியாக தீங்கிழைக்கும், வரலாறு பற்றிய மார்க்சியத்தின் இலக்குவாத நகர்வு எனும் பார்வை மார்க்சியத்தில் உள்ள 'நெருக்கடி'க்குக் காரணமாக பல இடங்களில் சொல்லப்படுகிறது. பின்-கட்டமைப்புவாதம், இலக்குவாத நகர்வின் மாயைகளை அம்பலப்படுத்தியதன் மூலம் 'நெருக்கடி' பற்றிய பேச்சின் மாயைகளையும் அம்பலப்படுத்தி விட்ட நிலையில், மார்க்சியத்தின் 'நெருக்கடி' பற்றி நாம் என்ன சொல்லப் போகிறோம்?

முதலாவதாக, மார்க்சியம் 'நெருக்கடியில்' உள்ளது என்பதை நாம் மறுக்க மாட்டோம். உண்மையில், - முதலாளிவர்க்க சமூகம் எப்போதுமே நெருக்கடியில்தான் இருந்திருக்கிறது என்று நம்புவதற்குக் காரணங்கள் இருப்பது போலவே - மார்க்சியம் எப்போதுமே நெருக்கடியில்தான் இருந்திருக்கிறது என்று இந்தக் கட்டுரையின் பின்வரும் பகுதிகளில் நாங்கள் பரிந்துரைக்கப் போகிறோம்; (இந்த இரண்டும் தொடர்பற்றவை இல்லை, ஏனென்றால் மார்க்சியமே முதலாளித்துவ சமூகத்தின் விளை பொருளாக, மிக உயர்நிலை விளைபொருளாக என்று கூட சொல்லலாம், உள்ளது) நெருக்கடியானது சில நேரங்களில் மற்ற நேரங்களை விட அதிகம் வெளிப்படையாக உள்ளது. நெருக்கடியின் நிரந்தரத்தன்மையை அங்கீகரித்துமே, உடைப்புகளின் காலங்களிலிருந்து வேறுபடுத்திப் பார்க்கத்தக்க வகையில் நிலைத்தன்மை கொண்ட காலங்களை முன்அனுமானித்துக் கொள்வதை தனது உணர்வாகக் கொண்டுள்ள நெருக்கடி பற்றிய கருத்துநிலை, இனிமேலும் அதே கருத்தைக் கொண்டுள்ளதா, அல்லது கருத்து எதையும் கொண்டுள்ளதா என்ற கேள்வி எழுகிறது. மேலும் இது நம்மை முந்தைய கருத்துக்குத் திருப்பி அனுப்புகிறது. அதாவது, இந்த நேரத்தில் மார்க்சியத்தின் 'நெருக்கடியை' தீர்த்து வைப்பதற்கான முயற்சிகள் மட்டும் தேவையில்லை அல்லது அந்த முயற்சிகளே கூட தேவையில்லை, 'நெருக்கடி' என்றால் என்ன,

அது எதைக் குறிக்கிறது என்பதைப் பற்றிய புதுப்பிக்கப்பட்ட கருத்தாக்கம்தான் இந்த நேரத்தில் தேவையாக இருக்கிறது.

நெருக்கடியின் பொருள் பற்றிய சுய-கூருணர்வு, மார்க்சிய மரபின் இன்றியமையாத தன்மைகளின் காரணமாக இன்னும் வலுப்படுத்தப் படுகிறது. ஏனென்றால், அரசியல் பொருளாதாரம் பற்றிய மார்க்சின் விமர்சன பகுப்பாய்வு என்பது, பிற விஷயங்களோடு கூட, முதலாளித்துவ உற்பத்தியின் சமூக உறவுகளை அடிப்படையாகக் கொண்டு நெருக்கடி என்பதன் பொருள் குறித்து நீடித்த சிந்தனையாக உள்ளது. மார்க்சின் காலத்தில், பொருளாதார நெருக்கடியின் நடைமுறை எதார்த்தத்தை அங்கீகரித்த அதே நேரம், முதலாளித்துவ உறவுகளின் அடிப்படை கட்டமைப்புக்கும், அந்த உறவுகள் பற்றிய கோட்பாட்டுக்கும் நெருக்கடிகளுக்கும் உள்ள தொடர்பை முதலாளிவர்க்க பொருளியலாளர்கள் அங்கீகரிக்க மறுத்தனர் என்பதை நினைவுபடுத்திக் கொள்வோம். (முதலாளித்துவத்தின் கீழ் மொத்த வேண்டலும் மொத்த வழங்கலும் அவசியமாகவே சமநிலையில் உள்ளன என்று வாதிடும் சேயின் விதியை Say's Law இந்த மறுப்பின் முக்கியமான புள்ளி என்று சொல்லலாம்). எனவே, முதலாளித்துவ அரசியல் பொருளாதாரம் என்பதே நெருக்கடிகளுக்கு எந்த முக்கியத்துவத்தையும் மறுப்பதற்கான நீடித்த முயற்சியாகவே ஏறக்குறைய இருந்தது. இந்த விஷயத்தில், எதிர்த்தரப்பு இலக்கியங்கள், அவை இன்னும் பிற்போக்கான மால்துசின் கருத்துக்களாக இருந்தாலும் சரி அல்லது மேலும் முற்போக்கான கற்பனாவாத சோசலிஸ்டுகள் மற்றும் அவர்களைப் போன்றவர்களின் கருத்துக்களாக இருந்தாலும் சரி, நெருக்கடிகளின் முக்கியத்துவத்தைத் தவறாகப் புரிந்து கொண்டன என்பது மார்க்சின் கருத்தாக உள்ளது. எனவே, நெருக்கடியை கோட்பாட்டு தேவைகளுக்கும் நடைமுறை தேவைகளுக்கும் முக்கியத்துவம் பெறச் செய்வது எது, அதாவது, நெருக்கடி எப்போது சாராம்சமான [தவிர்க்கவொண்ணாத] ஒன்றை வெளிப்படுத்துகிறது, எப்போது வெறும் தற்செயலான [விபத்தான] ஒன்றை வெளிப்படுத்துகிறது? என்ற கேள்வி பற்றிய நீடித்த மற்றும் சிந்தனையைத் தூண்டும் சிந்தனைகளை மார்க்சின் சொந்த ஆய்வு, குறிப்பாக அவரது உபரி-மதிப்புக் கோட்பாடுகள் நூல், கொண்டிருக்கின்றது. மார்க்சின் உதாரணம் நமக்குக் காட்டுவது என்ன வென்றால், 'நெருக்கடிகளின்' இயல்பு பற்றி சிந்திப்பது, கோட்பாட்டில் அவை நிகழும்போது அவற்றைப் பற்றி சிந்திப்பது கூட, நம்மைச் சுற்றியுள்ள சமூகத்தை ஆய்வு செய்வதற்கு பதிலியாக ஆகாது. மாறாக, அத்தகைய ஆய்வை நோக்கிய மிகப் பொருத்தமான பாதையாக அது இருக்கலாம்.

தாமஸ் கூனின் (Thomas Kuhn) செல்வாக்கு வாய்ந்த படைப்பாலும், பின்-நவீனத்துவம், பின்-கட்டமைப்புவாதம் போன்ற இயக்கங்களுடன் தொடர்புடைய கோட்பாட்டாளர்கள் அதற்கு ஆற்றிய எதிர்வினையாலும் பகுதியளவு தூண்டப்பட்ட, கோட்பாட்டு நெருக்கடிகளின் இயல்பு பற்றிய சில பொதுவான கருத்துக்களிலிருந்து நாம் தொடங்குவோம். நேர்க்காட்சிவாதத்தாலும் அனுபவவாதத்தாலும் தூண்டப்பட்ட, கோட்பாட்டின் இயல்பு பற்றிய முன்கருத்தாக்கங்கள் வலுவிழக்கச் செய்யப்பட்டதுமே, 'கோட்பாட்டுரீதியான' என்பதன் இயல்பையும் விளைவையும் பற்றிய ஒட்டுமொத்த பிரச்சினையையும் பற்றி மறு பரிசீலனை செய்ய வேண்டியதாகிறது. நெருக்கடி பற்றிய பேச்சு எப்போதுமே இருப்பதாக ஆகி விட்ட மார்க்சிய மரபில்தான் இந்தப் பணி இன்னும் அவசரமாக உள்ளது. இந்நிலையில், மார்க்சியத்தின் சாராம்சமான நெகிழ்வுத்தன்மையை வலியுறுத்துவதன் மூலம் மார்க்சியத்தின் நெருக்கடி பற்றிய சில கொச்சையான வாதங்களை பலவீனப்படுத்தும் அதே நேரம் மார்க்சியத்தின் தற்போதைய பிரச்சினையான நிலை எழுப்பியுள்ள இன்னும் முக்கியமான கேள்விகளை வெளிப்படுத்துவதற்கான மார்க்சிய கோட்பாட்டுரீதியான திட்டப்பணி தொடர்பாக சிந்திப்பதற்கான வழியை நாங்கள் பரிந்துரைக்கப் போகிறோம். நெருக்கடி என்ற கேள்வி தொடர்பாக, தத்துவார்த்தத்தன்மை அதிகமான அணுமுறைகளுக்கும் அறிவியல்தன்மை அதிகமான அணுகுமுறைகளுக்கும் இடையேயான ஐக்கியத்தை வலியுறுத்துவது முக்கியமாக உள்ளது: கோட்பாடு பற்றிய மார்க்சின் சொந்த சிந்தனைகள், அவர் கோட்பாட்டில் செய்த பணிகளில் ஆழமான அடித்தளத்தைக் கொண்டுள்ளன. நாம் அவரது முன்மாதிரியை பின்பற்ற முயற்சிப்போம். முடிவாக, மார்க்சியத்தின் நெருக்கடி தொடர்பான கோட்பாட்டுரீதியான சிந்தனை செல்ல வேண்டிய மேலும் சில திசைகளை நாங்கள் பரிந்துரைக்கிறோம்.

கூன் எழுத்தும் இயக்கவியலும்

கல்வித்துறை வரலாற்றில் தாமஸ் கூன் எழுதிய (Thomas Kuhn) த ஸ்ட்ரக்சர் ஆஃப் சயின்டிஃபிக் ரெவல்யூஷன்ஸ் (The Structure of Scientific Revolutions - அறிவியல் புரட்சிகளின் கட்டமைப்பு) என்ற புத்தகம்தான் மிக அதிகமாக மேற்கோள் காட்டப்பட்ட, அதே நேரம் மிகக் குறைவாக படிக்கப்பட்ட, எப்படியிருந்தாலும் மிகக் குறைவாக உட்செரிக்கப்பட்ட புத்தகம் என்று சொல்லலாம்.[2] மிகச்சிறந்த நேர்வுகளில், கூற்றுகளின் கருத்து அல்லது செயல்பாட்டுரீதியான உள்ளடக்கம் என்பது எப்போதுமே அவற்றின் கோட்பாட்டுப் பின்னணியோடு தொடர்புடையது

என்ற அனுபவவாதம் பற்றிய மென்மையான விமர்சன பகுப்பாய்வைத்தான் சமூக அறிவியலாளர்கள் அதிலிருந்து பெற்றுக் கொள்வதாகத் தெரிகிறது. மிக மோசமான நேர்வுகளில், அவர்கள் அறிவியல் பற்றிய தமது நேர்க்காட்சிவாத மற்றும் அனுபவவாதப் பார்வைகளை கூன்-ன் மேலும் நவீனமான கலைச்சொற்களுக்கு வெறுமனே மாற்றி அமைத்துக் கொள்கின்றனர். கூன்-ன் பார்வையில் கோட்பாடு, பெருநோக்கு (paradigm) என்ற இந்த இரண்டும் முக்கியத்துவத்துடன் தனித்தனியானவை என்பதை பொருட்படுத்தாமல், தமது 'கோட்பாடு' என்று பேசுவதற்கு மாறாக தமது 'பெருநோக்கு' என்று பேசிக் கொள்கின்றனர். கூன்-ன் ஆய்வில் நிச்சயமின்மைகளும் தெளிவின்மைகளும் உள்ளன என்பதில் சந்தேகமில்லை. எனவே, அதைப் பற்றிய, நமது பகுப்பாய்வைப் போன்ற எந்த ஒரு பகுப்பாய்வும் ஹெரால்ட் ப்ளூம்ஸ் (Harold Bloom) சொன்னது போல வலுவாக இருக்க வேண்டும். மேலும், மார்க்சிய மரபு கூன்-ன் ஆய்வை விமர்சனமின்றி ஏற்றுக் கொள்ள முடியாது. கோட்பாட்டுக்கும் செயல்பாட்டுக்கும் இடையேயான உறவைப் பற்றிய பார்வையில் கூனின் ஆய்வானது அறிவியலின் தத்துவம் தொடர்பான பிற கல்வித்துறை ஆய்வுகளின் பார்வையை பகிர்ந்து கொள்கிறது, இந்தப் பார்வை பொதுவாக கருத்துமுதல்வாதமாகவே உள்ளது. உண்மையில், மார்க்ஸ் வார்ட்டோஃப்ஸ்கி போன்ற கருத்தாளர்கள் பதிவு செய்தது போல, கூன்-ன் படைப்பில் அறிவியலின் தத்துவ அறிஞர்களுக்கு புதிதாகவும் பசுமையாகவும் தெரிந்தவற்றில் பெரும்பகுதி ஏற்கனவே ஹெகலில் உள்ளது. இரண்டும் இயக்கவியல் அணுகுமுறையை ஏற்றுக் கொள்கின்றன என்ற அளவுக்கு, கூன்-ன் சில கருத்துருக்களுக்கும் மார்க்சின் சில கருத்துருக்களுக்கும் இடையேயான இணக்கத்தை இது விளக்குகிறது. ஆனால், ஹெகலுடன் கொண்டிருக்கும் தொடர்பை வைத்துப் பார்க்கும் போது கூன்-ன் கருத்துருக்களை மேலும் பொருள் முதல்வாத நோக்குநிலையிலிருந்து விமர்சனம் செய்ய வேண்டியதன் முக்கியத்துவம் தெளிவாகிறது. இந்த வகையில் கூன்-ன் ஆய்வில் உள்ள குறைபாடுகளைப் பற்றி நாம் சிறிது பேசவிருக்கிறோம். எழுப்பப்படும் பிரச்சினைகள் ஆழமானவை, கடினமானவை என்றும் அவற்றில் சில நம்மால் இங்கு பேச முடியாத அளவிலான பரந்து விரிந்த தத்துவார்த்த இலக்கியத்தை ஏற்கனவே உருவாக்கியிருக்கின்றன என்பதையும் மனதில் கொண்டுள்ளோம்.

பெருநோக்கை விரித்துரைத்தல்

நெருக்கடி பற்றிய கூன்-ன் பார்வையை புரிந்து கொள்வதற்கான வழி, அது நெருக்கடிக்கும் அனுபவரீதியான மறுப்புக்கும் அல்லது உறுதிப்படுத்தலுக்கும் இடையேயான தொடர்பை தளர்த்துகிறது

என்பதாகும். பழைய பார்வையில், கோட்பாட்டின் அடிப்படையான விதிகள் அனுபவத்தில் மறுக்கப்படுவதால் (அல்லது அவற்றுக்கு அனுபவரீதியான உறுதிப்படுத்தல் இல்லாமையால்: இந்த இரண்டுக்கும் இடையேயான வேறுபாடு கார்ல் பாப்பருக்கும் தத்துவார்த்த நேர்க்காட்சிவாதத்துக்கும் இடையேயான விவாதத்தில் முக்கியமானது, ஆனால் இங்கு முக்கியமில்லை) கோட்பாட்டு நெருக்கடி ஏற்படுகிறது. இப்போது கூட இந்தப் பார்வையை பலர் ஏற்றுக் கொண்டுள்ளனர். அப்படியானால், கோட்பாடு மெய்ம்மைகளுடன் பொருந்தாமல் போகும் போது நெருக்கடி ஏற்படுகிறது. அது அவசியமாகவே கோட்பாட்டில் சில திருத்தங்கள் செய்வதை கோருகிறது - பொருந்தாமல் போவது முக்கியமற்றதாக இருந்தால் கோட்பாட்டுக்கு ஒட்டுப் போடுவதையும், முக்கியமானதாக இருந்தால் கோட்பாட்டை ஒட்டுமொத்தமாக கை விடுவதையும் கோருகிறது. இந்தச் சித்திரம் தொடர்பாக மீது கூன் எழுப்பும் முதல் கேள்வியில் 'அனுபவரீதியான' என்ற கருத்துநிலை அடங்கியுள்ளது தெளிவு. ஒரு பெருநோக்குக்கான அனுபவரீதியான சான்று, அந்தப் பெருநோக்கின் கோட்பாட்டு அடிப்படைகளுடன் உள்ளுறவைக் கொண்டுள்ளது என்கிறார், கூன். அதாவது, 'அனுபவரீதியான தடயம்' என்று கருதப்படுவது எப்போதுமே பெருநோக்கைச் சார்ந்தது. எனவே, அனுபவரீதியான சான்றை, பெருநோக்குகளை மதிப்பிடுவதற்கான நடுநிலையான மேல்முறையீட்டு மன்றமாக எடுத்துக் கொள்வது பாமரத்தனமாகும். இதுதான் அனுபவவாத மாதிரி தொடர்பாக கூன் எழுப்பும் நன்கு அறிமுகமான கேள்வி. விதிதரு பெயரியல் மாதிரி (deductive nomological model) என்று நேர்க்காட்சிவாதிகள் அழைப்பது தொடர்பாக கூன் எழுப்பும் கேள்வி அதை விட அறிமுகம் குறைவானது.

இந்தப் பார்வையின்படி, கோட்பாட்டின் விதிகள், அதாவது அனுபவரீதியிலான கூற்றுகள் தர்க்கரீதியான விதிதருமுறை உறவில் நிற்கும் கோட்பாட்டு கூற்றுகள் அதன் இதயமாக இருக்கின்றன. அவ்வாறு விதிதருமுறையில் வகுக்கப்பட்ட கூற்று, அதன் கணிப்பு பொய்யாவது போன்ற நேர்வில், பொய் என நிருபிக்கப்பட்டால், அப்போது (இந்த மாதிரியின்படி) நிராகரிக்க வேண்டியது ஏற்படாவிட்டாலும் திருத்தம் கோரப்படுகிறது. இப்போது, கூன்-ன் கருத்துப்படி, பெருநோக்கின் இதயம் மகத்தான சாதனையாகும், அது உலகத்தை நாம் பார்க்கும் முறையை மாற்றுவது மட்டுமின்றி, கோட்பாட்டை நாம் பார்க்கும் முறையைக் கூட மாற்றி விடலாம் என்ற புதிய, கவனத்தைக் கவரும் விளைவைக் கொண்டுள்ளது.[3] வழக்கமாக, முந்தைய ஆய்வுகள் உருவாக்கிய ஆனால் தீர்த்து வைக்காத பிரச்சினைகளுக்கு தீர்வு

காண்பதில்தான் இந்தச் சாதனையின் மகத்துவம் உள்ளது. ஆனால், அதே அளவு வழக்கமாக, அது இந்தப் பிரச்சினைகளை மறுவரையறை செய்வதன் மூலம், அல்லது சில நேரங்களில் அவற்றை (எனவே, கோட்பாட்டுரீதியான முன்னேற்றம் என்ற கருத்துநிலை தொடர்பாக இந்தச் சித்திரம் எழுப்பும் ஐயங்களை) ஒதுக்கித் தள்ளுவதன் மூலம் அந்தப் பிரச்சினைகள் பற்றி 'பேசுகிறது'. கோட்பாட்டின் இதயமாக விதிகளும் அனுபவரீதியிலான கூற்றுகளும் இருப்பதாக சிந்திப்பதற்குப் பதிலாக பிரச்சினைகளையும் தீர்வுகளையும் பற்றி சிந்திப்பது என்பது இது கொண்டு வரும் முதல் மாற்றம். இது முக்கியமற்ற ஒன்றாக தோன்றலாம் (பாப்பரின் படைப்பில் இது எதிர்நோக்கப்பட்டிருந்தது); ஆனால், ஒரு பெருநோக்கு 'என்ன சொல்கிறது' என்ற கேள்விக்குப் பதிலாக 'அது என்ன செய்திருக்கிறது' என்ற கேள்வியை பெருநோக்கு பற்றி நாம் எழுப்பக் கூடிய மிக முக்கியமான கேள்வியாக மாற்றியிருப்பது வரை அறிவியல் செயல்பாட்டின் முதன்மையை அது வலியுறுத்துகிறது. கோட்பாட்டு மரபுக்கு கவனத்தைக் கவரும் கோட்பாட்டு வெற்றி எதுவும் இல்லாமல் போனால் அது இன்னும் பெருநோக்கு என்ற நிலையை எட்டிவிடவில்லை. பல சமூகக் கோட்பாடுகளுக்கு இதுதான் நிலைமை என்று வாதிடலாம். இந்நிலையில் கோட்பாடு இருக்கலாம், ஆனால் பெருநோக்கு இல்லை - நிச்சயமாக அறிவியல் இல்லை.

இதுவரையில், கூன்-ன் பார்வை பெரும்பாலும் ஹெகலை எதிரொலிப்பதை எளிதாகப் பார்க்க முடிகிறது. கோட்பாடும் சான்றும் உள்தொடர்புடையவை, எனவே சான்று என்பது கோட்பாட்டுக்கான 'நடுநிலையான மேல்முறையீட்டு மன்றமாக' இருக்க முடியாது என்பது ஹெகலின் இயக்கவியல் பார்வையின் இன்றியமையாத பகுதியாக உள்ளது. ஹெகலால் தாக்கம் செலுத்தப்பட்ட அனைவரும் இந்தப் பார்வையை ஏற்றுக் கொண்டனர், இதற்கு டூயி (Dewey) நல்ல உதாரணமாக உள்ளார். விதிகளையும் அனுபவரீதியான கூற்றுகளையும் விட பிரச்சினைகளும் தீர்வுகளும்தான் அறிவியல் சாதனையின் இதயமாக அமைகின்றன என்ற கருத்தும் ஹெகலுக்கும் அவரைப் பின்பற்றுபவர்களுக்கும் முக்கியமானது, இதற்கு காலிங்வுட் (Collingwood) நல்ல உதாரணமாக உள்ளார். இறுதியாக, அறிவியல் என்பது ஒரு சாதனையின் மூலம் தொடங்கி வைக்கப்படுகிறது, அதனை விரித்துரைப்பது அதன் தாக்கத்தின் கீழ் வேலை செய்பவர்களின் வேலை என்ற கருத்துநிலை, சிந்தனை மேலும் குறிப்பாக தத்துவரீதியான சிந்தனை என்பது எப்போதுமே உண்மைக்குப் பின் செய்யப்படுகிறது- 'மினர்வாவின் ஆந்தை அந்திப்பொழுதில் பறக்கிறது' என்ற ஹெகலின் பார்வையின் ஒரு பகுதியாக உள்ளது. ஹெகலின் பார்வை மார்க்சின்

பார்வையுடன் முக்கியமாக முரண்படும் இடமாக இது உள்ளது. மார்க்ஸ் கோட்பாட்டுக்கு இன்னும் அதிக புரட்சிகர பாத்திரத்தை வழங்குகிறார்.

பெருநோக்கை விரித்துரைப்பது ஒரு மட்டத்தில், 'வழமையான அறிவியல்' என்று கூன் அழைப்பதைக் கொண்டுள்ளது. கூன் இந்தச் செயல்பாட்டை 'புதிர் விடுவித்தலுடன்' தொடர்புபடுத்துகிறார். 'புதிர்' என்ற சொல் இங்கு திறவுகோலாக உள்ளது. ஒரு பெருநோக்கு தொடங்கி வைக்கப்பட்ட பிறகு, அதன் தாக்கத்தின் கீழ் செய்யப்படும் அனுபவரீதியான பணி, ஞாயிற்றுக்கிழமை குறுக்கெழுத்துப் புதிரை விடுவிப்பது போன்ற நமது செயல்பாட்டின் தன்மையை பொதுவாகக் கொண்டுள்ளது. ஏற்கனவே கோட்டுச் சித்திரமாக இருப்பதை 'நிரப்புவதாக' இந்தச் செயல்பாடு உள்ளது. எங்கு செல்ல வேண்டும் என்று நமக்கு வழி காட்டுவதோடு, கண்டுபிடிப்பதற்கான தீர்வுகள் உள்ளன என்ற நம்பிக்கையையும் இந்தக் கோட்டுச் சித்திரம் நமக்குத் தருகிறது. மொத்தத்தில், உறுதிசெய்வதன் மூலமாகவோ அல்லது மறுப்பதன் மூலமாகவோ பெருநோக்கை சோதிப்பதற்கு பொருத்தமில்லாத ஒன்றாக இந்தச் செயல்பாடு உள்ளது. இயல்பான அறிவியலை புதிர் விடுவித்தல் எனக் கருதுவதுதான் கூனின் பார்வையின் மிகவும் பழமைவாத பரிமாணத்தைக் குறிப்பதாக கூனின் விமர்சகர்கள் கூறுகின்றனர். ஏனென்றால், பெரும்பாலான அறிவியல் செயல்பாடு சுய-விமர்சனரீதியாக இல்லை என்று அது பரிந்துரைக்கிறது. (ஏதோ உணர்வில், சுய-விமர்சனம்தான் அறிவியலின் சாராம்சம் என்ற பாப்பரிய பார்வையோடு இதை ஒப்பிடுங்கள்). 'புதிர்' என்ற உருவகத்தின் மீது அதன் மிக அமைதியான விளைவுகளுடன் அளவுக்கு அதிகமான முக்கியத்துவத்தைக் கொடுப்பதும், விரித்துரைப்பதாக அனுபவரீதியிலான பணி என்ற கருத்துநிலை திறந்து விட்டுள்ள கூடுதல் சாத்தியங்களை பயன்படுத்தாமல் இருப்பதும் கூன்-ன் ஆழமான சிந்தனைகளுக்கு நியாயம் செய்யாமல் இருக்கலாம். மார்க்சின் மீது நமது கவனத்தைத் திருப்பும் போது இந்தக் கருத்துநிலையின் மதிப்பை நாம் மேலும் பரிசீலிப்போம்.

பெருநோக்கின் விரித்துரைத்தலாக அறிவியல் என்ற கருத்துநிலை, முறைபாடு பற்றிய கேள்வியை எழுப்புகிறது. அறிவியல் பற்றிய நேர்க்காட்சிவாத கருத்தாக்கம், முறைபாட்டை, குறிப்பாக அனுபவரீதியான மற்றும் விமர்சனரீதியான முறைபாட்டை அது உருவாக்கும் குறிப்பிட்ட விளைவுகளிலிருந்து சுயேச்சையானதாக, எதார்த்தமான அறிவியல்ரீதியான செயல்பாட்டுக்கு மேல் மிதந்து கொண்டே அந்தச் செயல்பாட்டை அறிவியல்ரீதியானது ஆக எப்படியோ உறுதிப்படுத்துகிறது என்று

கருதும் போக்கைக் கொண்டுள்ளது. இந்தக் கருத்தாக்கத்தின்படி, அறிவியல்ரீதியாக சிந்திப்பது என்பதன் பொருள் சரியான முறைபாட்டைப் பின்பற்றுவதுதான், அந்த முறைபாட்டை ஒருவர் சரியாக பயன்படுத்தினால் அறிவியல்ரீதியான முடிவுகள் கிடைப்பது உறுதி செய்யப்படுகின்றது (என்று அனுமானிக்கப்படுகிறது). முறைபாடுகள் குறிப்பிடத்தக்க அளவுக்கு பெருநோக்குகளுக்கு உள்ளார்ந்தவை என்பது கூன்-ன் பார்வையின் ஒரு அம்சம்: முறைபாடுகள் ஒவ்வொரு பெருநோக்குக்கும் மாறுகின்றன, ஏனென்றால், அறிவியல் எப்படி முன்செல்ல வேண்டும் என்ற அதன் கருத்தாக்கத்தினால் பெருநோக்கு பகுதியளவு கட்டுவிக்கப் பட்டுள்ளது. அறிவியலை பயிலுவது என்பதன் கருத்து என்ன என்பது பற்றி அவற்றின் கருத்தாக்கத்தில் வெவ்வேறு பெருநோக்குகள் வேறுபடுகின்றன. ஆனால், இந்தக் கருத்தாக்கங்களையே செழுமைப்படுத்த வேண்டியுள்ளது. எனவே, பெருநோக்கின் முறைபாட்டு அணுகு முறையை விரித்துரைப்பது அதனை விரித்துரைப்பதன் இன்னொரு பகுதியாக உள்ளது. பெருநோக்கை உருவாக்கிய சாதனையில் அந்த முறைபாட்டு அணுகுமுறை உணர்த்தப்பட்டாலும், அந்தச் சாதனைக்கு முன்பாக தனது முழு வளர்ச்சியடைந்த வடிவில் அது இருப்பதில்லை.

குறிப்பிட்ட முக்கியத்துவம் வாய்ந்த இரண்டு கருத்துக்கள் இதிலிருந்து கிடைக்கின்றன. இந்தப் பார்வையின்படி, பெருநோக்கு விரித்துரைத்தல் செயல்முறையில் அனுபவரீதியான ஆய்வு, முறைபாடுரீதியான சுய-சிந்தனை இரண்டுமே உள்ளன. இந்தப் பகுதிகள் எப்போதுமே ஒன்றிலிருந்து மற்றொன்றை வேறுபடுத்திப் பார்க்கக் கூடியவையாக இருப்பதில்லை என்பதை விளக்குவதற்கு பால் ஃபெயர்ஆபெண்ட்டின் (Paul Feyerabend) படைப்பு பெருமளவு பங்களிப்பு செய்துள்ளது. அறிவியலும் தத்துவமும் தனித்தனியானவை, அவற்றுக்கு இடையேயான இந்த வேறுபாட்டை விளக்குவது தத்துவத்தின் வேலைகளில் ஒன்று என்ற நேர்க்காட்சிவாத பார்வைக்கு எதிராக, கூனிய (Kuhnian) பார்வை இந்த வேறுபாட்டை தெளிவற்றதாக்கும் போக்கைக் கொண்டுள்ளது. எனவே, தத்துவார்த்தரீதியாக கருதப்பட்ட அறிவியலின் வரலாறு தோன்றுவதற்கு அது பங்களிப்பு செய்துள்ளது, நேர்க்காட்சிவாதம் இந்த வகை அறிவியலின் வரலாற்றை ஒதுக்கித் தள்ளி விடும் போக்கை கொண்டுள்ளது.[4] அறிவியலுக்கும் தத்துவத்துக்கும் இடையேயான வேறுபடுத்தலை தெளிவற்றதாக்கும் கூனிய பார்வையின் தாக்கம், நேர்க் காட்சிவாதத்துக்கு மாபெரும் முக்கியத்துவம் வாய்ந்ததாகத் தெரிந்த 'அறிவியலின்' அல்லது 'அறிவியல்ரீதியான' என்பதன் சாராம்சத்தை எது கட்டுவிக்கிறது என்ற கேள்வியின் முக்கியத்துவத்தை கேள்விக் குள்ளாக்கியது. 'விளங்கிக் கொள்வதன் முக்கியத்துவத்தின்' மீது

அக்கறை கொண்ட தர்க்கரீதியான அனுபவவாதிகள், 'எல்லைபிரிக்கும் தேர்வுஅடிப்படைகள்' மீது அக்கறை கொண்ட பாப்பரியர்கள் போன்ற தத்துவஅறிஞர்களும் பிறரும் எது அறிவியல்ரீதியானது, எது அறிவியல்ரீதியற்றது என்ற கேள்விக்கு பதில் காண்பது அறுதி முக்கியத்துவம் வாய்ந்தது என்று கருதினர். ஒரு காலத்தில் அறிவியலின் தத்துவஅறிஞர்கள் மத்தியில் இந்தக் கேள்வி பெற்றிருந்த கவனத்தின் அளவுக்கு இன்றைக்கு கவனம் பெறவில்லை. மதத்திலிருந்தும் மீ-பொருண்மையிலிருந்தும் அறிவியலை 'விடுதலை செய்வது' என அது முன்அனுமானித்துக் கொண்ட கதையாடலுக்கு இனிமேலும் அதே நம்பகத்தன்மை வழங்கப்படவில்லை என்பது இதற்கு பகுதி காரணமாக உள்ளது.

பெருநோக்குடன் முறைபாடு கொண்டுள்ள உள்உறவு, விமர்சனத்தின் தன்மையையும், பெருநோக்கில் நெருக்கடியை தோற்றுவிக்கும் நிலைமைகளையும் புரிந்து கொள்வதற்கு பெருமளவு முக்கியத்துவம் வாய்ந்தது. 'முறைபாடு' என்பதை கோட்பாடு எதை சாதிக்க விளைகிறது என்பது பற்றிய அடிப்படை கருத்துநிலைகளையும் அதன் வெற்றிக்கான தேர்வு அடிப்படைகளையும் உள்ளடக்கியது என்று எடுத்துக் கொண்டால், ஒரு பெருநோக்கை மதிப்பிடுவதற்கான தேர்வு அடிப்படைகள் அந்தக் பெருநோக்காலேயே வரையறுக்கப்படுகின்றன என்று கூனிய பார்வை பரிந்துரைக்கிறது; எனவே, பெருநோக்கின் ஆரோக்கியத்தை மதிப்பிடுவதற்கு போதுமான தேர்வு அடிப்படைகளை வெளியிலிருந்து இறக்குமதி செய்து விட முடியாது, அதன் சொந்தத் தேர்வு அடிப்படைகளை புரிந்து கொள்வதற்கு அந்தக் பெருநோக்கின் உள்ளேயே பார்க்க வேண்டும். வறட்டுவாதத்தை அங்கீகரிப்பவராக கூன் உள்ளார் என்று அவர் மீது சிலர் குற்றம் சாட்டுவதற்கு இட்டுச் செல்லும் கூனின் பார்வையின் இன்னொரு பகுதி இது. ஏனென்றால், வெற்றிக்கான தனது சொந்த தேர்வு அடிப்படைகளே அதனை விமர்சனத்துக்கு அப்பாற்பட்டதாக ஆக்கி விடும் பெருநோக்கு என்ற பூதத்தை அது எழுப்புகிறது. உண்மையில், நாம் இப்போது விவரித்த பார்வை, மற்ற எல்லாவற்றையும் போலவே கோட்பாடுகள் நிலைநாட்டப் படுவதும் வீழ்வதும் அவற்றின் உள்ளார்ந்த முரண்பாடுகளால்தான் என்ற ஹெகலிய பார்வையைத் தவிர வேறில்லை. அதாவது, அவை தமக்குத் தாமே முன் வைக்கும் வெற்றிக்கான தேர்வு அடிப்படைகளுக்கு ஏற்ப வெற்றி பெறுகின்றன அல்லது தோல்வியடைகின்றன.

மார்க்சும் கோட்பாட்டு நெருக்கடியும்

பொதுவான அடிப்படையில், கோட்பாட்டு நெருக்கடி என்ற பிரச்சினையை தொடர்ந்து விவாதிப்பதற்கு முன்னர், மார்க்சை

அணுகுவது தொடர்பாக மேலே சொன்னவை கொண்டுள்ள தாக்கங்கள் சிலவற்றைக் குறிப்பிடுகிறோம்.

ஒன்று சாதனையின் மீதான தனிக்கவனத்துடன் தொடர்பானது. மார்க்சின் பணியின் இதயமாக இருப்பது மூலதனம் நூல் என்பது தெளிவானது. அங்கு மார்க்சின் சாதனையை மார்க்சிய பெருநோக்கின் மையமாக கூனிய உணர்வில் அங்கீகரிப்பது என்பது மார்க்சியத்தின் கோட்பாட்டு வீச்சு தொடர்பாக வழக்கமான பார்வையை விட மிதமான பார்வையை அவசியமாகவே ஏற்றுக் கொள்வதாக உள்ளது. சோசலிச சமூகங்களைப் புரிந்து கொள்வதற்கு மார்க்சியத்தின் பொருத்தப்பாடு என்ற கேள்வியை எடுத்துக் கொள்வதன் மூலம் இதனைப் பார்க்க முடியும். வரலாற்றுப் பொருள்முதல்வாதத்தில் அடங்கியிருக்கும் வரலாற்றின் இயல்பு பற்றிய மார்க்சியத்தின் பொதுவான பார்வைகள், முதலாளித்துவத்துக்குப் பிந்தைய சமூகங்களின் இயல்பின் மீதும் வளர்ச்சி மீதும் தாக்கங்களைக் கொண்டுள்ளன என்பது நிச்சயம். அதாவது, சோசலிச சமூகங்கள் பற்றிய கோட்பாட்டை வளர்த்தெடுப்பதற்கான அடிப்படையை வரலாற்றுப் பொருள்முதல்வாதம் வழங்குகிறது, ஆனால் அது தானே அத்தகைய கோட்பாடாக அமையவில்லை. சோசலிச சமூகங்கள் பற்றிய அறிவியல் பகுப்பாய்வை மார்க்சியம் வழங்குகிறதா என்ற கேள்வியானது, கூனிய பார்வையின்படி, அத்தகைய சமூகங்களை புரிந்து கொள்வதற்கு கவனத்தைக் கவரும் கோட்பாட்டு சாதனைகள் எதையாவது மார்க்சியம் நமக்குத் தந்திருக்கிறதா என்ற கேள்வியைச் சார்ந்து நிற்கிறது அல்லது வீழ்கிறது. ஆகச் சிறந்த நேர்வில் கூட, சோசலிச அமைப்புகளின் செயல்பாடு பற்றிய அத்தகைய ஆழ்ந்த சிந்தனைகளை மார்க்சியம் வழங்கியுள்ளதா என்பது விவாதத்துக்குரியது என்று நாங்கள் கருதுகிறோம். (முதலாளித்துவ சமூகத்தின் செயல்பாடுகள் குறித்து அத்தகைய ஆழ்ந்த சிந்தனைகளை மார்க்சியம் வழங்குகிறது என்ற உண்மையானது, மார்க்சிய நோக்கு நிலையை வேறு மண்டலங்களுக்குள் நீட்டிக்க முடியும் என்பதை உறுதி செய்யவில்லை). இருப்பினும், மார்க்சியத் திட்டப்பணி தனது அருமுயற்சிகளில் (endeavour) தோற்று விட்டது என்பது எங்கள் முடிவு இல்லை, மாறாக, மார்க்சியத்தின் அருமுயற்சிகள் குறித்து சற்று மிதமாக புரிந்து கொள்ள வேண்டும் என்பதுதான் எங்கள் முடிவு.

முறைபாடு குறித்த முந்தைய குறிப்புகளோடு தொடர்புடைய இன்னொரு கருத்து. மார்க்சியம் முதலாளித்துவ சமூகம் பற்றிய பகுப்பாய்வை வழங்குகிறது என்ற அளவில், அந்தப் பகுப்பாய்வை மதிப்பீடு செய்வதற்கான வரையறைகள் மார்க்சிய பெருநோக்கில்

உள்ளார்ந்தவையாக உள்ளன. மீண்டும், மார்க்சியத்தை விமர்சனத்திலிருந்து பாதுகாப்பது இல்லை நோக்கம். மாறாக, மார்க்சியத்தில் நெருக்கடி என்பது பற்றிய எந்த ஒரு விமர்சனமும் மார்க்சின் முறைபாட்டு சிந்தனைகளை கருத்தாக்கம் செய்வதிலிருந்து தொடங்க வேண்டும் என்பதை வலியுறுத்துவதுதான் நோக்கம். ஏனென்றால், அங்குதான் மார்க்ஸ் எதை சாதிக்க முயற்சித்தார் என்பதை அடையாளம் காண்பதன் மூலம் அந்தச் சாதனையை மதிப்பிடுவதற்கான அடிப்படைகளை நாம் அடையாளம் காண்கிறோம். உண்மையில், இதுதான் தனது எதிரிகளை விமர்சிக்கும் போது மார்க்சே கடைப்பிடித்த வழிமுறையாக இருந்தது. *1844* கையெழுத்துப் பிரதிகளில் தொடங்கும் செவ்வியல் அரசியல் பொருளியலாளர்கள் மீதான மார்க்சின் விமர்சனங்கள், 'அவர்களது சொந்த வரையறைகளின்' பேரில் அவர்களைப் புரிந்து கொள்வதில், 'அவர்களது முற்கோள்களில்' இருந்து தொடங்குவதில், வெற்றி பற்றிய அவர்களது சொந்த கருத்துநிலைகளைக் கொண்டு அவர்கள் எவ்வளவு வெற்றியடைந்துள்ளனர் என்பதைத் தீர்மானிப்பதில் மிகக் கவனமாக இருக்கிறது. இதற்கு மாறாக, தனது ஆய்வுப்பொருளை மதிப்பிடுவதற்கு ஏதோ ஒரு வெளிப்புற நியதியை அல்லது இலக்கை நாடும் அணுகுமுறையை, அரசியல் செயல்பாட்டில் கற்பனாவாதத்துடனும், தத்துவத்தில் மதத்துடனும் மார்க்ஸ் அடையாளப்படுத்தினார். ஏனென்றால், இந்த இரண்டுமே, தமது புறப்பொருளின் ஊடாக செயல்படும் விமர்சன வடிவங்களுக்கு மாறாக, தமது புறப்பொருளுக்கு வெளியே நிற்கும் விமர்சன வடிவங்களை கட்டுவித்திருக்கின்றன.

பெருநோக்குகள் நெருக்கடி கட்டத்தினுள் எவ்வாறு நுழைகின்றன என்பது பற்றிய கூனின் விவாதம், பெருநோக்கு அதன் சொந்தத் தர நிலைகளின்படி வெற்றியடைவதில் ஏற்படும் தோல்விகளான முரண் நிலைகள் பற்றிய அவரது விவாதத்துடன் பின்னிப் பிணைந்துள்ளது, இந்தத் தோல்விகள், முரண்பாடு என்ற இயங்கியல் கருத்துநிலையுடன் பெருமளவு ஒத்துள்ளன). முரண்நிலைகள் குவியக் குவிய, பெருநோக்கு நெருக்கடியான கட்டத்தினுள் நுழையலாம். ஆனால், பெருநோக்கு குறிப்பிடத்தக்க அளவு அனுபவரீதியான அல்லது கோட்பாட்டு பிரச்சினைகளை எதிர்கொள்வதால் மட்டுமே அது எளிமையாக கைவிடப்படுவதில்லை என்று கூன் வலுவாக வலியுறுத்துகிறார். அதை விடச் சிறந்த பெருநோக்கு தன்னை முன்வைத்துக் கொள்வது வரை ஒரு பெருநோக்கு கைவிடப்படுவதில்லை, எனவே, நெருக்கடி பற்றிய பிரச்சினை எப்போதுமே சார்புடையதாகவே உள்ளது. பெருநோக்கின் நெருக்கடியின் ஆழத்தை மதிப்பிடுவது என்பது கிடைக்கும் மாற்றுகளை பரிசீலிப்பது என்று பொருள்படுகிறது. மாற்று எதுவும் இல்லை

என்றால், இப்போதைய பெருநோக்கின் பிரச்சினைகள் என்னவாக இருந்தாலும் அதன் மீதான கடப்பாட்டை பராமரிப்பதுதான் கரணியமானது. 'அரசியல் புரட்சிகளைப் போலவே, பெருநோக்குத் தேர்விலும் - சம்பந்தப்பட்ட சமுதாயத்தின் ஒப்புதலை விட உயர்ந்த நியதி எதுவும் இல்லை'.[5] இன்னொன்று எழுந்து அதனை ஒதுக்கித் தள்ளும் வரையில், ஒற்றைப் பெருநோக்கு அறிவியல் சமுதாயத்தின் ஒப்புதலை பெற்றிருக்கிறது, ஆதிக்கம் செலுத்துகிறது என்பது கூனின் சித்திரமாக உள்ளது. இயற்கை அறிவியல்களுக்கு இந்தச் சித்திரத்தின் பொருத்தப்பாடு எப்படி இருந்தாலும் சரி, சமூக அறிவியல்களில் அத்தகைய பெருநோக்கு வெற்றியை, அதாவது ஏதோ ஒரு கோட்பாடு சர்வப்பொதுவான ஒப்புதலை எதிர்பார்ப்பது எதார்த்தமில்லை என்று தெரிகிறது. 'சம்பந்தப்பட்ட சமுதாயம்' அரசியல் நிலைப்பாடுகளில் பிளவுபட்டிருக்கும் காரணத்தாலேயே, இயற்கை அறிவியலில் தனிச்சிறப்பாக நிலவும் ஒற்றை பெருநோக்கின் ஆதிக்கம் என்ற நிலையை சமூக அறிவியல்களில் எந்தப் பெருநோக்கும் அடையப் போவதில்லை. வேறு சொற்களில் சொன்னால், சமூக அறிவியல்களில் முரண்பாடு அதிகமாக நிலவும் என்றும், நிரந்தர நெருக்கடி போன்ற நிலைமை நிலவும் என்றும், வர்க்கப் பிளவு என்ற நிலைமை நீடிப்பது வரை ஒன்றுக்கும் மேற்பட்ட தீவிரமாக போட்டியிடும் பெருநோக்குகள் எப்போதுமே இருக்கும் என்றும் நாம் எதிர்பார்க்க வேண்டும். ஆனால், பெருநோக்கு மதிப்பீட்டின் ஒப்பீட்டுத் தன்மை பற்றிய கூனின் கருத்து இன்னும் அதிக முக்கியத்துவம் பெறுகிறது: மார்க்சியத்தின் நெருக்கடியின் ஆழத்தை அதற்கான மாற்றுகளுடனும் அந்த மாற்றுகள் எத்தகைய குலைவுகளை எதிர்கொள்கின்றன என்றும் ஒப்பிட்டுத்தான் மதிப்பிட முடியும்.

பெருநோக்கின் குலைவுகள் தெளிவாக இருக்கும் இடங்களில் கூட, அந்தப் பெருநோக்குக்கான மாற்றுகள் தம்மை முன் வைத்துக் கொண்ட இடங்களில் கூட, ஒரு பெருநோக்குக்குப் பதிலாக இன்னொரு பெருநோக்கை தேர்ந்தெடுப்பது தேர்வு தொடர்பானது எனச் சித்தரிப்பதற்கு கூன் தயங்குகிறார். கூனின் பார்வையில் வறட்டுவாத பிரச்சினைகளும், கரணியமின்மை பிரச்சினைகளும் தம்மை வெளிப்படுத்திக் கொள்ளும் கூர்மையான புள்ளி இதுதான் என்பதில் சந்தேகமில்லை. ஏனென்றால், பெருநோக்கை ஏற்றுக் கொள்வது என்பது கரணிய மதிப்பீட்டை அடிப்படையாகக் கொண்டதில்லை என்பது போல அவர் பேசுகிறார். இந்தப் பின்னணியில்தான் ராய் பாஸ்கர் கூனின் 'மீ-கருத்துமுதல்வாதம்' பற்றி பேசுகிறார்.[6] எனவே, இங்குதான் பின்-கட்டமைப்புவாத சிந்தனைக்குள் மறைந்திருப்பதாக பலர் கருதும் கரணியமின்மையுடன்

கூனின் கருத்துருக்கள் பொருந்துவதாகத் தெரிகிறது. இருப்பினும், கூன் கருத்தாக்கம் செய்வது போன்ற முறையில் பெருநோக்கு ஏற்பு தொடர்பான பிரச்சினையை வரையறுப்பதற்கு ஒரு வழி உள்ளது. கரணியத்தின் பாத்திரத்தை வெளிப்படுத்துவதோடு, அத்தகைய ஏற்பிற்குள் அரசியல்ரீதியான கருதுதல்களின் இடத்தையும் கருத்தில் கொள்வதற்கான வழியை அது உருவாக்குகிறது. பெருநோக்குடனான நமது உறவை கடப்பாடு பற்றிய விடயமாகக் கருதுவதுதான் அது.

மைக்கேல் பொலன்யியின் படைப்புகளில் அறிவியலுக்கும் கடப்பாட்டுக்கும் இடையிலான உறவு முக்கியமான கருப்பொருளாக உள்ளது. அவரது படைப்பு கூனின் பார்வைகளுக்கு முற்பட்டது, பல வழிகளில் கூனின் பார்வைகளை எதிர்நோக்கியிருந்தது.[7] பெரு நோக்குடனான நமது உறவு ஏதோ ஒன்றைப் *பற்றிய* நமது நம்பிக்கை தொடர்பானது இல்லை, மாறாக ஏதோ ஒன்றில் நமது நம்பிக்கை தொடர்பானது என்று பொலன்யியை பின்பற்றி நாம் சொல்லலாம். சொந்த விவகாரங்களில் இன்னொரு நபர் மீதான நம்பிக்கைக்கு இது இணையானது. இவை அனைத்தும் கரணியமாக இருக்கலாம் அல்லது கரணியமற்று இருக்கலாம், ஆனால் அவற்றின் தர்க்கம் அனுபவவாதம் மற்றும் அதன் வாரிசுகளின் அப்பாவித்தனமான மாதிரிகளின் அடிப்படையில் மோசமாக கருதப்பட்டது, இந்த மாதிரிகள் ஏற்புத் தன்மை என்ற தர்க்கத்தை வெளிப்புற உறவில் நிற்கும் ஊகத்தை சோதிப்பதற்கான தர்க்கத்துடன் மட்டும் அடையாளப்படுத்துகின்றன என்பதுதான் இவை அனைத்திலும் உள்ள பிரச்சினை. கடப்பாடு என்ற அடிப்படையில் சிந்திப்பது என்பது அந்தக் கடப்பாட்டின் பொருண்மையுடனான உள்ளுறவின் அடிப்படையில் சிந்திப்பது ஆகும்: நாம் இன்னொரு நபருக்கு கடப்பாடு கொண்டிருக்கும் போது அல்லது நாம் ஒரு பெருநோக்குக்கு கடப்பாடு கொண்டிருக்கும் போது, கடப்பாடுகளை மாற்றிக் கொள்வது என்பது (கூனின் வார்த்தைகளில்) ஒரு 'மாற்றம்' (conversion) என்ற தன்மையைக் கொண்டிருக்கலாம் என்ற வகையில் அந்தக் கடப்பாடு நமது அடையாளத்தை வரையறுக்கலாம். அத்தகைய மாற்றத்தின் தர்க்கம் முற்றிலும் தன்னிச்சையானது என்பது இல்லை விஷயம், மாறாக, சாமான்ய ஞானவியல் அனுமதிப்பதை விட அதன் தர்க்கம் ஆழமானது என்பதுதான் விஷயம். அந்தத் தர்க்கத்தை சான்று என்று வகைப்படுத்துவதில் கூன் தெளிவின்றி இருப்பதிலிருந்து அத்தகைய தர்க்கம் உண்மையில் இல்லை என்று சிலர் புரிந்து கொள்கின்றனர். ஆனால், அவை நம் முன் ஒரு பிரச்சினையை முன் வைக்கின்றன என்று நாங்கள் புரிந்து கொள்கிறோம், உதாரணமாக

சமூகக் கோட்பாட்டில் அது நிகழும் போது, அத்தகைய மாற்றத்தின் தர்க்கத்தை இதுவரை ஆய்வு செய்ததை விட இன்னும் கவனமாக ஆய்வு செய்ய வேண்டும் என அவை முன்வைக்கின்றன.

அத்தகைய அருமுயற்சி நாங்கள் மேலே பரிந்துரைத்துள்ள நெருக்கடி பற்றி மறுமதிப்பீடு செய்வதன் அம்சமாக உள்ளது. சமூகக் கோட்பாடு என்ற நேர்வில், பிரச்சினையை கடப்பாடு தொடர்பானதாக முன்வைப்பதன் மூலம், கோட்பாட்டு கடப்பாட்டுக்கும் நம்மை சமூக முனைப்புகளாக வரையறுக்கும் பிற வகையிலான கடப்பாடுகளுக்கும் இடையிலான உறவை பரிசீலிப்பதன் மூலம் பெருநோக்கை ஏற்பதில் உள்ள அரசியல் பரிமாணங்களின் மீது நாம் கவனம் செலுத்த முடிகிறது. வேறு சொற்களில் சொன்னால், கடப்பாடு என்பதை கோட்பாட்டையும் செயல்பாட்டையும் இணைக்கும் உறவாக நாம் கருதலாம். இன்னும் பரவலான கடப்பாடுகளை விரித்துரைப்பதில் ஒரு காரணியாக மார்க்சியக் கோட்பாட்டை கருத முடிய வேண்டுமென்றால், பாட்டாளி வர்க்கத்துக்கான கடப்பாடும் (அல்லது பாட்டாளி வர்க்கம் தனக்குத் தானே கொண்டிருக்கும் கடப்பாடு) அது தோற்றுவிக்கும் செயல்பாடும்- அரசியல் செயல்பாடு, வெறும் கோட்பாட்டு செயல்பாடு இல்லை - அந்தக் கோட்பாட்டுக்கான கடப்பாட்டை இணைப்பதாகக் கருதப்படுகிறது. அப்படியானால், நெருக்கடி பற்றிய கேள்வி, கடப்பாடுகளின் தொடர்புகளுக்குள் முன்வைக்கப்படுகிறது. நெருக்கடியின் கருத்தை மறுமதிப்பீடு செய்வது என்பது, மார்க்சிய திட்டப்பணியை கட்டுவித்துள்ள கடப்பாடுகளின் தன்மையையும் கருத்தையும் மறுமதிப்பீடு செய்வது என்று பொருள்படுகிறது. அவை சந்தேகத்துக் கிடமின்றி மறுமதிப்பீடு செய்யப்பட வேண்டியவையாக உள்ளன.

கடப்பாடு மீது இவ்வளவு அழுத்தம் தரப்படும் நிலையில், பின்-கட்டமைப்புவாத சிந்தனையாளர்களின் எழுத்துக்களில் இந்த அம்சம் பற்றிய சிந்தனை முற்றிலும் இல்லாமல் இருப்பது குறிப்பிட வேண்டியதாகிறது. இது அரசியலில் இருந்து அவர்கள் தப்பி ஓடுவதை காட்டுவதோடு, கோட்பாடு-ஏற்புடன் தொடர்புடைய கரணியம் பற்றிய இன்னும் ஆழமான கேள்விகளை கருத்தில் கொள்வதை தடுக்கிறது, ஏனென்றால், அந்தக் கேள்விகள் கடப்பாட்டின் அடிப்படையில் ஆகச்சிறப்பாக கோட்பாடாக்கம் செய்யப்படுகின்றன என்று நாங்கள் பரிந்துரைக்கிறோம். கடப்பாடு என்பது இருத்தலியல்வாத சிந்தனையில் அவ்வளவு கவனத்துக்குரியதாக இருக்கும் போது கடப்பாட்டின் மீதான இந்தக் கவனமின்மை எவ்வாறு பரிணாம வளர்ச்சி அடைந்தது என்பதை ஆய்வு செய்வது ஆர்வத்தைத் தூண்டுவதாக

இருக்கும். குறைந்தபட்சம் பிரெஞ்சு தத்துவத்துக்கு, பின்-கட்டமைப்புவாத சிந்தனையின் உருவாக்கத்தில் மார்க்சியம் பற்றிய அவரது பார்வை அல்தூசரிய பார்வையால் பீடிக்கப்பட்டிருப்பதில் தொடங்கும் மெர்லியூ-போன்டி வகிக்கும் பிரச்சினைக்களமான இடத்துடன் அது தொடர்புடையது என்பதில் ஐயமில்லை.

கோட்பாடும் செயல்பாடும்

மார்க்சியத்தின் நெருக்கடி பற்றிய பரிசீலனை மார்க்சியத்தின் கோட்பாட்டுரீதியான நோக்கங்கள் பற்றிய பரிசீலனையிலிருந்து தொடங்க வேண்டும் என்று மேலே முன்வைத்த பரிசீலனைகள் பரிந்துரைத்துள்ளன. ஏனென்றால், அவற்றின் ஒளியில்தான் கோட்பாட்டுரீதியான திட்டப் பணியின் வெற்றி அல்லது தோல்வி பற்றி போதுமான அளவுக்கு மதிப்பிடப்பட முடியும். மார்க்சிய திட்டப்பணியின் நெகிழ்வுத் தன்மையை அங்கீகரிக்கத் தவறுவதுதான் மார்க்சியத்தின் நெருக்கடி பற்றிய பெரும்பாலான விவாதங்களில் உள்ள பிரச்சினை என்று நாங்கள் நம்புகிறோம். மார்க்சிய திட்டப்பணியை கட்டமைக்கும் கோட்பாட்டுக்கும் அதன் பொருண்மைக்கும் இடையேயான பதற்றத்தை அத்தகைய நெகிழ்வுத் தன்மை பிரதிபலிக்கிறது என்று நாங்கள் வாதிடப் போகிறோம். நடைமுறையில், மார்க்சியக் கோட்பாட்டினுள் நிரந்தர நெருக்கடியாகக் கூட அந்தப் பதற்றத்தை கோட்பாடாக்கம் செய்யலாம் என்று நாங்கள் பரிந்துரைக்கப் போகிறோம். அதன் மூலம், நெருக்கடி பற்றி பொதுவாக பேசும் நிலைமைகளைப் பற்றி நாங்கள் ஏற்கனவே குறிப்பிட்ட வகை கேள்விகளை எழுப்பப் போகிறோம். மார்க்சியத்தின் தத்துவார்த்த பரிமாணங்களை - அதாவது அதன் முறைபாட்டு சுய-சிந்தனைகளை - அதன் முறையான சமூகக் கோட்பாட்டுடன் வழக்கமாக அடையாளப்படுத்தப்படும் பிற பரிமாணங்களில் இருந்து பிரிக்காமல் இருப்பது வரை மார்க்சியத்தின் நெகிழ்வுத்தன்மை குறிப்பாகத் தெரிகிறது. எனவே, மார்க்சியத் திட்டப்பணியின் வெவ்வேறு பரிமாணங்கள் ஒன்று மற்றொன்றுடன் எத்தகைய உறவு கொண்டுள்ளன என்பது பற்றிய கோட்டுச் சித்திரத்தை நமது விளக்கம் கொண்டிருக்கும்.

மார்க்சின் 'வரலாற்றுப் பொருள்முதல்வாத அறிவியலின்' (Wissenschaft) செயல்பாட்டைப் புரிந்து கொள்வது நமது இலக்காக இருப்பது வரை, இந்தப் பின்னணியில் 'அறிவியல்' பற்றிய விளக்கம் பற்றி சிறிது பேசுவது பொருத்தமாக இருக்கும். அறிவியல் தொடர்பாக மாய்மாலத்தை செய்யாமல் இருப்பது, அது என்ன? அது என்ன இல்லை? எனக் கேட்காமல் இருப்பது கூனிய பார்வையில்

முக்கியமானது. மார்க்சின் எழுத்துக்களில் அறிவியல் பற்றி அவரே தந்துள்ள பல குறிப்புகளில், (அவரது மனதில்) எது அறிவியல்ரீதியானதாக அமைகிறது எது அவ்வாறு அமையவில்லை என்பது பற்றி அவர் தெளிவாக எல்லை பிரிக்கவில்லை. அல்தூசர் சரியாகக் குறிப்பிட்டது போல, அறிவியல் பற்றிய எந்த மார்க்சிய கருத்தாக்கமும் மார்க்சின் சாதனையில் இருந்து கட்டமைக்கப்பட வேண்டும். அத்தகைய கருத்தாக்கத்தை கட்டமைப்பது, நேர்க்காட்சிவாதிகள் அதற்குக் கொடுக்கும் முக்கியத்துவத்தைக் கொண்டுள்ளதா என்று, மீண்டும் கூனிய வழியில் நாம் கேள்வி எழுப்புவோம். ஆனால், மார்க்ஸ் கருதியபடி அறிவியல் கோட்பாடு தனக்குள்ளேயே தனது சொந்த சாதனை பற்றிய விளக்கத்தை, அதாவது அது ஆய்வு செய்யும் சமூக ஒழுங்கிலிருந்து அது எப்படி எழுகிறது, அந்த ஆய்வுக்கு அது எவ்வளவு போதுமானது அல்லது போதுமானது இல்லை என்ற விளக்கத்தைக் கொண்டிருக்கிறது என்பது அதன் ஒரு பரிமாணமாக உள்ளது. முறைபாட்டு சுய-சிந்தனை, அப்போது, அறிவியல் கோட்பாட்டின் உண்மையான தரச்சான்றிதழ் ஆகிறது, மேலும் கோட்பாட்டை மதிப்பீடு செய்வதற்கு, அந்தக் கோட்பாடு கூறிக்கொண்ட நோக்கங்கள் மீது நாம் தொடர்ந்து கவனம் செலுத்த வேண்டும் என நாங்கள் முன் வைக்கும் பொதுவான பார்வையை ஆதரிக்கிறது.

மார்க்சின் திறந்த (நெகிழ்வான) தன்மை

தனது ஆரம்பகால தத்துவார்த்த எழுத்துக்களில், மேற்கத்திய தத்துவார்த்த மரபின் தனதாக்கத்தை (Aufhebung) சாதித்திருப்பதாக மார்க்ஸ் தெரிவிக்கிறார். இந்தத் தனதாக்கம், முனைப்புக்கும் பொருண்மைக்கும் இடையேயான உறவு பற்றிய பொருள்முதல்வாத மறுகருத்தாக்கத்தைக் கொண்டிருக்கிறது. இங்கு மார்க்சின் கருத்துக்கள் அறிமுகமானவை. மார்க்சின் முதிர்ச்சிகால அறிவியல் முயற்சிகளுக்கு அவை எத்தகைய புரிதல்களை வழங்குகின்றன என்பதை - குறிப்பாக, இந்த முயற்சிகளுக்கு அவை முன் வைக்கும் ஞானவியல் பிரச்சினைகளை வெளிப்படுத்துவதற்காகத்தான் அந்தக் கருத்துக்களை நாங்கள் இங்கு குறிப்பிடுகிறோம். மார்க்சின் பார்வையில், பகுத்தறியும் திறனைக் கொண்டு மனிதர்களை விலங்குகளில் இருந்து வேறுபடுத்தும் தத்துவார்த்த மரபு, தனித்துவமான மனித முனைப்பை அறியும் முனைப்பாகவும், அதன் பொருண்மையை அறிவு பற்றிய பொருண்மை யாகவும் அடையாளப்படுத்தியது. இந்தப் பார்வை, அதன் ஆகச் சிறந்த நிலையில் மனித இருத்தலைப் பற்றிய தத்துவார்த்த பகுப்பாய்வில் மனித வாழ்க்கையின் உடல்ரீதியான பொருளாயத பரிமாணத்தை

கீழ்நிலை பாத்திரத்துக்கு ஒதுக்கித் தள்ளியது. ஃபாயர்பாஹின் இயற்கைவாதம் ஹெகலின் இயங்கியலின் செயல்வாதம் இரண்டின் தாக்கத்தில், மனித முனைப்பை உணர்வுரீதியாக-செயல்படும் (sinnlich-tatig), உற்பத்தி செய்யும் முனைப்பாகவும் அதன் பொருண்மையை அந்தச் செயல்பாட்டின் பொருண்மையாகவும் - இயற்கையான பொருளாயத உலகமாகவும் மார்க்ஸ் மறுகருத்தாக்கம் செய்தார். இந்தத் திருப்பத்திற்குப் பிறகு, மார்க்ஸ் 'பொருளாயத நலன்கள் என்று அழைக்கப்படுபவை பற்றிய விவாதத்தில் பங்கேற்க வேண்டிய சங்கடத்தை அனுபவித்தது' மட்டுமில்லாமல், அவரது 'நேர்மறை கட்டமைவுக்கு' முன்னர் வந்த 'ஜெர்மன் தத்துவத்துக்கு எதிரான வாதப் பிரதிவாதம் நடத்தும் பணியை' தனது அடுத்த 'மிகவும் முக்கியமான' முயற்சிக்கான அடித்தளத்தை அவர் கட்டி அமைத்தார்.[8]

இங்கு மார்க்ஸ் எதிர்நோக்கும் படைப்பு *ஜெர்மன் சித்தாந்தம்* நூல்தான் என்பது நிச்சயம். அதனை பின்நோக்கிப் பார்த்த அவர், தனது தத்துவார்த்த கடந்த காலத்தோடு 'கணக்கு தீர்த்துக் கொள்ளுதல்' (Abrechnung) என்றும், தனது முதன்மை நோக்கமான 'சுய-தெளிவுபடுத்தலை' வெற்றிகரமாக முடித்துக் கொள்ளுதல் என்றும் அதனை சித்தரித்தார். *1844-ம் ஆண்டின் பொருளாதார மற்றும் தத்துவார்த்த கையெழுத்துப் பிரதிகள்*, முனைப்பு-பொருண்மை உறவு பற்றிய மார்க்சின் பொருள்முதல்வாத மறுவரையறையை முன் வைத்த அதே நேரம், உலகம் இருமடங்காவதை (Verdoppelung) வெளிப்படுத்தும் ஃபாயர்பாஹிய முறையுடன் கூடவே ஃபயர்பாஹிய கருத்தாக்க சட்டகமான மனித-சாரம் (Gattungswesen) மற்றும் அன்னியமாதல் (Entfremdung) இரண்டையும் இன்னும் தக்க வைத்திருந்தது. இந்த முறைபாடு, கையெழுத்துப்பிரதியில் முதலாளித்துவ சமூகத்தில் மனிதப் பிறவிகளின் முடக்கப்பட்ட வளர்ச்சி பற்றி மார்க்ஸ் செய்த சக்திவாய்ந்த விமர்சன பகுப்பாய்வுக்கு இட்டுச் சென்றது. ஆனால், மார்க்ஸ் அதனை நிலைத்தன்மை கொண்டதாகவும் முன்தரப்பட்டதாகவும் இறுதியாக அன்னியமாதலின் தோற்றுவாய்க்கு விளக்கம் அளிக்கவோ அல்லது அதனை ஒழித்துக் கட்டுவதற்கான சாத்தியங்கள் பற்றிய எந்தவொரு வரலாற்றுரீதியான விளக்கத்தை அளிக்கவோ செய்யவில்லை என்ற வகையில் வரலாறற்றது எனவும் கருதும் நிலைக்கு சென்றார். இவ்வாறாக, மார்க்ஸ் தனது பொருள்முதல்வாத புரிதலில் இருந்து வரலாறு பற்றிய பொருள்முதல்வாத கருத்தாக்கத்தை உருவாக்க *ஜெர்மன் சித்தாந்தம்* நூலில் முயற்சித்தார், இது தத்துவத்திலேயே மேலும் மாற்றங்களைக் குறித்தது.

வர்க்கச் சமூகம் தொடர்பான மார்க்சின் அணுகுமுறையில் *ஜெர்மானிய சித்தாந்தம்* நூல் பல முக்கியமான மாற்றங்களைக் குறித்தது. சாராம்சவாதம் நிரம்பிய ஃபாயர்பாஹிய மனித-சாரம் என்ற கருத்தாக்கத்தை ஒதுக்கித் தள்ளி விட்டு, அதற்குப் பதிலாக மனித இயல்பு என்பது 'சமூக உறவுகளின் தொகுப்பு' என்ற மிகவும் வரலாற்றுரீதியான கருத்தாக்கத்தை மார்க்ஸ் எடுத்துக் கொண்டார். வர்க்க அமைப்பில் எது மிகவும் மனிதத்தன்மையற்றதாக உள்ளது என்பதற்கான திறவுகோலாக அன்னியமாதல் என்பதற்கு பதிலாக சுரண்டல் என்பதன் மீது அவர் தனது கவனத்தைத் திருப்பினார்.[9] ஆனால், கோட்பாட்டை, எனவே தத்துவத்தை சமூகத்தின் இன்னும் பெரிய மற்றும் தொடரும் 'வாழ்க்கை நிகழ்முறை'க்குள் இடம் பெறச் செய்த அளவில் இன்னும் ஆழமான இந்த சமூகவியல் பார்வை தத்துவத்துடன் 'கணக்குத் தீர்த்தலை' கட்டமைத்தது. அறிவுசார் உழைப்பின் சமூக பார்வை-எல்லையை அம்பலப்படுத்துவதன் மூலம், பெரும்பாலான தத்துவத்துறை தனது சொந்த நடவடிக்கைக்கு தானே எடுத்துக் கொண்டிருந்த சுதந்திரத்தையும் முதன்மையையும் மார்க்ஸ் கேள்விக்குள்ளாக்கினார். கோட்பாடாக்கம் என்ற செயல்பாட்டை நாம் எப்படி ஆய்வு செய்கிறோம் என்பதற்கு மட்டுமின்றி, முறைபாட்டு சுய-சிந்தனையுடைய கோட்பாடாக்கம் தன்னைத்தானே எப்படி புரிந்து கொள்கிறது என்பதற்கும் இது தாக்கங்களைக் கொண்டுள்ளது.

கூருணர்வை, எனவே கோட்பாட்டை பொருளாயதத் தேவைகள், வரலாற்று வளர்ச்சி என்ற இரண்டின் பின்புலத்தில் வைப்பது என்பது, ஹெகலிய தத்துவம் நாடியதைப் போன்ற இறுதியான, முழுமையான புரிதலை சாதிப்பதற்கு மார்க்சுடைய கோட்பாடு போன்ற கோட்பாடு கொண்டிருக்கும் வலிமை தொடர்பாக தீவிரமான கேள்விகளை எழுப்புகிறது. முதலாவதாக, மார்க்ஸ் கற்பனாவாதத்தை எதிர்ப்பதன் காரணமாக நிகழ்காலத்துக்குள், நிகழ்காலத்தின் வளங்களைப் பயன்படுத்தி நிகழ்காலத்தை புரிந்து கொள்ளவும் அதனை மாற்றவும் வேலை செய்வதற்கு அவரை கடப்பாடுடையதாக்கியது. ஆனால், தீவிரமான மாற்றத்துக்கான தேவை என்பது நிகழ்காலத்தின் வரம்புக்குட்பட்ட, பகுதித் தன்மையிலான இயல்பு குறித்து அவர் கொண்டிருந்த புரிதலை, அதாவது முழு புரிதலை சாதிப்பதற்கு நிகழ் காலத்தின் கோட்பாட்டு வடிவங்கள் வரம்புக்குட்பட்டவையாக இருப்பதையும் சேர்த்து, நமது மிக ஆழமான ஆசைகளை நிறை வேற்றுவதற்கு நிகழ்காலத்தின் சமூக வடிவங்களின் போதாமையை அடிப்படையாகக் கொண்டது. எனவே, தமது சொந்த கடப்பாடுகளே மிகவும் ஆழமாக வரம்புக்குட்பட்டவை என்று தெரிவிக்கும்

கருவிகளையும் வளங்களையும் பயன்படுத்தி நிகழ்காலத்தைக் கையாள்வது என்ற எல்லா உண்மையான புரட்சியாளர்களின் இருமனநிலைக்குள் மார்க்சும் சிக்கியிருந்தார். இந்த இருமனநிலைக்குப் பின்னால், மார்க்சின் இன்னும் அதிக தத்துவார்த்தரீதியான பார்வைகளில் வேர் கொண்டிருந்த இன்னும் ஒரு இருமனநிலை அமைந்திருந்தது. எல்லாக் கோட்பாடுகளின் வரலாற்று பரிமாணத்தை அங்கீகரிக்கும் அதே நேரம், தனது சொந்த கோட்பாட்டின் முழுமைத்தன்மை தொடர்பாக உரிமை கோருவது ஹெகலுக்கு முடிந்தது. ஏனென்றால், அவர் வரலாற்றின் இறுதியில், அதாவது இன்றியமையாமல் புரட்சிக்குப் பிந்தைய நிலைமையில் தான் நிற்பதாக வாதிட்டார். மார்க்சோ, நிகழ்ந்து கொண்டிருக்கும் புரட்சியின் நிகழ்முறைக்கு உள்ளேயே நிற்பதாக கூறிக் கொண்டார். அதற்கு மேலாக, மார்க்ஸ் கற்பனை செய்த புரட்சி வரலாற்றை முடிவுக்குக் கொண்டு வராது, மாறாக, அது உண்மையான வரலாற்றின் தொடக்கமாக அமையும். மார்க்சியம், நமது கோட்பாட்டு உழைப்பின் முடிவை கட்டமைப்பதற்கு மாறாக, அதன் தொடக்கத்தின் கூறைத்தான் கட்டமைக்கிறது என்று நாம் சொல்லலாம். ஆனால், மீண்டும், மார்க்சியம் தனது சொந்த கோட்பாட்டு அருமுயற்சிகளின் முழுமை தொடர்பாக தனக்குள்ளேயே கணிசமான அளவு முரண்தொடையைக் கொண்டிருக்க வேண்டும் என்பதை இது உணர்த்துகிறது.

சிந்திப்பது பற்றிய மார்க்சியத்தின் விளக்கம், அதன் சொந்த சிந்தனைகளின் வரம்புகளை சுட்டுவதாகத் தெரிகிறது என்ற உண்மையை மேற்கத்திய மார்க்சிய மரபுகளில் உள்ள பல தத்துவஅறிஞர்கள் அங்கீகரித்திருக்கின்றனர். ஒட்டுமொத்தமாக, மார்க்சிய சிந்தனைக்கு ஏதோ தனிச்சிறப்பான இடத்தை கொடுப்பதன் மூலம் அவர்கள் அந்த வரம்புகளைத் தாண்டிச் செல்ல முயற்சித்தனர். *ரீடிங் கேபிடல் (Reading Capital)* என்ற நூலில் வரலாற்றுவாதத்தை அல்தூசர் நிராகரிப்பதையும், *ஹிஸ்டரி அண்ட் கிளாஸ் கான்சியஸ்னெஸ் - History and Class Consciousness* என்ற நூலிலும் பிற படைப்புகளிலும் தனது முகவராக முன்னணிக் கட்சியைக் கொண்ட இலட்சிய பாட்டாளிவர்க்க கூருணர்வை நோக்கி லூகாக்ஸ் முறையிடுவதையும் இவ்வாறுதான் நாம் புரிந்து கொள்கிறோம். ஆனால், (மார்க்சின் தனிச் சிறப்பான முறையைப் பயன்படுத்தினால்) பிரச்சினையாகத் தெரிவதை தீர்வாகக் கருதும் இன்னொரு தேர்வு உள்ளது. அந்தத் தேர்வில், மார்க்சியம் மேலதிக உருமாற்றத்துக்கும் மாற்றத்துக்கும் நெகிழ்வுடன் இருப்பதை காட்டும் விதமாக மார்க்சிய சிந்தனையின் வரம்புகள் அங்கீகரிக்கப்பட்டு ஏற்றுக் கொள்ளப்படுகின்றன. நாம் சற்று நேரத்தில் விவாதிக்கப்

போவதைப் போன்ற வகையில் தனது சார்புத்தன்மையை அங்கீகரிப்பதன் மூலம், தனது சொந்த சாதனை தொடர்பாக அளவுக்கு மீறி இறுக்கமான கருத்தாக்கத்தை ஏற்றுக் கொள்வதை மார்க்சியம் கைவிடுகிறது. அவ்வாறு ஏற்றுக் கொண்டால், அதில் ஏற்படும் மிகச் சிறிய கீறல் கூட நெருக்கடி பற்றிய பேச்சைத் தூண்டி விடுவதற்கு இட்டுச் செல்லும்.

ஒரு மிதமான சாரமாக்கல்

சிந்தனையின் வரலாற்று வரம்புகளை அங்கீகரிப்பதும், அதன் மூலம் சமூக ஒழுங்கு பற்றிய தனது அறிவியலை மிகவும் மிதமான ஞானவியல் அடித்தளத்தின் மீது கட்டுவதும் நாம் சற்றுமுன் கோட்டுச்சித்திரமாக வழங்கிய ஞானவியல் தடுமாற்றத்துக்கு மார்க்சின் எதிர்வினையாக இருந்ததைப் பற்றி நாம் இப்போது பரிசீலிக்கலாம். 'சரியான, அறிவியல்ரீதியிலான முன்வைத்தல் முறைபாடு' என்பது மிக எளிமையான கருத்தினத்தில் இருந்து மிகத் திட்டவட்டமான கருத்தினத்துக்கு ஏறிச் செல்வது என்பதில் ஹெகலுடன் மார்க்ஸ் உடன்பட்டாலும், கருத்தாக்கத்தின் சக்தி பற்றிய மார்க்சின் விமர்சன பகுப்பாய்வு ஹெகலிடமிருந்து பெருமளவு வேறுபட்ட ஞானவியல் அணுகுமுறையை தோற்றுவித்தது. ஹெகலைப் பொறுத்தவரை, அறிவியல் வழங்கும் கருத்தாக்கங்களின் கட்டமைப்பு, எதார்த்தத்தின் சாரத்தை கைக்கொண்டிருப்பதாக எடுத்துக் கொள்ளப்பட்டது. இந்தக் கட்டமைப்பை இட்டு நிரப்புவதற்கு அறிவுசார் உழைப்பு தேவைப் படுகிறது, ஆனால், இயக்கவியல் சிந்தனை எப்போதுமே தனது தொடக்கப் புள்ளிக்குத் திரும்புகிறது என்ற, அதாவது இந்த உணர்வில் அது அவசியமாகவே வட்டத்தன்மை உடையதாக இருக்கிறது என்ற ஹெகலிய கருத்துநிலை அத்தகைய அறிவுசார் உழைப்பு தொடக்கநிலை கட்டமைப்பை மாற்றுவதில்லை; எதார்த்தத்தை அத்தகைய கருத்தாக்கங்களுக்கு கீழ்ப்படுத்துவதை மட்டுமே செய்கிறது என்ற கருத்தைக் கொண்டுள்ளது.

மார்க்சின் பொருள்முதல்வாத விமர்சன பகுப்பாய்வு, கருத்தாக்கம் என்பதை அறிவுசார் உழைப்புக்கான இன்றியமையாத கருவி என்று அங்கீகரிக்கும் அதே நேரம், எதார்த்ததை கருத்தாக்கங்களாக குறைக்க மறுக்கிறது. மூலதனம் நூலில் தரப்பட்டுள்ள முதலாளித்துவப் பொருளுற்பத்தி முறை பற்றிய முன்வைப்பு போன்ற கருத்தாக்க முன்வைப்பு அவசியமாகவே சாரமானது, முழுமையற்றது என்று மார்க்ஸ் வலியுறுத்துகிறார். முதலாளிவர்க்க சமூகங்களை அவற்றின் குறிப்பான வரலாற்று வடிவங்களில் புரிந்து கொள்வதற்குத் தேவையான

எல்லாவற்றையும் அது உள்ளடக்கியிருக்கவில்லை, நடைமுறையில் உள்ளடக்கவும் முடியாது. ஏனென்றால், முதலாளித்துவ உற்பத்தி முறையைப் பற்றிய சரியான புரிதலை கோட்பாட்டு சாரமாக்கலின் மூலமாக மட்டுமே பெறமுடியும் என்றால், முதலாளிவர்க்க (bourgeois) சமூகங்கள் பற்றிய சரியான புரிதலை பெறுவதற்கு கோட்பாட்டு மாதிரியில் பொருந்தாதவற்றை அனுபவரீதியாக பகுப்பாய்வு செய்வது தேவையாக உள்ளது. கோட்பாட்டு முன்வைப்பை, அதன் சாரத்தன்மையில் திட்டவட்டமான வரலாற்று எதார்த்தத்தை நோக்கிய மிக நீண்ட ஏற்றத்தின் முதல் கட்டம் என்று மட்டும் கருதுவதன் மூலம், அந்த முன்வைப்பு தொடர்பாக ஹெகலை விட மிகவும் வேறுபட்ட அணுகுமுறையை மார்க்ஸ் கொண்டிருக்கிறார். ஹெகலைப் பொறுத்தவரை முன்வைப்பினுள் அனுபவரீதியான தரவுகளை ஒன்றிணைப்பது என்ற செயல், அதிகபட்சம் 'விபரங்களை நிரப்புவது' என்ற விவகாரமாகவே உள்ளது; தரவுகளை கருத்தாக்கங்களின் கீழ் கொண்டு வர முடியவில்லை என்றால் கருத்தாக்கங்களுக்கு ஹெகல் வழங்கிய உண்மைத்தன்மையைப் பயன்படுத்தி அத்தகைய தரவுகளை 'தற்செயலானவை' என்று புறக்கணித்து விடலாம்.[10] கருத்தாக்கம் தொடர்பாக மார்க்ஸ் கொண்டுள்ள இன்னும் மிதமான அணுகுமுறை, 'தற்செயலானதற்கு' இன்னும் அதிக முக்கியத்துவம் கொடுப்பதற்கு இட்டுச் செல்கிறது. ஏனென்றால், சாரமான கருத்தாக்க பகுப்பாய்வில் 'தற்செயலானதற்கு' இடம் இல்லாமல் இருந்தாலும் அதன் வரலாற்று எதார்த்தத்தின் காரணமாக அதில் உண்மை உள்ளது. மேலும், சமூக புறப்பொருளின் திட்டவட்டத்தன்மையில் அதனை முழுமையாக முன் வைக்கும் போது தற்செயலானது அவசியமாகவே சேர்க்கப்பட வேண்டும்.

இந்த வகையில் மார்க்சின் கருத்தாக்க, பகுப்பாய்வு 'இன்றியமையாதது பற்றிய சாரமான முன்வைப்பை'க் கட்டுவிக்கிறது.[11] முதலாளித்துவப் பொருளுற்பத்தி முறை எவ்வாறு கட்டமைக்கப்பட்டுள்ளது, அது எவ்வாறு செயல்படுகிறது என்பது பற்றிய மாதிரியை கட்டமைப்பதற்காக, கருத்தாக்க முன்வைப்பினுள் பொருந்தாத, எதார்த்தத்தில் இருக்கும் கூறுகளை தற்செயலானவை என்று தற்காலிகமாக அது வரையறுக்கிறது மற்றும் அதிலிருந்து தற்காலிகமாக சாரப்படுத்திக் கொள்கிறது. முறைபாடாக, 'தற்செயலானதை' ஒதுக்கவோ, கீழ்ப்படுத்தவோ செய்யாமல், அதனை மீண்டும் ஒன்றிணைக்க வேண்டும் என்ற கோரிக்கை, முடிவில்லாமல் புதுப்பிக்கப்படும் அனுபவரீதியான பகுப்பாய்வை கோருவது மட்டுமின்றி, கோட்பாட்டுக்கும் அனுபவரீதியான பகுப்பாய்வுக்கும் இடையே தொடர்ச்சியான இயங்கியல் இயக்கத்தைச் சுட்டுகிறது. கருத்தாக்கம் பற்றியும் அதன்

பொருண்மை பற்றியும் மார்க்சியத்தின் பொருள்முதல்வாத நோக்கு நிலை அவற்றுக்கிடையே தவிர்க்க முடியாத ஞானவியல் பதற்றம் நீடிப்பதை அங்கீகரிக்கிறது. அனுபவரீதியான தரவை கருத்துநிறைந்த பின்புலத்தில் வைப்பதற்கு கோட்பாடு அவசியமானது, கோட்பாட்டின் சாரமாக்கலை சரிசெய்வதற்கு அனுபவரீதியான பகுப்பாய்வு அவசியமானது. இரண்டுமே அவசியமானவை, இரண்டுமே தனித்து இருக்கும் போது அவசியமாகவே போதாமல் உள்ளன. மார்க்சின் வரலாற்றுரீதியான அறிவியலின் செயல்பாடு, கருத்தாக்கத்துக்கும் அதன் பொருண்மைக்கும் இடையேயான இடைவெளியை குறைப் பதற்கான, திட்டவட்டமான எதார்த்தத்தின் திசையில் நகர்வதற்கான முயற்சியைக் கொண்டுள்ளது. ஆனால், அத்தகைய அறிவு, வாசகருக்கு 'அறுதி அறிவை' வழங்கும் ஒரு மூடிய புத்தகத்துக்குள் உள்ளடங்கியிருக்க முடியாது என அனுமானிக்கப்படுகிறது. மாறாக, அறிவு என்பது ஹெகலிய உணர்வில் முடிக்கப்பட முடியாத திறந்த-முனை திட்டப் பணியாக உள்ளது; எனவே, மார்க்சின் மூலதனம் நூலை திறந்த புத்தகமாக வாசிக்க வேண்டும்.

உண்மையான அறிவியல் நோக்குநிலையை ஏற்றுக் கொண்டதும் 'சுயேச்சையான அறிவுத் துறை என்ற வகையில் தத்துவவியல் தனது இருத்தலுக்கான ஊடகத்தை இழந்து விடுகிறது' என்று மார்க்ஸ் ஜெர்மன் சித்தாந்தம் நூலில் கூறுவதை இந்த உணர்வில்தான் நாங்கள் புரிந்து கொள்கிறோம்.[12] தத்துவவியல் சர்வப்பொதுத்தன்மையை நோக்கிப் போகும் நோக்கத்தைக் கொண்டிருப்பதாக நாம் அடையாளப் படுத்தினால், 'மிகப் பொதுவான முடிவுகளை, மக்கள்திரளின் வரலாற்று வளர்ச்சியை கவனிப்பதன் மூலம் எழக் கூடிய சாரமாக்கல்களை தொகுத்து வைப்பதே அந்த நோக்கத்தில் மிஞ்சியிருக்கும்'.[13] மேலும், 'எதார்த்தமான வரலாற்றை ஆய்வு செய்வதிலிருந்து தனித்துப் பார்க்கும் போது, இந்தக் கூற்றுகள் தம்மளவில் எந்த விதமான மதிப்பையும் கொண்டிராத சாரமாக்கல்கள் மட்டுமே' என்று மார்க்ஸ் உடனடியாக மேலும் சொல்கிறார் (அழுத்தம் நாங்கள் தந்தது).[14] 'வரலாற்றுரீதியான பொருண்மையை ஒழுங்கமைப்பதற்கு உதவும் பணியைச் செய்வது, அதன் தனித்தனி அடுக்குகளின் வரிசைக்கிரமத்தைக் காட்ட பணியாற்றுவது ஆகியவைதான் அவற்றின் எஞ்சியிருக்கும் ஒரே பணியாக உள்ளது. ஆனால் அவை தத்துவத்தைப் போல, வரலாற்றின் சகாப்தங்களை தூயதாக சீர்செய்யும் செய்முறைக் குறிப்பை அல்லது செயல்திட்டத்தை எந்த வகையிலும் சாத்தியப்படுத்துவதில்லை.[15] அனுபவரீதியிலான ஆராய்ச்சியை ஒழுங்கமைப்பதற்கான 'வழிகாட்டும் இழைகள்' (Leitfaden) என்ற முக்கியமான ஆனாலும் வரம்புக்குட்பட்ட அந்தஸ்தை அத்தகைய

சாரமாக்கல்களுக்கு மார்க்ஸ் வழங்குகிறார்.[16] *ஜெர்மன் சித்தாந்தம்* நூலில் வரலாற்றின் பொதுவான கோட்பாடும், *அரசியல் பொருளாதார விமர்சனம்* நூலின் அறிமுகத்தில் வரலாற்றுரீதியான மாற்றத்தின் இயக்கவியலைப் பற்றிய தொகுப்புரையும் இந்த இழைகளை முன் வைப்பதாக புரிந்து கொள்ளலாம். அவை முன் வைக்கும் பார்வையை அதன் வீச்சுக்கு வரம்பிடும் ஞானவியல் பார்வைகளிலிருந்து பிரித்து விடாமல் இருப்பது இன்றியமையாததாகும். இல்லை என்றால், அந்தப் பார்வை, அதன் செயல்திறன்களை விட பாசாங்குகள் பெருமளவு அதிகமாக உள்ள வரலாறு பற்றிய சர்வப்பொதுவான தத்துவமாக மாற்றப்பட்டு விடுகிறது.

பெருநோக்குகளின் நெருக்கடி

சற்றுமுன் குறிப்பிட்ட *ஜெர்மன் சித்தாந்தம்* நூலின் முறைபாட்டு குறிப்புகளில், சமூகம் பற்றிய போதுமான கோட்பாட்டை வளர்த்தெடுப்பதன் பாதையில் நிற்கும் தடைகளை மார்க்ஸ் கவனத்தில் கொண்டுள்ளார்: ‘கடந்தகால சகாப்தங்களின் வரலாற்று பொருண்மைகளாக இருந்தாலும் சரி தற்கால சகாப்தங்களின் வரலாற்று பொருண்மைகளாக இருந்தாலும் சரி, நாம் நமது வரலாற்றுப் பொருண்மைகளை கவனிக்கவும் ஒழுங்கமைக்கவும் அதாவது அதனை உண்மையாக சித்தரிக்கத் தொடங்கும் போதுதான் சிரமங்கள் தொடங்குகின்றன. இந்தச் சிரமங்களை நீக்குதல், ஒவ்வொரு சகாப்தத்தின் தனிநபர்களின் எதார்த்தமான வாழ்க்கை-நிகழ்முறையை ஆய்வு செய்வது மட்டுமே தெளிவுபடுத்தும் முற்கோள்கள் மூலம் ஆளப்படுகிறது...’[17] மார்க்ஸ் மனதில் கொண்டுள்ள சிரமங்கள் வெளிப்படையாகக் குறிப்பிடப்பட வில்லை. கருத்தாக்கத்துக்கும் அதன் பொருண்மைக்கும் இடையேயான பதற்றம் அனுபவரீதியான பகுப்பாய்வு மூலம் தீர்க்கப்படும் வழிகள், அந்த பகுப்பாய்வு செயல்முறையின் ஊடாக மட்டுமே தெளிவாகும் என்று மார்க்ஸ் அனுமானித்துக் கொள்கிறார் என்பது தெளிவாக உள்ளது. எனவே, *மூலதனம்* நூல், *குருண்ட்ரிச*, *அரசியல் பொருளாதார விமர்சனம்* ஆகியவற்றின் தொடக்கநிலை ஆய்வுகளும் மற்றும் *மூலதனம்* நூலே கூட, முதலாளித்துவ ஒழுங்கைப் பற்றிய வெறும் அகழ்வாராய்ச்சியாக மட்டுமில்லாமல், வரலாற்றுப் பொருள் முதல்வாத முறைபாட்டின் பரிசோதனைகளாக உள்ளன.

அப்படியானால், *மூலதனம்* நூல் மார்க்சின் முறைபாட்டு பெரு நோக்காக இருந்தால், நிறுவப்பட்ட பெருநோக்கை கேள்வியின்றி ஏற்றுக் கொள்வது என்ற கூனின் வலியுறுத்தலுக்கு மாறாக,[18] அது முதல்நிலையான ஏனென்றால் முழுமையற்ற பெருநோக்காக உள்ளது.

எனவே, பெருநோக்காக மூலதனம் நூலுக்கும் வரலாற்றுரீதியாக நிலவும் முதலாளித்துவ சமூகங்களுக்கும் இடையேயான உறவை துல்லியமாக தீர்மானிப்பது அவசியமாக உள்ளது. இந்த உறவில் இரண்டு கூறுகள் உள்ளன, அவற்றை சேர்த்து எடுத்துக் கொள்ளும் போது அவை பெருநோக்கை விரித்துரைப்பதற்கான வழியாக வரலாற்றுப் பொருள்முதல்வாத அறிவியலின் தேவையையும் இயல்பையும் நிறுவுகின்றன. ஒரு புறம், மூலதனம் நூல் திட்டவட்டமான முதலாளித்துவ சமூகங்களில் இருந்து சாரமாக்கிக் கொண்டாலும், அந்தச் சமூகங்களை வரலாற்றுரீதியாக வகைபிரிப்பதற்கு அது நேரடியாக பங்களிப்பு செய்யத்தான் செய்கின்றது. ஹெல்முட் ரெய்ஷெல்ட் (Helmut Reichelt), மற்றும் ஆல்ஃப்ரட் ஷ்மிட் காட்டியது போல, மூலதனம் நூலில் மார்க்ஸ் முதலாளித்துவ உற்பத்தி முறையின் வரலாற்றை எழுத முயற்சிக்கா விட்டாலும், அந்தப் படைப்பில் முன் வைக்கப்பட்டுள்ள கருத்தினங்களின் தர்க்கவியல் வரிசை முதலாளித்துவ பொருளுற்பத்தி முறையின் பொருளாதார முன்தேவைகளையும் அதனுடன் அதன் வரலாற்றுத்தன்மையையும் கோடிட்டுக் காட்டுகிறது.[19] மேலும், 'ஆதித் திரட்டல்' பற்றிய அத்தியாயம், முதலாளித்துவ உற்பத்தி முறைக்கான சமூகரீதியான முன்நிபந்தனைகளை நிறுவுகிறது. மறுபுறம், வரலாற்று உதாரணங்களை தொடர்ந்து பயன்படுத்திய போதிலும், இந்தப் பொருளாதார முன்தேவைகளையும் சமூக முன் தேவைகளையும் தீர்மானிப்பதைத் தாண்டி மூலதனம் நூல் இன்னமும் வரலாற்று பகுப்பாய்வாக இல்லை. 'சாராம்சத்தின் சாரமான முன்வைப்பு' என்ற வகையில், அது முதலாளித்துவ பொருளுற்பத்தி முறையின் வரலாற்று பகுப்பாய்வுக்கான முற்கோள்களை வழங்குகின்ற, ஆனால் நிச்சயமாக முடிவுகளை வழங்காத, வரலாறு அற்ற பகுப்பாய்வாக உள்ளது. வரலாறு தொடர்பாக மார்க்சின் நோக்கங்களின் வரம்புக்குட்பட்ட தன்மையை முன் வைத்து, முதலாளித்துவம் பற்றிய தனது கருத்தாக்க விரித்துரைப்பில் மார்க்ஸ் மேலும் செய்து கொண்ட சாரமாக்கல்களை பரிசீலிக்கலாம்.

அந்த விளக்கத்தை வளர்த்தெடுக்க, மார்க்ஸ் முதலாளித்துவ சமூகங்களின், சாரமானதிலிருந்து திட்டவட்டமானதை நோக்கி நகரும் நிகழ்முறையில் மீண்டும் ஒன்றிணைக்க வேண்டிய, குறைந்தது நான்கு கூறுகளில் இருந்து சாரமாக்கிக் (abstract) கொண்டார். (1) மார்க்ஸ் முதலாளித்துவத்தின் பரிணாம வளர்ச்சியில் தேசிய வேறுபாடுகளில் இருந்து சாரமாக்கிக் கொண்டார். ஏனென்றால், அவர் மூலதனம் நூலை 'முதலாளித்துவ உற்பத்தி முறை குறித்தும் அந்த முறையோடு தொடர்புடைய உற்பத்தி மற்றும் பரிவர்த்தனை நிலைமைகளை

குறித்தும்' ஆன பொதுவான ஆய்வாக பார்த்தார்.[20] எல்லா மேற்கு மற்றும் மத்திய ஐரோப்பிய நாடுகள் ஒரே பொது வளர்ச்சியின் ஊடாகச் செல்லும் என்ற நம்பிக்கையில் முதலாளித்துவத்தின் செவ்வியல் அல்லது 'தூய' நேர்வாக இங்கிலாந்தில் இருந்து தனது வரலாற்று உதாரணங்களை மார்க்ஸ் எடுத்துக் கொண்டாலும், வெவ்வேறு தேசங்களில் வர்க்கப் போராட்டத்தின் குறிப்பான தன்மையை புரிந்து கொள்வதற்கு இன்றியமையாத விலகல்கள் இருக்கும் என்று அவர் அனுமானித்துக் கொண்டார். பல்வேறு தேசிய வரலாறுகளின் குறிப்பான தன்மையிலான புரிதல்தான் திட்டவட்டமான, செயல்திறனுள்ள அரசியல் செயல்திட்டத்தை தயாரிக்க முடிகிற ஒரே அடிப்படையாக உள்ளது(2) மார்க்ஸ் கருத்தாக்க முன்வைப்பு நோக்கங்களுக்காக மெய்யான மனிதர்களில் இருந்து சாரப்படுத்திக் கொண்டார். மூலதனம் நூலின் முதல் பாகத்துக்கான முன்னுரையில் மார்க்ஸ் சொல்வது போல, 'முதலாளியையும் நிலக்கிழாரையும் எந்த விதத்திலும் கண்கவர் வண்ணத்தில் நான் சித்திரிக்கவில்லை; ஆனால் தனியாட்கள் இங்கே குறிக்கப்படுவது, அவர்கள் பொருளாதார இனங்களின் அவதாரங்களாக, குறிப்பிட்ட வர்க்க உறவுகள், வர்க்க நலன்கள் இவற்றின் ஆளுருவங்களாக இருக்கிற அளவில் மட்டுமே'.[21] இது மெய்யான வரலாற்று தனிநபர்களை பொருளாதார கருத்தினங்களை தாங்கி நிற்பவர்களாக குறுக்குவதாக இல்லை. மாறாக, மூலதனம் நூல் முதலாளித்துவப் பொருளுற்பத்தி மற்றும் பரிவர்த்தனையின் அடிப்படையான கட்டமைப்பையும் போக்குகளையும் அவற்றின் தூய, 'குடியேறாத' வடிவத்தில் மட்டுமே கருத்தில் கொண்டுள்ளது என்ற முறைபாட்டு அடையாளமாக மட்டுமே உள்ளது. (3) முதலாளித்துவ உற்பத்தி முறைக்கு இன்றியமையாத முதலாளி வர்க்கம், தொழிலாளி வர்க்கம் ஆகிய வர்க்கங்களைத் தவிர மற்ற எல்லா வர்க்கங்களில் இருந்தும் மார்க்ஸ் சாரப்படுத்திக் கொண்டார். பிரபுத்துவத்தின் நிலைத்திருக்கும் அதிகாரமும், அச்சுறுத்தப்பட்ட குட்டி முதலாளித்துவ வர்க்கத்தின் பதற்றமான ஊசலாட்டமும் பல்வேறு முதலாளித்துவ சமூகங்களில் அரசியல் அதிகாரத்தின் பொருளாயதத் தொகுதியை புரிந்து கொள்வதற்கு இன்றியமையாதவையாக இருந்தபோதிலும் மூலதனம் நூலில் அவற்றுக்கு இடம் இல்லாமல் போகிறது. (4) தான் 'மேல்கட்டுமான' காரணிகள் என்று அழைத்தவை பொருளாதாரத்தின் செயல்பாட்டில் தலையிடுவதை மார்க்ஸ் ஒதுக்கி வைத்து விடுகிறார். உதாரணமாக, அரசுக்கும் பொருளாதாரத்துக்கும் இடையேயான உறவின் முக்கியத்துவத்தையும் சிக்கல்நிலையையும் மார்க்ஸ் உணர்ந்திருந்தாலும், கட்டற்ற போட்டி முதலாளித்துவத்தின் விதிகளின்

விளைவுகளை தணிப்பதில் அரசு தலையிடுவதன் வழிமுறைகள் பற்றியும் தொழிலாளர்களுக்கு பாதுகாப்புக்கான வடிவங்களை நிறுவனப்படுத்துவதன் மூலமாக வர்க்கப் போராட்டத்தை மிதப்படுத்த முடிவது பற்றியும் முழுவதுமாக உணர்ந்திருந்தாலும், மார்க்ஸ் அந்த உறவை பகுப்பாய்வு செய்யவில்லை.

இவை போன்ற சாரமாக்கல்கள் மூலம், சுரண்டல் ரீதியான உற்பத்தி முறை என்ற வகையில் முதலாளித்துவ உற்பத்தி முறையின் கட்டமைப்பின் மீதும் தர்க்கத்தின் மீதும் மார்க்ஸ் கவனத்தைக் குவித்தார். ஆனால், மூலதனம் நூலின் மூன்று பாகங்களும், முதலாளித்துவ சமூகங்கள் பற்றி அவற்றின் வரலாற்று பன்முகத்தன்மையில் எந்த வகையான திட்டவட்டமான கூற்றுகளையும் சொல்லவில்லை, தவிர்க்க முடியாததாக சொல்லப்படும் அவற்றின் பரிணாம வளர்ச்சி குறித்தும் எந்தவிதமான உறுதியான முன் அறிவிப்புகளையும் செய்யவில்லை (என்று நாங்கள் வாதிடுகிறோம்). மூலதனம் நூலின் கருத்தாக்க பகுப்பாய்வு மார்க்சின் அறிவியல் திட்டப்பணியில் ஒரு முதல் ஆனால் அவசிய அடியை மட்டுமே பிரதிநிதித்துவப்படுத்துகிறது.

அந்தத் திட்டப்பணியின் அடுத்த அடி, எதார்த்தத்தில் நிலவும் பல்வேறு முதலாளிவர்க்க சமூகங்கள் பற்றிய திட்டவட்டமான முன் வைப்பை நோக்கி நகர்வதாக இருக்கும். வரலாற்றை பருண்மையாக ஆய்வு செய்வதற்கு பதிலாக வரலாறு பற்றிய வரலாற்றுப் பொருள் முதல்வாத கோட்பாட்டையும் முதலாளித்துவம் பற்றிய சாரமான பெருநோக்கையும் பின்பற்றுபவர்களை மார்க்சும் எங்கெல்சும் பல கடிதங்களில் கண்டித்துள்ளனர்.[22] தான் மார்க்சிஸ்ட் இல்லை என்ற மார்க்சின் பிரபலமான மறுப்பு, கோட்பாட்டை மிகவும் அலட்சியமாக கையாண்ட வரலாற்றின் பொருள்முதல்வாத கருத்தாக்கத்தின் 'ஆபத்தான நண்பர்களுக்கு' எதிர்வினையாக சொல்லப்பட்டது. இந்த விஷயம் கோட்பாட்டு ரீதியாக மட்டுமின்றி அரசியல் ரீதியாகவும் முக்கியமானது. ஏனென்றால், மார்க்சின் கருத்துப்படி, ஒவ்வொரு நாட்டின் குறிப்பான நிலைமை, சக்திகளின் தனித்துவமான தொகுதி, (கிராம்சியின் பதத்தை பயன்படுத்தினால்) மேலாதிக்கத்தின் பல்வேறுபட்ட வடிவங்கள் ஆகியவை பற்றிய திட்டவட்டமான புரிதல் இல்லாமல் செயல் திறனுள்ள அரசியல் செயல்தந்திரத்தை வளர்த்தெடுப்பது அசாத்தியமானது. மூலதனம் நூலில் தரப்பட்டுள்ள சாரமாக்கப்பட்ட சித்தரிப்பில் இருந்து மட்டும் அரசியல் செயல்தந்திரத்தையும் இலக்குகளையும் சிறு பிள்ளைத்தனமாக தருவிப்பது, அரூபமாக்கப்பட்ட, பொருத்தமற்ற, அபாயகரமான அரசியல் செயல்தந்திரத்துக்கு இட்டுச் செல்லும்.[23]

ரசியாவில் அரசியல் மாற்றங்கள் தொடர்பாக அவரது கருத்து பற்றிய கேள்விக்கு பதில் அளிக்கும் போது இது தொடர்பாக எங்கெல்ஸ் ஒரு தெளிவான எச்சரிக்கையை வழங்கினார். 'மார்க்சின் வரலாற்று ரீதியான கோட்பாடு கோர்வையான, தாக்கங்களை ஏற்படுத்தக் கூடிய ஒவ்வொரு புரட்சிகர செயல்தந்திரத்துக்கும் [die Grundbedingung jeder zusammerhaengended und konsequented revolutionaeren Taktik] இன்றியமையாத நிபந்தனையாக உள்ளது என்பது என் கருத்து. இந்தச் செயல்தந்திரத்தை வந்தடைவதற்கு ஆய்வில் உள்ள நாட்டின் பொருளாதார உறவுகளுக்கும் அரசியல் உறவுகளுக்கும் இந்தக் கோட்பாட்டை பொருத்தினால் போதும்' என்கிறார் அவர். பல்வேறு மற்றும் வேறுபட்ட நாடுகள் மீது முன்கருதப்பட்ட சட்டகத்தை எளிமையாக சுமத்துவதாக இதற்கு பொருள் கூறி விடக் கூடாது என்பதற்காக எங்கெல்ஸ் மேலும் சொல்கிறார்: 'ஆனால் இதைச் செய்வதற்கு [கோட்பாட்டை பொருத்துவதற்கு - மொ.பெ.], ஒருவர் உறவுகளை அறிந்திருக்க வேண்டும்; மேலும் என்னைப் பொறுத்தவரை, ரசியாவின் சமகால நிலைமையைப் பற்றி நான் அறிந்திருப்பது மிகவும் குறைவாக இருப்பதால், குறிப்பிட்ட நேரத்தில் அங்கு தேவைப்படும் செயல்தந்திரங்கள் பற்றிய விபரங்களை மதிப்பீடு செய்வதற்கான வல்லமை எனக்கு இல்லை'.[24] மார்க்சின் முறையின் வளைந்து கொடுக்கும் தன்மை, ஒவ்வொரு நாட்டிலும் நிலவும் குறிப்பிட்ட நிலைமைக்கு ஏற்ற அரசியல் செயல்பாட்டின் வளைந்து கொடுக்கும் தன்மையில் தனது எதிரிணையைக் கொண்டுள்ளது. முதல் அகிலத்தின் விதிகளில், அது சர்வதேச ஒருங்கிணைக்கும் கமிட்டியாக பணியாற்ற வேண்டும், ஆனால், ஒவ்வொரு தேசிய அமைப்பும் தனது சொந்த சூழ்நிலைகளுக்கு ஏற்ப தனது சொந்த செயல்தந்திரத்தை வளர்த்தெடுக்க வேண்டும்[25] என்று மார்க்ஸ் எழுதியதற்கு இதுவும் ஒரு காரணம்.

மார்க்சும் கூனும்

இங்கு கோரப்படும் சாரமானதிலிருந்து திட்டவட்டமானதை நோக்கிய நகர்வு என்பது, கூன் கருதியபடி பெருநோக்கை விரித்துரைப்பதையும், இயல்பான அறிவியலை பயில்வதையும் கட்டுவிப்பதாக தெரியக் கூடும். இந்த நேர்வில், சாதனை என்பது மூலதனம் நூல், ஆனால், அதனுடனேயே வரும் முறைபாட்டியல் சுய-சிந்தனைகளுடன் இணைத்துப் பார்க்கும் போது, தனது சொந்த வரம்புகளை அங்கீகரித்துக் கொண்ட சாதனையாகவே உள்ளது. ஒரு மட்டத்தில், அனுபவரீதியான ஆராய்ச்சி பெருநோக்கின் முழுக் கருத்தை- எனவே மார்க்சின் வார்த்தைகளில் 'மதிப்பை' - வெளிப்படுத்துவதன்

மூலம், பெருநோக்கை விரித்துரைக்கிறது. இன்னொரு மட்டத்தில், மார்க்சின் அசலான சாரமான மாதிரியை அதன் வரம்புகள் வரை எடுத்துச் செல்வதன் மூலம் அந்த வரம்புகளை அது வெளிப்படுத்துகிறது.

கூனின் ஆய்வுப்பணியில், ஒரு பெருநோக்கு 'அறிவியல் புரட்சியால்' தூக்கி எறியப்படுவது வரை அந்தப் பெருநோக்கு மாறாமல் உள்ளது என்று குறிப்பாக தெரிவிக்கப்படுகிறது. இயல்பான அறிவியலில், சுய விமர்சனத்துக்கும் சுய-உருமாற்றத்துக்கும் இடமே இல்லாதது போலத் தெரிகிறது. ஆனால், நாங்கள் புரிந்து கொண்ட வகையிலான மார்க்சின் திட்டப்பணியில், சாரமானதற்கும் திட்டவட்டமானதற்கும் இடையே ஒன்றையொன்று சரிசெய்து கொள்ளும் இயங்கியல் உறவுக்கு அதிக இடம் உள்ளது. ஏனென்றால், மேலும் பொதுவான கூனிய பார்வைக்கு மாறாக, மார்க்சியமானது சமூகக் கோட்பாடு அதன் பொருண்மையில் இருந்து எவ்வாறு எழுகிறது என்பது பற்றி மிகவும் குறிப்பான விளக்கத்தைக் கொண்டுள்ளது. இந்த விளக்கம், தனது பொருண்மையை புரிந்து கொள்வதற்கான கோட்பாட்டின் திறனுக்கு திட்டமான வரம்புகள் உள்ளன என்பதை உணர்த்துகிறது. மார்க்சின் அரசியல் பொருளாதார விமர்சனத்துக்கு ஒரு பங்களிப்பு என்ற நூலுக்கான மதிப்புரையில் கருத்தாக்க முன்வைப்பின் கோட்பாட்டு கருத்தினங்களை வரலாற்று எதார்த்தத்தின் 'திருத்தப்பட்ட கண்ணாடி பிம்பங்கள்' (korrigierte Spiegelbilder) என்ற எங்கெல்சின் குறிப்பை நாங்கள் இவ்வாறுதான் புரிந்து கொள்கிறோம். இந்த பிம்பங்களை வரலாற்றின் எதார்த்தமான போக்கில் பெறப்படும் விதிகளின்படி மாற்ற வேண்டும் (korrigiert nach Gesetzen, die der wirkliche geschichtliche Verlauf selbst an die Hand gibt).[26] வரலாற்று பகுப்பாய்வுகள், வெறும் கருத்தாக்க பகுப்பாய்வை திருத்துகின்றன அல்லது மேம்படுத்துகின்றன. இதற்கான மிகச்சிறந்த உதாரணத்தை இந்தத் தொகுதியில் சேர்க்கப்பட்டுள்ள அந்தோனியோ நெக்ரியின் அத்தியாயத்தில் காணலாம்.

மரபுரீதியான பெருநோக்கு தனது விளக்கம் அளிக்கும் சக்தியை இழந்து கொண்டிருப்பதாகத் தோன்றும் அதே நேரம் அதன் இடத்தில் புதிய இன்னொன்று வராத அறிவியல் நெருக்கடி நேரத்தில் அறிவியல் ஆராய்ச்சியில் இருக்கும் 'சாராம்சமான பதற்றத்தை' கூன் குறிப்பிடுகிறார். ஆனால், மார்க்சியத்தில் இந்தப் பதற்றம் நெருக்கடி காலங்களில் தோன்றும் தற்காலிக நிகழ்வாக இல்லை. உண்மையில், பின்வரும் உணர்வில் மார்க்சியம் நிரந்தரமான நெருக்கடி நிலையில் உள்ளது என்று கருதுவதற்கு காரணம் உள்ளது.

மார்க்சிய கோட்பாட்டு திட்டப்பணியை வரையறுக்கும் பதற்றத்தை சாரமானதற்கும் திட்டவட்டமானதற்கும் இடையிலானது என்று பொதுவாக சித்தரிக்கலாம். இத்தகைய பொதுவான சொற்களில் கூறும் போது, இந்தப் பதற்றத்துக்கும் முதலாளித்துவ சமூகத்தின் இதயத்தில் இடம் பெறும் பதற்றத்துக்கும் இடையிலான தொடர்புகளை பார்ப்பது எளிதாக உள்ளது. ஏனென்றால், மார்க்சின் அரசியல் பொருளாதாரம் இந்தப் பதற்றத்தை சாரமானதற்கும் (சாரமான உழைப்பு; அல்லது பரிவர்த்தனை-மதிப்பு) திட்டவட்டமானதற்கும் (திட்டவட்டமான உழைப்பு; அல்லது பயன்-மதிப்பு) இடையிலானதாக கோட்பாடாக்கம் செய்கிறது. முதலாளித்துவ சமூகம் திட்டவட்டமானதை சாரமானதாக குறுக்குவதற்கு தொடர்ந்து முயற்சிக்கிறது, அவ்வாறு செய்வதில் அது அடையும் தோல்வி அதன் அமைப்பின் வரலாற்று வரம்புகளை வரையறுக்கிறது, நெருக்கடியில் விழுந்து விடும் அதன் போக்கின் அடித்தளத்தை வரையறுக்கிறது என்று மார்க்சின் அரசியல் பொருளாதாரம் சொல்கிறது. மார்க்சியம், தான் குற்றம் சாட்டும் தான் கடந்து செல்ல விருக்கும் சமூக அமைப்பிற்கு உள்ளேயே அமைந்திருப்பது குறித்து முன்னர் குறிப்பிட்டிருந்தோம். மார்க்சியம் தனது சொந்தக் காலத்தில் மூழ்கியிருப்பதைப் போல அதன் திட்டப்பணியின் மையமான பதற்றங்களுக்கு உயிர் கொடுக்கும் தர்க்கமும் அதன் சொந்தக் காலத்தில் மூழ்கியிருப்பதாக சொல்லலாம் என்று நாங்கள் இப்போது பரிந்துரைக்கிறோம். மார்க்ஸ், பாட்டாளி வர்க்கம் பற்றியும் (மார்க்சியம் பாட்டாளி வர்க்கத்தின் அறிவியலாக இருக்க முயற்சிக்கிறது) இதே விஷயத்தைத்தான் சொன்னார் என்பதில் சந்தேகமில்லை. வர்க்க சமூகம் முழுவதிலும் ஆதிக்கம் செலுத்திய சர்வப்பொதுவானதற்கும் குறிப்பானதற்கும் இடையேயான முரண்பாட்டுக்கு உருக்கொடுத் திருப்பதாக பாட்டாளி வர்க்கத்தை மார்க்ஸ் சித்தரித்தார். இந்த முரண்பாட்டையும், வர்க்கச் சமூகத்தின் வரம்புகளுக்குள் அதனைக் கடந்து செல்வதன் அசாத்தியங்களையும் உணர்ந்திருப்பதுதான் பாட்டாளி வர்க்கத்தை வேறுபடுத்திக் காட்டுகிறது. தனது வரலாற்று நிலைமை தனது திட்டப்பணிக்குள் கொண்டுவரும் பதற்றங்களை உணர்ந்திருப்பதன் மூலம் மார்க்சியக் கோட்பாடு வேறுபடுத்திக் காட்டப்படுகிறது அல்லது வேறுபடுத்திக் காட்டப்பட வேண்டும் என்று மார்க்சிய கோட்பாடு தொடர்பாகவும் இதையே சொல்லலாம்.

இந்தப் பதற்றத்தை மார்க்சிய திட்டப்பணியின் மையத்தில் வைப்பதன் மூலம், அது எந்தச் சமூகத்தில் இருந்து தோன்றுகிறதோ அந்தச் சமூகத்தைப் போலவே, மார்க்சியம் எப்போதுமே நெருக்கடியில் இருப்பதாக கருதவோ அல்லது நாம் ஆரம்பத்திலேயே பரிந்துரைத்தது

போல நாம் புரிந்து கொண்ட வகையில் நெருக்கடிகளின் கருத்தையும் தாக்கத்தையும் மறுபரிசீலனை செய்யவோ நம்மை இட்டுச் செல்லலாம். எப்படியானாலும், பெருநோக்கை விரித்துரைக்கும் திட்டமாக அறிவியல் உள்ளது என்ற கருத்துநிலை, மார்க்சின் கோட்பாடு 'சாராம்சவாத' தத்துவங்களின் நீண்ட வரிசையில் இன்னும் ஒன்றுதான் என்ற பின்-நவீனத்துவ விமர்சனப் பகுப்பாய்வுக்கு எதிர்வினை ஆற்றுவதற்கு நேரடியான வழிகளையும் வழங்குகிறது.[27] மார்க்ஸ் மீதான பின்-நவீனத்துவ விமர்சன பகுப்பாய்வின் பொதுவான இழை ஒன்று இருக்குமானால் (இதை அது நேர்க்காட்சிவாத 'நவீனவாதிகளுடன்' பகிர்ந்து கொள்கிறது), மார்க்சின் வரலாற்றுப் பொருள்முதல்வாத அறிவியலை நெகிழ்வான திட்டப்பணியாக பார்க்க மறுப்பதும், அதிலிருந்து தோன்றும் முயற்சியாக அந்தத் திட்டப்பணியை அதன் 'பெருநோக்கின்' மட்டத்தில் 'உறையச் செய்யும்' முயற்சியும், அதன் மூலம் அதனை 'வரலாறு பற்றிய வரலாற்றுரீதியான-தத்துவார்த்த கோட்பாடு' என்ற குறுக்குவதும்தான் அது (இதைத்தான் மார்க்ஸ் வெளிப்படையாக மறுத்திருந்தார், மேலே வைத்த பகுப்பாய்வு காட்ட முயற்சித்தது போல தவிர்த்திருந்தார்).[28]

அரசியல் செயல்பாடு பற்றிய சில குறிப்புகளோடு நாங்கள் முடிக்கிறோம். மார்க்சியத்தின் வரலாற்றில் மூலதனம் நூலை மூடுண்ட புத்தகமாக கருதுவதால் ஏற்பட்ட துயரமான (இந்தப் பதம் மிகைப்படுத்தலாக இல்லை) விளைவுகள் இருந்திருக்கின்றன. முதலாளித்துவம் பற்றி சொல்ல வேண்டிய அனைத்தையும் மார்க்ஸ் சொல்லி விட்டார் என்ற நம்பிக்கை, அதாவது இயல்பான மார்க்சிய அறிவியல் என்பது வெறுமனே புதிர் விடுவித்தல் அல்லது 'விபரங்களை நிரப்புவது' என்பதை மட்டுமே கொண்டது என்பது, கோட்பாட்டுக்கும் செயல்பாட்டுக்கும் இடையேயான ஒற்றுமை பற்றிய செயல் முனைப்பற்ற, அபாயகரமான மேல்தட்டுவாத கருத்துநிலைகளுக்கு வழி வகுத்தது. செயல்முனைப்பற்றதை இரண்டாம் அகிலத்தின் புரட்சிகரக் காத்திருத்தல் (revolutionare Attentismus) சிறப்பாக பிரநிதித்துவப்படுத்துகிறது;[29] அபாயகரமான மேல்தட்டுவாதம் பல வடிவங்களை எடுத்திருந்தாலும், உழைக்கும் வர்க்கத்தின் அவசியமாகவே வரம்புக்குட்பட்ட தொழிற்சங்க கூருணர்வு என்ற, காவுட்ஸ்கியிடமிருந்து பெறப்பட்ட லெனினின் கருத்தாக்கத்திலும், அதைத் தொடர்ந்த பாட்டாளி வர்க்கத்தின் 'அனுபவரீதியான கூருணர்வின்' இறுகிய தன்மையை லூகாக்ஸ் வலியுறுத்துவதிலும் இறுகலாகியிருந்தது. இரண்டுமே வர்க்க-உணர்வு நிலையை தாங்கிச் செல்வது என்ற கட்சி பற்றிய முன்னணிப்படை (avant-gardist) என்ற வரையறைக்கு இட்டுச்

செல்கின்றன. கோட்பாட்டுக்கும் செயல்பாட்டுக்கும் இடையேயான உறவை, செயல்பாடு மீது கோட்பாட்டின் ஆதிக்கம் என்று படிநிலையாக வரையறுக்கும் இது போன்ற ஆணவத்தினால் ஏற்படும் பாதிப்புகளுக்கு சோவியத் ஒன்றியத்திலும் கிழக்கு ஐரோப்பாவிலும் நடக்கும் சமீபத்திய நிகழ்வுகளில் சான்று கிடைத்துள்ளது. இந்தப் பார்வையில், கோட்பாட்டின் உரிமை கோரல்களை ஊதிப் பெருக்குவது மார்க்சியத்தில் நெருக்கடிகளுக்கான தோற்றுவாயாக உள்ளது. இருப்பினும், கோட்பாட்டுக்கும் செயல்பாட்டுக்கும் இடையேயான ஐக்கியம் என்ற மார்க்சின் கருத்தாக்கம் இரண்டையும் நெகிழ்வான திட்டப் பணிகளாக வரையறுக்கிறது. நெருக்கடி பற்றிய கோட்பாட்டாளர்கள் முடக்கிப் போடும் முரண்நிலையாகக் கருதக் கூடியதுதான் எதார்த்தத்தில் அடுத்த வேலையாக உள்ளது.

குறிப்புகள்

1. இவ்வாறாக, அறிவியலின் முற்போக்குவாத தொலைநோக்குப் பார்வையை மிகவும் முழுவதுமாக நிராகரிக்கும் பால் ஃபாயர்ஆபெண்ட், 'நெருக்கடி' என்ற பேச்சின் முக்கியத்துவத்தையும் நிராகரிக்கிறார். பார்க்கவும் *அகெய்ன்ஸ்ட் மெதட், லண்டன்* (Against Method, London), *1975:* திருத்திய பதிப்பு, *1988.* 'நெருக்கடி' என்ற அலங்காரச் சொல்லாடல் பற்றி அதே போன்ற ஐயுறவுவாதம் தெரிதாவை (Derrida) *அவரது பொசிஷன்ஸ், அலன் பாஸ் ஆல் மொழிபெயர்க்கப்பட்டது, லண்டன்* (Positions translated by Alan Bass, London), *1987* என்ற நூலில் 'ஞானவியல் உடைப்புகள்' பற்றிய பேச்சுக்களையும் கேள்விக்குட்படுத்துவதற்கு இட்டுச் செல்கிறது.
2. தாமஸ் கூன், *ஸ்ட்ரக்சர் ஆஃப் சயின்டிஃபிக் ரெவல்யூஷன்ஸ்* (Thomas Kuhn, The Structure of Scientific Revolutions) (Chicago, 1962). கூன் பற்றிய விவாதம் இந்த நூலை ஒட்டுமொத்தமாக பயன்படுத்திக் கொள்கிறது.
3. முன்வந்தது., p. Xiii.
4. இதுவும் ஹெகலை பிரதிபலிக்கிறது; எனவே பாசலார் (Bachelard), கான்கிலெம் (Canguilhem) போன்ற பிரெஞ்சு தத்துவவியலாளர்களிடம் ஹெகலிய மரபின் தாக்கத்தைக் கொண்ட இதே சிந்தனைகளை பார்க்க முடிகிறது.
5. கூன், *ஸ்ட்ரக்சர் ஆஃப் சயின்டிஃபிக் ரெவல்யூஷன்ஸ்* (Kuhn, Structure of Scientific Revolutions), p. *94.*
6. ராய் பாஸ்கர், *ரீக்ளெய்மிங் ரியாலிடி* (Roy Bhaskar, Reclaiming Reality), (London, (1989), p. 11.
7. பார்க்கவும். மைக்கேல் *பொலன்யி, பெர்சனல் நாலெஜ்* (Micheal Polanyi, Personal Knowledge) (Chicago, 1958).
8. மார்க்ஸ், *அரசியல் பொருளாதாரம் பற்றிய விமர்சனத்துக்கு* முன்னுரை (Marx, Preface to the Critique of Political Economy,) in R. Tucker (ed), *மார்க்ஸ்-எங்கெல்ஸ் ரீடர் (MarxÌEngels Reader)* (இனிமேல்: MER) (New York, 1978), p. *3; மார்க்ஸ்,* லெட்டர் டு கார்ல் லெஸ்கெ, (Marx, letter to Karl Leske), Marx-Engels Werke-™ (Berlin (East)) (இனிமேல்: MEW), XXVII, p. 448.

9. *மார்க்ஸ், ஜெர்மன் சித்தாந்தம்* (Marx, German Ideology), MER, p.**145.** மனித வாழ்க்கையில் எந்த ஒரு நிலையானதும் இருப்பது பற்றிய கருத்துநிலை எதுவும் மார்க்சுக்கு இல்லை என்று இது சொல்லவில்லை என்பது நிச்சயம். பார்க்கவும். பெர்ரி ஆண்டர்சன், டிஸ்கஸன், *மார்க்சிசம் அண்ட் த இன்டர்ப்ரெடேஷன் ஆஃப் கல்ச்சர்ல்* (Perry Anderson, Discussion, Marxism and the Interpretation of Culture) (Urbana, 1988), p. 334.

10. *நாட்டுர்ஃபிலோசோஃபீ* (Naturphilosophie) (Werke (Frankfurt a.M., 1970), IX, p. 35) என்ற நூலில் ஹெகல் சொல்வது போல, இயற்கை தற்செயல், தன்னெழுச்சித்தன்மை, ஒழுங்கின்மை ஆகியவற்றைக் கொண்டுள்ளது என்பதால், 'இத்தகைய தற்செயல் நிகழ்வுகளை உட்கிரகித்துக் கொள்ள வேண்டும் என்று கருத்தாக்கத்தை கோருவது மிகப்பெரிய பொருத்தமற்ற செயல். ஹெகலைப் பொறுத்தவரை இது இயற்கைக்கு மட்டுமின்றி சமூக வாழ்க்கையில் இருக்கும் யார் எவ்வளவு சொந்தமாக வைத்திருக்கிறார்கள் போன்ற அத்தகைய இயல்பான 'தற்செயல் நிகழ்வுகளுக்கும்' உண்மையாக உள்ளது. *(பார்க்கவும் ரெஷ்ட்ஃபிலொசோஃபீ (Rechtsphilosophie),* Werke, VII, p. 112.

11. காஸ்மாஸ் சைக்கோபீடிஸ், *கெசெல்ஷாஃப்ட்ஸ்விஸ்சன்ஷாஃப்ட்லிஷ பெக்ர்யுண்டுங் உண்ட் ஹிஸ்டோரிஷ ரெஃப்ளக்ஷ்யோன்* (Kosmas Psychopedis, Gesellschaftswissenschaftliche Begründung und Historische Reflexion) (Gottingen, 1981), p. 219.

12. *ஜெர்மன் சித்தாந்தம் (German Ideology),* MER, p. 155.

13. முன்வந்தது

14. முன்வந்தது

15. முன்வந்தது

16. *அரசியல் பொருளாதாரம் மீதான விமர்சனத்துக்கு* முன்னுரை (Preface to the Critique of Political Economy), MER, p. 4.

17. *ஜெர்மன் சித்தாந்தம் (German Ideology),* p. 155 *(எங்கள் அழுத்தம்)*

18. கூன், *ஸ்ட்ரக்சர் ஆஃப் சயின்டிஃபிக் ரெவல்யூஷன்ஸ்* (Kuhn, Structure of Scientific Revolutions,) p. 19.

19. பார்க்கவும். ஹெல்முட் ரெய்ஷெல்ட், *சூர் லோகிஷன் ஸ்ட்ருக்டூர் டெஸ் காபிடல்பெக்ரிஃப்ஸ் பெய் கார்ல் மார்க்ஸ்* (Helmut Reichelt, *Zur logischen Struktur des Kapitalbegriffs bei Karl Marx* (Frankfurt, 1973); ஆல்ஃப்ரெட் ஷ்மிட், *யூபர் கெஷிஷ்டெ உண்ட் கெஷிஷ்ஸ்ஷ்ரைபுங் இன் டெர் மெட்டீரியலிஸ்டிஷன் டியாலெக்டிக்* (Alfred Schmidt, über Geschichte und Geschichtsschreibung in der materialistischen Dialektik', Folgen einer Theorie (Frankfurt, 1972)-ல், *கெஷிஷ்ட உண்ட் ஸ்ட்ருக்டூர்* (Geschichte und Struktur) (Munich, 1973).

20. மார்க்ஸ், *மூலதனம்* முதல் பாகம், முன்னுரை (Marx, Preface to Capital, I), in MER, p. 295.

21. Ibid., p. 297.

22. பார்க்கவும். Marx's letter to N. K. Mikhailovsky, November, 1877, in *Marx-Engels: Selected Correspondence* (Moscow, 1955), p. **293,** அதில் மார்க்ஸ் 'மூலதனம்' நூலை ஒரு 'வரலாற்று-தத்துவ கோட்பாடாக' மாற்றும் முயற்சியை கண்டிக்கிறார்; Engels's letter to Conrad Schmidt, 5 August, 1890, in ibid., p. 393, இந்தக் கடிதம் மார்க்ஸ் தான் ஒரு மார்க்சிஸ்ட் இல்லை என்பதை விளக்குகிறது.

23. உதாரணமாக, இது அமைப்புக்கும் அரசியல் போர்தந்திரத்துக்கும் ஆன அவரது கோட்பாட்டின் அடிப்படையாக 'கூருணர்வின் பொருத்தப்பட்ட வடிவங்கள்' என்பதை லூகாக்ஸ் தருவித்த பிரச்சனையாக உள்ளது.

24. எங்கெல்ஸ், லெட்டர் டு வேரா சசூலிட்ச் (Engels, Letter to Vera Sassulitsch), 23 April, 1885, in MEW, XXXVI, p. 304.

25. *கார்ல் மார்க்ஸ், ஆன் த ஃபர்ஸ்ட் இன்டர்நேஷனல், த கார்ல் மார்க்ஸ் லைப்ரரி* (Karl Marx, On the First International, The Karl Marx Library), I (New York, 1973), p. 15.

26. பிரடெரிக் எங்கெல்ஸ், கார்ல் மார்க்ஸ், *சூர் கிரிட்டிக் டெர் பொலிடிஷன் ஓகோனாமீ* (Friedrich Engels, Karl Marxy 'Zur Kritik der politischen Oekonomie'), in MEW, XIII, p. 475.

27. பார்க்கவும், எடுத்துக்காட்டாக, பின்-நவீனத்துக்கு முந்தைய வரலாறு தொடர்பான அனைத்து அணுகுமுறைகளையும் 'சாராம்சவாதம்' என்று சமீபத்தில் எஃப்.ஆர். அங்கெர்ஸ்மிட் குறிப்பிடுவதை F.R.Ankersmit, ஹிஸ்டரியோ கிராஃபி அண்ட் போஸ்ட்-மாடர்னிசம் ('Historiography and Post-Modernism'), *ஹிஸ்டரி அண்ட் தியரி*-ல் *History and Theory*, XXIII, no. 2 (1989).

28. மிக்கைலோவ்ஸ்கிக்கு மார்க்சின் கடிதம் (Marx's letter to Mikhailovsky) (பார்க்கவும் n. 22).

29. பார்க்கவும், டீட்டர் க்ரோஹ், *நெகடிவ் இன்டக்ரேஷன் உண்ட் ரெவொலுடியனாரே அட்டென்டிஸ்முஸ்* (Dieter Groh, *Negative Integration und Revolutionäre Attentismus*) (Frankfurt, 1973).

3. இன்றைய வர்க்க நிலைமை பற்றிய பொருள் கூறல்: முறைபாட்டு அம்சங்கள்

அந்தோனியோ நெக்ரி

தேற்றங்கள் 1 முதல் 3 வரைக்கான அறிமுகக் குறிப்புகள்

இந்த முதல் மூன்று தேற்றங்களும் மதிப்புக் கோட்பாடு பற்றிய எனது முந்தைய படைப்புகளின் முடிவுகளை விவாதத்துக்கு எடுத்துக் கொள்கின்றன. ஆங்கிலத்தில் ரெவல்யூஷன் ரிட்ரீவ்ட், லண்டன் (Revolution Retrieved, London), 1988 மற்றும் மார்க்ஸ் பியாண்ட் மார்க்ஸ், சவுத் ஹேட்லி, மசாசுசெட்ஸ் (Marx Beyond Marx, South Hadley, Mass.), 1984 ஆகியவற்றைப் பார்க்கவும். இத்தாலிய மொழியில் லா ஃபார்மா ஸ்டாடோ, மிலான் (La forma Stato, Milan), 1977 மற்றும் மக்கினா டெம்போ, மிலன் (Macchina tempo, Milan), 1982 ஆகியவற்றைப் பார்க்கவும். இந்த முதல் மூன்று தேற்றங்களும் முறைபாட்டுரீதியில் முக்கியமானவை. மேலே குறிப்பிட்ட எனது முந்தைய படைப்புகளைப் பற்றி தெரியாதவர்களுக்கு இவை கடினமாக இருக்கலாம். அப்படிப் பட்டவர்கள், நான்காவது தேற்றத்தில் ஆரம்பித்து கட்டுரையை படித்து விட்டுப் பின்னர் கடைசியில் இந்த முதல் மூன்று தேற்றங்களுக்குத் திரும்பி வரும்படி நான் பரிந்துரைப்பேன். மேலே குறிப்பிட்டுள்ள படைப்புகளில், மரபுரீதியான இரண்டு பேசுபொருட்களை விவாதத்துக்குக் கொண்டு வர நான் தொடர்ந்து முயற்சித்தேன் - (1) மதிப்பு விதியின் பொருத்தப்பாடு பற்றிய கேள்வி (2) அரசியல் வரலாற்றின் புதிய கட்டத்துடன் தொடர்புபடுத்தி, சோசலிசத்திலிருந்து கம்யூனிசத்துக்கு மாறிச் செல்வதன் வளர்ச்சி (3) மூலதனத் திரட்டல் நிகழ்முறையில் ஒட்டு மொத்த சமூகமும் கீழ்ப்படுத்தப்படுவது, மேலும் எனவே (4) புரட்சிகர முனைப்பு உருவெடுக்கும் களத்தில் ஆலைத் தொழிலாளர் வர்க்கத்தின் மையமான பாத்திரம் முடிவுக்கு வருவது. முந்தைய மற்றும் காலாவதியாகிப் போன உழைப்பின் ஒழுங்குபடுத்தலோடும் மூலதனத் திரட்டலோடும் பிணைக்கப்பட்டுள்ளது என்ற வகையில் மதிப்பு விதியின் பொருளாதார செயல்பாடு நம் காலத்தில் முடிவு கட்டப்பட்டிருப்பது என்பது சமூக உழைப்புடன் பிணைக்கப்பட்டுள்ள முரண்பாடுகளின் மையமான பாத்திரத்தை குறைத்து விடவில்லை என்ற கொள்கையை இந்த முதல் மூன்று தேற்றங்களில் நான்

வலியுறுத்த விரும்புகிறேன். அப்படியானால், புதிய சீர்குலைக்கும் அரசியல் முனைப்பை இந்தப் புதிய தளத்தில் அடையாளம் காண வேண்டும்.

தேற்றம் 1: கட்டுவிப்பு என்பதை மதிப்பு விதியால் தீர்மானிக்கப்பட்ட சமூக-அரசியல் பொறியமைவு என்பதாக நான் புரிந்து கொள்கிறேன்

தீர்மானகர சமூகத்தில் மதிப்பின் வடிவம் என்பது கூட்டுத்துவ உழைப்பு ஒழுங்கமைக்கப்பட்டிருப்பதன் பொருளாயத பிரதிநிதித்துவமாக உள்ளது. 'பிரதிநிதித்துவம்' என்று நாம் சொல்லும் போது, மதிப்பு வடிவம் என்பது கருத்தாக்க விளைபொருள் என்று கருத்தில் நாம் பேசுகிறோம். ஆனால், 'பொருளாயத' பிரதிநிதித்துவம் என்று சொல்லும் போது நாம் வேறுபட்ட ஒன்றை கருதுகிறோம். அதாவது, மதிப்பு வடிவம், சமூகக் கட்டுவிப்பின் *பிரதிநிதித்துவமாக* ஆக இருப்பதோடு அந்த சமூகக் கட்டுவிப்போடு *தொடர்புடையதாகவும்* உள்ளது; அல்லது, இன்னும் துல்லியமாக, தீர்மானகர சமூகத்தில் திறனுடைய கூட்டு-வேலையின் கட்டமைப்பிலும் உற்பத்தி செய்யப்பட்ட மதிப்பின் வினியோகம், மறுஉற்பத்தி ஆகியவற்றின் அமைப்பு முறையிலும் அது பொறிக்கப்பட்டுள்ளது என்று கருதுகிறோம். சமூகத்தின் 'உற்பத்தி முறை' அல்லது உற்பத்தி அமைப்பு மதிப்பு வடிவத்தின் 'அடித்தளத்தில்' இடம் பெறுகிறது என்று சொல்லலாம்; மதிப்பு வடிவம் என்பது உழைப்பு நிகழ்முறைகள், நுகர்வின் நியதிகள், ஒழுங்காற்றல் மாதிரிகள் ஆகியவற்றின் சமூகரீதியில் செயல்திறனுள்ள பிரதிநிதித்துவ இடையுறவை கட்டமைக்கிறது. சுருக்கமாகச் சொன்னால் அது உற்பத்தி முறைக்கு 'மேலே' இடம் பெறுகிறது. உற்பத்தி முறை என்பது சமூகக் கட்டுவிப்பை பிரதிநிதித்துவப்படுத்தாத மதிப்பின் வடிவம் ஆகும். மாறாக, மதிப்பின் வடிவம் என்பது தீர்மானகர சமூகத்தின் புலன்கடந்த பொருண்மை ஆகும். அது சாமான்ய உற்பத்தி முறையைவிட உயர்நிலை இருப்பின (ontological) தீவிரத்தைக் கொண்டுள்ளது.

மதிப்பின் வடிவம் உழைப்பு பற்றிய விமர்சன பகுப்பாய்வால் வரையறுக்கப்படுகிறது. உழைப்பு பற்றிய விமர்சன பகுப்பாய்வு முதலாவதாக, உழைப்பு பற்றிய பகுப்பாய்வு மற்றும் இரண்டாவதாக உண்மையான விமர்சன பகுப்பாய்வு என இரண்டு காரணிகளைக் கொண்டுள்ளது. உழைப்பு பற்றிய பகுப்பாய்வு என்பது வெறுமனே அரசியல் பொருளாதாரத்தைப் பற்றிய பகுப்பாய்வாக மட்டுமோ அல்லது வெறுமனே சித்தாந்தம், சட்டம், அரசு ஆகியவை பற்றிய பகுப்பாய்வாக மட்டுமோ இல்லை. அரசியல்ரீதியான என்ற கருத்தினத்தின் கீழ் திரட்டப்பட்ட இவை அனைத்தின் பகுப்பாய்வு ஆகும் அது. எனவே,

உழைப்பு பற்றிய பகுப்பாய்வு என்பது தீர்மானகர சமூகத்தின் அரசியலைப் பற்றிய அல்லது மேலும் துல்லியமாக கட்டுவிப்பைப் பற்றிய பகுப்பாய்வு ஆகும். ஆனால், இந்தக் கட்டுவிப்பு என்பது பெருந்திரளான முனைப்புகளின் உழைப்புக்கான பொறியமைவாக உள்ளது, எனவே, உழைப்பு-மதிப்பு விதியின் தீர்மானகர செயல்பாட்டின் விளைபொருள் ஆகும். இதன் விளைவாக, உழைப்பு பற்றிய பகுப்பாய்வு இங்கே உழைப்பு பற்றிய விமர்சன பகுப்பாய்வு ஆகி விடுகிறது. சமூக உழைப்பின் வளர்ச்சி, ஒன்று மதிப்புத் திரட்டல் நிகழ்முறையை உற்பத்தி செய்கிறது அல்லது வினியோக நியதிகளின் தொகுதியை உற்பத்தி செய்கிறது என்று உழைப்பு பற்றிய பகுப்பாய்வு காட்டும் இடத்தில், உழைப்பு பற்றிய விமர்சன பகுப்பாய்வு இந்தத் தொகுப்புரையை உடைக்கிறது, கட்டுவிப்பை உடைக்கிறது மற்றும் மதிப்பு வடிவம் உள்ளடக்கியிருக்கும் பகைநிலைகளின் ஒருமைத்தன்மையையும் இயக்கத்தன்மையையும் அடையாளம் காண்கிறது.

கட்டுவிப்பால் நிறுவப்பட்ட பகைநிலைகளின் தீர்வுக்கான விதிகள் வரலாற்றுரீதியில் மாறக் கூடியவையாக உள்ளன. மதிப்பு வடிவம் என்பது எப்போதுமே சமூகத்தின் வரலாற்றுரீதியான இயக்கங்களுக்கு ஏற்ப மாறும் உறவின் விளைவாகவே உள்ளது. ஆனால், வரலாற்றுரீதியான மாற்றங்கள் பகைநிலைகளின் வளர்ச்சியாலும் அவற்றுக்கான தீர்வின் மட்டத்தாலும் தீர்மானிக்கப்படுவதால், மதிப்பு வடிவம் என்பது பகை நிலைகளின் செயல்பாடாகவும் அவற்றுக்கான தீர்வின் விளை பொருளாகவும் உள்ளது என்று நாம் சொல்ல முடியும். பெருந்திரளான வர்களின் கட்டுவிப்பின் பொருண்மை புலன்கடந்ததாக இருக்கையில் மதிப்பின் வடிவம் சமூக பகைநிலைகள் தீர்மானிக்கும் மாற்றுகளுக்குக் கட்டுப்படுத்தப்படுகிறது. எனவே, தன்னை 'உற்பத்தி முறை'யுடன் அடையாளப்படுத்திக் கொள்வதை நோக்கியோ, அல்லது, அதற்கு மாறாக, விமர்சனரீதியாக புடம் போடப்பட்ட புரட்சிகர செயல்பாடாக இருப்பதை நோக்கியோ மாறிமாறி நகரும் போக்கைக் கொண்டுள்ளது.

மார்க்சின் மூலதனம் நூலின் பாகம் 1, பகுதி 1-ல், மதிப்பு வடிவம் என்பது (1) சமதையின் வடிவமாக, எனவே உறவின் வடிவமாக (2) அதை கட்டுவிக்கும் பகுதிகள் வரலாற்று ரீதியாக தீர்மானிக்கப்பட்ட உறவாக (3) பரிவர்த்தனை உறவின் இயங்காற்றலாக; (4) அது சாரமானதன் அதிகபட்சத்தை நோக்கி நகர்கிறது (5) இந்த இயக்கத்தில் (சமதையாக மதிப்பு என்ற) மர்மத்தை வெளிப்படுத்துகிறது (6) அது இந்த உறவின், அதன் வடிவத்தின், அதனோடு தொடர்புடைய உற்பத்தி முறையின் பகைநிலைத் தன்மையை மறைக்கிறது என நம்முன் வைக்கப்படுகிறது.

மதிப்பு வடிவம் பற்றிய இந்த மார்க்சிய வரையறைகளின் முதல் தொடர் வரலாற்று தொடர்பற்றவை (synchronic), ஆனால் அவற்றில் காலத்துக்கேற்ப மாறும் (diachronic) பிளவு ஏற்கனவே திறக்க ஆரம்பிக்கிறது: உதாரணமாக, 2-வது மற்றும் 4-வது குறிப்புகளில், பகைநிலையைப் பற்றிய வரலாற்று தீர்மானிப்பும், அதன் இயங்காற்றலின் வரையறையும் இருப்பினவியல் அடையாளப்படுத்தலை, முனைப்பு அடித்தளத்தை, போக்கின் பொருண்மையாக்கத்தைக் கோருகிறது என்பது தெளிவாக உள்ளது. எனவே, மூலதனம் முதல் பாகத்தின் மூன்றாவது மற்றும் நான்காவது பகுதிகளில் மார்க்ஸ் காலத்துக்கேற்ப மாறும் சொல்லாடலை மட்டுமே பயன்படுத்துவது மிகவும் தர்க்கப் பொருத்தமுடையதுதான்: இங்கு மதிப்பு வடிவம் பற்றிய பகுப்பாய்வு வரலாற்றுரீதியான-அரசியல் சொல்லாடலாக மாறுகிறது, அதில் வரலாற்றுரீதியான மாற்றியமைத்தல் கோட்பாட்டு வரையறையை ஒன்றிணைக்கிறது மற்றும் இருப்பின இழையமைப்பின் பொருள் வகைமை (materiality) செயல்பாட்டின் சாத்தியத்தை நிறுவுகிறது.

மதிப்பின் வடிவத்தை புறநிலை அளவையாக சுருக்குவதில் மார்க்சுடைய கருத்தாக்கத்தின் வரம்பு அடங்கியுள்ளது. தனது சொந்த விமர்சன முற்கோள்களுக்கும் தனது சொந்த பகுப்பாய்வின் செறிவுக்கும் மாறாக, மூலதனத்தின் வரலாற்று வளர்ச்சியை மூலதனத் திரட்டலின் நேர்கோட்டுப் பாதை என்ற போக்கின் அடிப்படையில் கருதும்படி அவரை இது கட்டாயப்படுத்தியது. இதன் விளைவாக, பேரழிவு, புத்தாக்கம் ஆகியவற்றின் ஒளியில் வர்க்கப் போராட்டத்தின் இயக்கங்களை வெற்றிகரமாக காட்ட முடியாமல் அது அவரை தடுத்து விட்டது. தீர்க்கதரிசன படைப்புகளான குருண்ட்ரிச போன்றவற்றில் கூட வரலாற்றுப் பொருள்முதல்வாதம் என்பது, மூலதனத்தின் கீழ் உழைப்பு மென்மேலும் கீழ்ப்படுத்தப்படுவதன் இயற்கை வரலாறாக கட்டுவிக்கப்படும் அபாயத்தைக் கொண்டுள்ளது, மேலும் மதிப்பு வடிவத்தை அதன் பொறியமைவுகளை செம்மையாக்கும் முற்போக்கான, ஆனால் கற்பனாவாத, நிர்ணயவாத நிகழ்முறையாக விளக்கும் அபாயத்தையும் அது கொண்டுள்ளது.

தேற்றம் 2: மதிப்பு விதி நெருக்கடியில் இருந்தாலும், உழைப்புதான் ஒவ்வொரு கட்டுவிப்புக்கும் அடித்தளமாக உள்ளது

மதிப்பு விதியில் நெருக்கடி உள்ளது என்று நாம் சொல்லும் போது, மதிப்பை புறநிலை அளவையாக இன்று குறுக்க முடியாது என்று சொல்கிறோம். ஆனால், மதிப்பு பொதுவளவற்றதாய் இருப்பது, மதிப்பின் அடித்தளமாக உழைப்பு இருப்பதை ஒழித்து விடுவதில்லை.

வரலாற்று நோக்குநிலையில் இருந்து பார்க்கும் போது இந்த உண்மை தெளிவாகிறது.

மார்க்ஸ், 'உற்பத்தி முறை' பற்றி பேசும் போது, ஆசியபாணி கலாச்சாரத்தில் இருந்து மத்தியகால உற்பத்தி முறைக்கும் முதலாளிவர்க்க மற்றும் முதலாளித்துவ உற்பத்தி முறைக்கும் மாறிச் செல்லும் உலகத்தின் வரலாற்றை வெளிப்படுத்துகிறார். [முதலாளித்துவம் என்ற] இந்தக் கடைசி நிலைக்குள், சாமான்ய கூட்டு வேலையில் இருந்து பட்டறைத் தொழில், பெருவீதத் தொழில் வரை உழைப்பு நிகழ்முறையின் வரலாற்றின் வெவ்வேறு கட்டங்களை மார்க்ஸ் வரையறுக்கிறார். இந்த இரண்டாவது வரிசைத் தொடரை 'உற்பத்தி முறை' பற்றிய பொருத்தமான வரையறை என்று அனுமானித்துக் கொள்வது இங்கு முக்கியமாகத் தோன்றுகிறது. இன்று, மொத்தத்தில், பெருவீத தொழில்துறையால் குறிக்கப்படும் 'உற்பத்தி முறை'யும் அதன் வளர்ச்சியும் முதலாளிவர்க்க முதலாளித்துவ உற்பத்தி முறையை மட்டுமின்றி, சோசலிச முதலாளித்துவ உற்பத்தி முறை மற்றும் மற்ற ஒவ்வொன்றின் மிச்சத்தையும் தனக்குள் கொண்டுள்ளது, அவற்றை தனது சொந்த நலன்களுக்கான செயல்பாடாக மாற்றுகிறது. சமூக உற்பத்தியின் ஒவ்வொரு மிகச்சிறிய பகுதியையும் தன்னுள் உள்ளடக்கும் அளவுக்கு உயர்மட்ட வளர்ச்சியை முதலாளித்துவ உற்பத்தி முறை அடையும் போது, மார்க்சிய மொழியில், சமூகம் மூலதனத்தின் கீழ் 'உண்மையில் கீழ்ப்படுத்தப்படுவது' குறித்து நாம் பேசலாம். சமகால 'உற்பத்தி முறை' என்பது இந்தக் 'கீழ்ப்படுத்தலே' ஆகும்.

'மெய்யான கீழ்ப்படுத்தல்' எனப்படும் 'உற்பத்தி முறையின்' மதிப்பு வடிவம் என்ன? சமூகரீதியான உற்பத்தி உறவுகளுக்கும் உண்மையான உற்பத்தியின் உறவுகளுக்கும் இடையே உடனடியாக இடம் மாறும் (translation) வடிவமாக அது உள்ளது. வேறு சொற்களில் உற்பத்திச் சக்திகளின் இயக்கங்களோடு, அதாவது, உற்பத்தியில் பங்கேற்கும் கீழ்ப்படுத்தப்பட்ட அனைவரின் இயக்கத்தோடு, குழப்பிக் கொள்ளப்படும் அளவுக்கு நெகிழ்வுடையதாக உற்பத்தி முறை மாறியுள்ளது. இந்த உறவுகளின் மொத்தம்தான், மெய்யான கீழ்ப் படுத்தலின் மதிப்பு வடிவத்தை கட்டுவிக்கிறது. இந்த மதிப்பு வடிவம் உற்பத்திச் சக்திகளுக்கிடையே வளர்ச்சியடையும் 'தகவல் தொடர்பு' ஆகவே உள்ளது என்று வலியுறுத்துவதன் மூலம் நாம் இந்தக் கருத்தாக்கத்தை வளர்த்துச் செல்ல முடியும்.

'தகவல் தொடர்பு' என்பது உற்பத்தியின் இழையமைப்பையும் (fabric) மதிப்பு வடிவத்தின் சாரத்தையும் கட்டுவிக்கிறது என்றால்,

எனவே ஒவ்வொரு உறவையும் உற்பத்தியின் பொருளாயத அடுக்குகள் மூலமாக வடிகட்ட முடியும் அளவுக்கு ஊடுருவும்தன்மை கொண்டதாக மூலதனம் மாறியிருக்கிறது என்றால், சமூகரீதியானவை நீளும் அளவுக்கு சமமாக உழைப்பு நிகழ்முறைகள் நீள்கின்றன என்றால், அப்போது மதிப்பு விதி தொடர்பாக எத்தகைய விளைவுகளை நாம் பெற முடியும்?

முதல் மற்றும் அடிப்படையான விளைவு என்னவென்றால், அளவை பற்றிய கோட்பாட்டை பரிவர்த்தனையின் சர்வப்பொதுத் தன்மைக்கு வெளியில் பிணைப்பதற்கு எந்த சாத்தியமும் இல்லை. சமூகத் திரட்டலின் அளவிடமுடியாமை தொடர்பாக அளவைக்கான கோட்பாட்டில் இனிமேலும் அர்த்தம் இல்லை என்பது இரண்டாவது விளைவாக உள்ளது. மூன்றாவது இடத்தில், உழைக்கும் உறவுகள் வளர்ச்சியடைவதற்கான வெளி, சமூகத்தினுள் உற்பத்தித் திறனுள்ள பாதைகள், உழைக்கும் முனைப்புகளுக்கு இடையேயான இடையுறவுகள்- இவை அனைத்துமே கூட - வரையறைப்படியே - அளக்க முடியாத வையாக உள்ளன.

ஆனால், மதிப்பு உருவங்களை அளவிட முடியாமல் இருப்பது சமூகத்தின் எல்லா கட்டுவிப்புகளுக்கும் அடிப்படையாக உழைப்பு உள்ளது என்ற உண்மையை மறுக்கவில்லை. உண்மையில், உற்பத்தி, செல்வம், நாகரீகம் ஆகியவற்றை உழைப்பின் திரட்டல் வரை பின்நோக்கி இணைக்க முடியாவிட்டால் அவை குறித்து சிந்திப்பது (விவரிப்பதைப் பற்றிச் சொல்லவே வேண்டாம்) சாத்தியமில்லை. இந்தத் திரட்டலுக்கு எந்த அளவையும் இல்லை, (ஒருவேளை) கரணியமும் இல்லை என்பது அதன் உள்ளடக்கமும் அதன் அடித்தளமும் அதன் செயல்பாடும் உழைப்பே என்ற உண்மையை எந்த விதத்திலும் குறைத்து விடவில்லை. உற்பத்தியில் படிப்படியாக மையமானவையாக மாறி விட்ட அறிவுசார் சக்திகளும் அறிவியல் சக்திகளும் உழைப்பின் சக்திகளாகவே உள்ளன. பொருண்மையின்மை வளர்வது உழைப்பின் படைப்பூக்க செயல்பாட்டை ஒழித்து விடவில்லை. மாறாக உழைப்பின் சாரமாக்கலிலும் உற்பத்தித் திறனிலும் அதனை மேம்படுத்துகிறது. மதிப்பின் சாரம் என்பது அது எடுக்கக்கூடிய வடிவங்களை விட அதிக முக்கியமானதாக உள்ளது. இது உடல்உழைப்புக்கும் மூளை உழைப்புக்கும் இடையேயான பிரிவினைக்கு (இந்தப் பிரிவினை இப்போது முக்கியமிழந்து வருகிறது) அப்பால் வைக்கப்படுகிறது. திட்டவட்டமானது என்பது சாரமானதை விட அதிக உண்மையானது. மறுபக்கம், உழைப்பின் படைப்பாற்றல் (அதன் வெளிப்பாட்டின்

சக்தியில் உயிருள்ள உழைப்பு) மட்டும்தான் மதிப்பு என்ற பரிமாணத்தோடு பொதுவளவுடையதாக உள்ளது.

தேற்றம் 3: சுரண்டல் என்பது விடுதலைக்கான நேரத்திற்கு எதிராக ஆதிக்கத்துக்கான நேரத்தை உருவாக்குவதாக உள்ளது

மதிப்பு விதி என்பது வெறுமனே உழைப்பின் அளவை பற்றிய வரையறையை மட்டும் கொண்டிருந்தால், அதன் நெருக்கடி என்பது சமூகத்தின் முதலாளித்துவ கட்டுவிப்பில் நெருக்கடியைக் காட்டும். ஆனால், மதிப்பு விதியை அளவையின் வரையறையாக குறுக்க முடியாது என்பதாலும், மேலும் தனது நெருக்கடியில் கூட, மதிப்பைப் பெருக்கும் உழைப்பின் செயல்பாட்டை, எனவே உழைப்பை மூலதனம் சுரண்டுவதற்கான அவசியத்தை அது வலியுறுத்துவதால், இந்தச் சுரண்டல் எதனால் ஆனது என்பதை நாம் வரையறுக்க வேண்டும்.

சுரண்டல் என்ற கருத்தாக்கத்தை கறக்கப்பட்ட உழைப்பின் அளவுடன் உறவுபடுத்தி வரையறுத்தால் அதனை வெளிப்படையானதாக்க முடியாது: உண்மையில், அளவை பற்றிய கோட்பாடு இல்லாத நிலையில், இந்த அளவுகளை வரையறுப்பது இனிமேலும் சாத்தியமில்லை. கூடுதலாக, எங்கும் பரவிய உற்பத்தி முறையாக சமூக உற்பத்தியின் சுற்றோட்டத்தில், தகவல் தொடர்பில் உள்ளார்ந்த புலன்கடந்த புள்ளிகளை அல்லது கெட்டியான புள்ளிகளை தொடர்ந்து இடை விடாமல் பிரிக்கவும் வகுக்கவும் தேடவும் செய்து வந்தால், சுரண்டல் என்ற கருத்துருவை வெளிப்படையானதாக்குவது சிரமமாக உள்ளது.

கீழ்ப்படுத்தல் நிகழ்முறைகளின் முழுமையில் அவற்றுக்கு எதிர் நிலையாக வைத்தால்தான் சுரண்டல் என்ற கருத்தாக்கத்தை வரையறுக்க முடியும். இந்தப் பார்வையில், அரசியல் கட்டுவிப்பையும் சமூகக் கட்டுவிப்பையும் இணைக்கும் தொடர்புக்குள் சுரண்டலின் கருத்தாக்கத்தையும் எதார்த்தத்தையும் அடையாளம் காண முடியும். உண்மையில் அரசியல் கட்டுவிப்புதான் சமூக உழைப்பின் ஒழுங்கமைப்பை மிகைதீர்மானிக்கிறது, சமத்துவமின்மை, படிநிலை ஆகியவற்றின் அடிப்படையில் அதன் மறுஉற்பத்தியை சுமத்துகிறது. சுரண்டல் என்பது சமூக உற்பத்தியின் மிகைதீர்மானிப்பின் அரசியல் பாதைகளின் உற்பத்தியாக உள்ளது. சுரண்டலின் பொருளாதார அம்சத்தை மறுத்து விடலாம் என்று சொல்லவரவில்லை. மாறாக, சமூகக் கூட்டு-வேலையின் வடிவத்தையும் விளைபொருளையும் கைப்பற்றுவதும் மையப்படுத்துவதும் உடைமை பறிப்பதும்தான்

சுரண்டலாக உள்ளது. எனவே, மிகவும் கருத்துள்ள வகையில் அது பொருளாதார தீர்மானிப்பாக உள்ளது - ஆனால் அதன் வடிவம் அரசியல்ரீதியானது.

வேறு சொற்களில், முதிர்ச்சியடைந்த முதலாளித்துவ சமூகத்தில் (முதலாளிவர்க்க முதலாளித்துவமாக இருந்தாலும் சரி சோசலிச முதலாளித்துவமாக இருந்தாலும் சரி) சமூகக் கூட்டு-உழைப்பின் விளைபொருள், வடிவம் ஆகியவற்றை அரசியல்ரீதியாக கறப்பது தீர்மானிக்கப்பட்டது என்பதை கருத்தில் கொள்ளும் போது சுரண்டல் என்ற கருத்தாக்கத்தை வெளிப்படையானதாக்க முடியும். சுரண்டல் என்பது முதலாளித்துவ அதிகாரத்தின் செயல்பாடாக அரசியல்ரீதியாக உருவாக்கப்படுகிறது. இந்த முதலாளித்துவ அதிகாரத்திலிருந்து அமைப்பை மறுவுற்பத்தி செய்வதற்கு போதுமான அணிக்கோவைகளும் வரம்புகளும் கொண்ட சமூகப் படிநிலை அமைப்பு இறங்கிச் செல்கிறது. அரசியல் என்பது சமூக நிகழ்முறையின் மாயமாக்கமாக முன் வைக்கப் படுகிறது. எனவே, உற்பத்தியையும் உழைப்பையும் சமூகமயமாக்கும் நிகழ்முறைகளை, பயன்படுத்துவதற்கு சில நேரங்களிலும், இல்லாமல் செய்து விடுவதற்கு சில நேரங்களிலும், தடுப்பதற்கு சில நேரங்களிலும் சேவை செய்யும் பொறியமைவாக அது முன் வைக்கப்படுகிறது. 'மெய்யான கீழ்ப்படுத்தல்' காலங்களில் அரசியல்ரீதியானது பொருளியல்ரீதியானதை முழுவதுமாக உள்வாங்கும் போக்கையும், தனது ஆதிக்கத்துக்கான விதிகளை வரையறுப்பது வரையில் மட்டுமே பொருளியல்ரீதியானதை தனியாக வரையறுக்கும் போக்கையும் கொண்டுள்ளது. எனவே, பொருளாதாரத்தின் மற்றும் முதன்மையாக சுரண்டலின் தனித்தநிலை என்பது அரசியலின், அதாவது யாரிடம் அதிகாரம் உள்ளது என்பதன் மாயமாக்கமாக உள்ளது.

மதிப்பு விதியானது உழைப்பு என்பதை மனித படைப்பாற்றல் வெளிப்படும் நேரமாகக் கருதுகிறது. முன்னேறிய முதலாளித்துவத்தின் அரசியல் கட்டுவிப்பில், உற்பத்தித் திறனுள்ள கூட்டு-வேலையின் சமூக நிகழ்முறையிடம் இருந்து அதன் சொந்த செயல்பாட்டின் மீதான அதிகாரத்தை நீக்கி விடுவது, அதிகார அமைப்பின் கம்பிகளுக்குப் பின்னால் சமூக உற்பத்திச் சக்தியை அடைத்து விடுவது அதிகாரத்தின் அடிப்படை செயல்பாடாக உள்ளது. இயந்திர சாதனம் தனது விடுவிக்கும் நோக்கங்களை ரத்து செய்து விடும் தன்மையைக் கொண்டுள்ளது என்ற பொருளில் அதிகாரத்தின் நேரம் என்பது சமூக நேரத்தை சுரண்டுவதாக உள்ளது. எனவே, சுரண்டல் என்பது சமூகக் கூட்டு-வேலையின் நேரத்தை கட்டுப்படுத்துவதற்கான கருவிகளின்

தொகுப்பை உற்பத்தி செய்வதாகும். முழுமையான, ஒட்டுமொத்தமான சமூகக் கூட்டு-வேலையின் உழைப்பு-நேரம் இங்கு ஆதிக்கத்தை பராமரிக்கும் விதிக்குக் கீழ்ப்படுத்தப்படுகிறது. எனவே, மிக உயர்ந்த உற்பத்தித் திறனின் நேரமான விடுதலையின் நேரம் ஆதிக்கத்தின் நேரத்தில் ரத்து செய்யப்படுகிறது.

தேற்றங்கள் 4 முதல் 10 வரைக்கான அறிமுகக் குறிப்புகள்

இந்தத் தேற்றங்களில், உழைப்பின் புதிய சமூகஒழுங்கமைவின் முதன்மை நிலைமையாகவும், மூலதனத் திரட்டலின் புதிய மாதிரியாகவும் பின்-ஃபோர்டிசத்தையும், இந்தப் புதிய உற்பத்தி முறைக்கு போதுமான முதலாளித்துவ கருத்தியலாக பின்நவீனத்துவத்தையும் நான் கருத்தில் கொள்கிறேன். இந்த இரண்டு நிலைமைகளையும் ஒன்றாக இணைத்து சமூகம் மூலதனத்துக்குள்ளாக எதார்த்தத்தில் கீழ்ப்படுத்தப்படுவது என்று நான் அழைக்கிறேன். இந்தத் தேற்றங்களில், பின்-ஃபோர்டிசத்தின் பொருளியல்-அரசியல்-முரண்பாடுகளை வரையறுப்பதும் பின்-நவீனத்துவத்தை மாயைநீக்கம் செய்வதும் எனது பணியாகும். பாலிடிக்ஸ் ஆஃப் சப்வெர்ஷன், கேம்பிரிட்ஜ் (Politics of Subversion, Cambridge), 1989-ல் இந்த வளர்ச்சி பற்றிய ஒரு முழுமையான விவரிப்பைத் தர நான் முயன்றுள்ளேன்.

தேற்றம் 4: முதலாளித்துவ வளர்ச்சியின் காலப் பகுப்பு, நாம் புதிய சகாப்தத்தின் தொடக்கத்தில் உள்ளோம் என்று காட்டுகிறது

1848-ஐ ஒட்டிய ஆண்டுகளில் தொடங்கும் 'பெருவீதத் தொழில்துறை' என்று மார்க்ஸ் அழைக்கும் தொழிற்புரட்சி காலத்தின் மீது நாம் இங்கு அக்கறை கொண்டுள்ளோம். 'ஆதித் திரட்டல்', நவீன அரசின் கட்டமைவு ஆகியவற்றின் சகாப்தத்தில் தோன்றிய அதற்கு முந்தைய 'பட்டறைத் தொழில்' காலத்தையும் மார்க்ஸ் ஆய்வு செய்கிறார். ஆனால், பிந்தைய பெருவீதத் தொழில்துறை காலகட்டத்தின் மீதுதான் அவரது அக்கறை குறிப்பாக இருந்தது. மைய முதலாளித்துவ நாடுகளில் தனது தோற்றத்தைக் கொண்டிருந்த, மார்க்ஸ் விவரிக்கும், 'பெருவீதத் தொழில்துறையின்' வளர்ச்சியின் போக்கு மார்க்சின் அறிவியல் அனுபவத்தின் பரப்பெல்லைக்கு வெகு அப்பால் நீண்டு சென்றது - அது, உண்மையில், ஒரு நூற்றாண்டுக்கும் மேலாக, 1968-ன் புரட்சி வரையில் நீடித்தது.

தொழிற்புரட்சியின் இந்த மகத்தான காலகட்டம் முதல் உலகப் போரின் ஆண்டுகளான 1914-18-ஐ ஒட்டி இரண்டு கட்டங்களாக பிரிக்கப்படுகிறது என்ற உண்மையை முதன்மையாக வலியுறுத்துவதன் மூலம் நாம் அதனை இங்கு சுருக்கமாக விவரிக்கிறோம்.

'பெருவீதத் தொழில்துறையின்' முதல் கட்டம் *1848* முதல் *1914* வரை நீடிக்கிறது. அதனை பின்வருமாறு சித்தரிக்கலாம். *(1)* உழைப்பு நிகழ்முறைகளின் பார்வையிலிருந்து: முதல் முறையாக தொழிலாளர் இயந்திர சாதனத்தின் கட்டளைக்கு உட்பட்டு, இயந்திர சாதனத்துக்கே ஒட்டுவாலாக மாறி விடுகிறார். இங்கு உற்பத்தித்திறனுடைய சகடத்துடன் இணைக்கப்பட்டுள்ள உழைப்பாளர் படை தேர்ச்சி பெற்றது, உழைப்புச் சகடங்கள் பற்றிய தெளிவான அறிவைக் கொண்டது (இது 'தொழில்முறை தொழிலாளரின்' காலம்). முந்தைய காலமான, 'பட்டறைக் காலத்துடன்' ஒப்பிடும் போது, உழைக்கும் வர்க்கத்தின் தொழில்நுட்பச் சேர்க்கை இப்போது பெருமளவு மாறியிருக்கிறது. ஏனென்றால், கைவினைஞர் இப்போது தொழிற்சாலைக்குள் வீசி எறியப்பட்டுள்ளார், முன்னர் சுயேச்சையாக இருந்த தொழிலாளரின் தேர்ச்சி, இங்கு மேலும் மேலும் பெருவீதமாக்கப்பட்ட சிக்கலாக்கப்பட்ட இயந்திர சாதனத்துடன் செயற்கையாக இணைக்கப்பட்டுள்ளது. *(2)* நுகர்வு நியதிகளின் பார்வையில்: உற்பத்தி செய்வதற்கான மூலதனத்தின் சக்தியால் மட்டுமே ஒழுங்குபடுத்தப்பட்ட, போதுமான கூலியின் அளவு எனும் சமனான நிலை இல்லாமல் எனவே அதோடு தொடர்புடைய திறனுடைய வேண்டலோடும் சமனானநிலை இல்லாத பெருந்திரள் உற்பத்தி தொடர்ந்து உறுதி செய்யப்படுகிறது. இது முதல்கட்டத்தை வரையறுக்கும் பண்பு. எனவே, அது அடிக்கடி நிகழும் பேரழிவான வீழ்ச்சிகளுடன் கூடிய பொருளாதார சகடத்தின் மிக ஆழமான ஒழுங்கின்மையின் தீர்மானிப்பால் ஒழுங்கமைக்கப்படுவதாக உள்ளது *(3)* ஒழுங்காற்றல் மாதிரிகளின் பார்வையில் இருந்து: நிதி மூலதனத்தின் கட்டமைவு, ஏகபோகங்கள் வலுப்பெறுவது மற்றும் ஏகாதிபத்திய வளர்ச்சி ஆகியவற்றுக்கு இடையே மேன்மேலும் அதிகமாக இறுகிப் போன மட்டங்கள் கொண்ட நிறுவன ஒருங்கிணைவாக அரசு வளர்க்கப்படுகிறது *(4)* பாட்டாளி வர்க்கத்தின் அரசியல் சேர்க்கையின் பார்வையில் இருந்து: இந்தக் கட்டத்தில் (மக்கள் திரள் பகுதியையும் முன்னணிப் பகுதியையும் கொண்ட, உடனடி பொதுக் கோரிக்கை அணி மற்றும் அரசியல்ரீதியான அணி என) இரட்டை அமைப்பாதலை அடிப்படையாகக் கொண்ட, மக்கள்திரளின் சோசலிச விடுதலை என்ற திட்டப்பணியின்கீழ் தொழில்துறை உற்பத்தியையும் சமூக ஒழுங்கமைப்பையும் தொழிலாளர்கள் நிர்வகிப்பதை செயல்திட்டமாகக் கொண்ட தொழிலாளர் கட்சிகள் உருவாகின்றன. இங்கு, தொழில்முறை தொழிலாளரின் தொழில்நுட்பச் சேர்க்கைக்குப் பொருத்தமான சோசலிச அமைப்பின் அரசியல் சேர்க்கை உருவாகிறது. உழைப்பின் மதிப்புகளும், உற்பத்தித் திறனுள்ள ஆலை உழைப்பு மற்ற எல்லா செயல்பாடுகள்

மீதும் ஆதிக்கம் செலுத்தி அவற்றுக்கு இருப்பு நியாயத்தை கொடுப்பதும் சமூக படிநிலையாக்கத்தை உருவாக்குவதும் அடிப்படையானதாக அனுமானிக்கப்படுகிறது.

'பெருவீதத் தொழில்துறை' காலத்தின் இரண்டாவது கட்டம், முதல் உலகப் போரில் இருந்து 1968-ன் புரட்சி வரை தொடர்கிறது. அதனை பின்வருமாறு சித்தரிக்கலாம் (1) உழைப்பு நிகழ்முறைகளின் பார்வையில் இருந்து: இப்போது பாட்டாளி வர்க்கத்தின் புதிய தொழில்நுட்பச் சேர்க்கை உருவாகியுள்ளது. அது பணியமர்த்தப்பட்டுள்ள தொழில்துறை செயல்பாட்டைப் பொறுத்தவரை முற்றிலும் சாரமாக்கப்பட்ட வகையான உழைப்பாளர் படையாக உள்ளது, இந்த உழைப்பாளர் படை டெய்லரிசத்தால் மறுஒழுங்கமைக்கப்பட்டுள்ளது. இவ்வாறு 'தேர்ச்சிநீக்கம் செய்யப்பட்ட' பெருந்திரளான தொழிலாளர்கள், மிகவும் அன்னியப்படுத்தும் சிக்கலான உழைப்பு நிகழ்முறைகளினுள் புகுத்தப்பட்டுள்ளனர். 'பெருந்திரள் தொழிலாளி' சகடம் பற்றிய அறிவை இழக்கிறார். (2) நுகர்வு நியதிகளின் பார்வையில் இருந்து: இந்தக் கட்டத்தில்தான் பெருந்திரள் தொழில்துறை உற்பத்தி செய்த பொருட்களை வாங்குவதை எதிர்நோக்குவதாக கூலியை கருத்தாக்கம் செய்யும் ஃபோர்டிசம் கட்டுவிக்கப்பட்டது (3) ஒழுங்காற்றல் நியதிகளின் பார்வையில் இருந்து: கீனிசிய அரசியலால் (ஆனால், பொதுவாக, முந்தைய கட்டத்தின் நெருக்கடிகளின் சகடத்தன்மை பற்றிய நினைவுகளாலும்) ஊக்குவிக்கப்பட்டு, முழு வேலைவாய்ப்பையும் சமூக உதவியை உத்தரவாதப்படுத்துவதையும் பராமரிப்பதன் மூலம் உற்பத்திச் செயல்பாட்டை ஆதரிக்கும் தலையிடும் அரசு என்ற மாதிரி சிறிது சிறிதாக உருவாக்கப்பட ஆரம்பித்தது. (4) பாட்டாளி வர்க்கத்தின் அரசியல் சேர்க்கையின் பார்வையில் இருந்து: சோசலிச தொழிலாளர் அமைப்புகளின் அனுபவங்கள் (முதன்மையாக சோவியத் அனுபவம்தான் திவாலாகிப் போன பழைய உருவங்களான 'தொழில்முறை தொழிலாளரின்' அரசியல் மேலாதிக்கத்தை நிரந்தரப்படுத்துகிறது, அவர் இப்போது ஸ்தாக்கனோவிய சோவியத் அதிமனிதனாக உருமாற்றப்பட்டுள்ளார்) தொடரும் அதே நேரம், முதன்மையாக அமெரிக்க ஐக்கிய நாடுகளிலும் மிகவும் முன்னேறிய முதலாளித்துவ நாடுகளிலும் புதிய ஒழுங்கமைப்பு வடிவங்கள் சீரமைக்கப்படுகின்றன. 'பெருந்திரள் தொழிலாளி'யின் இந்த அமைப்பு வடிவங்களில், முன்னணிப் படையினர் பெருந்திரள் மட்டத்தில் செயல்பட்டு, 'வேலை செய்ய மறுப்பது', 'கூலி சமத்துவம்' போன்ற அணிதிரட்டுவதற்கான மகத்தான கருத்தாக்க சிந்தனைகளை வளர்க்கின்றனர், அதிகாரத்தை பிரதிநிதிகளுக்கு கைமாற்றிக் கொடுப்பதன் எந்த வடிவத்தையும்

புரட்சிகரமாக மறுத்து, பெருந்திரள் மற்றும் அடித்தள வடிவங்களில் அதிகாரத்தை மீண்டும் கைப்பற்றுகின்றனர்.

இந்த இரண்டு கட்டங்களும், ஒட்டு மொத்த சமூகத்தின் மீது தொழில்துறை மூலதனத்தின் ஆதிக்கம் தொடர்ந்து அதிகரிக்கும் தீவிரத்தால் ஒன்றுபடுத்தப்பட்டும் அதே நேரம் தனித்தும் உள்ளன என்பது தெளிவு. இந்தக் காலத்தில் முதல் கட்டத்திலிருந்து இரண்டாவது கட்டம் பிரிக்கப்படுவது, உழைப்பு சாரமாக்கலின் மேல் கட்டத்துக்கு நகர்வதால், அல்லது மேலும் துல்லியமாக, 'தொழில்முறை தொழிலாளரின்' மேலாதிக்கத்திலிருந்து 'பெருந்திரள் தொழிலாளரின்' மேலாதிக்கத்தை நோக்கி நகர்வதால் குறிக்கப்படுகிறது. இப்போது நாம் புதிய சகாப்தத்தின் தொடக்கத்தில் உள்ளோம். நடைமுறையில், உழைப்பு மேன்மேலும் அதிகமாக சாரமாக்கப்படுவதை நோக்கிய போக்கு இல்லாமல் போய் விட்டது, வளர்ச்சி பற்றிய புதிய, அசலான புரட்சிகர நோக்குநிலைகள் தோன்றியுள்ளன.

புதிய சகாப்தம், 1968-க்குப் பிந்தைய ஆண்டுகளில் தொடங்குகிறது. (1) ஆலைகளை தானியக்கமாக்குவதாலும் (automatisation) சமூகத்தை கணினிமயமாக்குவதாலும் உழைப்பு நிகழ்முறைகள் தொடர்ந்து மேலும் தீவிரமாக மாற்றியமைக்கப்படுகின்றன. நேரடி திறனுடை உழைப்பு உற்பத்தி நிகழ்முறையில் மையநிலையை இழந்து விடுகிறது, அதே நேரம் 'சமூகத் தொழிலாளி' (அதாவது, சமூக உற்பத்தி வலைப் பின்னல்களுக்கு கடத்தப்பட்ட உழைக்கும் கூட்டு-வேலை செயல் பாடுகளின் தொகுதி) மேலாதிக்க நிலையை பெறுகிறார் (2) நுகர்வின் நியதிகள் மீண்டும் சந்தையின் தெரிவுகளுக்கு விடப்படுகின்றன, இந்தப் பார்வையில், (உற்பத்தியும் தகவல்-தொடர்பும் சமூக ரீதியில் ஒழுங்கமைக்கப்பட்டிருக்கின்றன என்ற அவசிய முன் அனுமானத்தின் மீது உருவாக்கப்பட்ட) புதிய வகை தனிநபர்வாதம் தன்னை வெளிப் படுத்திக் கொள்வதற்கான வழிகளைப் பெறுகிறது (3) ஒழுங்காற்றல் மாதிரிகள் சர்வதேச அளவில் நீட்டப் படுகின்றன, தொடர்ந்து அதிக அளவில் உலகச்சந்தையை உள்ளடக்கும் பணவியல் பரிமாணங்கள் வழியாக ஒழுங்காற்றல் செயல்படுகிறது (4) பாட்டாளி வர்க்கத்தின் சேர்க்கையும் அது வசிக்கும் நிலப்பரப்பும் கூட சமூகரீதியானது; உழைப்பின் இறைச்சிப் பொருள் என்ற பார்வையில் அது முற்றிலும் சாரமானது, பொருண்மையற்றது, அறிவுசார்ந்தது; அதன் வடிவத்தின் பார்வையில் அது இடம்பெயரக்கூடியதாகவும், பல்முனை கொண்டதாகவும் உள்ளது

என்ற உண்மையால் இந்தப் புதிய சகாப்தம் குறிக்கப்படுகிறது.

தொகுப்பாகச் சொன்னால், நாம் புதிய சகாப்தத்தின் தொடக்கத்தில் உள்ளோம், உழைப்பு சாரமாக்கப்படும் நிகழ்முறை முழுமையடையும் கட்டத்திற்குள்ளேயே இனிமேலும் இல்லை, என்பதன் பொருள் என்ன? 'பட்டறைத் தொழில்' காலத்திலும், மேலும் முக்கியமாக 'பெருவீதத் தொழில்துறை' காலத்தின் இரண்டு கட்டங்களிலும் உழைப்பு சாரமாக்கப்படுவதன் வளர்ச்சியும், உற்பத்திச் சக்திகளின் சமூகக் கூட்டு-உழைப்பு நிகழ்முறைகளின் உருவாக்கமும் தொழில்துறை மற்றும் அரசியல்ரீதியான முதலாளித்துவ பொறியமைவின் வளர்ச்சியின் விளைவுகளாக இருந்தன. இப்போது, கூட்டு வேலையானது முதலாளித்துவ பொறியமைவுக்கு முன்பாக, தொழில்துறையிலிருந்து சுயேச்சையான நிபந்தனையாக முன்வைக்கப்படுகிறது. 'பட்டறைத் தொழில்', 'பெருவீதத் தொழில்துறை' ஆகிய காலகட்டங்களைத் தொடர்ந்த, அதாவது 'தொழில்முறை தொழிலாளி', 'பெருந்திரள் தொழிலாளி' ஆகிய கட்டங்களுக்குப் பிந்தைய முதலாளித்துவ உற்பத்தி முறையின் மூன்றாவது காலகட்டம், 'சமூகரீதியான தொழிலாளியின்' காலமாக முன் வைக்கப்படுகிறது. அது மூலதனத்தைப் பொறுத்தவரை உண்மையான பெருந்திரள் தன்னாட்சியை, கூட்டுத்துவ தானியக்க-மதிப்புப் பெருக்கத்துக்கான எதார்த்தமான திறனை நிலைநாட்டுகிறது. இது மூன்றாவது தொழிற்புரட்சியா அல்லது கம்யூனிசத்துக்கு மாறிச் செல்லும் காலமா?

தேற்றம் 5: மார்க்சின் மதிப்புக் கோட்பாடு தொழிற்புரட்சியின் தோற்றுவாய்களுடன் பிணைக்கப்பட்டுள்ளது.

கார்ல் மார்க்சின் மூலதனம் நூலில் நாம் காணும் மதிப்பு வடிவம் பற்றிய வரையறை முழுவதுமாக இரண்டாவது தொழிற்புரட்சியின் முதல் கட்டம் (1848-1914 காலகட்டம்) என்று நாம் அழைத்ததற்கு உள்ளாகவே அமைந்துள்ளது. ஆனால், ரிக்கார்டோவால் வரையறுக்கப் பட்டு, மார்க்சால் வளர்த்தெடுக்கப்பட்ட மதிப்புக் கோட்பாடு என்பது மொத்தத்தில் 'பட்டறைத் தொழில்' என்ற முந்தைய கட்டத்தின் போது, அதாவது முதல் தொழிற்புரட்சியில் உருவாக்கப்பட்டது. இந்தக் கோட்பாட்டின் மிகப்பெரிய போதாமைகளுக்கும், தெளிவின்மைக்கும், அதன் வருவதுரைத்தல் பண்பில் உள்ள ஓட்டைகளுக்கும் அதன் கருத்துருக்களின் வரம்புக்குட்பட்ட நெகிழ்வுத்தன்மைக்கும் அதுதான் அடிப்படையாக உள்ளது. மதிப்புக் கோட்பாட்டுக்கு ஒரு போக்கு என்ற செயல்துடிப்பை வழங்குவதற்கு மார்க்ஸ் செய்த தீவிரமான முயற்சிகளையும் தாண்டி, இந்தக் கோட்பாட்டின் வரலாற்று வரம்புகள்தான் அதன் பொருத்தப்பாட்டின் வரம்புகளாகவும் உள்ளன.

இன்றைய வர்க்க நிலைமை பற்றிய பொருள்கூறல்: முறைபாட்டு அம்சங்கள்

நமது விவாதத்தை மேலும் குறிப்பானதாக ஆக்குவோம். இரண்டாம் தொழிற்புரட்சியின் காலத்திலேயே, குறிப்பாக 'தொழில்முறை தொழிலாளர்', 'பெருந்திரள் தொழிலாளராக' மாறும் போது, மதிப்புக் கோட்பாட்டின் சாராம்சமான தன்மைகள் மங்க ஆரம்பித்தன. 'சாமான்ய உழைப்பு'க்கும் 'சமூக வழியில் அவசிய உழைப்பு'க்கும் இடையிலான வேறுபாடு (அபத்தமான வாதங்களை தொடர்ந்து தூண்டுவதைத் தவிர) எல்லா முக்கியத்துவத்தையும் இழக்கிறது. 'சமூகரீதியில் அவசிய உழைப்பு' என்பதன் வகைபிரிப்பை வரையறுப்பது அசாத்தியமானது என்று இது காட்டியது. மேலும் மிக முக்கியமாக, 'உற்பத்தித் திறனுள்ள உழைப்பு'க்கும், 'உற்பத்தித் திறனற்ற உழைப்பு' க்கும் இடையிலான வேறுபாடு, 'உற்பத்திக்கும்' 'சுற்றோட்டத்துக்கும்' இடையிலான வேறுபாடு, 'சாமான்ய உழைப்புக்கும்' 'தேர்ச்சி பெற்ற உழைப்புக்கும்' இடையிலான வேறுபாடு இவை எல்லாமே சிதைந்து போயின. முதல் இணையைப் பொருத்தவரை, இரண்டாம் தொழிற் புரட்சியின் இரண்டாவது கட்டத்திலேயே, மூன்றாவது தொழிற் புரட்சிக்குள் நுழையும் கட்டத்தில் இன்னும் அதிகமாக, கருத்தாக்கங்கள் முற்றிலும் குழம்பிப் போவதைப் பார்க்கிறோம்: மொத்தத்தில், 'உற்பத்தித் திறனுள்ள உழைப்பு' என்பது 'நேரடியாக மூலதனத்தை உற்பத்தி செய்வதாக' இனிமேலும் இல்லை, மாறாக, சமூகத்தை மறுவுற்பத்தி செய்யும் ஒன்றாக உள்ளது. இந்தப் பார்வையில் 'உற்பத்தித் திறனற்ற உழைப்பு' என்பதிலிருந்து உற்பத்தித் திறனுள்ள உழைப்பை வேறுபடுத்துவது முழுவதும் பொருத்தமற்றதாகிறது. இரண்டாவது இணையைப் பொறுத்தவரை, 'உற்பத்தி' மேன்மேலும் அதிக அளவில் 'சுற்றோட்டத்துக்குள் கீழ்ப்படுத்தப்பட்டுள்ளது' மறுதலையாக சுற்றோட்டம் உற்பத்திக்குள் கீழ்ப்படுத்தப்பட்டுள்ளது என்பதை அங்கீகரிப்பது அவசியமாக உள்ளது. உற்பத்தி முறை சுற்றோட்டத்துக்குள் தனது சொந்த வடிவத்தை கண்டறிகிறது. மூன்றாவது வேறுபடுத்தலிலும் 'சாமான்ய உழைப்பு'க்கும், 'தேர்ச்சி பெற்ற உழைப்பு'க்கும் (அல்லது தகுதி பெற்ற அல்லது தனிச்சிறப்பான அல்லது கோட்பாட்டு அல்லது அறிவியல் உழைப்பு) இடையேயான உறவு முழுமையாக மறு வரையறுக்கப்படுவதை பார்க்க முடிகிறது. அளவுரீதியாக கணக்கிடக் கூடிய நேர்கோட்டு உறவாக அது இல்லை, மாறாக, முற்றிலும் அசலான இருப்பின படிநிலைகளுக்கு இடையேயான இடைவினையாக உள்ளது.

இறுதியாக, சுரண்டல் என்ற அளவுகோல் விமர்சன பகுப்பாய்வுக்கு உட்படுத்தப்படுகிறது. அதன் கருத்தாக்கத்தை இனிமேலும் அளவு என்ற கருத்தினத்துக்குள் அடக்க முடியாது. மாறாக, சுரண்டல் என்பது

வரலாற்று/இயற்கை உலகத்தின் மனித மதிப்புப் பெருக்கத்துக்கு எதிராகவும் மேலாகவும் செலுத்தப்படும் ஆதிக்கத்தின் அரசியல் அடையாளமாக உள்ளது, அது உற்பத்தித் திறனுள்ள சமூகக் கூட்டு-வேலைக்கு எதிராக அதற்கு மேலாக உள்ள அதிகாரமாக உள்ளது. சுரண்டல் பற்றிய இந்த வரையறை மார்க்சின் தத்துவத்தின் அக்கறைக்குரியதாக இடம் பெற்றிருந்தாலும், அவரது கோட்பாட்டின் வரலாற்று வரம்புகளுக்குள் அது தெளிவாக தெரிவிக்கப்படவில்லை.

தேற்றம் 6: மதிப்பு வடிவத்தை கட்டுவிக்கும் விதிகள்தான் அதனை கட்டுடைத்தலுக்கான விதிகளாகவும் உள்ளன

மதிப்பு வடிவத்தின் உருமாற்ற நிகழ்முறைகள், அதாவது முதலாளித்துவ வளர்ச்சி ஒரு காலகட்டத்திலிருந்து இன்னொரு காலகட்டத்துக்கு செல்லும் பாதைகள் முதலாளித்துவ சமூக உறவின் இயக்கவியலை பின்பற்றுகின்றனன, அவை சுரண்டலின் பகைநிலை உறவினால் நிர்ணயிக்கப்படுகின்றன. இந்த நிகழ்முறைகள் அடிப்படையான, செயல்திறனுள்ள இயங்கியல் வடிவத்தால் வளர்க்கப் படுகின்றன: உழைப்புச் சக்திகளை சுரண்டுவதன் மூலம், வலுவந்தமாக தனக்குள் அடக்கிக் கொள்ளும் கட்டமைப்புகளுக்குள் இந்தச் சக்திகளை மூலதனம் செயல்பட வைக்கிறது. ஆனால், இந்தக் கட்டமைப்புகளோ, உற்பத்தியின் சமூக சக்திகளால் உடைக்கப்படுகின்றன அல்லது மறுவார்க்கப்படுகின்றன. எதார்த்த நிகழ்முறை இந்தக் குறிப்பான பதற்றங்களின் நிகரவிளைவாக உள்ளது. இந்த வளர்ச்சிக்கு எந்தத் தர்க்கமும் இல்லை. அது கூட்டுத்துவ சித்தங்களின் மோதல்களின் வீழ்படிவாகவே உள்ளது.

(இந்த வளர்ச்சிக்கு எந்த இலக்குசார் விளக்கமும் தரப்படவில்லை என்ற உண்மையை நாம் இங்கு வலியுறுத்த வேண்டும். ஒவ்வொரு விளைவும் அது நடந்த பிறகுதான் (a'posteriori) உணரப்படுகிறது; எதுவுமே முன்கூட்டியே கூறப்படவில்லை. வரலாற்றுப் பொருள்முதல்வாதத்துக்கு இயக்கவியல் பொருள்முதல்வாதத்துடன் எந்தத் தொடர்பும் இல்லை. முன்னனுமானிக்கப்பட்ட குறிப்பிட்ட சில விதிகள் சரிபார்க்கப்படுவது நடக்கும்போது, உதாரணமாக, இரண்டாம் தொழிற்புரட்சியின் வரம்புகளுக்குள் இலாபவீதம் வீழ்ச்சி அடையும் போக்கு பற்றிய விதி முதலானவை சந்தேகத்துக்கிடமின்றி உண்மை நிகழ்வுகளை சரியாக விவரித்தன, ஆனால் இவற்றில் கூட முன் தரப்பட்டது எதுவும் இல்லை, முன்பே வருவதை அறிந்து கொள்ளும்தன்மை இல்லை; என்ன நடந்தது என்பதைப் பற்றிய நடந்த பிறகான உண்மைதான் (a posteriori) உள்ளது.)

இந்த அடிப்படைகளில், அறிவியல் பார்வையானது தொடர்ச்சிகளின் மீது கவனம் குவிப்பதை விட தொடர்பின்மைகள் மீது (அவை உடைப்புகளாக இருந்தாலும் சரி அல்லது புத்தாக்கங்களாக இருந்தாலும் சரி) அதிகமாக கவனம் குவிக்க வேண்டும் என்பது வெளிப்படையானது. மொத்தத்தில், தொடர்ச்சிகள் என்பவை ஆதிக்கம் செலுத்தப்பட்ட தொடர்பின்மைகளாக அல்லது உடைப்புகளாகவே உள்ளன. புத்தாக்கங்களும் ஆதிக்கத்தின் கட்டமைப்புகளாகவே உள்ளன. ஆனால் அவை இன்னும் உத்தரவாதமற்றவையாக உள்ளன (precarious), ஏனென்றால், அவற்றின் தொடக்கத்தில் சச்சரவு, போராட்டமும் வேலை செய்ய மறுப்பதும் மேலும் வலுவாக உள்ளது. இந்தச் சச்சரவுகளை, முன்நோக்கிய பாய்ச்சல் அல்லது பெருநோக்கு மாற்றம் அல்லது பண்புரீதியான உருமாற்றத்தின் மூலமாக அல்லாமல் தீர்க்க முடியாது. மூலதனம், எவ்வளவுதான் சீர்திருத்தவாதியாக இருந்தாலும் சரி, அடுத்த அல்லது மேம்பட்ட உற்பத்தி முறையின் கட்டத்துக்கு அது ஒருபோதும் தானே விரும்பி மாறிச் செல்வதில்லை. மொத்தத்தில், தொழிலாளர்களின் பகைநிலையிலிருந்து பெறப்படும் சமரசமாக அல்லது எதிர்வினையாக அல்லது சுருக்கமாக, தடை மதிலாகவே முதலாளித்துவ புத்தாக்கம் எப்போதுமே உள்ளது. இந்தப் பார்வையில், மூலதனம் முன்னேற்றத்தை பல நேரங்களில் வீழ்ச்சியாகவே அனுபவிக்கிறது.

மேலும், முன்னேற்றம் வீழ்ச்சியாக அல்லது, இன்னும் சிறப்பாக, கட்டுடைப்பாக உள்ளது. ஏனென்றால், புத்தாக்கம் எவ்வளவு புரட்சிகரமானதோ, அதை தீர்மானித்த பகைநிலை பாட்டாளி வர்க்க சக்திகள் அவ்வளவு ஆழமாகவும் சக்திவாய்ந்தவையாகவும் உள்ளன. எனவே, அவற்றின் மீது ஆதிக்கம் செலுத்துவதற்கு மூலதனம் செலுத்த வேண்டிய விசை அவ்வளவு வலுவாக இருக்க வேண்டும். ஒவ்வொரு புத்தாக்கமும் தோற்றுப் போன ஆனால், முயற்சிக்கப்பட்ட புரட்சியாக உள்ளது. ஒவ்வொரு புத்தாக்கமும் புரட்சியை சார்பற்றதாக்குகிறது (secular). இதன் விளைவாக, மதிப்பு வடிவத்தை சமூக மயமாக்குவதன் நிகழ்முறைகளுக்குள் முதலாளித்துவ ஒழுங்கமைப்பை மாற்றியமைக்கும், அதன் புத்தாக்கத்தின் உணர்வை நிர்ணயிக்கும் நாம் விவரித்த இயங்கியல் நிகழ்முறை, முதலாளித்துவ அதிகாரத்தையும் சமூகத்தின் சமூக-அரசியல் உருமாற்றத்தின் மீது தொடர்ந்து அதிகரிக்கும் அதன் மேலாதிக்கத்தையும் தாக்குகிறது. சமூகத்தில் அதிகரித்து வரும் சிக்கல் நிலை என்பது ஆதிக்கத்தின் உறுதியின்மையை அதிகரிப்பதாக உள்ளது. (சமூக சிக்கல்நிலையை பாட்டாளி வர்க்கத்தின் புரட்சிகர செயல்பாடு தொலைந்து போகும் புதிரமைப்பாக (labyrinth) ஆக்கிய தத்துவ

அறிஞர்களும், வரலாற்று சிக்கல்நிலையை எலிகள் முடிவின்றி ஓடிக் கொண்டிருக்கும் புதிரமைப்பாக (maze) ஆக்கும் கோட்பாட்டாளர்களும்- வெறும் போலி அறிஞர்களே). மொத்தத்தில், மதிப்பு வடிவம் மாறுவதன் விதிகள் எவ்வளவு அதிகமாக செயல்படுகின்றனவோ, அதிகாரத்தின் கட்டுடைப்புக்கும் அழிவுக்குமான சக்திகளாக தமது செயல்திறனை அவ்வளவு அதிகமாக அவை நிரூபித்துக் காட்டுகின்றன. மதிப்பு வடிவத்தை கட்டுவிக்கும் உந்து விசையாக (motor force) உயிருள்ள உழைப்பின் உற்பத்திச் சக்தியின் பகைநிலை வெளிப்பாடு உள்ளது, அதே நேரத்தில் மதிப்பு வடிவத்தை கட்டுடைப்பதற்கான உந்து விசையாகவும் அது உள்ளது. மூலதனம் தனது சொந்த ஆட்டத்தை ஆடுவதற்கான சாத்தியத்தைக் கொண்டிருப்பது வரை, கட்டுடைப்பை தயாரித்த நிலை குலைக்கும் கூறுகளை திசைதிருப்பி விடுவதற்கு வேறு ஆட்சிப் பகுதிகள் இருக்கும் வரை, மூலதனமும் அது எப்போதுமே அவதாரம் எடுக்கும் மற்றும் அடையாளப்படுத்திக் கொள்ளும் அரசியல் சக்திகளும் இந்த நிலைமையை நீடிக்கச் செய்ய முடியும். ஆனால் சமூகம் மொத்தமாக கீழ்ப்படுத்தப்பட்ட, உற்பத்தி நிகழ்முறைகள் முழுவதுமாக பன்னாட்டுமயமாக்கப்பட்ட இந்தக் கட்டத்தில், மூலதனத்துக்கு வேறு என்ன மாற்று எஞ்சியுள்ளது? இன்று, புத்தாக்க நிகழ்முறை மூலதனத்தின் கட்டமைவை நேரடியாக சிதைக்கிறது, கட்டுடைக்கிறது. புத்தாக்க கூறுகளின் வரிசைக்கிரமத்தில் குறுகிய காலத்துக்கு தடுத்து முடக்கப்பட்ட புரட்சியை அற்பமாக்கி விட முடியாது. முதலாளித்துவ நாகரிகத்தின் நோய் எந்த அளவுக்கு மெய்யாகவும் எளிமையாகவும் கருத்தின் அராஜகமாகவும், அதன் ஆன்மாவின் வெறுமையாகவும் உள்ளது என்பதைப் பார்ப்பதற்கு எல்லோரும் காத்துக் கொண்டிருக்கின்றனர்.

தேற்றம் 7: மதிப்பைக் கட்டுடைப்பது என்பது முனைப்பின் அணிக்கோவையாக உள்ளது மற்றும் மறுதலையாக முனைப்பின் அணிக்கோவை மதிப்பைக் கட்டுடைப்பதாக உள்ளது

மதிப்பு வடிவத்தின் உருமாற்றங்களுக்கு அப்பால் இட்டுச் செல்லும் உடைந்த கோடாக கட்டுடைப்பு உள்ளது. ஆனால், யார் யாரை கட்டுடைக்கிறார்கள்? பொருண்மை என்ன என்று நமக்குத் தெரியும் : கட்டுடைப்பு என்பது ஆதிக்கத்தின் ஆழமான, சமரசமற்ற, திருப்ப முடியாத கட்டுடைப்பு; சுரண்டலின் அரசியல் வடிவமும் சமூக வடிவமும் தீர்மானிக்கப்படும் மற்றும் அதன் புத்தாக்கங்கள் வெளிப் படுத்தப்படும் அதே தருணத்தில் அது வெளிப்படுகிறது. ஆனால், இந்தப் பகைநிலையின் இயக்கத்தினுள் யார் செயல்படுகிறார்கள்?

செயல்படுவது, எல்லாவற்றுக்கும் முதலாவதாக, பெருந்திரளானவர்கள்: அதிகாரங்கள் மற்றும் சமூக அறிவுகளின் எண்ணிலடங்கா பன்முகத் தன்மைகள், அன்றாட செயல்பாட்டில் கருத்துக்களின் வலையமைப்பாக அது உள்ளது. நாம் இன்னும் முனைப்பு பற்றி பேசவில்லை, ஏனென்றால், இந்தத் திரளில் முனைப்புகளை பொருத்துவது இன்னும் சாத்தியமில்லை. முனைப்பு படிமமாவதை அடையாளம் காண்பதற்கு பிற முக்கியமான பயணிகளும் அவசியமாக இருக்கலாம். இருப்பினும், இப்போதைக்கு ஆற்றல் துகள்களின் ஏற்றுக் கொள்ளக்கூடிய பொடி, கட்டுடைப்புக்குள்ளாகும் பெருந்திரளானவர்களின் எதார்த்தமான உண்மையான இருப்பினவியல் இழையமைப்பு நம்முன் உள்ளது. இங்கு எதார்த்தத்தில் எந்த முனைப்பும் சாதிக்கப்படவில்லை என்றாலும், முனைப்பு இயங்குவதை புத்தாக்கம் செய்யும் நிகழ்முறை உள்ளது, அது கட்டுடைப்பு செயல்பாட்டிற்கு உள்ளார்ந்தது, அதே உள்ளடக்கத்தைக் கொண்டது (consubstantial) - அது அகநிலையின் இனரீதியான ஆதாரமாக உள்ளது என்று நாம் அங்கீகரிக்கிறோம். அகநிலையின் ஆவிதான் கட்டுடைப்பின் சக்தி வாய்ந்த அடிப்படை இழையமைப்பாக உள்ளது.

பத்தொன்பதாம் நூற்றாண்டின் மரபுத்தூய்மை மார்க்சியத்தில், எப்படியானாலும் *1968*-க்கு முன்னர், அழிப்பது மறுகட்டமைப்பது ஆகிய செயல்பாடுகள் கிளர்ச்சி என்ற செயல்பாட்டில் இருந்து பிரிக்கப் பட்டிருந்தன. போராட்டத்தின் உடனடி மூலவுத்தியான நிலைகுலை வையும், கட்டமைப்புகுலைவையும், இவை நகரும் போர், நிலைகளின் போர் ஆகியவற்றின் கூறுகளை விரித்துரைக்க வேண்டியிருந்தது. ஆனால், இந்தப் பிரிப்பு இனிமேலும் பலனளிக்கவில்லை. அழிப்பதும் மறுகட்டமைப்பதும் கட்டுடைப்பதுடன் ஒருசேர வாழ்கின்றன. பகை நிலையான முனைப்பு வரையறுக்கப்படும் இழையமைப்பு என்பது மாயமான எதிர்காலத்தை நோக்கிய, எதிர்காலத் தேக்கத்தை நோக்கிய போக்காக வரையறுக்கப்படவில்லை, மாறாக, முனைப்பை கட்டமைக்கும் நிகழ்முறையே கட்டுடைப்பு நிகழ்முறையாகவும் உள்ளது. சுய-மதிப்புப் பெருக்கமும், நாசவேலையும் பொருண்மையின் இரட்டை உருவங்களாகவே உள்ளன - அல்லது இன்னும் சிறப்பாக, அவை ஜேனசின் இரண்டு முகங்களாக, முனைப்பை கட்டுவிப்பதற்கான நுழைவாயிலாக உள்ளன.

இவ்வாறுதான், கட்டுடைப்பில் மாயை உள்ளதா என்று புரிந்து கொண்டு, அகநிலையின் காரணியை வந்தடைகிறோம், கட்டுடைத்தல் மூலமாக அல்லாமல் அகநிலை வாழ முடியாது. பகைநிலையின் அதே

வடிவம் அகநிலைக்கும் கட்டுடைப்புக்கும் இடையிலான இந்தப் புதிய, சிக்கலான மற்றும் விரித்துரைக்கப்பட்ட உறவில் வரையறுக்கப் படுகிறது. மொத்தத்தில், உற்பத்தி என்பது ஏற்கனவே முற்றிலும் தகவல் தொடர்பாக இருந்தால், அப்போது பகைநிலை என்ற உணர்வுக்கு தகவல் தொடர்பில் இருந்தே தனித்த அடித்தளத்துக்கான இடம் அல்லது நேரம் இருக்காது. தகவல் தொடர்பை கட்டுடைப் பதில்தான் முனைப்பு கட்டமைக்கப்படுகிறது, பெருந்திரளானவர்கள் தமது அதிகாரத்தைக் கண்டறிகின்றனர்.

தேற்றம் 8: வரலாற்றுத் தொடர்பற்ற மற்றும் காலத்துக்கேற்ப மாறும் மதிப்பு மாற்றி அமைக்கப்படுவதன் வடிவங்கள் வளர்ச்சியின் மூலவுத்திரீதியிலான முரண்பாட்டுக்கு இட்டுச் செல்கின்றன

எல்லாவற்றுக்கும் முதலாக நான் பதங்களை வரையறுக்கிறேன்

(A) மதிப்பு வடிவத்தின் வரலாற்றுத் தொடர்பற்ற வடிவங்கள் என்பதை '*சமூகவழியில் அவசிய உழைப்பு*' என்பதைச் சுற்றி, அதன் இருப்பின தொடர்ச்சியைச் சுற்றி தம்மை கட்டமைத்துக் கொள்வதாக மார்க்ஸ் காட்டும் வடிவங்களை நான் புரிந்து கொள்கிறேன். இந்த வரையறையை *மூலதனம்* நூலின் இரண்டாவது பாகத்தில்தான், முதன்மையாக இரண்டு கருத்தாக்கங்களின் மூலமாக நாம் பார்க்கிறோம். முதலாவது, இந்தக் கட்டுவிப்பின் சமூக பரிமாணத்தை பார்க்கும் நிகழ் முறையிலேயே, உள்ள உழைப்பாளர் படையின் மதிப்புகளின் 'இடையுறவு' அல்லது 'சமமாக்கம்' என்ற கருத்தாக்கம். சமூகமயமாக்கலின் போக்கு, எப்போதுமே மேலும் சாரமான மேலும் உற்பத்தித் திறனுள்ள கூட்டுத்துவ தனித்தன்மைகளை கட்டமைக்கும் அதே தருணத்தில், சமூகரீதியில் அவசியமான உழைப்பின் அகநிலை தொகுத்தலின் மேலாக மூலதனம் கொண்டிருக்க விரும்பும் ஆதிக்கம் தொடர்பாக அவற்றை பகைநிலை நிறுவனங்களாகவும் வரையறுக்கிறது. மார்க்ஸ் இங்கே கணிசமான அளவு நேரத்தை செலவிடும் இரண்டாவது கருத்தாக்கம், உற்பத்திக்கும் சுற்றோட்டத்துக்கும் இடையேயான ஐக்கியத்தை நோக்கிய போக்கைப் பற்றியது, மதிப்பின் இயக்கம் மேலும் மேலும் ஒருங்கிணைக்கப்படுவதன் மூலமாக அது பெறப்படுகிறது: மார்க்சின் காலத்தில் அது போக்குவரத்து வலைப் பின்னல்கள் மூலமாக சாதிக்கப்பட்டது, இன்று அது தகவல் தொடர்பு வலைப்பின்னல்கள் மூலமாக சாதிக்கப்படுகிறது. இப்போது இந்த ஒருங்கிணைக்கும் இயக்கம், இருப்பின களத்தில் பகைநிலையை வரையறுப்பதன் சேவையில் வைக்கப்படுகிறது. இது, பகைநிலை துருவத்தில் பெருந் திரளானவர்களை ஒன்றுதிரட்டுவதற்கு நமக்கு உதவி செய்கிறது.

(B) காலத்துக்கேற்ப மாறும் மதிப்பின் வடிவங்கள் என்பதன் மூலம், ஏற்கனவே தேற்றம் 4-ல் குறிப்பிட்ட அளவுக்கு விவரிக்கப்பட்டவற்றை நான் புரிந்து கொள்கிறேன். நாம் பின்னர், 'தொழில்முறை தொழிலாளர்', 'பெருந்திரள் தொழிலாளர்', 'சமூகத் தொழிலாளர்' ஆகியவற்றுக்கு திரும்பிச் சென்று, அவற்றின் வடிவங்களின் இயக்கம் தீர்மானிக்கும் பொருளாயத முரண்பாடுகளை இன்னும் தெளிவாக கவனத்தில் கொள்வோம். தொடக்கத்தில் இருந்தே, இந்த இயக்கத்தில் நிர்ணயவாதம் எதுவும் இல்லை என்பதை வலியுறுத்துவதற்காக அவற்றின் இயக்க வடிவத்தை மட்டும் இங்கே வரையறுக்க நான் விரும்புகிறேன். எதார்த்தத்தில், மதிப்பு வடிவங்கள் மாற்றி அமைக்கப் படுவதையும் இந்த மாற்றி அமைத்தல் மூலம் உழைப்பு மேன்மேலும் அதிகமாக சாரமாக்கப்படுவதற்கும் ஒருங்கிணைக்கப்படுவதற்கும் தொடர்ந்து இட்டுச் செல்லப்படுவது அறிமுகப்படுத்தப்படுவதையும் கவனிப்பதன் மூலம், வளர்ச்சியின் இயக்க விசை அல்லது இறுதி நிலை காரணம் ஒன்றை நாம் கற்பனை செய்ய முடியும். ஆனால், இயங்கியல் தொகுப்புரை வடிவில் கூட இவ்வாறு வாதிடுவது என்பது இந்த நிகழ்முறையின் முரண்பாடு ஆழப்படுத்தப்படுவதை திரையிடுவதும் மறைப்பதும் ஆகும். மாறாக, இதுவரை நாம் பார்த்த எதுவும், உருமாற்றங்களின் கரணியத்தையும் இலக்குவாதத்தையும் வந்தடைய அனுமதிக்கவில்லை. இதற்கு மாறாக, வரலாற்று வளர்ச்சியில், வளர்ச்சியின் சகாப்தங்களும் கட்டங்களும் அடுத்தடுத்து வருவதிலும் அவை தனித்தனியாக பிரிக்கப்படுவதிலும் செயல்பாட்டில் உள்ள பொறியமைவுகளை கணிக்க முடியாமைதான் நம்மை எதிர் கொள்கிறது, அதிகாரம், அறிவு ஆகிய தனித்துவமான துருவங்களுக்கு இடையே எப்போதுமே நடந்து கொண்டிருக்கும் போராட்டம் மட்டும்தான் தொடர்ந்து நம்மை எதிர் கொள்கிறது. உற்பத்தியையும் பகை நிலையையும் சமூகமயமாக்குவதன் உயர் வடிவங்களை நோக்கிய பாதையால் குறிக்கப்பட்ட தாளகதியை இந்த வரலாற்று வளர்ச்சி பின்பற்றுவதாகத் தெரிவது எந்த வகையான விதியையும் வெளிப் படுத்தவில்லை. உண்மையில் இந்த நிகழ்முறைகள் மாற்றத்தின் ஓட்டத்தில் அலைக்கழிக்கப்படுவதாலும் பேரழிவுகளால் குறிக்கப் படுவதாலும் முற்போக்காக உள்ள அவற்றின் போக்கு, நேர்கோட்டுப் பாதையாக இருப்பதற்கு மாறாக பலதிசை பரவலாக காட்டப் படுவதாலும் அவை பெருமளவு தற்செயலானவையாக உள்ளன. மதிப்பு வடிவத்தின் காலத்துக்கேற்ப மாறும் நிகழ்முறைகள் வாண வேடிக்கைகள் போன்றவை, இடைநிறுத்தங்களுக்கும் வளர்ச்சிக்கும் நடுவே அவை எப்போதும் மேலும் சிக்கலான வடிவங்களின்

பார்வை எல்லைக்கு நீண்டு செல்கின்றன. மதிப்பு வடிவங்களின் காலத்துக்கேற்ப மாறும் தன்மையின் பண்புரீதியான பாய்ச்சல் தொடர்பாக - குறிப்பாக மூலதனம் முதல் பாகத்தில், 'பெருவீதத் தொழில்துறையை' ஆய்வு செய்யும் போது, மூன்றாம் பாகத்தில் உலகச் சந்தையை கட்டமைப்பதில் உற்பத்தி, சுற்றோட்டம் ஆகியவற்றின் கூறுகள் மீள்சேர்க்கை ஆவதை பகுப்பாய்வு செய்யும் போது, அல்லது குருண்ட்ரிசவில் 'சர்வப்பொது கூட்டுத்துவ தனிநபரின்' தோற்றத்தை பகுப்பாய்வு செய்யும் போது - மார்க்ஸ் தரும் குறிப்புகளை மீண்டும் எடுத்து சரிபார்க்க வேண்டும்: எனவே, சில நேரங்களில் மார்க்சின் படைப்புகளில் காணக்கூடிய தர்க்கரீதியான நிர்ணயவாதத்தின் மிச்சங்களுக்கு தொடர்பே இல்லாமல், பகை நிலையை (அதன் இயக்கங்களையும் அதன் போக்கையும்) வளர்ச்சியின் பரிமாணங்கள் அனைத்துக்கும் நீட்டிக்கும் அவரது வரலாற்று உள்ளுணர்வின் வளத்தை நாம் சரிபார்க்க முடிகிறது.

(C) மூலவுத்திரீதியான முரண்பாடுகள் என்பதை, வளர்ச்சியின் வரலாற்றுத் தொடர்பற்ற அல்லது காலத்துக்கேற்ப மாறும் வடிவங்களுடன் தம்மை அடையாளப்படுத்திக் கொள்ளும், உருவெடுத்தலின் வரம்புக்குள் அல்லது உருவெடுத்தலைச் சுற்றி, போதுமான முனைப்பாக தீர்மானிக்கப்படும் தாக்கங்கள் நான் புரிந்து கொள்கிறேன்.

இந்தப் பதங்களை மேலும் தெளிவாக்குவதற்கு, சில உதாரணங்களை குறிப்பிடுறேன். *1848*-ல் தொடங்கி முதல் உலகப்போர் வரையிலான இரண்டாம் தொழிற்புரட்சியின் முதல் கட்டத்தில், நேரடி உழைப்பு நிகழ்முறைகளுக்கும் முதலாளித்துவ உற்பத்தி நிகழ்முறைகளுக்கும் இடையே தோன்றும் முரண்பாடுகள்தான் (உற்பத்திச் சுழற்சிக்கு உள்ளார்ந்த வரலாற்று தொடர்ச்சியில்லாத முரண்பாடுகள்) மிகப்பெரிய முரண்பாடுகள். உற்பத்தி நிகழ்முறையின் மையத்திலேயே அமைந்துள்ள, அதனை முழுமையாகக் கட்டுப்படுத்தும் 'தொழில்முறை தொழிலாளி', உற்பத்தியையும் கட்டுப்படுத்த விரும்புகிறார். உழைப்பு நிகழ் முறையையும் உற்பத்தித் திறனுள்ள சகடத்தையும் தொழிலாளர் கட்டுப்படுத்துவதும் நிர்வகிப்பதும் நிரூபிக்கப்படுவது, இந்தக் கட்டத்தில் மூலவுத்திரீதியிலான முரண்பாட்டை கட்டுவிக்கிறது. ஏன் என்று நாம் எளிதாகப் பார்க்க முடியும்: ஏனென்றால், இந்தக் கால கட்டத்தை பொதுவாக வரையறுக்கும் வரலாற்றுத் தொடர்பற்ற தீர்மானிப்புகளும் காலத்துக்கேற்ப மாறும் தாள கதிகளும் முதிர்ச்சியடையும் போது ஒரு முனைப்பும் ஒரு செயல் திட்டமும் பிறக்கின்றன என்பதால். தொழிலாளர் கட்டுப்பாடு மற்றும் மேலாண்மை என்ற கருப்பொருளை மையமாகக் கொண்டு, பெருந்

இன்றைய வர்க்க நிலைமை பற்றிய பொருள்கூறல்: முறைபாட்டு அம்சங்கள்

திரளான 'தொழில்முறை தொழிலாளர்கள்' புரட்சிகர முனைப்பின் அணிக்கோவையை கட்டமைக்கின்றனர், 'கைப்பற்றும் தன்மையிலான' மாதிரியில் கம்யூனிச திட்டப் பணியை வளர்த்தெடுக்கின்றனர்.

முதல் உலகப் போரில் தொடங்கி 1968-ன் புரட்சி வரை நீடித்த இரண்டாவது தொழில் புரட்சியின் இரண்டாவது கட்டத்தில், மூலவுத்திரீதியிலான முரண்பாடானது உற்பத்தி நிகழ்முறைகளுக்கும் மறுஉற்பத்தி நிகழ்முறைகளுக்கும் இடையே, அதைவிட மேலாக, உழைப்பு தீவிரமாக சமூகமயமாக்கப்படுவதில் அமைந்துள்ளது. இந்த நேர்விலும், மாபெரும் முரண்பாட்டில், மதிப்பு வடிவத்தின் வரலாற்றுத் தொடர்பற்ற உருவம் என்ற சதித்திட்டத்தில், சிக்கியுள்ள பெருந்திரளான உழைக்கும் முனைப்புகள் உள்ளன. வேறு சொற்களில் சொன்னால், தொழிலாளர்கள் மறுக்கும் 'தேர்ச்சிநீக்கம் செய்யப்பட்ட' மற்றும் சாரமான உழைப்பு பெருந்திரளாக்கப்படுவதற்கும், கூட்டு-வேலையின் மட்டத்தின் பொதுவான உயர்வு, கூலி மட்டங்களின் பொதுவான உயர்வு, தேவைகளின் தன்மையின் பொதுவான உயர்வு ஆகியவற்றுக்கும் இடையிலான முரண்பாடு அபாயகரமனதாகி விடுகிறது. 'உழைக்க மறுப்பதை'ச் சுற்றியும், உழைப்பு தீவிரமாக சமூகமயமாதலைச் சுற்றியும் 'மாற்று' மாதிரியின் அடிப்படையில் கம்யூனிசத்துக்கான தனது சொந்த மாதிரியை 'பெருந்திரள் தொழிலாளி' கட்டமைக்கிறார்.

இவ்வாறாக, நாம் எதிர்கொள்ளத் தொடங்கியுள்ள மூன்றாம் தொழில் புரட்சி சகாப்தத்தை வந்தடைகிறோம். 1970-களில் தொடங்கி, மிகவும் கொடூரமான, மிகவும் முட்டாள்தனமான மறுகட்டமைப்பு மற்றும் ஒடுக்குமுறை காலத்தில் வாழும் மோசமான வாய்ப்பை நாம் பெற்றுள்ளோம். ஆனால், இதே காலத்தில் புதிய, மிகவும் உயர்வான, மூலவுத்திரீதியிலான முரண்பாட்டின் தீர்மானிப்பை நாம் புரிந்து கொண்டிருக்கிறோம். (முதலாளித்துவ வர்க்கத்தினதாக இருந்தாலும் சரி, சோசலிசத்தினதாக இருந்தாலும் சரி) முதலாளித்துவ ஆதிக்கத்துக்கு எதிர்நிலையில் உள்ள தீவிரமான உற்பத்தி சமூகமயமாதலால் உருவாக்கப்பட்டுள்ள முரண்பாட்டை நாம் புரிந்து கொண்டிருக்கிறோம். வரலாற்றுத் தொடர்பற்ற முரண்பாடுகள் அரசியல் வடிவில் அகற்றப் படுவது, ஆதிக்கத்தின் கட்டமைப்பு தொடர்பாக சுரண்டலின் புற நிலைத் தன்மை அகற்றப்படுவது இந்தக் காலப் போக்கின் முக்கியமான காரணியாக உள்ளது. இதன் விளைவாக இந்த முரண்பாடு உடனடியாக அகநிலையின் மண்டலத்தைத் தொடுகிறது. இந்த முரண்பாடே அகநிலையின் அந்தக் குறிப்பிட்ட வடிவமான பகைநிலையாக வெளிப் படுகிறது. இதிலிருந்து ஒரு அடிப்படை விளைவு பெறப்படுகிறது:

மூலவுத்திரீதியிலான முரண்பாடு, அதாவது வளர்ச்சியின் பகை நிலையின் வரலாற்றுதொடர்பற்ற மற்றும் காலத்துக்கேற்ப மாறும் கூறுகள், அகநிலை அரசியல் வடிவத்தில் முன் வைக்கப்படுகின்றன, 'கட்டுவிக்கும் அதிகாரம்' என்ற மாதிரியின் அடிப்படையில் கம்யூனிசம் முன் வைக்கப்படுகிறது. 'உடைமைபறிப்பு' மாதிரிக்குப் பிறகு, 'மாற்று' மாதிரிக்குப் பிறகு மற்றவற்றை உள்ளடக்கிய, மூலவுத்திரீதியிலான முரண்பாட்டை நேரடியாக அகநிலையை நோக்கி இட்டுச் செல்லும் 'கட்டுவிப்பு' மாதிரி உள்ளது. 'கட்டுவிக்கும் அதிகாரம்' சமூக உற்பத்திக்கு வடிவத்தைக் கொடுக்கிறது, அது சமூகரீதியானதையும், பொருளியல் ரீதியானதையும் அரசியல்ரீதியானதில் உள்ளடக்குகிறது, உற்பத்தி ஒழுங்கமைப்பையும் அரசியல் ஒழுங்கமைப்பையும் புரட்சிகரமாக கட்டமைக்கும் வழியில் ஒன்றாக சேர்க்கிறது. இதைப் பற்றி பின்னர் நாம் மீண்டும் பேசுவோம்.

இந்த இடத்தில், 'மதிப்பை கட்டுடைப்பது என்பது முனைப்பின் அணிக்கோவை' என தேற்றம் 7-ல் நாம் வாதிட்டதற்கு திரும்புவதுதான் நாம் வந்தடைந்த விளைவு என்று குறிப்பிடுவதுடன் நாம் நமது விளக்கத்தை முடித்துக் கொள்ள முடியும். வளர்ச்சியின் மூல உத்திரீதியிலான முரண்பாடுகள் புதிய பகைநிலை முனைப்பை காட்டுகின்றன அல்லது அதை விட மேலாக, அதனை உருவாக்கவும் நிறுவவும் செய்கின்றன என்பதை நாம் சரிபார்க்க முடியும். இவை அனைத்தும் நிர்ணயவாத முறையில் வந்தடையப்படவில்லை. மாறாக, விடுதலையில் தமது சொந்த வலிமையை பெருக்கிக் கொள்ளும் பெருந்திரளானவர்கள் ஆதிக்கம் செலுத்தும் நிகழ்முறையின் பலனாக இது உள்ளது. அப்படியானால், நாம் நமது நிரூபணத்தை பின்வரும் வழியில் முடித்துக் கொள்ளலாம்.

தேற்றம் 9: வளர்ச்சியின் மூலவுத்திரீதியிலான முரண்பாடுகள் கட்டுடைப்பின் விதிகளை சரிபார்க்கின்றன

தேற்றம் 10: முதலாளித்துவ வளர்ச்சியின் தற்போதைய கட்டத்தின் கட்டுவிக்கும் இழையமைப்பு என்பது மூலவுத்திரீதியிலான முரண்பாடுகளின் மிகப்பெரிய குவிமுனையாக உள்ளது.

முதலாளித்துவ வளர்ச்சியின் இப்போதைய காலகட்டத்தின் (மூன்றாம் தொழில் புரட்சியின் தொடக்கநிலை கட்டத்தின்) சிறப்புத் தன்மைகள் 1970-களில், குறிப்பாக 1971-க்கும் 1982-க்கும் இடையே கட்டமைக்கப்பட்டன. 1971 ஆகஸ்ட் 17-ம் தேதி நிக்சனும் கிஸ்சிங்கரும் [அமெரிக்க டாலரின் தங்க நியதியை கைவிடுகின்றனர். இந்தச் செயல் முதலாளித்துவ உலகம் முழுவதிலும் ஒழுங்கமைப்பு நீக்கம்

ஏற்படுவதற்கான மிகப்பெரிய சமிக்ஞையை தொடங்கி வைத்தது. 1960-களில் முன்னேறிய முதலாளித்துவ நாடுகளில் தொழிலாளர்களின் போராட்டங்களும், மூன்றாம் உலக நாடுகளில் தேசவிடுதலைப் போராட்டங்களும் (பெருந்திரள் தொழிலாளரின் போராட்டத்தின் இறுதித் தாக்குதல்) உருவாக்கிய அழுத்தத்தை, ஒட்டுமொத்தத் தாக்கத்தை உடைப்பதற்கான முயற்சியாக அது இருந்தது. 1970-களில் முதலாளித்துவ முக்கூட்டு [அமெரிக்க ஐக்கிய நாடுகள், மேற்கு ஐரோப்பா, ஜப்பான்], 1960-களின் பாட்டாளி வர்க்க முக்கண்டத்துக்கு [ஆசியா, ஆப்பிரிக்கா, தென் அமெரிக்கா] எதிராக தனது சொந்தக் கொள்கைகளை சுமத்தியது.

இந்த வளர்ச்சியின் தருணத்தில் மூலதனம் சுமத்தும் திட்டப்பணி என்ன?

(A) எல்லாவற்றுக்கும் முதலாக, ஆலையை அழிப்பதாக, குறிப்பாக டெய்லர்மயமாக்கப்பட்ட உழைப்பு நிகழ்முறையின் மேலாதிக்கத்தை கலைப்பதாக அது இருந்தது. உழைப்பின் பகுப்பாய்வு ஆழப்படுத்தப் பட்டது, அதன் ஒழுங்காற்றல் மேன்மேலும் மையநீக்கம் செய்யப்பட்ட வெளியில் இருந்தது, அது சமூக அறிவுகளை கைப்பற்றுவதன் மீதும், சமூக உழைப்பு வலையமைப்புகளை மூலதனமயமாக்குவதன் மீதும், சுருக்கமாகச் சொன்னால், ஆலையின் எல்லைகளுக்கு வெகு தொலைவில் உள்ள உழைக்கும் உருவத்தின் மீதான சுரண்டலின் மீது கவனத்தைக் குவிக்கிறது. இந்த உருவத்தை நாம் 'சமூகத் தொழிலாளர்' என்று அழைக்கிறோம்.

(B) இந்தத் திட்டப்பணியில் சமூகத்தை கணினிமயமாக்குவதும் அடங்கியுள்ளது. குறிப்பாக, தகவல்தொடர்பை உற்பத்தித் திறனுள்ள முறையில் பயன்படுத்துவதையும் சமூகத்தை கட்டுப்படுத்தும் செயல் திட்டத்தை சமூகத்துக்கு வெளியிலிருந்து (ஆலை), சமூகத்துக்கு உள்ளாகவே (தகவல் தொடர்பு) மாற்றுவதையும் கொண்டுள்ளது. சமூக உற்பத்தி முறை ஒன்று வரையறுக்கப்படுவது இங்கு நடந்தேறுகிறது, அதன் அடிப்படை பண்பாக உற்பத்தியில் (அதாவது, மார்க்சிய அடிப்படையில் மறுஉற்பத்தியிலும் சுற்றோட்டத்திலும்) சமூகத்தை ஒன்றிணைப்பது உள்ளது. 1970-களில் இந்தப் பயணத்தின் அசிங்கமான பக்கத்தை நம்மால் முதன்மையாக பார்க்க முடிந்தது: ஃபோர்டிச மாதிரி அழிக்கப்படுவது, வேலைவாய்ப்பும் நலவாழ்வும் உறுதிப்படுத்தப்படுவது அழிக்கப்படுவது, விளிம்புமயமாக்கலும் பன்முக உழைப்புச் சந்தையும் கட்டமைக்கப்படுதல், பாதுகாப்பு குறைவான சமூக அடுக்குகள் மீது, எல்லாவற்றுக்கு மேலாக பெண்கள் மீதும் இளைஞர்களின் மீதும்

சுரண்டல் தீவிரமாக்கப்படுவது, இதன் மூலம் சுரண்டலின் வெவ்வேறு வடிவங்கள் தீவிரமாக ஒன்றுகலத்தல், இவை அனைத்தும் திறனுடை இயக்கங்கள் சமூகமயமாவதற்குள் பொருந்துவதாக ஆகியுள்ளன.

(C) இந்தச் சுரண்டலின் ஒன்றுகலப்பதுடன் ஒப்பீட்டுரீதியாக, அதன் பல்வேறுபட்ட அடுக்குகள், சேர்க்கைகள், மட்டங்கள் ஆகியவற்றுடன் இன்றியமையாத ஒப்பீட்டுரீதியாகத்தான் புதிய அரசு-வடிவம் தன்னை கட்டமைத்துக் கொள்கிறது: அது திறனுடை சமூக முழுமையின் மீதான வேறுபடுத்தப்பட்ட கட்டுப்பாடாக, எந்த நேரத்திலும் எந்த இடத்திலும் நெருக்கடிகளை உருவாக்கும் அங்கக திறன்-அவசியத் தன்மையாக ஆகிறது. வளர்ச்சியின் இந்தக் கட்டத்தில் முதலாளித்துவ அரசு நெருக்கடி-அரசாக உள்ளது- நெருக்கடி அரசாக மட்டுமே உள்ளது: அரசுதான் நெருக்கடியை திட்டமிடுகிறது.

(D) இறுதியாக, சுரண்டலின் இந்த அமைப்பை உலகம் முழுவதும் பரப்புவதுதான் முதலாளித்துவத்தின் திட்டப்பணியாக உள்ளது. இந்த மட்டத்தில், சுரண்டலின் எல்லா வடிவங்களையும் (வளர்ச்சியின் பல்வேறு அடுக்குகளுக்கு இடையே செங்குத்தாக மற்றும் கிடைமட்டமாக அதாவது உலக அளவில்) ஒருங்கிணைக்கும் நிகழ்முறையை நாம் பார்க்கிறோம். முதலாளித்துவ புதிய-ஏகாதிபத்தியம் 1970-களில் பல நிலைகளைக் கடந்து செல்கிறது. முதலில், தொடர்ந்து மேலும் அப்பட்டமானதாகும் பல்தேசமயமாகும் நிகழ்முறை; பின்னர், டெய்லரிசத்தையும் ஃபோர்டிசத்தையும் விளிம்பை நோக்கி இடம் பெயர்க்கும் கட்டம்; மற்றும் உலக மட்டத்தில் செயல்பட வைக்கப்படும் கச்சாவான அதே நேரம் செயல்திறனுள்ள படிநிலை அடுக்கு முறை; மற்றும் இறுதியாக, தொடர்ந்து முன்னெடுக்கப்படும் உலக நிதித்துறை ஒருங்கிணைப்பு. ஒழுங்காற்றல்நீக்க சட்டகத்தினுள் பயன்படுத்தப்படும் பணவியல்வாதம் உழைக்கும் வர்க்கத்துக்கு எதிராகவும், சமூக பாட்டாளி வர்க்கத்துக்கு எதிராகவும் கட்டுப்பாடுக்கும் அடக்குமுறைக்கும் ஆன அச்சமூட்டும் கருவியாக வடிவமைக்கப்படுகிறது என்று நாம் இங்கு அங்கீகரிக்க வேண்டும்.

இவ்வாறாக, நாம் 1982-ஐ அடைகிறோம். அந்த ஆண்டில்தான் ஒழுங்காற்றல்நீக்கத்தின் புதிய வடிவங்களும் மூலதனத் திரட்டலின் புதிய வடிவங்களும் உலக அளவில் விரிவாக்கப்படுவதன் ‘தைரியமான’ காலகட்டத்தின் முடிவை குறிப்பதாக மெக்சிகோ கடன் நெருக்கடி (பல நெருக்கடிகளில் முதலாவது) ஏற்பட்டது. ஒழுங்காற்றல் நீக்கம் என்பது மையத் தொழிலாளருக்கு எதிராக வெறித்தனமாக செயல்பட்டது என்றால்,

அது விளிம்பு தொழிலாளியை பகுதியளவுதான் தாக்கியது - மாறாக, உற்பத்தி முறை உலக அளவில் பரவலாக்கப்பட்டது மையநீக்கத்தின் விளைவுகள் வக்கிரமாக தோற்றமளிக்கும், சில சமயம் மூலதனத்துக்கு எதிராக திருப்பித் தாக்கும் பாதைகளைத் திறந்து விட்டது என்பதை 1982-ன் நெருக்கடியிலிருந்து நாம் பார்க்க முடிந்தது. முதன்மையான முரண்பாடுகள் அமைப்பின் விளிம்புக்கு தள்ளி விடப்படுவது கிளர்ச்சிக்கான குவிமையங்களின் வரிசைக் கிரமத்தையும், புரட்சிக்கான சில சாத்தியங்களையும் வெளிச்சத்துக்குக் கொண்டு வந்தது. அவை அவற்றளவில் தொடர்பற்றவையாக இருக்கலாம், ஆனால், அவை அமைப்பின் மையத்தை நோக்கி பயணிக்கும் அதிர்ச்சி அலைகளை தீர்மானிக்கும் திறனுடையவையாக இருந்தன. அவை பலவீனமான வளையங்களாக இனிமேலும் இல்லை, அவை பலவீனமான வலைப் பின்னல்களாக உள்ளன. உண்மையில், நிகழ்காலத்தின் இழையமைப்பு என்பது மூலவுத்திரீதியிலான முரண்பாடுகளின் மிகப்பெரிய முனையாக உள்ளது. அது வெடிப்புகளையும் ஓட்டங்களையும் பெரிதாக்கிக் காட்டும் கொதிக்கும் எரிமலை போல உள்ளது. 1982-ம் ஆண்டு நாம் இப்போது நுழையும் சகடத்தின் நிரந்தர வடிவமாக நெருக்கடியை உறுதிப்படுத்தியது.

தேற்றங்கள் 11 முதல் 15 வரைக்கான அறிமுகக் குறிப்புகள்

தொழிலாளர்களின் போராட்டங்களுக்கும் முதலாளித்துவ மறு கட்டமைப்புக்கும் இடையேயான உறவு இயங்கியல் வளர்ச்சியைக் கொண்டுள்ளது; போராட்டங்கள் வளர்ச்சிக்கு பங்களிக்கின்றன, அதனை தீர்மானிக்கின்றன, அரசியல் கூருணர்வு தலையிடும் போது மட்டுமே அவை அதனை உடைக்க முடியும் என்ற மெய்ம்மையில்தான் தொழிலாளி வர்க்கம் பற்றிய மார்க்சிய கருத்தாக்கத்தின் அடிப்படை பிரச்சினைகளிலும், தீர்க்கமுடியாத சிரமங்களிலும் ஒன்று உள்ளது. எனவே, தொழிலாளர்களின் போராட்டம் மூலதனத்துக்கு 'எதிராக' இருக்கும் போதும் கூட எப்போதுமே மூலதனத்துக்கு 'உள்ளாகவே' நிகழ்கிறது. தேற்றங்களின் இந்தத் தொகுதியில், (மெய்யான கீழ்ப்படிதலில் உள்ள சமூகத் தொழிலாளியின்) வர்க்கப் போராட்டத்தின் வளர்ச்சியின் இப்போதைய நிலையில் பாட்டாளி வர்க்க சுதந்திரத்துக்கான புதிய நுட்ப நிலைமைகள், வளர்ச்சியின் பொருளாயத பாதைகளுக்குள் தீர்மானிக்கப்படுகின்றன, எனவே, முதல் முறையாக மறுகட்டமைப்பால் மீட்டமைக்க முடியாத உடைப்பை ஏற்படுத்துவதற்கான சாத்தியம் உள்ளது, அது வர்க்க-கூருணர்வு முதிர்ச்சியடைதலைச் சார்ந்து இல்லை என்ற கருதுகோளை நான் முன்

*வைக்கிறேன். சீர்குலைக்கும் முனைப்பின் இருப்பினவகையான கருத்தினங்களை உறவுநிலை போராட்டங்கள்-மறுக்கட்டமைக்கும் இயக்கவியல் கருத்தினங்களுக்கு எதிராக வரையறுக்கும் எனது முயற்சி, த சேவேஜ் அனாமலி: த பவர் ஆஃப் ஸ்பினோசாஸ் மெட்டாஃபிசிக்ஸ் அண்ட் பாலிடிக்ஸ், மின்னசோட்டா (The Savage Anomaly : The Power of Spinoza's Metaphysics and Politics, Minnesota), **1991** வில் முறையாக வளர்த்தெடுக் கப்பட்டுள்ளது. இந்த நூல் முதலில் மிலானில் **(1981)** பதிப்பிக்கப் பட்டது மற்றும் முதன்மையாக Fabbriche del soggetto (Livorno) வில் பதிப்பிக்கப்பட்டது*

தேற்றம் 11: இன்றைக்கு புரட்சிகர முரண்பாட்டின் புள்ளியானது சமூக கூட்டு-உழைப்புக்கும் உற்பத்தி மீதான ஆதிக்கத்துக்கும் இடையேயான பகைநிலையாக உள்ளது

முதலாளித்துவ உற்பத்தி முறையின் இப்போதைய கட்டத்தையும் அதன் முந்தைய கட்டங்களையும் வேறுபடுத்துவது என்னவென்றால், முந்தைய கட்டங்களில் மூலதனத்தால் உருவாக்கப்பட்ட திறனுடை சமூகக் கூட்டு-உழைப்பு என்பது இப்போது அதன் எல்லாக் கொள்கை களிலும் முன் அனுமானிக்கப்படுகிறது, அல்லது அதை விடச் சிறப்பாக, அது அதன் இருத்தலுக்கான நிபந்தனையாக உள்ளது. இந்தப் பார்வையில், வரலாற்றுத் தொடர்பற்ற முரண்பாடுகளும் காலத்துக்கேற்ப உருவாகும் முரண்பாடுகளும் மூலவுத்திரீதியிலான முரண்பாடுகளைக் கொண்டு வருவதில்லை, ஆனால் அந்த முரண்பாடுகள் அவற்றால் மீண்டும் திறக்கப்படுகின்றன. இதன் விளைவாக, நெருக்கடி சிரமமாக, விபத்தாக தன்னை வெளிப்படுத்திக் கொள்வதில்லை: நெருக்கடிதான் முதலாளித்துவ நிகழ்முறையின் சாரமாகவே உள்ளது. மூலதனம் தன்னை அரசியல் முனைப்பாக, அரசாக, அதிகாரமாக மட்டுமே காட்டிக் கொள்ள முடியும் என்பது இதிலிருந்து பெறப்படுகிறது. இதற்கு எதிர்நிலையில், சமூகத் தொழிலாளிதான் உற்பத்தியாளராக - மற்ற சரக்குகளை உற்பத்தி செய்வதற்கு முன்பாக, சமூகக் கூட்டு-வேலையை உற்பத்தி செய்பவராக உள்ளார் என்று பெறப்படுகிறது.

நாம் இன்னும் ஆழமாக இதை விளக்க வேண்டும். முதலாளித்துவ உற்பத்தி முறையின் வளர்ச்சியின் ஒவ்வொரு தருணத்திலும், எப்போதுமே மூலதனம்தான் கூட்டு-வேலையின் வடிவத்தை முன்வைத்திருக்கிறது. சுரண்டல் வடிவம் உண்மையில் அதற்குள் அமைவதாக இல்லாமல் போகும் போது சுரண்டல் வடிவத்துடன் செயல்படுவதாக இந்த வடிவம் இருக்க வேண்டும். இந்த அடிப்படையில்தான் உழைப்பு உற்பத்தித் திறனுள்ளதாக ஆனது. அதே போல, ஆதித் திரட்டலின் காலகட்டத்தில்,

மூலதனமானது தனது சொந்த மதிப்புப் பெருக்கத்துக்காக முன்பே இருந்த உழைப்பு வடிவங்களை தனக்குக் கீழ்ப்படுத்தி கட்டுப்படுத்திய போது, மூலதனம்தான் கூட்டு-வேலையின் வடிவத்தை முன் வைத்தது. அது, பாரம்பரிய உழைக்கும் முனைப்புகளின் முன்-கட்டுவிக்கப்பட்ட பிணைப்புகளை ஒழித்துக் கட்டுவதாக இருந்தது. இப்போது நிலைமை முழுவதும் மாறி விட்டது. மூலதனம் என்பது ஆளை மயக்கும் வசியப் படுத்தும் சக்தியாக மாயையாக வழிபடும் விக்கிரகமாக மாறி விட்டிருக்கிறது. தீவிரமாக தன்னாட்சியான தானியக்க-மதிப்புப் பெருக்க நிகழ்முறைகள் மூலதனத்தைச் சுற்றி செயல்படுகின்றன. அரசியல் அதிகாரம் மட்டும்தான் ஊக்கத்தை அல்லது தண்டனையை பயன்படுத்தி அவற்றை முதலாளித்துவ வடிவத்துக்குள் வெற்றிகரமாக வனைய முடியம். பொருளாதாரரீதியானது குறைந்த இன்றியமையாத தீர்மானகர காரணியாக ஆனதாக இருப்பதால் அல்ல, மாறாக, அரசியல்ரீதியானது மட்டும்தான் பொருளாதாரரீதியானதை சமூகரீதியானதுடன் சேர்த்து தன்னியக்க-மதிப்புப் பெருக்கத்தை அடைவது என்ற அதன் போக்கில் இருந்து பிரித்து எடுக்க முடியும் என்பதால் இங்கு உருவாகி வரும் திறனுடை சமூக வாழ்க்கை தொடர்பாக உலகளாவிய பரிமாணங்களில், பொருளாதாரரீதியானதை அரசியல்ரீதியானதாக மாற்றுவது நடக்கிறது. அரசியல்ரீதியானது நமது சமூகத்தின் மதிப்பு-வடிவமாக இருக்கும்படி கட்டாயப்படுத்தப்படுகிறது. ஏனென்றால், புதிய உழைப்பு நிகழ்முறைகள் வேலை செய்ய மறுப்பதன் அடிப்படையில் உருவாக்கப்பட்டவை, மேலும் இந்த உற்பத்தியின் வடிவம் அதன் நெருக்கடியாக உள்ளது. சமூகத் தொழிலாளியின் திறனுடை கூட்டு-வேலை என்பது வேலை செய்ய மறுப்பதன் தொகுப்பு ஆகும், சுரண்டலில் இருந்து தொழிலாளர்கள் தம்மைத் தாமே பாதுகாத்துக் கொள்ளும் சமூக பதுங்குகுழியாக அது உள்ளது. இதற்கு எதிர்நிலையில், மதிப்பின் வடிவமாக உள்ள அரசியல் ரீதியானது மாயமாக்கலையும் தீவிர வன்முறையையும் மட்டுமே கொண்டுள்ளது.

சமூகரீதியானதை கட்டுப்படுத்துவதற்காக அதன் மீது அதற்கு எதிர் நிலையாக்கப்பட்ட மூலதன சேர்க்கையின் மிக உயர் மட்டத்தால் இந்தச் சட்டகம் பெரிதாக மாற்றப்பட்டு விடவில்லை. ஏனென்றால், எதார்த்தத்தில், உற்பத்தியின் கருவியாக்கம் எவ்வளவு அதிகமாக சாரமானதாகிறதோ, இயந்திரமயமாக்குவது என்ற வடிவத்தைத் தாண்டிச் சென்று பொருண்மையற்றதாக மாறுகிறதோ அந்த அளவுக்கு அது சமூகரீதியானதை கடந்து செல்லும் போராட்டத்தில் சிக்க வைக்கப்படுகிறது. இயந்திர சாதனங்கள் மூலம் கட்டுப்படுத்துவது என்ற

பழைய அரசியல் பொருளாதாரத்தில் தானியக்கமாக்கல் இன்னும் பகுதியளவு பங்கேற்கிறது. ஆனால், கணினிகள் இந்தப் பார்வை எல்லைக்கு வெகு தொலைவில் உள்ளன, அவை சாத்தியமான உடைப்புகளுக்கு மிக அதிகமான சாத்தியப்பாடுகளை வழங்குகின்றன. தகவல் தொடர்பில் பொருண்மையின்மை முழுமையாகவும், சரக்கு ஊடுருவக்கூடியதாகவும் உள்ளன - இங்கு போராட்டத்துக்கான சாத்தியங்கள் மிக அதிகமாக உள்ளன, அவை வெளிப்புற அதிகாரத்தால் மட்டுமே ஆளப்படுகின்றன. இந்தச் சுருக்கமான உதாரணங்கள், தொழில் நுட்ப முன்னேற்றத்தின் களத்தின் மீதும் அதன் மீது முதன்மையாகவும், தொழில்நுட்பத்தின் நிகழ்முறை தன்னைத்தானே செம்மைப்படுத்திக் கொள்வதன் நேரடி விளைவாக, பாட்டாளி வர்க்க முனைப்புகளின் சமூகக் கூட்டு-வேலை மற்றும் தானியக்க-மதிப்புப் பெருக்கத்தின் தன்னாட்சியாலும் தனிநபர் மற்றும் கூட்டுத்துவ மூலக்கூறுகளின் உயர்த்தலாலும் பாதிக்கப்படக் கூடிய, எப்போதுமே மேன்மேலும் பாதிக்கப்படக் கூடிய துறைகள் ஏற்கனவே உள்ளன என்பதைச் சுட்டுவதற்கு மட்டும்தான் பயன்படுகின்றன.

பாட்டாளி வர்க்கத்தின் சமூகக் கூட்டு-உழைப்புக்கும் மூலதனத்தின் அரசியல் ஆதிக்கத்துக்கும் இடையிலான பகைநிலை, உற்பத்திக்குள் இடம் பெற்றுள்ள அதே நேரத்தில், உற்பத்திக்கு வெளியில் சமூக ரீதியானதன் எதார்த்தமான இயக்கத்தில் அமைந்துள்ளது என்ற நமது தேற்றத்துக்கான நிரூபணமாக இவை அனைத்தும் பயன்படுகின்றன. சமூகக் கூட்டு-வேலை அரசியல்ரீதியான மற்றும் பொருளாதாரரீதியான இயக்கத்தை இயங்கியல் ரீதியாக முன் அறிவிப்பதோடு மட்டுமின்றி, அது அவற்றுக்கு முன்பே நிலவுகிறது: அது தன்னை தானியக்கமானது என்று அறிவித்துக் கொள்கிறது.

தேற்றம் 12: போராட்டங்கள் சமூக உற்பத்திக்கும் மறுஉற்பத்திக்கும் முந்தியவையாக அவற்றை முன்கருதுகின்றன

தேற்றம் 11-ல் (கூட்டு-வேலையை சமூக பாட்டாளி வர்க்கம் மீள்கைப்பற்றுவது முதலாளித்துவ அமைப்பின் கட்டமைப்பு மீது வரிசைக்கிரமமான விளைவுகளை தீர்மானிக்கிறது என்ற) குறிப்பான நேர்வுக்கான நமது முன்வைப்பு பொதுவாக செல்லுபடியாவதை இங்கு நாம் ஆய்வு செய்வோம். முதலாளித்துவ வளர்ச்சியின் ஒரு சகாப்தத்தில் இருந்து இன்னொரு சகாப்தத்துக்கு மாறிச்செல்லும் பாதையின் தாளகதி பாட்டாளி வர்க்கப் போராட்டங்களால் குறிக்கப்படுகிறது. வரலாற்றுப் பொருள்முதல்வாதத்தின் இந்தப் பழைய உண்மையானது வரலாற்றின் தவிர்க்க முடியாத இயக்கத்தால் தொடர்ந்து உறுதி செய்யப்

படுகிறது, அரசியல் அறிவியலின் ஒரே கரணியமான உட்கருவை கட்டுவிக்கிறது. எங்கு போராட்டம் இருந்ததோ, அதாவது எங்கு உயிருள்ள இணைக்கப்பட்ட உழைப்பு விடுவிக்கப்பட்டு, தனது சொந்த தன்னாட்சியான திட்டப்பணியை முன்னுக்குத் தள்ளியுள்ளதோ அங்கு இயந்திர சாதனத்தில் மாற்றங்கள், மறுகட்டமைப்பு, மரபின் புதிய நியதிகள், நிறுவனங்களின் புதிய ஒழுங்கமைவுகள் அனைத்தும் பின்தொடர்கின்றன. பாட்டாளி வர்க்கப் போராட்டம், அதாவது உயிருள்ள இணைக்கப்பட்ட உழைப்பு, ஆதிக்க உலகத்தின் விறைப்புக்கு எதிராக, கடந்தகால உழைப்பின் ஆதிக்கத்துக்கு எதிராக வரலாற்றில் நாம் கண்டுள்ள வலுவான அடிகளைக் கொடுப்பதில் வெற்றியடையாமல் இருந்திருந்தால் எந்த வளர்ச்சியும் இருந்திருக்காது. ஆனால், பாட்டாளி வர்க்கத் தொழிலாளர்களின் போராட்டம் கடந்தகால மற்றும் திரட்டப் பட்ட உழைப்புக்கு உயிர் கொடுக்கும் ஆற்றல் பொறியாக மட்டும் செயல் படுவதில்லை, அதுதான் வரலாற்றின் எதார்த்தமான முனைப்பாகவும் உள்ளது. ஏனென்றால், தொழில்துறை, இயற்கை, நாகரீகம் அனைத்தும் பாட்டாளி வர்க்கப் போராட்டங்களின் உள்ளடக் கங்களுக்கும் தேவைகளுக்கும் போக்குகளுக்கும் அமைப்பாக்க வடிவங்களுக்கும் இட்டு நிரப்புவதாக, செயல்படுவதாக, உள்ளடக்கத்தின் உயிர்மமாக தம்மைத் தாமே மாற்றிக் கொள்ளும்படி விதிக்கப்பட்டவை. இதுதான் மேலாளரின் சாபம்: வர்க்கப் போராட்டத்தில் இருந்து யார் மிக அதிகம் கற்றுக் கொள்கிறார்களோ அவர்கள் முன்னேறிச் செல்கின்றனர். இந்த முரண்நிலைதான் சுரண்டவும் ஒடுக்கவும் செய்யும் நிரந்தர உளவாளியான மேலாளர் மீதான சாபமாக உள்ளது. பாட்டாளி வர்க்கப் போராட்டம், தொழிலாளர்களின் போராட்டங்கள், இப்போது சமூக உழைப்பின் அன்றாட கிளர்ச்சியின் ஆயிரக்கணக்கான உருவங்கள் - இந்த ஒழுங்குக்குள் - நாம் அறிந்த முதலாளித்துவ கலாச்சாரத்தின் தொழில் துறை நாகரிகத்தின் சகாப்தங்கள் மற்றும் கட்டங்கள் மீது ஆதிக்கம் செலுத்தியுள்ளன (அதாவது, நகர வைத்தன, வடிவாகின, முன் உருவாகின, முன்அறிவித்தன).

பாரிஸ் நகரத்து பாட்டாளி வர்க்கத்தினரும் கைவினைஞர் திரளும் மையக்களத்துக்கு வந்து முதலாளித்துவ விடுதலையின் வரம்புகளைக் காட்டிய 1848 இல்லாமல், அதாவது 'ஜூன் மாதத்தின் நாசமாய்ப் போன நாட்கள்' இல்லாமல், இரண்டாம் தொழில் புரட்சி என்ற நாம் அழைக்கும் வரலாற்றுக் காலத்துக்குள் நுழைவது கற்பனை செய்யக் கூட முடியாததாக இருந்திருக்கும். 1917-1919 இல்லாமல், அதாவது மீண்டும், தொழில்திறன் பயின்ற தொழிலாளரின் சோவியத் சர்வாதிகாரத்தில், மிகவும் சிறிதளவு கூட முதலாளித்துவ உற்பத்தி

முறையால் குறிக்கப்பட்டிருந்த எல்லா நாடுகளுக்கும் பரவிய தொழிலாளர்களின் கிளர்ச்சியில் உருக்கொண்டிருந்த தொழிலாளர்களின் எழுச்சி இல்லாமல், அடுத்தக் கட்டம் (அது பெருந்திரள் தொழிலாளியால் ஆதிக்கம் செலுத்தப்பட்டது என்று நாம் பார்த்தோம்) தொடங்குவது என்பதை நினைத்துப் பார்க்க முடியாமல் போயிருக்கும். பாய்ச்சல்களின், மகத்தான முரண்பாடுகளின், மகத்தான வெடிப்புகளின் இந்த நிகழ் முறையில்தான் வர்க்கப் போராட்டத்தின் மர்மமும் வரலாற்றின் மர்மமுமே கூட வெளிப்படுத்தப்படுகின்றன: அரசியலின் பற்றாக் குறையால் வரையறுக்கப்பட்டிருக்கும் கலந்துரையாடல் தளங்களிலும் செய்தித் தாள்களிலும் அதனை சகித்துக் கொள்ளும்படி விதிக்கப் பட்டவர்களுக்கு மர்மமாக உள்ளது என்ற கருத்தில் சொல்கிறோம். பாட்டாளி வர்க்கத்துக்கு இது நிச்சயமாக மர்மமாக இல்லை. ஏனென்றால் அது தீர்மானிப்புகளின், தாவல்களின், முன்னேற்றங்கள் மற்றும் பின் வாங்கல்கள் ஆகியவற்றின் செயல் திறனுடைய திறவுகோலை வைத்திருக்கிறது.

இவ்வாறாக, நாம் மூன்றாம் தொழிற்புரட்சியின் தொடக்கத்துக்கு வந்து சேர்கிறோம். இங்கும் கூட ஒரு புரட்சி, 1968-ன் புரட்சி, அதன் ஆரம்பத்தைக் குறிக்கிறது. ஆனால், அது வினோதமான புரட்சி, அது உடனடியாக புரிந்து கொள்ளும்படியாகக் கூட இல்லை. இந்தப் புரட்சியில் அறிவுசார் முனைப்பு உள்ளது, சமூக தகவல் தொடர்பின் பாத்திரம் உள்ளது: ஆனால் அது ஏன் கிளர்ந்தெழ வேண்டும்? உண்மையில், இந்த அறிவுசார் இறைச்சிப் பொருள், சமூக தகவல்தொடர்பின் செயல்பாடு, தொழிலாளர்களின் உழைப்பால் திரைபோடப்பட்டிருந்தாலும், அது உயிருள்ள சாரமான உழைப்பாகத்தான் உள்ளது. இது பாட்டாளி வர்க்கத்தின் புதிய உருவமாக உள்ளது. உழைப்பும், உழைப்புச் சக்தியும் அடைந்த இந்த உருமாற்றம் பற்றிய முழு புரிதலையும் 1968-ஐத் தொடர்ந்த ஆண்டுகளில் நாம் பெற முடிந்தது. அதன் மூலமாக, முதலாளித்துவ அதிகாரத்தின் ஒழுங்காற்றல்கள் அவ்வளவு விரைவாகவும் அவ்வளவு தீர்மானகரமாகவும் தம்மைத் தாமே மாற்றிக் கொண்டது ஏன், எப்படி என்பதைப் புரிந்து கொள்ள முடிந்தது. மீண்டும் ஒருமுறை, மூலதனம் இந்தப் புரட்சிகர சக்தியை பின்தொடர்ந்தது, அதனை ஒடுக்கியது, உற்பத்தி மற்றும் ஆதிக்கத்தின் ஆணையின் புதிய நுட்ப பரிமாணங்களுக்குள் அதனை இழுத்து மூடிவிட விளைந்தது. இதற்காக, மூலதனம் அரசின் கட்டமைப்பை தீவிரமாக மாற்றி விட்டது. அதன் பிறகு, எப்போதுமே மனிதஇனத்தின் வரலாற்றுப் பயணத்தை பின்தொடர்ந்தும் அதனை மர்மமாக்கியும் மாயையாக்கியும், நகர்ப்புற கட்டமைப்புகளிலும், அரசு செலவினங்களிலும், வாழ்வின்

சுற்றுச்சூழலியல், தார்மீக மற்றும் கலாச்சார பரிமாணங்களிலும், இன்ன பிறவற்றிலும் அது தலையிட்டது. எப்படியானாலும், முதலாளித்துவ ஆதிக்கத்தை மேம்படுத்தும் நிகழ்முறையையும் தாண்டி, *1968*-ன் ஓட்டத்தில் கட்டமைக்கப்பட்ட போராட்டங்களின் சாத்தியப்பாடுகள் இறுதியில் எங்கு கொண்டு விடும் என்பதை நம்மால் இன்னும் பார்க்க புரிந்து கொள்ள முடியவில்லை.

தேற்றம் 13: மக்கள்திரளின் நிழல் வாழ்க்கை இருப்பினவகையில் படைப்பூக்கம் கொண்டது

வரலாற்றுப் பொருள்முதல்வாதத்தின் அதிகாரத்தை ஒழித்துக் கட்டுவதற்கு இரண்டு வழிகள் உள்ளன. முதலாவது, வர்க்கப் போராட்டத்தை உற்பத்தியின் இயற்கை வரலாறாக குறுக்குவதைக் கொண்டுள்ளது - இதுதான் சமூக ஜனநாயகவாதிகளின் முதன்மை வழியாகவும், பாட்டாளி வர்க்க இயக்கத்தின் 'உடைமைபறிப்பு கட்டத்தின்' *(1848-1914)* குறிப்பான கருத்தியலாகவும் இருந்தது. போல்ஷ்விக்குகள் இந்தக் கருத்தியலை தமதாக்கிக் கொண்டனர், அவர்கள் நிச்சயமாக சமூக ஜனநாயகவாதிகள் இல்லை என்றாலும், (ரசியாவின் பொருளாதார வளர்ச்சி நிலையின் காரணமாக) அவர்கள் இரண்டாம் தொழில் புரட்சியின் முதல் கட்டத்துடன் ஆழமாக பிணைக்கப்பட்டிருந்தனர் என்பதை கருத்தில் கொள்ளும் போது இதற்கான காரணம் தெளிவாகிறது. மூலதனத்தின் இயங்கியல் இயக்கத்தினுள் வர்க்கப் போராட்டத்தை உள்வாங்கிக் கொள்வது இரண்டாவது வழியாக உள்ளது. இதுதான் நவீன சீர்திருத்தவாதத்தின் முதன்மையான பாதையாகவும் புரட்சிகர இயக்கத்தின் 'மாற்று கட்டம்' *(1917-1968)* என்பதன் குறிப்பான கருத்தியலாகவும் இருந்தது. இந்த இரண்டு வழிகளும், கொச்சை பொருள்முதல்வாதத் தன்மை யிலான அல்லது கொச்சை இயங்கியல் தன்மையிலான தொகுப்புரைக்கு இட்டுச் செல்லும் வகையில், உயிருள்ள உழைப்பின் சக்தியை ஒழித்துக் கட்டுகின்றன. இதற்கிடையில், உயிருள்ள உழைப்பின் அதிகாரத்தைப் பற்றியும் அதன் குறுக்கமுடியாத அடிப்படை தன்னாட்சியைப் பற்றியும் சிந்திப்பதன் மூலம் மட்டும்தான், வரலாறு என்பது உயிருள்ள எதார்த்தம், புத்தாக்கம் என்பது அதன் நிரந்தர உந்துசக்தி என்ற உண்மையை நாம் புரிந்து கொள்ள முடிகிறது. மதிப்புக் கோட்பாடு, அதாவது சுரண்டலின் அளவை, பழையதாகி பயனற்றதாகும் அளவுக்கு உயிருள்ள உழைப்பு மேலாதிக்க இருத்தலாகவும் அதன் வளர்ச்சிக்கான இணக்கப்படுத்தும் தேர்வு அடிப்படையாகவும் ஆகின்றது. இந்தத் தவிர்க்க முடியாத இயக்கம், ஆதிக்கத்தின் வரம்புகளை தொடர்ந்து முறிக்கிறது, எதார்த்தத்தின் சீரமைவுகளை தொடர்ந்து முன்தள்ளிச் செல்கிறது.

இந்த இயக்கம் எங்கே போனது என்று ஒருவர் மறுப்பு தெரிவிக்கலாம்: பல பத்தாண்டுகளாக இந்த படைப்பாற்றல் வலிமை களத்தில் தோன்றவில்லை. ஆனால் அது உண்மை இல்லை. உண்மையில், அதைப் பார்க்க விரும்பாதவர்கள் மட்டுமே அதைப் பார்க்க முடியாதவர்களாக உள்ளனர் - குருட்டு எலிகள் மீது எல்லா நேரங்களிலும் நாம் பரிதாபப்படுவதில்லை. மாறாக, நாம் நவீன பாட்டாளி வர்க்கத்தின் தரைக்கு அடியிலான, நிழல் வாழ்க்கையை கருத்தில் கொள்ள வேண்டும்: உழைப்புக்கு இருப்பதாக நாம் அங்கீகரிக்கும் கூட்டு-வேலைரீதியான, தகவல்பரிமாறும், புத்தாக்கக் குணங்களுடன் கூடிய உயிருள்ள உழைப்பு இங்கிருந்துதான் வருகிறது; பரந்துவிரிந்த, பன்முகமான, தீவிரமாக நகரக்கூடிய புலன் கடந்த தத்துவத்தின் ஆயிரக் கணக்கான பாதைகளில் அது வருகிறது. மூலதனம் சமூகத்துக்கு விதிக்கும் அதே இயக்கமும் அமைப்பாக்கமும், அவை உருத்திரிக்கப்பட்ட வடிவில், மக்கள் திரளின் நிழல் வாழ்க்கையால் உற்பத்தி செய்யப் படுகின்றன. இழிபுகழ் வாய்ந்த மக்கள்திரளின் போலீஸ் ஓவியர் வரைந்த படத்தை மூலதனம் நமக்கு வழங்குகிறது. ஆனால், அறிவியல் கட்டுடைப்பு மூலம் இந்தச் சித்திரங்களை சிதைத்து, உயிர்வாழ்வின் செழிப்பான களத்தை கண்டறிய நாம் கற்றுக் கொள்கிறோம். உயிருள்ள உழைப்பு தனது நிழல் இருப்பிலும் அதில் முதன்மையாகவும் சுரண்டப்பட்ட மக்கள் திரளின் விடுவித்தலுக்கான தேவைகளை தனது சொந்த இருப்பில் திரட்டவும் உட்செரிக்கவும் செய்கிறது. இந்தப் புதிய இருப்பை, தொடர்ந்து அதிக உற்பத்தித் திறனுடையதாக ஆகும் சக்தியாக ஆக்குகிறது. உற்பத்தித் திறன்தான் விடுதலையின் நேர்மறை உருமாற்றமாகும். எனவே, மூலதனத்தை வெட்டிக் கொண்டிருக்கும் இந்த நீண்ட நிகழ்முறை முடிவுக்கு வர வேண்டும் : வேலை செய்ய மறுப்பது என்பது உழைப்பு நேரத்தை அளவிடுவதற்கான அதிகாரத்தை மூலதனத்திடமிருந்து வெட்டி விட்டது போல, பாட்டாளி வர்க்க அமைப்பாக்கம் உற்பத்தித் திறனுள்ள கூட்டு வேலையின் வடிவங்களை தீர்மானிக்கும் முதலாளித்துவ பணியின் உள்ளடக்கத்தை நீக்கி விட்டது போல, சாரமாக்கலின் மூலம் புத்திசாலியாகி விட்ட உழைப்பு மூலதனத்தில் இருந்து பகுத்தறிவை ஏற்கனவே பிய்த்தெடுத்து விட்டது போல இந்த நிகழ்முறை மூலதனத்திலிருந்து வெட்டி எடுத்துக் கொண்டிருக்கிறது. உயிருள்ள உழைப்பின் இருப்பினவியல் விடுதலையின் இருப்பினவியலாக உள்ளது. விடுதலைக்கான கோட்பாடாக இருக்கக் கூடிய வரலாற்றுப் பொருள்முதல்வாதத்தின் செயல்திறன் இந்த படைப்பூக்க பொருண்மையை அடிப்படையாகக் கொண்டது.

தேற்றம் 14: பாட்டாளி வர்க்க அதிகாரத்தின் வரிசைக்கிரமங்கள், முதலாளித்துவ வளர்ச்சியின் வரிசைக்கிரமங்களோடு ஒப்பிடும் போது சமச்சீரற்றவையாக உள்ளன

பாட்டாளி வர்க்க அதிகாரத்தின் வரிசைக்கிரமம் முதலாளித்துவ வளர்ச்சியோடு பொருந்துவதாக இல்லை என்பது மட்டுமின்றி, எதிர்மறை உணர்வில், முதலாளித்துவ வளர்ச்சியின் மறுதலையாகவும் அவை இல்லை. முதலாளித்துவ இயக்கத்திலிருந்து ஆழமான தன்னாட்சியை உண்மையான இயக்கம் கொண்டிருப்பதற்கான குறியீடாக இந்த சமச்சீரின்மை உள்ளது. பாட்டாளி வர்க்கத்தின் தரப்பில் இந்த இயக்கம் சுயேச்சையாக உள்ளது. பாட்டாளி வர்க்க அதிகாரத்தின் நடத்தை விதிகளை தீர்மானிப்பது பல நேரங்களில் அசாத்தியமாகவும் சிரமமாகவும் உள்ள அளவுக்கு அது சுயேச்சையாக உள்ளது. எப்படியானாலும், பொதுவான பொருத்தப்பாடு கொண்ட, அதாவது வளர்ச்சியின் சகாப்தங்களின் ஓட்டத்திலிருந்து நாம் வெட்டி எடுத்துக் கொண்ட ஒற்றைக் கட்டங்களின் வரம்புகளுக்கு அப்பால் விதிகளை (மட்டுமின்றி, சீரானதன்மையைக் கூட) தீர்மானிப்பது நிச்சயமாக அசாத்தியமானதாக உள்ளது. ஒருபடித்தானதன்மைகளை நாம் நிச்சயம் அடையாளம் காண முடியும், உதாரணமாக, இரண்டாம் தொழில் புரட்சியின் முதல் கட்டத்தில் *(1848-1914)*, பலமுறை அழிவை ஏற்படுத்தும் நெருக்கடிகளால் மேலும் மோசமாக்கப்பட்ட நீண்ட கடுமையான பெருமந்தங்களாக மாற்றப்பட்ட, வர்க்கங்களுக்கு இடையேயான உறவுகளின் நீண்ட தேக்கக் காலங்கள் ஏற்பட்டதை சரிபார்க்க முடிந்தது. ஆனால் இந்த இடத்தில், இந்த ஒருபடித் தன்மைகளை கண்டறிவது என்பது நெருக்கடி பற்றிய கோட்பாட்டை கட்டமைப்பதாகாது. உண்மையில், இரண்டாவது தொழிற்புரட்சியின் இரண்டாவது கட்டத்தை *(1917-1968)* பார்த்தோமானால், இங்கு (அவை பேரழிவு ஏற்படுத்துபவையாக இருந்த போதிலும்) நெருக்கடிகளின் காலம் மிகக் குறைந்தபட்சமாக குறைக்கப்படுகிறது, தொழில்முறை தொழிலாளியின் செயல்துடிப்பிலிருந்து வேறுபட்ட பெருந்திரள் தொழிலாளியின் செயல்துடிப்பு மிகவும் வலுவாக உள்ளது. இப்போது புதிய காலகட்டம், புதிய அனுபவம் உள்ளது: நெருக்கடியில் சமூகத் தொழிலாளரின் அனுபவம் என்ன? நெருக்கடியும் வளர்ச்சியும், ஒடுக்குமுறையும் புத்தாக்கமும் இணைந்து-இருத்தல் - வேறு சொற்களில் சொன்னால் எதிர்மறைகள் இணைந்து இருத்தல் என்பதுதான் வலுவான ஒருபடித்தன்மையாகவும் போக்காகவும் உள்ளது. இது மொத்தத்தில் இதற்கு முந்தைய வரலாற்றின் இறுதிப் பலனில் இருந்து, செயல்பாட்டில் உள்ள, பாட்டாளி வர்க்க அதிகாரம் மற்றும் முதலாளித்துவ

அதிகாரம் என்ற இரண்டு சக்திகளின் சுயேச்சை நிலை என்பதில் இருந்து பெறப்படுகிறது.

இது இயக்கங்களின் சுயேச்சை நிலையை மட்டும்தான் நிரூபிக்கிறது, அவற்றின் சமச்சீரின்மையை நிரூபிக்கவில்லை என ஒருவர் மறுப்பு தெரிவிக்கலாம். நான் அவ்வாறு கருதவில்லை: போராட்டங்களின் வளர்ச்சியில் இயக்கங்களின் எளிய சுயேச்சைக்கு மேலாக உள்ளது - பாட்டாளி வர்க்கத்தின் பக்கத்தில், உயிருள்ள உழைப்பின் படைப்பூக்கம், முரண்பாட்டின் முனைகளை கணிக்கமுடியாமை, சமாளிக்கமுடியாத இருப்பினவகையிலான திரள்களின் திரட்டல் உள்ளது, எதிரியை கட்டுடைப்பதையும் அகநிலையை கட்டமைப்பதையும் ஒன்றுபடுத்தும் இரட்டை திருகுசுழல் உள்ளது. கருத்தியல், அமைப்பு, ஆயுதங்கள், நிதித்துறை, உற்பத்தி மற்றும் மறுவுற்பத்தி மாதிரிகள், மத்தியப் படுத்தலும் ஜனநாயகப்படுத்தலும், சட்டத்தையும் வன்முறையையும் பயன்படுத்துவது இன்னபிற என இன்னும் நிறைய உள்ளன. இறுதியாக, பாட்டாளி வர்க்கத்தின் கூட்டு-வேலை பரிமாணத்தை கட்டமைப்பதில் தன்னாட்சி உள்ளது என்பது தீர்மானகரமானது. பாட்டாளி வர்க்க அதிகாரத்தின் வரிசைக் கிரமத்துக்கும் முதலாளித்துவ வளர்ச்சி மற்றும் அதிகாரத்திற்கும் இடையே சமச்சீரின்மையை கண்டறிவது எப்போதுமே சாத்தியம்தான் என்று எனக்குத் தெரிகிறது. ஆனால், கடந்த சகாப்தங்களில் சில நேர்வுகளில் இந்த நிலைமை இல்லாவிட்டாலும் கூட, இப்போது நாம் நுழையும் காலகட்டத்தில் நிச்சயமாக அது உள்ளது.

சமச்சீரின்மை என்ற கருத்தாக்கம் தன்னுடனேயே பிற தாக்கங் களையும் கொண்டு வருகிறது. முதலில், மூலதனத்தின் கருத்தினங்களின் ஊடாக அதனை தேடிப் பார்த்தால் வர்க்கத்தின் தன்னாட்சியை அடையாளம் காண முடியாது என்று அது தெரிவிக்கிறது. பெருந்திரள் தொழிலாளியின் சகாப்தத்திலும் மாற்று நிறுவன மாதிரியின் வளர்ச்சியிலும் ஏற்கனவே தெளிவாகியிருந்த தூய மற்றும் எளிய துணை விளைவு வெளிப்படையானது. ஆனால், இதனை வலியுறுத்துவது முக்கியமானது. ஏனென்றால் இந்த வெளிப்படையான தீர்மானிப்பு முதலாளித்துவ அரசியல் பொருளாதாரத்தில் இருந்து அறிவியல் தன்மையின் கடைசி அறிகுறிகளையும் அகற்றி விடுகிறது. இரண்டாவது துணை விளைவு: மூலதன அதிகாரத்தின் வளர்ச்சியின் வரலாற்றை தொழிலாளர்களின் தன்னாட்சிக்கு எதிராக அதனை தனிச்சிறப்பாக்கும் உளவியல் கோளாறில் இருந்து தொடங்குவதன் மூலம் மட்டுமே விவரிக்க முடியும். இந்தத் தீவிரமான சமச்சீரின்மைக்குள், மூலதனத்தின் வரலாறு சாத்தியம்

நீக்கப்பட்ட இருப்பினவகையிலான நிகழ்முறையாக மட்டுமே அடையாளம் காணப்படுகிறது - அது முறைபாட்டுவாதத்துக்கு இட்டுச் செல்கிறது, மாயாவாதத்துக்கு இட்டுச் செல்கிறது - அல்லது இப்போது நோய்க்கூறு இயலாக மட்டுமே உள்ளது.

தேற்றம் 15: சமூக ரீதியானதன் முதலாளித்துவ கட்டமைப்பாக்கம் அழிவுத்தன்மையிலானது, பாட்டாளி வர்க்க கட்டமைப்பாக்கம் படைப்பூக்கமுள்ளது

இந்த தேற்றம் முந்தைய தேற்றங்களை வளர்த்து முழுமைப் படுத்துகிறது. அவற்றை ஒரு போக்காக முன் வைக்கிறது. எனவே, இங்கு சித்தரிக்கப்பட்ட தேற்றம் கோட்பாட்டு ரீதியாக இருப்பதை விட அதிகமாக செயல்பாட்டுரீதியாக தெரியும். இந்தப் போக்கு அறம் சார்ந்தது. 'செயல்பாட்டை திருப்பி நிறுத்துவது' இங்கு அறவியலின் மூலமாக இயங்குகிறது; கருத்தின் வலையமைப்பு, அறரீதியாக இயைந்த செயலினால் கட்டமைக்கப்படுகிறது. இவ்வாறாக பகுப்பாய்வு மீண்டும் திருப்பி நிறுத்தப்படுகிறது. அறம் என்பது சாத்தியப்பாட்டின் களமாக உள்ளது, செயலின் களமாக உள்ளது, நம்பிக்கையின் களமாக உள்ளது. அதுதான் வாழ்வின் உணர்வு தோன்றும் களமாக உள்ளது. இதுவரையில், நாம் உயிரற்ற உழைப்பின் அமைப்பை, மூலதனத்தின் அமைப்பை, அதிகாரத்தின் அமைப்பை அகழ்வாய்வு செய்தோம். இந்த அமைப்புக்குள் சொருகப்பட்ட, நிழலான தரைக்கடியிலான மறைவான இயங்கமைவு உயிர்த்துடிப்புடன் அவ்வளவு செயல்திறனுடன் துடித்துக் கொண்டிருப்பதை நாம் பார்த்தோம்! உயிருள்ள உழைப்பு ஏற்கனவே முழுமையாக பிரிக்கப்பட்டு, சுயேச்சையாக, இருத்தலை இயற்கைவாதரீதியில் இறுகலாக்குவதற்கு எதிராக அமைக்கப்பட்டுள்ள காலத்தில், நாம் உயிருள்ள உழைப்பின் மார்க்சிய உறுதிப்படுத்தலை இன்றைய உலகில் மீட்டெடுத்துள்ளோம் என்று சொல்லலாம். மூலதனத்தின் அமைப்பில் உயிருள்ள உழைப்பின் முரண்பாட்டை அமைப்பின் தீவிர 'விளிம்புகளில்' மட்டுமே இருப்பதாக முன் வைக்கும் எல்லா இயங்கியலுக்கும் பொருள்முதல்வாத இயங்கியலுக்கும், லக்சம்பெர்கின் கருத்தாக்கத்துக்கும் (அது நேர்மையானதாக இருந்த போதிலும்) கூட, இது சம அளவு எதிராக உள்ளது. ஆனால், இந்தப் புள்ளியைச் சுற்றி செயல்பாட்டின், கட்டமைவின், முடிவு எடுக்கும் பார்வை திறக்கா விட்டால் உயிருள்ள உழைப்பை அறுதியிடுவது போதுமானதில்லை. உயிருள்ள உழைப்பு என்ற கருத்தாக்கம்தான் அரசியல் பொருளாதாரத்தின் மீதான விமர்சன பகுப்பாய்வுக்கும் கட்சியை கட்டமைப்பதற்கும் இடையேயான தொடர்புப்புள்ளியாக மார்க்சின் படைப்புகளில் இருந்தது. இந்த இரண்டாவது நோக்குநிலையில் உயிருள்ள

உழைப்பை அனுமானித்தால், நாம் அதனை படைப்புத்திறன் மிக்க செயல்பாடு என்று அழைக்கிறோம். அப்படியானால், இது மூலதனத்தின் நோக்குநிலையில் இருந்து தனித்தியங்கும், அதன் அறிவியலின் நோக்கு நிலையில் இருந்து தனித்தியங்கும் ஏன் அதன் அறிவியல் மீதான விமர்சன பகுப்பாய்விலிருந்து தனித்தியங்கும், படைப்பூக்கமான செயல்பாடாக அது உள்ளது. உபரி-மதிப்பை கறப்பதற்கான இலாபத்தை கட்டமைப்பதற்கான, வளங்களை மிகச் சாதகமான வகையில் பிரித்து ஒதுக்குவதற்கான, இந்த அண்டத்தை நிதி அறிக்கையாக குறைத்து விடும் வகையில் திட்டமிடுவதற்கான கரணிய ஒழுங்கமைப்பின் அறிவியல், இவை எல்லாம் இனிமேலும் அக்கறைக்குரியவையாக இல்லை - இங்கு உயிருள்ள உழைப்பு இதன் விமர்சன பகுப்பாய்வாக செயல்படவில்லை, மாறாக முனைப்புகளும் குழுக்களும் தானியக்க-மதிப்புப் பெருக்கம் அடைவதன், சமூகக் கூட்டு-வேலையின் உருவாக்கத்தை, அதனுடன், அதன் ஊடாக, ஆக அதிகமான செல்வத்தையும் மகிழ்ச்சியையும் உருவாக்குவதற்கான ஆதாரமாக உள்ளன. இது தீவிரமான அறிவியல், ஏனென்றால் இதன் வேர்கள் செயல்பாட்டில், எதார்த்தவாதத்தின் எல்லா பம்மாத்தான எதிர்ப்பையும் அகற்றி விடுவதில் கால்கொண்டுள்ளன.

16 முதல் 20 வரையிலான தேற்றங்களுக்கான அறிமுகக் குறிப்புகள்

இந்தத் தேற்றங்களில், நான் 'உள்ளாக-எதிராக' என்ற இயங்கியல் கோட்பாட்டின் முரண்பாடுகளுக்கு அப்பால் போய், பாட்டாளி வர்க்க முனைப்பின் 'முற்றிலும் புதிய' வரையறையை வந்தடைய முயற்சிக்கிறேன். வர்க்கக் கூருணர்வு புரட்சிகரமான, இருப்பினவகையிலான தன்னாட்சியாக இருக்கும் வரைதான் புரட்சிகர அணிதிரட்டல் என்ற கருத்தாக்கத்தை வர்க்கக் கூருணர்வில் தெரிவிக்க முடியும் என்று காட்ட விரும்புகிறேன். சாத்தியப்பாடு என்ற கருத்தினத்தின் புதிய தீர்மானிப்பின் கருப்பொருளை இந்த மாற்றம் அடையாளம் காண்கிறது. தீவிரமான அரசியல்சட்ட கட்டுவிப்பின் மூலமாக அல்லாமல் கம்யூனிசத்துக்கான வேறு சாத்தியப்பாட்டை நான் காணவில்லை. முதலாளித்துவ அரசியல் சட்ட கட்டுவிப்புகளின் உருவாக்கத் தந்தைகளில் தொடங்கி ஹன்னா ஆரெண்ட் வரையிலான அரசியல் சட்டவாதிகளுக்கு நான் பட்டிருக்கும் கடன் சிறிதளவுதான் என்பது தெளிவானது. மரபுரீதியான அரசியல்சட்ட கட்டுவிப்புவாதம் மொத்தத்தில் சட்ட ஒழுங்காற்றலின், சோதிப்புகளும் சமநிலைகளும் (Checks and balances) என்ற கோட்பாட்டின், அதை விடச் சிறப்பாக, பன்மைவாதம் மற்றும் வர்க்கங்களுக்கு இடையேயான சமநிலையின்

பள்ளியாகவும் அதன் மறு உற்பத்தியின் பள்ளியாகவும்தான் உள்ளது. மாறாக, கம்யூனார்டுகளில் தொடங்கி சோவியத்துகள் வரை, உலகத் தொழிலாளர்களின் அகிலத்தில் தொடங்கி 1970-களின் ஐரோப்பிய தன்னாட்சிவாதிகள் வரை கம்யூனிச ஜனநாயகம் பற்றியும் அதன் மரபு பற்றியும் நான் குறிப்பிடுவது அதை விட பெருமளவு முக்கியமானதாக உள்ளது. லெனின் இந்த நிலைப்பாடுகளில் இருந்து வெகு தொலைவில் இல்லை என்று நான் உறுதியாக நம்புகிறேன், Trentatre lezioni su'Lenin, La fabbrica della strategia (Padua, Milan, 1976)-ல் இந்த உண்மையை நிறுவுவதற்கு நான் முயற்சித்துள்ளேன்.

தேற்றம் 16: கட்டமைப்பில் இருந்து முனைப்பிற்குச் செல்லும் பாதை இருப்பினவகையானது, அது முறைபாட்டுவாத அல்லது இயங்கியல் தீர்வுகளை ஒதுக்கி வைக்கிறது.

கட்டமைப்பிலிருந்து முனைப்பிற்குச் செல்வதற்கான முறையான சாத்தியம் முனைப்பை வரலாற்றுரீதியாக கட்டமைப்பதன் சிரமங்களை தீர்த்து விடுவதில்லை; இருப்பினும் அது அவற்றை தெளிவுபடுத்துகிறது. முறையான பார்வை நிலையில், கட்டமைப்பிலிருந்து முனைப்புக்குச் செல்வது, அதாவது பாட்டாளி வர்க்க விடுதலைக்கான அமைப்பாக்கம் என்ற பிரச்சினையை நிறுவுவது என்பது நேர்கோட்டில் செல்வதாகத் தெரிகிறது. உண்மையில், படைப்பாற்றல் கொண்ட உழைப்பு, சமூகம் முழுவதையும் ஆக்கிரமிக்கும் அளவுக்கு விரிவடைந்திருந்தால் (இதுதான் நவீனத்தின் உண்மையான வரையறை), அப்போது - இந்த உழைப்பு முதன்மையாக படைப்பூக்கம் கொண்டிருப்பதால் - அது சமூகத்தையே மறுகட்டமைப்பு செய்து கொள்கிறது, முனைப்பாக்க நிகழ்முறை ஒன்றின் ஊடாக அதனை புரட்சிகரமாக்குகிறது. இந்த நிகழ்முறை நமக்கு தீவிரமான பிரச்சினைகள் எதையும் தரக் கூடாது. இருப்பினும், முறையான நோக்கு நிலையில், இங்கு உழைப்பிலிருந்து மூலதனத்துக்கு இட்டுச் சென்ற பாதை திருப்பி நிறுத்தப்படுவதை நாம் கையாள்கிறோம். சமூகம் முழுவதையும் ஆக்கிரமிக்கும் அளவுக்கு மூலதனம் விரிவடைந்த அதே வெளியில், உயிருள்ள உழைப்பு மூலதனத்தை வீழ்த்துவதை நோக்கி, அதனை கட்டுடைப்பதை நோக்கி, அதன் வெளியை ஆக்கிரமித்து, அதன் இடத்தில் படைப்பூக்கமுள்ள மேலாதிக்கத்தை கட்டமைப்பதை நோக்கிச் செல்கிறது. இந்தப் பார்வை நிலையில், முனைப்பு என்பது தானியக்க-மதிப்புப் பெருக்கமாகும்.

செயல்பாட்டை திருப்பி நிறுத்துவதை இனிமேலும் முறையான பார்வையில் இருந்து மட்டுமின்றி எதார்த்தமான சாத்தியமாக அனுமானிக்கும் போது, அதாவது, செயல் மற்றும் வரலாற்றின் நோக்கு

நிலையை நாம் ஏற்கும் போது மிகப்பெரிய சிரமங்கள் ஏற்படுகின்றன. செயல்பாட்டை திருப்பி நிறுத்துவது நீக்கமுடியாத எதிர்ப்புகளை எதிர்கொள்ளும்படி சபிக்கப்படுகிறது. கெடுவாய்ப்பாக, அதன் தன்னாட்சியானது கடவுளரின் மீதான தாக்குதலின் தன்னெழுச்சித் தன்மையில், அதன் மகிழ்ச்சியில், அதன் கற்பனாவாதத்தில் நுகரப்பட வில்லை. அது எதிர்கொள்ளும் தடைகளும் வரம்புகளும் பிரமாண்ட மானவையாக உள்ளன. இந்த இயக்கத்தின் சிரமத்தை எதிர் கொள்ளும் போது, செயல்பாடு திருப்பி நிறுத்தப்படுவது அடிக்கடி மிக மோசமாக முடிந்து போகிறது - கெட்டிப்படுத்தப்பட்டு, தடுக்கப்பட்டு விடுகிறது. மாற்றியமைக்கும் குறிக்கோள் (அதுதான் பாட்டாளி வர்க்கத்தின் கண்ணியம்) திணறடிக்கப்பட்டு முடக்கப்படும் போக்கைக் கொண்டுள்ளது. அது அகநிலை சக்தியை சலிப்படைய வைத்து குருட்டு தன்னார்வவாதமாக மாறுகிறது. பயங்கரம், பிற்போக்கு, எதிரியிடமிருந்து சுவீகரித்துக் கொண்ட அடக்குமுறையின் பழைய வடிவங்களை கருவியாக பயன் படுத்துதல் என்று மாறி விடுகிறது. புதிய ஏதோ ஒன்றை கட்டமைப்பது? புரட்சிகர பொறியமைவுக்குள்? இது வெறும் மாயையும் துயரமும்தான்! நிச்சயமாக, இவை அனைத்தும் நடந்தன, மீண்டும் நடக்கவிருக்கின்றன. ரோபஸ்பியரிலிருந்து ஸ்டாலின் வரை, 1920-களின் எழுச்சிகளில் இருந்து 1970-களின் எழுச்சி வரை, மாற்றி அமைப்பதற்கான உந்துதல் பயங்கரவாதத்தில் முடிவதை நாம் பார்த்துள்ளோம், வெற்றி பெற்றவர்களோ அல்லது தோற்கடிக்கப் பட்டவர்களோ அரசினால் நடத்தப்பட்டாலும் சரி அல்லது சிறு குழுக்களால் நடத்தப்பட்டாலும் சரி, அதில் எந்த வேறுபாடும் இல்லை: ஒவ்வொரு நேர்விலும் இது புரட்சிகர செயல்பாடு தடுக்கப்படுவதைக் காட்டுகிறது, அது எப்போதுமே பின்வாங்குவதாக, ஒருவேளை மறுஉணர்ச்சியாக, தோல்வியின் அறிகுறியாக, தன்னை விட வலுவாக இருப்பதாக உணர்ந்த எதிரிக்கு எதிரான தீவிரமான எதிர்ப்பு என்ற உருவமாக உள்ளது. நமக்கு இது எதுவும் வேண்டாம். இதன் விளைவாக, இந்தத் துன்பியலை தவிர்ப்பதற்கான வழியாக சமூக ஜனநாயகம் முன் வைக்கப்படுகிறது. ஆனால், நமக்கு இதுவும் வேண்டாம். மொத்தத்தில், இந்தத் தோல்விகள் தவிர்க்க முடியாதவை இல்லை என்று நாம் நினைக் கிறோம் - நாம் மீண்டும் முயற்சிப்போம். தோல்வியை அங்கீகரிப்பது, அதே நேரம் தோற்கடிக்கப்படாமல் இருப்பது என்பதுதான் நமது பணி. சித்தத்தின் நம்பிக்கையின்மை, அறிவின் நன்னம்பிக்கை; மீண்டும் ஒரு முறை, இரண்டாவது அகிலத்திலிருந்து நாம் எவ்வளவு தூரம் வந்திருக்கிறோம் என்பதை இது காட்டுகிறது.

அப்படியானால், பயங்கரவாத வரம்புமீறல்களையும், ஸ்டாலினிச பித்தையும் தவிர்க்கும் செயல்பாட்டை திருப்பி நிறுத்துவதை எவ்வாறு முன் வைக்கவும் நிர்வகிக்கவும் முடியும்? மறுபக்கம், சமூக ஜனநாயக சபலத்தை மறுக்கும் செயல்பாட்டை நாம் எப்படி முன் வைக்க முடியும்? சமூகத்தில் அதன் இயக்கத்தை கட்டுவிக்கும் புரட்சிகர நிகழ்முறையை அடிமட்டத்திலிருந்து எவ்வாறு தோற்றுவிக்க முடியும்? இதுதான் அடிப்படையான விஷயம் என்பது தெளிவு. ஆனால், மீண்டும் ஒருமுறை, இரண்டு சம அளவு திறன்குன்றிய பாதைகள் இங்கு முரண்படுகின்றன: தம்மைத்தாமே சமூக இயக்கவியலின் ஆண்டைகளாக்கிக் கொள்ளும் நம்பிக்கை கொண்ட தீவிரமான அக நிலைவாதத்தைக் கொண்டவர்களின் பாதை; இன்னொன்று மக்கள்திரள் மத்தியில், தன்னெழுச்சியை வழிபடுவதில் மூழ்கி, உடைப்புக்கும் மறுகட்டமைப்புக்கும் திறனற்றவர்களாக மாறி விடும் அளவுக்கு சமூக இயக்கவியலை போற்றுபவர்களின் பாதை. முதல் குழுவுக்கு எதார்த்தம் பற்றிய முடிவு என்பது வன்முறை செயல்பாடுகளுடன் கலந்துள்ளது, அதே நேரம் இரண்டாவது குழு திரும்பத் திரும்பச் செய்வதாலும் பாசாங்காலும் ஆளப்படுகின்றது. இதற்கு எதிராக, செயல்திறனுடையதாக இருக்க வேண்டுமானால், செயல்பாட்டின் எதிர்மறையாக்கம், எதார்த்தத்தை, அதன் எல்லா சிக்கல் நிலைகளுடனும் எதார்த்தமாக எடுத்துக் கொள்ள வேண்டும். ஆண்டைகளின் இயக்கவியலின் 'புரோமிதீயனிசம்' அல்லது தன்னெழுச்சிவாத அழகியலின் 'தற்காதல்' இரண்டுக்கும் இடம் கொடுக்க மறுக்க வேண்டும். ஆனால், மாக்கிய வெல்லிவாதத்தின் விமர்சன பகுப்பாய்வு அல்லது கற்பனாவாதத்தின் விமர்சன பகுப்பாய்வு, ஸ்டாலினிசத்தை மறுப்பது அல்லது தொழிற் சங்கவாதத்தை மறுப்பது, சுய-நிறைவு கொண்ட நிலைக்கு நம்மை கொண்டு வந்து விடவில்லை: மாறாக, அதற்கு எதிராக, விமர்சன பகுப்பாய்வு என்பது பிரச்சினைகளின் ஒருதரப்பான மற்றும் மாயமாக்கப்பட்ட தீர்வுகளை அகற்றும் அதே நேரம், அவற்றையும், அவற்றின் ஒருபடித்தன்மையையும் பராமரிப்பதில் வெற்றியடைய வில்லை என்றால் அது சேதப்படுத்துவதாக உள்ளது.

நல்லது, ஒதுக்கி வைக்கப்பட்ட எல்லாக் காரணிகளையும் இப்போது ஒன்று சேர்த்து இணைத்தால்தான் கட்டமைப்பில் இருந்து முனைப்புக்குச் செல்வது சாத்தியமாகும். நமக்கு ஆர்வமூட்டுவதாக இருக்கும், விடுதலைக்கான பாட்டாளி வர்க்கத்தின் அமைப்பு கட்டமைக்கப்படும் பாதையானது அதனளவிலேயே ஒரு கட்டமைப்பாக இருக்கும் : மக்கள்திரளின் போராட்டம், அமைப்பு மற்றும் புரட்சிகர வாழ்க்கை இவற்றை கட்டுவிக்கும் எல்லா மெய்யான காரணிகளும்,

கட்டுப்பாடாக கற்பனாவாதம், ஒத்தகருத்தை கட்டமைக்கும் கூறுகளாக அதிகாரம், பெருந்திரள் உழைப்பும் முன்னணியானவர்களின் உழைப்பும், தானியக்க-மதிப்புப் பெருக்கமும் தானியக்க அணிதிரட்டலும், எதிரியை நிலைகுலைத்தலும் அழித்தலும், பகையாளியை கட்டுடைத்தலும் சமன் செய்யும் அதிகாரங்களுக்கான சுயேச்சையான நிறுவனங்களை கட்டமைப்பதும், வரலாற்று மாற்று பற்றிய நீண்ட அனுபவமும் கிளர்ச்சிக்கான வேட்கையும் இந்தக் கட்டமைப்புக்குள் அமைந்திருக்கும்.

இவை அனைத்தும், இருப்பினவகை தளத்தில், வேறு சொற்களில் சொன்னால், எந்தவொரு இயக்கவியல் அல்லது முறையான மீ-பொருண்மைவாதத்துக்கு வெளியே, இன்னும் வேறு சொற்களில், முனைப்பு தன்னைத்தானே இயக்கும் மாற்றியமைக்கும் செயல்பாட்டின் தொகுதியின் குவிப்பின் செயல்பாடு மூலமாக தோன்றுகின்றன.

தேற்றம் 17: தொழிலாளர்களின் கட்சி என்ற கோட்பாடு அரசியல்ரீதியானதை சமூகரீதியானதில் இருந்து பிரிப்பதை முன்அனுமானித்துக் கொண்டது

பாட்டாளி வர்க்கத்தை அரசியல் ரீதியாக அணிதிரட்டுவது என்ற பிரச்சினையை, அதிகாரத்தை கைமாற்றும் பிரதிநிதித்துவத்தின் அமைப்பிலோ அல்லது முன்னணிக் குழுவின் பிரதிநிதித்துவத்திலோ (அந்த முன்னணிக் குழு மக்கள்திரள் பரிமாணங்களை உள்ளிணைத்துக் கொண்டாலும்) தீர்த்து விட முடியாது. இந்த இரண்டு தீர்வுகளும் தொழிலாளர்கள் இயக்கத்தின் வரலாற்றில் (மற்றும் முதலாளிவர்க்கத்தின் புரட்சிகர வரலாற்றில்) அடிக்கடி ஒன்றுடன் ஒன்று முரண்பட்டு ஆனால் எப்போதுமே ஒன்றாகப் பிணைந்து கடந்து சென்றிருக்கின்றன. இதற்கு நல்ல காரணம் உள்ளது: அதிகாரத்தை கைமாற்றுதல் என்ற மாதிரியும் சரி, முன்னணிக் குழுவினர் என்ற மாதிரியும் சரி இந்த இரண்டு மாதிரிகளும் ஒரே பொதுவான புலன்கடந்த பரிமாணத்தை வரலாற்று பன்மைத்தன்மையின் இடையாடலாக முன்அனுமானிக்கின்றன. அதிகாரத்தை கைமாற்றும் பிரதிநிதித்துவமும் முன்னணிக் குழுவும் இடையாடலின் பொறியமைவுகளாக உள்ளன. அது தேசத்துடனான இடையாடலாகவோ, அதிகாரவர்க்க நிறுவனத்துடனான இடையாடலாகவோ அல்லது தொழிலாளி வர்க்கத்துடனான இடையாடலாகவோ இருக்கலாம் - ஒவ்வொரு நேர்விலும் அது பன்முகத்தன்மையை ஒருமையிலிருந்து, அரசிடமிருந்து சமூகத்தை பிரிக்கும் நிகழ்முறையின் மேலாக ஐக்கியத்தின் தேக்கத்தன்மையாக உள்ளது. சர்வாதிகாரம் என்பது கட்சி செயல்பாட்டின் இலக்காக முன் வைக்கப்படும் போது கூட, அப்போதும் கூட (இந்த நேர்வில் முன்னணிக் குழுவின்)

பிரதிநிதித்துவம் இடையாடலின் கருத்தாக்க செயல்பாடுதான்: பழைய கோட்பாட்டில் சர்வாதிகாரம் என்பது மிகைதீர்மானிக்கப்பட்ட பிரதிநிதித்துவத்தைத் தவிர வேறில்லை.

இந்த இடத்தில், எப்படியானாலும், நாம் பிரச்சினையின் இதயத்துக்குச் செல்ல வேண்டும். பிரதிநிதித்துவம் பற்றிய மரபுரீதியான கோட்பாட்டின் உண்மையான அடித்தளம் சமூகரீதியானதன் 'அவசிய' இடையாடலாக இல்லாமல், மாறாக, அரசியல்ரீதியானதை சமூக ரீதியானதில் இருந்து 'தன்னிச்சையாக' பிரிப்பதாக உள்ளது என்பதை வலியுறுத்த வேண்டும். அதிகாரத்தை கைமாற்றுதல் என்ற கருத்தாக்கத்தின் குறிப்பான உட்கரு, மற்றும் பொதுவாக அரசியல் பிரதிநிதித்துவம், சமூகத்துடன் தொடர்புடையதற்கும் அரசுடன் தொடர்புடையதற்கும் இடையே, பொருளியல்ரீதியானதற்கும் அரசியல்ரீதியானதற்கும் இடையே, தொழிற்சங்கச் செயல்பாட்டுக்கும் கட்சி செயல்பாட்டுக்கும் இடையேயான பிரிவினையுடன் ஒத்துப் போகிறது.

வரலாற்றுரீதியான விமர்சன பகுப்பாய்வுக்குள் இறங்காமல், பிரதிநிதித்துவம் பற்றிய, எனவே சமூகத்துக்கும் அரசுக்கும் இடையேயான பிரிவினை பற்றிய இந்தக் கோட்பாடு, வர்க்கப் போராட்டத்தின் தற்போதைய எதார்த்தத்துடனும், மதிப்பின் தற்போதைய வடிவத்துடனும் சமூகத்தின் சமகால கட்டுவிப்புடனும் எந்த வகையிலும் பொருந்தவில்லை என்பதை பதிவு செய்கிறோம். ஆகச்சிறந்த நிலையில், கடந்து போய் விட்ட செயல்முனைப்பற்ற சகாப்தத்தின் செயல்முனைப்பற்ற சொத்துதான் அந்தக் கோட்பாடு. குறிப்பாக, அதிகாரத்தை கைமாற்றும் பிரதிநிதித்துவம் என்பது, தொழிற்சங்கத்துக்கும் கட்சிக்கும் இடையேயான பிரிவினையின் மூலமாக, இரண்டாம் அகிலத்தின் போது (இது இரண்டாம் தொழிற் புரட்சியின் முதல் கட்டத்தோடு பொருந்திப் போகிறது) கோட்பாடாக்கம் செய்யப்பட்டு நடைமுறைப்படுத்தப்பட்டது. அதன் கருத்தாக்கம் தொழில்முறை தொழிலாளரின் உருவத்துக்கும் சித்தாந்த பார்வை எல்லைக்கும், புறநிலை முன்னணிக் குழு மற்றும் விடுவிக்கும் முற்போக்கான மற்றும் ஒழுங்கான உழைப்பின் இலக்குவாதம் ஆகியவற்றைப் பற்றிய அதன் திட்டப்பணிக்கும் போதுமானதாக இருந்தது. பெருந்திரள் முன்னணிக் குழு பற்றிய கோட்பாடு, வெகுமக்கள் கட்சி பற்றிய கோட்பாட்டோடும் பெருந்திரள் தொழிலாளர் கட்டமும் இரண்டாம் தொழிற்புரட்சியின் இரண்டாம் கட்டமும் ஆன அடுத்த கட்டத்தோடு பொருந்தி வருகிறது. அமைப்பாக்க மாதிரியும் பிரதிநிதித்துவத்துக்கான மாதிரியும் மாற்று திட்டப்பணியை

அடிப்படையாகக் கொண்டவை - சமூகரீதியானதை அரசியல்ரீதியானதிலிருந்து, தொழிற்சங்கத்தை கட்சியிலிருந்து பிரிப்பதை இன்னும் நியாயப்படுத்தும் வடிவமாக அவை உள்ளன.

இன்றைக்கு, இந்த பிரதிநிதித்துவ உருவங்கள் ஒழித்துக் கட்டப்படுவது வெளிப்படையாகியுள்ளது. ஏனென்றால், நாம் சமூகரீதியானதற்கும் அரசியல் ரீதியானதற்கும் இடையே எந்த வகையிலும் எல்லைக் கோட்டை வரையறுக்க முடியாது. எதார்த்தம் முழுவதும் ஊடுருவியிருக்கும் பொருளாயத நிகழ்முறைகளைத் தாண்டி நிற்க முயற்சிக்கும் இடையாடலுக்கான கோட்டை வரையறுப்பது பற்றிக் கேட்கவே வேண்டாம். சமூக ரீதியானதற்கும் அரசியல் ரீதியானதற்கும் இடையே, தனியானதற்கும் சர்வப்பொதுவானதற்கும் இடையேயான எல்லைக் கோடுகள் மறைந்து போவதுதான் மூன்றாம் தொழில் புரட்சியின் அடிப்படை இயல்பாக உள்ளது. மேலும், அதன் விளைவு மரபுரீதியான பிரதிநிதித்துவத்தை ஒழித்து விடுவதாக உள்ளது. அரசியல் சித்தத்தை தெரிவிப்பதற்கு ஒரே அடித்தளம்தான் உள்ளது. அது நேரடியாகவே பொதுவானதாகவும், சாரமானதாகவும் மற்றும் சர்வப்பொதுவானதாகவும் உள்ளது. நமது விமர்சன பகுப்பாய்வு அதிகாரத்தை கைமாற்றுவதற்கு எதிராக இருப்பதை விட (தெளிவான உடன்பாட்டில் இருக்கும் கம்யூனிச மற்றும் அராஜகவாத-சிண்டிகலிச மரபுகள், இந்தப் பாதைக்கு மிகவும் நெருக்கமாக இருந்த போதிலும்), ஆனால் அதற்கு மாறாக பிரதிநிதித்துவத்தின் இருப்பின நிலைமைகள் என்ற கேள்வியை அது எதிர்கொள்கிறது என்பது தெளிவு. உண்மையில், இருப்பின களத்தில்தான் தொழிலாளர்கள் கட்சி மற்றும் ஜனநாயகம் பற்றிய பிரச்சினையை முன் வைக்க வேண்டும் - சமூகரீதியான மற்றும் அரசியல்ரீதியான, இரண்டுக்கும் இடையேயான ஒவ்வொரு வேறுபாட்டையும் உறுதியாக கைவிட்டு விட்ட இருப்பினவியலுடன் தொடர்புடையதாக முன்வைக்க வேண்டும்.

தேற்றம் 18: இன்றைக்கு அரசியல்ரீதியானது சமூகரீதியானதில் ஈடுபட்டு அதனை புரட்சிகரமாக கட்டுவிக்கிறது

அதிகாரமும் அரசியல்ரீதியானதும் சமூகரீதியானதன் பரிமாணங்களாக உள்ளன. இன்றைக்கு அரசியல்ரீதியானதை தன்னாட்சியுடைய தாகவும் தனியாகவும் பார்ப்பதற்கு எந்த வழியும் இல்லை. இருப்பினும், அது சமூகரீதியானதற்கு திருப்பிக் கொண்டு செல்லப்பட்டு விட்டாலும், நியாயப்படுத்தும் மற்றும் நியாயப்படுத்தப்பட்ட வலிமையாக தன்னை பிரித்துக் காட்டும் இயல்புகளை அது இழக்கவில்லை. அரசியல்ரீதியானதை சமூகரீதியானதில் கண்டறிதல் கற்பனாவாதக் களத்தை கண்டறிவதாகாது

- மாறாக, அது சமூகரீதியானது என்பதற்கான புதிய சக்திவாய்ந்த வரையறையை உருவாக்குகிறது. 'சமூக அரசு' பற்றி பல ஆண்டுகள் நடந்த வாதப் பிரதிவாதங்கள், அரசு பற்றிய சமூகரீதியான வரையறையை நம்பமுடியாத அளவு ஆழப்படுத்தியிருக்கின்றன என்பதைக் குறிப்பிடுவது முரண்நிலையாகவும் அறிவூட்டுவதாகவும் உள்ளது. எதிர்-அறிவுகள் மற்றும் எதிர்-கலாச்சாரங்களின் எதிர்-அதிகாரத்தின் பன்முக இழையமைப்புதான் இன்றைக்கு சமூக பன்முகத்தன்மையாக உள்ளது. எனவே, கூடுதலாக, இது நியாயப்படுத்தலின் தர்க்கங்களை பரப்புவதாகவும், போதுமான வன்முறை உறவுகளை பொறித்து வைப்பதாகவும் உள்ளது. எனவே, இப்போதைய மதிப்பு வடிவத்தின் சட்டகத்துக்குள் செயல்பாட்டை திருப்பி நிறுத்துவதை, சமூகரீதியான மற்றும் அரசியல்ரீதியான இவற்றின் தொடர்ச்சி முழுவதிலும் முழுமையாக செயல்படுத்தியே தீர வேண்டும்.

வரலாற்றை வெடிக்கச் செய்வதற்காக போராட்டக்காரர்களை குவியச் செய்ய வேண்டிய மாயாவாத, அரசியல்ரீதியான புள்ளி எதுவும் இல்லை. இந்த வெடிப்புகள் தினசரி செயல்பாட்டில் இருக்க வேண்டும்- இருப்பினும் இதனாலேயே அவை எந்த வகையிலும் குறைந்த வெடிப்புத் தன்மை கொண்டிருக்கப் போவதில்லை. கம்யூனிசம் பற்றிய சொல்லாடல்கள் பன்முக உள்ளுறைவாதத்தின் தளங்களை, தீவிரமாக செறிவுள்ள பதற்றங்களை கடக்கின்றன. இந்தப் பார்வைநிலையில், சமூக எதார்த்தத்தில் அரசியல் இணைக்கப்படுவது அனுபவத்தின் மொழியில் புதிய பார்வை எல்லைகளையும் போராட்டத்தையும் கட்டுவிக்கிறது. ஒரு காலத்தில், விடுதலை பற்றிய விவாதம், சமூகரீதியானதில் இருந்து அரசியல்ரீதியானதை நோக்கிய வளர்ச்சி என்பதைப் பற்றிய அதிகரித்துச் செல்லும் மிகைதீர்மானிப்பும் என்ற உத்தியின்படி, அங்கிருந்து மீண்டும் சமூகரீதியானதற்கு திரும்பி வர முடியக் கூடிய கற்பனாவாத நோக்கத்தை நோக்கிச் சுட்டப்பட்டிருந்தது. இப்போது, படிப்படியாக அளவை மற்றும் படிநிலை பற்றிய எல்லா முற்கோள்களின் மாயமாக்கப்பட்ட தொகுப்பாக ஆன, அரசியல் ரீதியானதை சமூகரீதியானதிலிருந்து பிரிப்பதன் மீது கட்டப்பட்ட இந்த சொல்லாடல் ஓய்ந்து போய், விடுதலையின் செயல்பாடுகளுக்கு இடம் ஏற்பட்டுள்ளது.

தேற்றம் 19: பாட்டாளி வர்க்கத்தின் அதிகாரம் ஒரு கட்டுவிக்கும் அதிகாரமாகும்

முதலாளித்துவக் கட்டுப்பாட்டின் அரசியல் பற்றாக்குறையும் (அல்லது மேலும் துல்லியமாக, அதன் செயலின் கரணியமின்மை), சமூகரீதியானது

முழுவதிலும் அரசியல்ரீதியானது பாட்டாளி வர்க்கத்தால் அகற்றப் படுவதும் என்ற சமச்சீரற்ற ஆனால் வரலாற்றுரீதியாக இட்டு நிரப்பும் இரண்டு நிகழ்முறைகளும், சமூகரீதியானதும் சட்டரீதியானதும் ஆன ஒழுங்கு அதன் சொந்த பொருத்தப்பாட்டை தெரிவிப்பதற்கு தெளிவாகவே திறனற்று இருக்கும் நெருக்கடியில் முக்கியமான முடிவு எடுக்க வேண்டிய இடத்தை அடைகின்றன. இரண்டு பகுதிகளில் ஒன்றுதான் இன்னும் புத்தாக்கத் திறனுடையதாக உள்ளது; பாட்டாளி வர்க்க அதிகாரம் மட்டும்தான் கட்டுவிக்கும் அதிகாரமாக இருக்க முடியும்.

கட்டுவிக்கும் அதிகாரம் என்பது, கட்டுவிப்பின் சாமான்ய நியாயப்படுத்தலுடன் ஒப்பிடும் போது 'அசாதாரண' அதிகாரம் என்று எப்போதுமே வரையறுக்கப்பட்டிருக்கிறது. இயல்பான நிலைமைக்கு மாறாக, கட்டுவிப்பு அதிகாரம் என்பது இருப்பின விதிமுறைகளின்படி செயல்பட முடிகிறது என்ற உண்மையில் இந்த அசாதாரணத் தன்மை அடங்கியிருக்கிறது - கட்டுவிப்பு அதிகாரம் என்பது நிறுவனங்களையும் பரிந்துரைக்கும் தர்க்கங்களையும் உருவாக்கி எதார்த்தத்தை புதிய வழியில் ஒழுங்கமைக்கும் சட்டமியற்றும் அதிகாரம் ஆகும். கட்டுவிப்பு அதிகாரம் என்பது, அரசியல் ரீதியானதை சமூகரீதியானதற்கு எடுத்துச் சென்று (அத்தகைய மரபில்), அசாதாரண பாணியில் மட்டும் என்றால் கூட, சமூகத்தை கட்டமைக்கிறது. அரசியல் சட்ட கட்டுவிப்பு வரலாற்றில் கட்டுவிப்பு அதிகாரம் என்ற பெருமளவு வளம் தோன்றுவதற்கான தோற்றுவாயாக இது உள்ளது: இது நிறுவனரீதியான வழக்கத்திலிருந்து முறித்துக் கொள்கிறது, சமூகத்தையும் அரசையும் ஒத்திசைவில் வைக்கிறது, சமூகத்தை புத்தாக்கம் செய்கிறது. ஆனால், மானுடவாத மற்றும் மறுமலர்ச்சி புரட்சியிலிருந்து ஆங்கிலேய புரட்சி வரை, அமெரிக்கப் புரட்சியில் இருந்து பிரெஞ்சு மற்றும் ரசியப் புரட்சி வரை, இருபதாம் நூற்றாண்டின் மற்ற எல்லாப் புரட்சிகளிலும், புத்தாக்கத்தின் அசாதாரண தருணம் முடிந்ததும், கட்டுவிக்கும் அதிகாரம் அதன் தாக்கங்களை பயன்படுத்தித் தீர்த்து விட்டது. முதலாளித்துவ அரசியல் கோட்பாடும், அரசியலமைப்பு வாதமும் கட்டுவிக்கும் அதிகாரம் என்ற கருத்தாக்கத்தின் மீது இயங்கின என்ற மாயமாக்கத்தில் அடிப்படையாக உள்ள உண்மையின் குறியீடாக இந்தத் பயன்படுத்தித் தீர்த்தல் உள்ளது. எதார்த்தமான பிரச்சினை மாறிச் செல்வதன் உண்மையைப் பற்றியதாக ஒரு போதும் இருக்கவில்லை, மாறாக அதன் மிதப் படுத்தலின் (தெர்மிடோரின்) முறையில்தான் எதார்த்தமான பிரச்சினை இருந்திருக்கிறது. அரசியல்ரீதியானது சமூகரீதியானதில் இணைக்கப்படுவது ஒரு முடிவைக் கொண்டிருக்க வேண்டும்: வெற்றிகரமான மதிப்பு

வடிவத்தின் உற்பத்தியும் மறுஉற்பத்தியும் முன் வைக்கும் வரம்புதான் இந்த முடிவாக உள்ளது. 'அசாதாரண தன்மை' என்பதை மாற்றி அமைத்த, இந்தச் சட்டவாத வறட்டுத்தனம் கட்டுவிக்கும் அதிகாரத்தின் வரையறையிலேயே மிதவாதத்தை அனுமானித்துக் கொள்ளும் அளவுக்கு கொண்டு செல்லப்பட்டிருக்கிறது. சுருக்கமாக, கட்டுவிக்கும் அதிகாரம் என்பது பிரதிநிதித்துவம் என்ற கருத்தாக்கத்தின் அதே கதிக்கு ஆளாக்கப் பட்டது: அங்கு பிரதிநிதித்துவத்தின் அதிகாரம் வெளியின் வரம்புகளுக்கு உட்படுத்தப்பட்டு, தனது உள்ளடக்கத்தை தானே இல்லாமல் ஆக்கும்படி செய்யப்பட்டது, அது தன்னைத் தானே ஆட்சிப் பரப்பு இத்தலாததாக்கிக் கொண்டது, கட்டுவிக்கும் அதிகாரம் காலரீதியான வரம்புகளுக்கு உட்படுத்தப்பட்டது, திட்டப்பணியின் மற்றும் அதனை அமல் படுத்துவதன் பலவீனம் ஆக உள்ள அசாதாரண பண்பால் வரம்பிடப் படுகிறது.

உற்பத்தி முறையில் புரட்சியின் நிலைமைகளும் இப்போதைய செயல்பாட்டை திருப்பி நிறுத்துவது திறந்து விடும் நோக்குநிலைகளும், கட்டுவிக்கும் சக்தி என்ற வலுவான கருத்தாக்கத்தை உருவாதலுக்கு வழங்குகின்றன. மூடப்படாத, அதன் தாக்கங்களின் அசாதாரணமான காலகட்டங்களுக்குள் வரம்பிடப்படாத, எப்போதும் எல்லா இடங்களிலும் நிறுவனங்களின் உலகத்துக்குள் செயல்படும், எனவே வாழ்வின் உலகத்தால் தோராயமாக்கப்பட்ட கட்டுவிக்கும் அதிகாரத்தை அது நமக்குத் தருகிறது. கட்டுவிக்கும் அதிகாரத்தின் இந்தத் தொடர்ச்சி ஒவ்வொரு கட்டுவிக்கும் அனுபவத்திலும் எதார்த்தமான ஆனால் ஒழுங்கு படுத்தும் கருத்துருவாக உள்ளார்ந்துள்ளது: 'நீடித்த விழுமியங்களில் கால் கொண்டிருத்தல்' என்ற மாக்கியவெல்லிய கருத்துரு, அடிப்படை உரிமைகளின் அட்டவணைகள், நிரந்தரப் புரட்சி, கலாச்சாரப் புரட்சி இன்னபிற - இந்த உள்ளார்ந்த காரணிகள் ஒரு போதும் எதார்த்தமாக்கப் படவில்லை. ஆனால் இன்றைக்கு எல்லாம் வேறாக உள்ளன. உற்பத்தி முறையின் புதிய நிலைமைகளில், மதிப்பு வடிவத்தின் புதிய நிலைமைகளைப் போலவே, முறையாக கட்டுவிக்கும் சக்தியாக இல்லாமலேயே அதிகபட்ச கெட்டித்தன்மையுடனும் தொடர்ச்சியுடனும் கட்டுவிக்கும் சக்தியாக இருப்பது போல இயங்கும் அனுபவம் மறுபடியும் நிகழ்வதை குறுகிய காலத்துக்குக் காண முடிகிறது. கட்டுவிக்கும் அதிகாரம் உயிர் உலகத்தின் காரணியாக ஆகிறது. அன்றாட வாழ்க்கையில் தோன்றுவதன் மூலம் முதலாளித்துவ வர்க்கம் அதற்குக் கொடுத்துள்ள அச்சுறுத்தும் தோற்றத்தை அது இழக்கிறது: எதார்த்தத்துக்குள் மூழ்குவது என்ற அநாகரீகம், அது 'அசாதாரணமான' சக்தியாக இருக்க வேண்டும் என்ற அவசியத்திலிருந்து தப்புகிறது.

மாறாக, அது தெளிவாக அரசியல்ரீதியான, பொதுவான கூட்டுத்துவ செயல்பாட்டை, ஆனால் கட்டுப்படுத்தமுடியாத முன்வைக்கும் தன்மையாலும் அறுதியான நெகிழ்வின்மையாலும் உயிரூட்டப்பட்ட தொழில்முனைவு உருவத்தை எடுத்துக் கொள்கிறது.

தொழில்முனைவு செயல்பாட்டில் கட்டுவிக்கும் அதிகாரம் கண்டு பிடிக்கும் இந்த உறவை வலியுறுத்துவது முக்கியமானதாக உள்ளது. ஒரு பக்கம், இந்தத் தொடர்பு சட்டரீதியான அதிகாரத்துக்கு, சமூக மற்றும் பொருளாதார அனுபவத்திற்கு உரிய, நகரும் தன்மை, இயக்க ஆற்றல், கண்டுபிடிக்கும் தன்மை ஆகிய முறையான தன்மைகளை வழங்குகிறது. மறு பக்கம், முதன்மையாக கட்டுவிக்கும் அதிகாரத்தின் மட்டத்தில், அரசியல்ரீதியானதற்கும் பொருளாதாரரீதியானதற்கும் இடையே எந்த ஒரு பிரிவையும் செய்வது இன்றைக்கு அசாத்தியமானது என்று இந்தத் தொடர்பு காட்டுகிறது. இன்றைக்கு அரசியல்ரீதியான கட்டுவிப்பு சமூகரீதியான கட்டுவிப்புடனான தொடர்பிலேயே இருக்க முடியும் என்று அது தெளிவுபடுத்துகிறது. கட்டுவிக்கும் அதிகாரம் அரசியலுக்கு பொருளாதாரத்தின் கருக்கொண்ட தன்மையை வழங்க வேண்டும், பொருளாதாரத்திற்கு அரசியலின் சர்வப்பொதுத் தன்மையை வழங்க வேண்டும். பெருந்திரளானவர்களின் அன்றாட செயல்பாடு மூலம் கம்யூனிசம் சமூகத்தின் பொது மேலாண்மையை மாற்றி அமைக்கிறது. அரசியல்ரீதியான, பொருளியல்ரீதியான, சமூக ரீதியான இந்த புதிய உற்பத்தி உறவுகளின் இழையமைப்புக்கு கம்யூனிசம் தொடர்ந்து வடிவம் கொடுக்கவும் மறுவடிவம் கொடுக்கவும் செய்கிறது.

மூன்றாவது தொழிற்புரட்சியில், கட்சி பற்றி நாம் மீண்டும் எப்போதாவது பேசுவதாக இருந்தால், கட்டுவிக்கும் அதிகாரத்தின் அடிப்படையில்தான் நாம் அதைப் பேச முடியும் என்பது வெளிப்படையாக உள்ளது.

தேற்றம் 20: இன்று கம்யூனிசத்தின் கட்டுவிப்பு முதிர்ச்சியடைந்துள்ளது

ஒன்றை மற்றொன்றிலிருந்து பிரித்துப் பேசமுடியாத அளவுக்கு அரசியல்ரீதியானது சமூகரீதியானதுடன் இணைந்திருப்பதை கருத்தில் கொள்ளும் போது, மேக்ஸ் வேபர், விளாடிமீர் இலிச் லெனின் ஆகியோர் அதிகாரத்தின் சமூகவியலை பயன்படுத்தும் முறையை நாங்கள் நிராகரிக்கிறோம். மொத்தத்தில், அதிகாரத்தை பிரித்துத் தனியாக்குவது இனிமேலும் சாத்தியமில்லை. ஆனால், இதிலிருந்து சமூகம் தன்னை போதுமான தகவல்தொடர்பு பரிவர்த்தனை மையமாக கருத்தில்

கொள்வதாக புரிந்து கொள்வதும் சாத்தியமில்லை. அரசியல்ரீதியானது தனது வடிவத்தை சமூகரீதியானதன் மேல் பரப்பும் போது, அது சமூக ரீதியானதன் உள்ளடக்கத்தால் நிரப்பப்படுகிறது. இதன் விளைவாக, அரசியல்ரீதியானதான் மூலமாக இந்த உள்ளடக்கம் கட்டுவிக்கும் வடிவமாக உயர்த்தப்படுகிறது. இந்த உணர்வில், இன்றைக்கு அரசியல் ரீதியானதை வடிவமைக்கும் நிலைமைகளின் செயல்பாடுகளில் மட்டும்தான் சமூக பரிவர்த்தனை முதன்மையாக உள்ளது: துல்லியமாக, இது அதிகாரத்தைக் குறிப்பதன் உணர்வில்தான், அது அதிகாரத்தை நிபந்தனையாக அனுமானிக்கிறது, அந்தத் திசையை நோக்கிச் சாய்கிறது. இதனால்தான், அரசியல் வடிவமும் சமூக உள்ளடக்கமும் ஒருங்கமையும் பொருளாயத நிலைமைகளின் வரிசைக்கிரமம் தரப்பட வேண்டும். அரசியல்ரீதியானது சமூகரீதியானதன் மீது மிக அறுதியான சமத்துவம் என்ற வடிவத்தை சுமத்தினால்தான் இது சாத்தியமாகும். சமத்துவம் இல்லை என்றால், சமூக பரிவர்த்தனையின் நிலைமைகளில் அறுதியான சமத்துவம் இல்லையென்றால், பெருந்திரளானவர்களுக்கான சேவையில் அதிகாரத்தை வைப்பது சாத்தியமற்று போகும், அதாவது அரசியல் வடிவத்தையும் சமூக உள்ளடக்கத்தையும் ஐக்கியப்படுத்துவது சாத்தியம் இல்லாமல் போகும்.

இன்றைக்கு இந்தச் சாத்தியப்பாடு பாட்டாளி வர்க்கத்துக்குக் கிடைக்கக்கூடியதாக உள்ளது, பாட்டாளி வர்க்கத்துக்கு மட்டுமே கிடைக்கக் கூடியதாக உள்ளது. ஏனென்றால், அரசியல் வடிவமும் சமூக உள்ளடக்கமும் கொண்டுள்ள அத்தகைய உறவே, சமத்துவத்தை உற்பத்தியும் மறுஉற்பத்தியும் செய்யும் பொறியமைவு மூலம், முதலாளித்துவச் சந்தையாக இருந்தாலும் சரி சமூகரீதியான திட்டமிடலாக இருந்தாலும் சரி, மூலதனம் என்பதன் வரையறையையே ஒழித்துக் கட்டுகிறது. மறுபக்கம், இப்போதைய உற்பத்தி முறையின் எல்லா நிலைமைகளும் அரசியல் அதிகாரத்தை முழுமையாக சமூகமய மாக்குவதை நோக்கித் தள்ளுகின்றன என்பதும் எதிர்த்திசையில், சமூகரீதியானது முழுமையாக அரசியல்மயமாக்கப்படுவதை நோக்கித் தள்ளுகின்றன என்பதும் வெளிப்படையாக உள்ளது. இந்தப் போக்குகள், கம்யூனிசத்தை வளர்ப்பதன் மூலம் மட்டுமே அவை இப்போது சிறைப் படுத்தப்பட்டிருக்கும் மாய்மாலங்களில் இருந்து வெளியேறுவதற்கான வழியை கண்டறிய முடியும். உற்பத்தி முறையின் வளர்ச்சியுடனும் அதனை திரை நீக்குவதுடனும் தொடர்புபடுத்தும் ஒரே சாத்தியமான கட்டுவிப்பாக கம்யூனிசம் மட்டுமே இன்று உள்ளது. கம்யூனிச கட்டுவிப்புக்கு வெளியே மதிப்பின் வேறு எந்த வடிவமும் இல்லை, மதிப்புநீக்கமும் சாவும் மட்டுமே உள்ளன.

இந்தத் தேற்றங்களுக்கான சில கோட்பாட்டு ஆதாரங்கள் பற்றிய பின்னிணைப்பு

சமீப ஆண்டுகளில் நான் தொடர்பு ஏற்படுத்திக் கொண்ட சில அறிவியல் நிலைப்பாடுகளை இங்கு நான் சுட்டிக் காட்ட விரும்புகிறேன். அவற்றுடனான தொடர்பில்தான் என்னுடைய சிந்தனைகள் வளர்ச்சியடைந்தன. அவற்றில் தத்துவார்த்தரீதியானவை, பொருளியல்ரீதியானவை இரண்டுமே உள்ளன. முதலாவதாக, ஒழுங்காற்றல் பள்ளியை நான் குறிப்பிடுகிறேன். 1970-களில் இன்னமும் போராட்ட குணமுள்ள சிந்தனைப் பள்ளியாக கட்டமைந்திருந்த போது, அதனுடனான எனது உறவு இணக்கமான பரிவர்த்தனையாக இருந்தது. இந்தப் பார்வையில், தேற்றம் 4-ல் பயன்படுத்தப்பட்டுள்ள வரைவாக்கங்கள் அவற்றளவில் இந்தக் கலாச்சார பரிவர்த்தனையின் பலனாக உள்ளன. 'தொழிலாளர்களின் போராட்டம்-முதலாளித்துவ வளர்ச்சி' என்ற கருப்பொருளின் முறைமையாக்கத்தின் வளர்ச்சியும், தொழிலாளர் வர்க்கத்தின் 'தொழில்நுட்ப வளர்ச்சி', 'அரசியல் சேர்க்கை' ஆகிய கருத்தினங்களை மையமாகக் கொண்ட அதன் கட்டமைப்புரீதியான வளர்ச்சியும் தொடக்கத்தில் Opeai e capitale (Turin, 1966)-ல் மரியோ த்ரோந்தி (Mario Tronti), Sulla Fiat ed altri scritti (Milan, 1975)-ல் ரொமானோ அல்குவாட்டி (Romano Alquati) ஆகியோரால் விரித்துரைக்கப்பட்டது. பிற்பாடுதான் இந்தக் கருப்பொருட்களை பிரெஞ்சு அறிஞர்கள் (Boyer, Lipietz, Coriat) ஏற்றுக் கொண்டனர். சமீப ஆண்டுகளில் ஒழுங்காற்றல் பள்ளியின் நிலைப்பாடுகள் பெருமளவு மாறியிருக்கின்றன: அது கல்வித்துறை பள்ளியாக மாறியிருக்கிறது. தொழிலாளர்வாத மார்க்சியம், அரசியல் பொருளாதார விமர்சனத்தின் ஒரு அத்தியாயமாக கருத்தில் கொண்ட திட்டத்தை செயல்பாட்டுவாத மற்றும் திட்ட வரைவாக்கங்களாக, மாற்றி விடுவதற்கு அது பெரிதும் தெளிவோடு முயற்சித்தது. ஒழுங்காற்றல் பள்ளி இனிமேலும் சோசலிஸ்ட் ஆக இல்லை என்பது இதன் பொருள் இல்லை: மாறாக, பொருளாதார பார்வையில் இந்தப் பள்ளி வெளிப்படையான சீர்திருத்தவாதமாக வரையறுக்கப்படுகிறது. அதே நேரம், தத்துவார்த்த பார்வையில் தன்னார்வவாத மற்றும் மதிப்பீட்டு தேர்வுகளுக்கு அது மேன்மேலும் அதிக முக்கியத்துவத்தை அளிக்கிறது. ஆண்ட்ரே கோர்ட்ஸ் (Andre Gorz)-ன் அரசியல் ரீதியான புதிய-கான்டியவாதத்தை புரிந்து கொள்வதன் மூலம் ஒழுங்காற்றல் பள்ளி இதனை பெற்றுக் கொண்டது என்று நான் கருதுகிறேன். செவ்வியல் தொழிலாளர்வாதம் 'முனைப்பு இல்லாத நிகழ்முறை' என்ற பொருளாதார புறநிலைவாதத்தை நோக்கி தள்ளப்பட்டுள்ளது, சோசலிச (இன்றைக்கு, மேன்மேலும்

சுற்றுச்சூழல்வாத) நல்லெண்ணங்கள் என்ற புனிதநீரால் ஆசீர்வதிக்கப் பட்டுள்ளது. இரண்டாவதாக, இந்த தேற்றங்களில் எல்லாவற்றுக்கும் மேலாக நான் பின்-சார்த்தரிச பிரெஞ்சு சிந்தனையில் (ஃபூக்கோ, டில்யூஸ், கெத்தாரி) தெரிவிக்கப்பட்டுள்ள தத்துவார்த்த நிலைப்பாடுகளை மனதில் கொண்டுள்ளேன். இந்த ஆசிரியர்களுக்கிடையே வேறுபாடுகள் என்னவாக இருந்தாலும், அவர்களால் கட்டமைக்கப்பட்ட அதிகாரம் பற்றிய விமர்சன பகுப்பாய்வு மதிப்பு விதியைத் தொடுகிறது என்பதும் மதிப்பு விதியின் நெருக்கடியில் இயக்கங்களுக்கும் மறுகட்டமைப்புக்கும் இடையேயான இயங்கியலுக்கு அப்பாற்பட்டதை, ஒன்றுபடுத்தும் பொறியமைவாக, அதிகாரத்தை விளக்குபவற்றில் இருந்து எல்லா உண்மைத்தன்மையின் மதிப்பையும் நீக்கி விடும் அவசர கோரிக்கையை பொறிக்க முயற்சிக்கிறது என்பதும் தெளிவானது. இந்த பிரெஞ்சு கோட்பாடுகளில், இருப்பினவகை ஆய்வு இயங்கியலுக்கு எதிராக நிறுத்தப்படுகிறது. இவற்றில் சமூகப் போராட்டங்களுக்கும் முதலாளித்துவ (சமூகரீதியான, உற்பத்தித் திறனுள்ள, அரசு) மறுகட்டமைப்புக்கும் இடையிலான உறவின் மீது ஆட்சி செய்யும் சாத்தியம் அதிகாரத்தில் இருந்து நீக்கப்படுகிறது. இந்தக் கோட்பாடுகள் அதிகாரம் பற்றிய விமர்சன பகுப்பாய்வை போராட்டப் பாதையாக நிறுத்துவதிலும், நிகழ்வின் மகத்துவமாகவும் பெருந்திரளானவர்களின் மகத்துவமாகவும் நிறுத்துவதிலும், சீர்குலைக்கும் சிறுபான்மையின் உறுப்பாக அமையக் கூடிய கட்டுவிக்கும் அதிகாரத்தை அடையாளம் காண மறுப்பதிலும் அவற்றின் வரம்பு உள்ளது. இருப்பினும், இந்தச் சிந்தனை அதன் தற்போதைய வரம்புகளைத் தாண்டி போக முடியும் என்பதற்கான அறிகுறிகள் தெரிகின்றன. குறிப்பாக, அதிகாரத்தின் மூன்று மகத்தான பெரு நோக்குகளின் பரிணாம வளர்ச்சியை ஃபூக்கோ விரித்துரைத்தார் (டில்யூஸ் வளர்த்தெடுத்தார்): இறையாண்மை என்ற பெருநோக்கு - இதனை நமது மொழியில் (தேற்றம் 4-ஐப் பார்க்கவும்), ஆதித் திரட்டலில் இருந்து முதல் தொழில்துறைப் புரட்சி வரையிலான காலகட்டமாக அவர் முன் வைப்பார். பின்னர், ஒழுக்கப்படுத்தல் என்ற பெருநோக்கு (நமது சொற்களில் : இரண்டாம் தொழில் புரட்சி), இறுதியாக தகவல்தொடர்பு என்ற பெருநோக்கு - அதனை நமது சொற்களில் பின்-ஃபோர்டிச காலத்தின் முதன்மையான வரையறையாக 1968-க்குப் பிறகு நாம் வைக்கிறோம். ஃபூக்கோ, டில்யூஸ் ஆகியோரின் கருத்துப்படி, இந்த இறுதி பெருநோக்கை ஒட்டி, புதிய, புரட்சிகரமாக புதிய ஒழுங்கின் சாத்தியத்தைப் பற்றி சிந்திப்பதை அனுமதிக்கும் தீர்மானிக்கப்பட்ட பண்புரீதியான பாய்ச்சலான கம்யூனிசம் உள்ளது.

இறையாண்மையின் சமூகத்தில் ஜனநாயகம் என்பது குடியரசாக இருந்தால், ஒழுக்கப்படுத்தும் சமூகத்தில் ஜனநாயகம் என்பது சோசலிசமாக இருந்தால், தகவல் தொடர்பு சமூகத்தில் ஜனநாயகம் கம்யூனிசம் அல்லாமல் வேறு எதுவாகவும் இருக்க முடியாது. வரலாற்றுரீதியாக, ஒழுக்கப்படுத்தும் சமூகத்திலிருந்து தகவல் தொடர்பு சமூகத்துக்கு மாறும் பாதைதான் சாத்தியமான இறுதி இயங்கியல் பாதையாக உள்ளது. அதன்பிறகு, இருப்பின கட்டுவிப்பு சுதந்திரமான பெருந்திரள் தனிநபர்களின் உற்பத்திப் பொருளாக இல்லாமல் வேறு எதுவாகவும் இருக்க முடியாது - போதுமான பொருளாயத கட்டமைப்பின் அடிப்படையிலும், சமூகம் முழுவதிலும் ஓடிக் கொண்டிருக்கும் விடுதலைக்கான நிகழ்முறையின் அடிப்படையிலும் மட்டுமே இந்த நிலைமை சாத்தியமாகும். 1960-களிலும் 1970-களிலும் போராட்ட குணத்தைப் பற்றிய மிக உயர்நிலை தத்துவார்த்த சாரமாக்கல்களின் மட்டத்துக்கு வழிநடத்திய இந்த முன்வைப்புகளின் தொகுதி, பயனுள்ள பலன் தரும் உரையாடலின் கூறை பிரதிநிதித்துவப் படுத்துவதாக எனக்குத் தெரிகிறது.

★ தொகுப்பாசிரியரின் குறிப்பு: இங்கும் இதன்பிறகும் 'அதிகாரம்' என்பதை நெக்ரி பயன்படுத்தும் உணர்வு பற்றிய விளக்கத்துக்கு : எம் ஹார்ட் (M Hardt), ஏ நெக்ரியின் த சேவேஜ் அனாமலி (The Savage Anomaly) நூலுக்கு மொழிபெயர்ப்பாளரின் முன்னுரையைப் பார்க்கவும், அதில் 'வலிமை' (Might - Potestas) யாக அதிகாரமும், 'செய்திறன்' (Capacity - Potentia) ஆக அதிகாரமும் (Power) வேறுபடுத்தப்படுகின்றன.

4. மார்க்சியக் கோட்பாட்டில் வர்க்க நோக்குநிலையை திருப்பி நிறுத்தல்: மதிப்புப் பெருக்கத்தில் இருந்து சுய-மதிப்புப் பெருக்கத்துக்கு*

ஹேரி கிளீவர்

வெவ்வேறு கோட்பாடுகள் வெவ்வேறு பார்வை நிலைகளிலிருந்து முதலாளித்துவ சமூக உறவுகளின் பல்வேறு அம்சங்களைப் பற்றிய ஆழ்ந்த புரிதல்களை வழங்குகின்றன. மார்க்சிய அடிப்படையில், குறிப்பிட்ட கோட்பாடு பயனுள்ளதா என்பது அது வர்க்க உறவுகளை உள்வாங்கும் குறிப்பிட்ட வர்க்க நோக்குநிலையை புரிந்து கொள்வதைச் சார்ந்து உள்ளது. குறிப்பிட்ட கோட்பாடு பல்வேறு வேறுபட்ட முதலாளித்துவ அல்லது உழைக்கும் வர்க்கப் பார்வைகளில் ஒன்றை வெளிப்படுத்தலாம். கோட்பாடு வர்க்க உறவின் எந்த அம்சங்களின் மீது தனது கவனத்தை குவித்திருக்கிறது என்பதையும், அவற்றை அது எவ்வாறு அணுகுகிறது என்பதையும், எனவே, அது நமக்கு பயன் தருவதாக இருக்கும் வழிகளையும் புரிந்து கொள்வதற்கு அந்தக் கோட்பாட்டை நாம் ஏற்றுக் கொண்டிருப்பது அவசியமில்லை. தொழிலாளி வர்க்கப் போராட்டத்தின் நேர்மறை உள்ளடக்கம் பற்றிய, மார்க்சியக் கோட்பாட்டுக்கு உள்ளேயும் வெளியேயும் உள்ள சில சமீபத்திய படைப்புகள் பயனுள்ளவையாக இருப்பது குறித்த பரிசீலனை இந்தக் கட்டுரையில் எனது முதன்மையான அக்கறையாக உள்ளது. அதாவது, முதலாளித்துவத்தை வெறுமனே எதிர்ப்பதைத் தாண்டி, வாழ்வதற்கான மாற்று வழிகளை சுயமாகக் கட்டமைப்பதை நோக்கி நகர்வதற்கு மக்கள் முயற்சித்த பல்வேறு வழிகள் மீது நான் அக்கறை காட்டுகிறேன். அந்தப் பரிசீலனைக்கான முறைபாட்டு தயாரிப்பாக, நான் முதலில் பொருளியல் கோட்பாட்டில் வர்க்க நோக்குநிலையைப் பொருத்துவது என்ற பிரச்சினையை விவாதிக்கிறேன், இரண்டாவதாக, இரண்டாம் உலகப் போருக்குப் பிந்தைய இத்தாலிய மார்க்சியத்தில் இருந்து எடுக்கப்பட்ட உதாரணத்தை முன்வைத்து மார்க்சியக் கோட்பாட்டுக்குள் வர்க்க நோக்குநிலை திருப்பி நிறுத்தப்படுவதைப் பற்றி நான் விவாதிக்கிறேன்.

★ இந்தக் கட்டுரை பற்றி பயனுள்ள கருத்துக்களை வழங்கிய கான்ராட் ஹெரால்ட் மாசிமோ டி ஆஞ்சலி மற்றும் இந்தத் தொகுப்பின் தொகுப்பாசிரியர்களுக்கு எனது நன்றிகள்.

கோட்பாடும் வர்க்க நோக்குநிலையும்

உதாரணமாக, நவ-செவ்வியல் பொருளியல் கோட்பாட்டின் வர்க்க நோக்குநிலை பெருமளவு வெளிப்படையானது. அது முதலாளித்துவத்தின் மேலாளர்களும் சப்பைக்கட்டுவாதிகளும் முன்னறிவிப்பதற்கும், கையாள்வதற்கும் நியாயப்படுத்துவதற்கும் அதிகபட்சமாக பயன்படக் கூடிய வகையில் வளர்த்தெடுக்கப்பட்டது. இதை நாம் அங்கீகரித்ததும், சந்தைகள் மீதும், நிறுவனங்கள், நுகர்வோர், தொழிலாளர்கள் ஆகியோர் முடிவு-எடுப்பதன் மீதும் நவ-செவ்வியல் நுண்பொருளியல் (Microeconomics) கோட்பாடு இடையறாது கவனம் செலுத்துவதையும், கூடவே இந்தக் கோட்பாடு முதலாளித்துவத்தின் அந்த அம்சங்களை கையாளுகின்ற குறிப்பிட்ட வழியையும் எளிதாகப் புரிந்து கொள்ள முடிகிறது. இலாபம் ஈட்டும் நடத்தையின் நிகழ்முறைகளையும் பலன்களையும் பற்றிப் புரிந்து கொள்வதற்காக மட்டுமின்றி, இலாபத்தை அதிகபட்ச மாக்குவதற்கான வழிகாட்டல்களை அதாவது விளிம்பு நிலை செலவுகளை விளிம்புநிலை வரவுகளுடன் சமப்படுத்துவது அல்லது காரணி விலைகளை அவற்றின் விளிம்புநிலை உற்பத்தித் திறனுடன் சமப்படுத்துவது என்பதைப் புரிந்து கொள்வதற்கும் உதவும் வகையில் நிறுவனம் பற்றிய நவ-செவ்வியல் கோட்பாடு தனிச்சிறப்பாக விரித்துரைக்கப்பட்டுள்ளது. அதே நேரம், அத்தகைய நடத்தையை நியாயப்படுத்தும் வகையில், அதனோடு தொடர்புடைய சுரண்டலின் பகைநிலை வர்க்க உறவுகளை மறைக்கும் வகையில் அந்தக் கோட்பாடு கட்டமைக்கப்பட்டிருக்கிறது. அத்தகைய கோட்பாட்டின் நோக்கங்களையும் முறைகளையும் நாம் புரிந்து கொண்டதும் முதலாளி வர்க்கம், அவர்களது பொருளியலாளர்கள் என்ற இருதரப்பின் தொழிலையும் சித்தாந்த செயல்பாடுகளையும் பற்றி புரிந்து கொள்வதற்கு நாம் அதனைப் பயன்படுத்த முடியும். முதலாளித்துவத்துக்கு எதிரான தொழிலாளர்களின் போராட்டத்தில் ஈடுபட்டிருப்பவர்கள், எதிர்த்தரப்பு எப்படி சிந்திக்கிறது, திட்டமிடுகிறது, தனது செயல்களை மற்றவர்களிடம் எப்படி நியாயப் படுத்துகிறது என்பதைப் புரிந்து கொள்வதற்காக அத்தகைய கோட்பாட்டை ஆய்வு செய்யலாம். மூலதனத்தின் மேலாளர்களும் அவர்களது பொருளியலாளர்களும் தமது கட்டுப்பாட்டை பராமரித்து நீட்டுவதற்கான முயற்சிகளில் மிகவும் தீவிரமாக இருப்பதை ஒரு விதியாகக் கொண்டுள்ளனர் என்ற வகையில் அத்தகைய நவ-செவ்வியல் கோட்பாட்டை ஆய்வு செய்வது அவர்களது நோக்கங்களையும் முறைகளையும் மூலஉத்திகளையும் எளிதாகப் புரிந்து கொள்வதற்கு உதவுகிறது - இவற்றை உள்வாங்கிக் கொள்வதன் மூலம் தொழிலாளர்கள் வர்க்கப் போராட்டத்தில் தமது சொந்த செயல்பாடுகளை திட்டமிட்டுக் கொள்வதற்கு உதவ முடியும்.[1]

மார்க்சியக் கோட்பாடும் அதன் கருத்தினங்களும் கூட முதலாளித் துவத்துக்குள் இருக்கும் சமூக உறவுகளைப் புரிந்து கொள்வதற்கான கருத்தாக்க பொறியமைவை வழங்குகின்றன. ஆதிக்கத்தின் பொறியமைவுகளை வேறு எந்த விமர்சனக் கோட்பாட்டையும் விட பெருமளவு தெளிவுடன் வெளிப்படுத்துவதால் மட்டுமின்றி, அந்தப் பொறியமைவுகளை வெளிப்படையானதாக்குவதாலும், அதன் மூலம் அவற்றை எதிர்கொள்வதையும் கையாள்வதையும் எளிதாக்கி விடுவதாலும் தான், முதலாளித்துவ சமூகத்துக்கு எதிரான போராட்டத்தில் ஈடுபட்டுள்ளவர்களுக்கு அந்தப் பொறியமைவு பயனுள்ளதாக உள்ளது என்பது நிரூபிக்கப்பட்டிருக்கிறது. உதாரணமாக, நிறுவனம் பற்றிய நவ-செவ்வியல் கோட்பாடு சுரண்டல் என்ற கருத்தாக்கத்தை (விளிம்புநிலை உற்பத்தித் திறன் கூலியை விட அதிகமாகி விடுவது என்ற) சிறப்பு நேர்வுக்கு மட்டும் உரியதாக சுருக்கி விடும் அதே நேரம், மார்க்சியக் கோட்பாடோ முதலாளிகளுக்கும் தொழிலாளர்களுக்கும் இடையே மறுஉற்பத்தியாகும் எல்லா உறவுகளும் பகைநிலையையும் சுரண்டலையும் கொண்டிருப்பதை வெளிப்படுத்துகிறது. அதன் பிறகு, அந்தச் சுரண்டலை ஒழுங்கமைக்கும் குறிப்பிட்ட பொறியமைவுகளை (கூலியின் கட்டமைப்பு, உழைப்புப் பிரிவினை, அறுதி உபரி-மதிப்பு, ஒப்பீட்டு உபரி-மதிப்பு, இன்னபிற) விபரமாக விளக்குகிறது.

இந்தச் சுரண்டல் பொறியமைவுகளுடன் தொடர்புடைய திட்ட வட்டமான நிகழ்வுகளைப் பற்றி முதலாளித்துவத்தின் மேலாளர்கள் நிச்சயமாக அறிந்திருக்கிறார்கள். நேரவீதக் கூலி அல்லது பலன்வீதக் கூலியை குறைவாக வைத்திருப்பதன் மூலமாகவும், தொழிலாளர்களை ஒருவருக்கு எதிராக ஒருவரை மோத விடும் வழியில் உற்பத்தியை ஒழுங்கமைப்பதன் மூலமாகவும், வேலை நாளின் நீளத்தை அதிகரிப்பதன் மூலமும், உற்பத்தித் திறனை அதிகரிக்கும் அதே நேரம் கூலி உயர்வுக்கு வரம்பிடுவதன் மூலமும் இலாபத்தை அதிகரிக்க முடியும் என்று அவர்களுக்குத் தெரியும். ஆனால், நவ-செவ்வியல் கோட்பாடு, மார்க்சியக் கோட்பாட்டைப் போல இல்லாமல், இந்த உறவுகளின் பகைநிலையை மறைக்கிறது, அதே நேரம் அவற்றின் சாராம்சத்தை தக்க வைத்துக் கொள்வதன் மூலம் கோட்பாடு பயனுள்ளதாக இருப்பதை தக்கவைத்துக் கொள்கிறது. உதாரணமாக, கூலியை விளிம்புநிலை உற்பத்தித் திறனோடு சமப்படுத்துவது என்பது ஒப்பீட்டு உபரி-மதிப்பை சுரண்டல்ரீதியாக கறப்பதை உறுதி செய்வதற்கான தோராயமான விதி என்று விளக்கப்படுவதில்லை, மாறாக இலாபத்தை அதிகபட்சமாக்கும் செயல்திறனுக்கான தொழில்நுட்ப நிபந்தனையாக மட்டுமே அது விளக்கப்படுகிறது.

இவ்வாறு, ஒப்பீட்டு உபரி மதிப்பு என்ற கோட்பாடும், காரணிக்கு பொருத்தமான விலைவைத்தல் என்ற கோட்பாடும் ஒரே நிகழ்வின் இரண்டு வேறுபட்ட வர்க்க நோக்குநிலைகளை தெரிவிக்கின்றன. நவ-செவ்வியல் கோட்பாடு மேலாளர்களுக்கு முடிவு எடுக்கும் ஒரு கருவியை வழங்கும் அதே நேரம், அந்தக் கருவி ஆதிக்கத்துக்கான ஆயுதமாக இருப்பதை அவர்களுக்கே கூட மறைக்கும் வழியில் அதைச் செய்கிறது. மறுபக்கம், இந்த திரைமறைப்பை ஊடுருவி, ஆதிக்கத்துக்கான பொறியமைவை அடையாளம் கண்டு, அதன் மூலம் அதை எதிர்ப்பதற்கும் வலுவிழக்கச் செய்வதற்கும் தேவையான உத்திகளைப் பற்றி தெளிவாக சிந்திப்பதற்கான கருத்தாக்கச் சட்டகத்தை மார்க்சியம் தொழிலாளர்களுக்கு வழங்குகிறது.

மார்க்சியக் கோட்பாட்டுக்கு உள்ளாக வர்க்க நோக்குநிலை திருப்பி நிறுத்தப்படுவது

ஆதிக்கத்துக்கான பொறியமைவுகளை வெளிப்படையாகக் குறிப்பிடும் அதே அளவுக்கு, இரண்டு வகையான பகுப்பாய்வுகளை இறுதிவரை செய்து முடிக்க மறந்து விடுவதன் மூலம் மார்க்சியக் கோட்பாட்டின் மிகப்பெரிய பகுதி வளர்த்தெடுக்கப்படாமல் இருக்கிறது: முதலாவதாக, மேலே விவாதிக்கப்பட்டதை விட சற்றே வேறுபட்ட வகையில் வர்க்க நோக்குநிலை திருப்பி நிறுத்தப்படுதல், இரண்டாவது ஆதிக்கத்துக்கு எதிரான போராட்டங்களைப் பற்றிய பகுப்பாய்வு.

மார்க்ஸ் உபரி-மதிப்பு பற்றிய தனது பகுப்பாய்வுகளில் பயன் படுத்தியதைப் போன்ற வர்க்க நோக்குநிலையை திருப்பி நிறுத்துவதன் வகையை நான் மனதில் கொண்டுள்ளேன். மூலதனத்தின் பார்வையில், உபரி-மதிப்பு என்பது முதன்மையாக 'இலாபம்' ஆக இருக்கிறது, அதாவது முதலாளித்துவ முதலீட்டுடன் தொடர்புடையதாக இருக்கிறது. முதலாளிகள் முதன்மையாக உபரி-மதிப்பில் அக்கறை கொண்டுள்ளனர். அதாவது, அவர்கள் உபரி-மதிப்பு போதுமானதா என்பதை அதன் அறுதி அளவின் அடிப்படையில் இல்லாமல், அதை உற்பத்தி செய்யத் தேவையான முதலீட்டின் அடிப்படையில், அதாவது இலாப வீதத்தின் (s/c+v) அடிப்படையில் பெரும்பாலும் மதிப்பிடுகின்றனர். இலாபவீதம் இன்னொரு முதலீட்டுத் துறையை விடக் குறைவாக இருந்தால், இப்போதைய உபரி-மதிப்பு அறுதி அளவுகளில் பெரிதாக இருந்தாலும் தமது முதலீட்டை புதிய துறைக்கு மாற்றி விடும் போக்கை முதலாளிகள் கொண்டுள்ளனர்.

ஆனால், தொழிலாளி வர்க்கத்தின் பார்வையில், உபரி-மதிப்பு பற்றிய சாராம்சமான பிரச்சினைகள் வேறு இடத்தில் உள்ளன.

முதலாவதாக, அவர்களிடம் இருந்து கறக்கப்படும் உபரி-மதிப்பின் அறுதிப் பருமன் மீது அவர்கள் பெருமளவு அக்கறை கொண்டுள்ளனர். ஏனென்றால், மூலதனத்துக்கு அவர்கள் விட்டுக் கொடுக்கும் வாழ்வு நேரத்தின் பகுதியை அது அளவிடுகிறது. இரண்டாவதாக, உபரி-மதிப்பின் ஒப்பீட்டு அளவு பற்றி தொழிலாளர்களுக்கு அக்கறையுள்ள அளவையாக இலாப வீதம் என்பது இல்லை. மாறாக s/v என்ற சுரண்டல் வீதம்தான் தொழிலாளர்களின் அக்கறைக்கு உரியது. சுரண்டல் வீதத்தில், தொழிலாளர்கள் மூலதனத்துக்கு விட்டுக் கொடுக்கும் நேரம், அவர்கள் தமது சொந்தத் தேவைகளை நிறைவேற்றுவதற்காக செலவிடும் நேரத்துடன் ஒப்பிடப்படுகிறது. வணிக உலகத்திலும் சரி, முதலாளி வர்க்க பொருளியல் உலகத்திலும் சரி இலாபத்தின் மீது முதலாளித்துவம் கொண்டிருக்கும் விடாக்கவனத்திற்குப் பின்னால் உபரி-மதிப்பு பற்றிய தொழிலாளி வர்க்கத்தின் நோக்குநிலை மறைக்கப்படுகிறது. உபரி-மதிப்பை கருத்தாக்கம் செய்யும் இந்த இரண்டு மார்க்சிய வழிகளும், பொதுவாக தொழிலாளி வர்க்க நோக்குநிலையை வெளிப்படுத்துகின்றன. இருப்பினும், உபரி-மதிப்பு என்ற கருத்தாக்கமும் இலாபமாக உபரி-மதிப்பு என்ற கருத்தாக்கமும் வேறுபட்ட, எதிரெதிரான அக்கறைகளையும் வர்க்க நலன்களையும் தெளிவாக வெளிப்படுத்துகின்றன.

வேலை நாளை குறைப்பது தொடர்பான (அது அறுதி உபரி-மதிப்பைக் குறைக்கிறது) போராட்டமாக இருந்தாலும் சரி அல்லது உழைப்புச் சக்தியின் மதிப்பை அதிகரிப்பதற்கான (அது ஒப்பீட்டு உபரி-மதிப்பைக் குறைக்கிறது) போராட்டமாக இருந்தாலும் சரி உபரி-மதிப்புக்கு எதிரான தொழிலாளி வர்க்கத்தின் போராட்டத்தைப் பற்றி சிந்திக்கும் போது, முதலாவதாகவும் எல்லாவற்றுக்கும் மேலாகவும் சுரண்டல் வீதத்தில் வீழ்ச்சியைப் பற்றி நாம் சிந்திக்கிறோம். உபரி-மதிப்பை அதிகப்படுத்துவதற்கான முதலாளித்துவ முயற்சிகளைப் பற்றி சிந்திக்கும் போது, முதலாளிகள் முதலாவதாகவும் எல்லாவற்றுக்கும் மேலாகவும் இலாப வீதம் அதிகரிப்பதைப் பற்றி சிந்திக்கின்றனர் என்று நமக்குத் தெரியும். இவ்வாறாக, மார்க்சியக் கோட்பாட்டின் இந்த இரண்டு புள்ளிகளில், தொழிலாளி வர்க்கத்தின் பார்வையிலிருந்து முதலாளித்துவத்தை புரிந்து கொள்ள முயற்சிக்கும் முழுமையான கோட்பாட்டு அணுகுமுறைக்குள் வர்க்க நோக்குநிலை ஒரு வகையில் திருப்பி நிறுத்தப்படுவதை நாம் பார்க்கிறோம்.

முதலாளித்துவ சமூகம் பற்றிய தனது கோட்பாட்டின் மிகப் பொதுவான மட்டத்தில், பகுப்பாய்வின் இரண்டு பக்கங்களையும் வளர்த்தெடுக்க, மார்க்ஸ் தவறுவது அரிதாகவே உள்ளது, ஆனால்,

பல மார்க்சிஸ்டுகள் அவ்வாறு தவறியுள்ளனர். முதலாளித்துவம் என்பது இரண்டு வர்க்க முனைப்புகள் ஒன்றையொன்று எதிர்கொள்ளும், ஆதிக்கத்துக்கான முயற்சியானது எதிர்ப்பாலும் விடுதலைக்கான போராட்டத்தாலும் எப்போதுமே எதிர் கொள்ளப்படும் பகைநிலை வர்க்கப் போராட்டத்தின் சமூகமாக உள்ளது என்ற அவரது அடிப்படை பார்வையை மார்க்ஸ் கிட்டத்தட்ட எப்போதுமே தக்க வைத்துக் கொள்கிறார். *கம்யூனிஸ்ட் அறிக்கையில்* தொடங்கி, *குருண்ட்ரிச*, *மூலதனம்* வழியாக அவரது பிந்தைய எழுத்துக்கள் வரை, தற்காலிகமாக ஆதிக்கம் செலுத்தும் முதலாளித்துவ முனைப்புக்கும், போராடிக் கொண்டிருக்கும் வெற்றிபெறும் சாத்தியத்தைக் கொண்டுள்ள உழைக்கும்-வர்க்க முனைப்புக்கும் இடையேயான பகைத்தன்மையிலான எதிர்நிலை பலமுறை வெளிப்படுத்தப்படுவதை எளிதாகக் காண முடிகிறது. இந்த எதிர்நிலைதான், முதலாளித்துவத்துக்கு அப்பால் நகர்ந்து செல்வதற்கான புரட்சியும் விடுதலையும் என்ற சாத்தியங்கள் குறித்த அவரது கோட்பாட்டின் இதயத்தில் உள்ளது. அது அவரது கோட்பாட்டின் விபரங்களில் அடிக்கடி வெளிப்படுத்தப்படுகிறது. இருப்பினும், சிலநேரங்களில் இந்த ஆதிக்கம் மற்றும் போராட்ட உறவுகளைப் பற்றிய கோட்பாட்டுப் புரிதலை விவரிக்கும் போது, அவருக்குப் பிந்தைய பல மார்க்சிஸ்டுகளைப் போலவே, ஆதிக்கத்துக்கான பொறியமைவுகளைப் புரிந்து கொள்வதிலும் விவரிப்பதிலும் முழுகிப் போய் விடுவதால், உபரி-மதிப்பு என்ற நோக்குநிலையிலும் இலாபமாக உபரி-மதிப்பு என்ற நோக்குநிலையிலும் உருக்கொண்டுள்ள இரட்டைத்தன்மையை கோட்பாட்டு மட்டத்தில் வளர்த்தெடுக்க மார்க்சும் தவறுகிறார். அத்தகைய விளக்கம் இல்லாத இடங்களில் அதற்கான விளக்கத்தை கண்டறிவது பல நேரங்களில் அறிவூட்டுவதாகவும், பலனளிப்பதாகவும் இருப்பதாக நிரூபிக்கப்பட்டுள்ளது.

மார்க்சின் எழுத்துக்களில் இதோடு தொடர்புடைய இரண்டாவது தோல்வி, ஆதிக்கம் பற்றிய அவரது வரலாற்று பகுப்பாய்வு, அந்தப் பொறியமைவுகள் ஆதிக்கம் செலுத்துவதற்காக வடிவமைக்கப்பட்டுள்ள போராட்டங்கள் பற்றிய பகுப்பாய்வால் இட்டு நிரப்பப்படாதபோது நிகழ்ந்திருக்கிறது. எனவே, அவரது எழுத்தின் கணிசமான பகுதி, மிகச்சிறந்த நிலையில், தனது கோட்பாட்டை மார்க்ஸ் யாருக்காக விரித்துரைக்கிறாரோ அந்தத் தொழிலாளர்களின் போராட்டங்கள் மீது கவனத்தைக் குவிக்காமல், முதலாளிகளின் சதித் திட்டங்கள் மீது மூழ்கியிருப்பதாகத் தோற்றமளிக்கிறது. அத்தகைய ஒற்றைப்பரிமாண கவனம் தொடர்பான ஒரு உதாரணம் இந்த விஷயத்தை விளக்குவதற்கு போதுமானதாக இருக்கும். *மூலதனம்* நூலில் ஆதித் திரட்டல் பற்றிய

பகுப்பாய்வில், உற்பத்திச் சாதனங்கள் உடைமை பறிக்கப்படுவது பற்றிய மார்க்சின் விவாதமும் (அத்தியாயம் 27), உடைமை பறிக்கப்பட்டவர்களுக்கு எதிரான கொலைகாரச் சட்டங்கள் பற்றிய விவாதமும் (அத்தியாயம் 28) இந்த விளைவுகளை பெறுவதற்காக பயன்படுத்தப்பட்ட நடவடிக் கைகளின் கடுமை தொடர்பாக நீளமாக பேசுகிறது, ஆனால், இந்த நடவடிக்கைகளை எதிர்த்து மக்கள் நடத்திய போராட்டங்களைப் பற்றி மிகக் குறைந்த அளவே பேசுகிறது. இருப்பினும், அந்த எதிர்ப்பின் அடிப்படைகளையும் ஆழத்தையும் பற்றிய பகுப்பாய்வுதான் பயன்படுத்தப்பட்ட நடவடிக்கைகளின் கடுமையையும் அவற்றின் வகைமுறையையும் விளக்கவும், அதே இயல்பிலான இன்னும் சமீபகால போராட்டங்களுக்கு பாடங்களை வழங்கவும் முடியும்.[2]

மூலதனம் நூலில் இதற்கான வெளிப்படையான எதிர்-உதாரணம், அதாவது சச்சரவுகளின் இரண்டு பக்கங்களையும் பகுப்பாய்வது என்ற முறையில் மார்க்ஸ் அவற்றை எவ்வாறு கையாண்டார் என்பதைக் காட்டும் உதாரணம் அத்தியாயம் 10-ல் உள்ளது. அதில் வேலை நாளை நீட்டுவது மற்றும் குறைப்பது தொடர்பான போராட்டங்களைப் பற்றி அவர் விவாதிக்கிறார். இங்கு, கோட்பாட்டு மட்டத்திலும் சரி, வரலாற்று பகுப்பாய்விலும் சரி அவரது பகுப்பாய்வு இன்னும் முழுமையாக வளர்த்தெடுக்கப்பட்டுள்ளது. தம் மீதான சுரண்டலை குறைப்பதற்கான தொழிலாளர்களின் முயற்சிகள் தொடர்பாகவும் தமது இலாபங்களை அதிகரிக்க அல்லது பாதுகாக்க மூலதனத்தின் முயற்சிகள் தொடர்பாகவும் வேலை நாளின் நீளம் பற்றிய மோதல்கள் பகுப்பாய்வு செய்யப் பட்டுள்ளன.[3] கெடுவாய்ப்பாக, ஆதிக்கம் செலுத்துவதற்கான முதலாளிகளின் முயற்சிக்கும் அந்த ஆதிக்கத்துக்கு எதிரான தொழிலாளி வர்க்கத்தின் போராட்டங்களுக்கும் இடையில் கோட்பாட்டு மட்டத்திலும் வரலாற்று மட்டத்திலும் சமநிலையை பராமரிப்பதில் வேலைநாள் பற்றிய இந்த விவாதம் கிட்டத்தட்ட தனியாக நிற்கிறது. இதன் விளைவாக, முதலாளிகளின் கைகளில் நவ-செவ்வியல் பொருளியல் கோட்பாடு ஆயுதமாக இருப்பது போல, மூலதனத்துடனான தமது போராட்டத்தில் மார்க்சியக் கோட்பாட்டை தொழிலாளர்கள் ஆயுதமாக ஏந்துவதாக புரிந்து கொண்டவர்கள் தொழிலாளி-வர்க்கப் போராட்டத்துக்கு மார்க்சின் பகுப்பாய்வு கோட்பாடுரீதியாக உணர்த்துபவற்றையும் அரசியல்ரீதியாக உணர்த்துபவற்றையும் முழுமையாக உள்வாங்கிக் கொள்வதற்கு, குறிப்பிட்ட பிரச்சினைகளில் வர்க்க நோக்குநிலை திருப்பி நிறுத்தப்படுவதன் இந்த இரண்டாவது வகையில் மார்க்சியக் கோட்பாடு (மற்றும் வரலாறு) உணர்த்துபவற்றை ஆய்வு செய்வதன்

மூலம் மார்க்சிய பகுப்பாய்வை முழுமைசெய்ய வேண்டிய அவசியத்தை எதிர்கொள்கின்றனர்.

'மூலதனச் சேர்க்கை' என்பதிலிருந்து 'வர்க்கச் சேர்க்கை' என்பதை நோக்கி

1960-களின் தொடக்கத்தில் இத்தாலிய புதிய இடது (Italian New Left) இயக்கத்தைச் சேர்ந்த ரானியரோ பான்சியரி (Raniero Panzieri), மரியோ த்ரோந்தி (Mario Tronti), முதலானோர் தொழில்நுட்ப மாற்றம் தொடர்பாகவும் மூலதனத்தின் சேர்க்கை (composition) தொடர்பாகவும் மார்க்சின் கருத்தாக்கங்கள் பற்றி அத்தகைய திருப்பி நிறுத்தப்படுவதற்கான மிகச்சிறந்த உதாரணங்களில் ஒன்றை செய்து காட்டினர். மூலதனம் நூலின் முதல் பாகத்தில் விபரமாக தரப்பட்டிருக்கும் தொழில்நுட்ப மாற்றம் பற்றிய மார்க்சின் கோட்பாடு மூலதனத்தின் சொந்தப் புரிதலை மறுவார்ப்பு செய்கிறது. மூலதனத்தின் சொந்தப் புரிதல், உதாரணமாக, ஆதாம் ஸ்மித் உழைப்புப் பிரிவினையை செயல்திறன் என்ற அடிப்படையில் பகுப்பாய்வதில் தெரிவிக்கப்படுகிறது. மார்க்ஸ் தனது உழைப்பு மதிப்புக் கோட்பாட்டைப் பயன்படுத்தி உயிருள்ள உழைப்பு மீதான ஆதிக்கத்துக்கு நிலை மூலதனத்தை பயன்படுத்துவது என்ற முக்கியப் பொறியமைவின் மீது கவனத்தை குவிக்கிறார். மார்க்சின் கோட்பாட்டின் மையமான கருத்தாக்கங்களாக மூலதனத்தின் தொழில்நுட்பச் சேர்க்கை, மூலதனத்தின் மதிப்புச் சேர்க்கை மற்றும் மூலதனத்தின் அங்ககச் சேர்க்கை என மூன்று வகைகள் உள்ளன.⁴ மூலதனத்தின் தொழில்நுட்பச் சேர்க்கை என்பது உற்பத்தி நிகழ்முறையில் பயன்படுத்தப்படும் ஆலை, இயந்திர சாதனம், கச்சாப் பொருட்கள் மற்றும் உழைப்பு ஆகியவற்றின் குறிப்பிட்ட பொருளாயத சீரமைப்பைக் குறிக்கிறது. உற்பத்தி நிகழ்முறையின் உற்பத்தித் திறனை அதிகரிக்கும் மறுஒழுங்கமைப்பு (குறிப்பிட்ட அளவிலான உழைப்பாளர் படை) மாறாமூலதனத்தை அதிக அளவு பயன்படுத்துவதை கொண்டிருக்கும் போது மூலதனத்தின் தொழில்நுட்பச் சேர்க்கை 'உயர்கிறது'. இத்தகைய மாற்றம் பற்றிய வழக்கமான நவ-செவ்வியல் பொருளியலில் உள்ள எதிரிணை தெரிவிப்பு மூலதனத்துக்கும் உழைப்புக்கும் இடையிலான விகிதம் உயர்வது என்பது.⁵ மூலதனத்தின் இந்தத் தொழில்நுட்பச் சேர்க்கையில் ஏற்படும் மாற்றம் உற்பத்தியின் மறுசீரமைப்பை தெரிவிக்கும் தொழில்நுட்பக் கருத்தாக்கமாக மட்டுமே தோற்றமளிக்கிறது.

இத்தகைய மாற்றத்தை மதிப்பு அடிப்படையில் விவாதிப்பதற்கு, மூலதனத்தின் 'மதிப்பு'ச் சேர்க்கை, மூலதனத்தின் 'அங்கக'ச் சேர்க்கை

ஆகிய இணையான கருத்தாக்கங்களை மார்க்ஸ் அறிமுகப்படுத்தினார். இரண்டு நேர்வுகளிலும், ஆலை, இயந்திர சாதனம், கச்சாப் பொருட்கள் ஆகியவை அவற்றின் மதிப்பின் அடிப்படையில் ஒன்று சேர்க்கப்பட்டு மாறா மூலதனமாகின்றன, பயன்படுத்தப்படும் உழைப்பு அதன் மதிப்பின் அடிப்படையில் ஒன்று சேர்க்கப்பட்டு மாறும் மூலதனமாகிறது. இரண்டு நேர்வுகளிலும் இந்த இரண்டுக்கும் இடையிலான விகிதத்தை c/v என்று தெரிவிக்க முடியும். தொழில் நுட்பச் சேர்க்கையில் ஏற்படும் மாற்றங்களுடன் தொடர்பில்லாமல், மாறா மூலதனம் அல்லது மாறும் மூலதனத்தின் மதிப்பில் ஏற்பட்ட மாறுதல்களின் காரணமாக c/v-ல் ஏற்படும் மாற்றங்களையும், தொழில் நுட்பச் சேர்க்கையில் ஏற்பட்ட மாற்றங்களின் காரணமாக மட்டுமே c/v-ல் ஏற்படும் மாற்றங்களையும் வேறுபடுத்திப் பார்க்க வேண்டும் என்ற நோக்கத்தில்தான் மார்க்ஸ் மதிப்புச் சேர்க்கையையும், அங்ககச் சேர்க்கையையும் வேறுபடுத்துகிறார். இவ்வாறாக, தொழில் நுட்பச் சேர்க்கையுடன் எந்தத் தொடர்பும் தேவையில்லை அல்லது விரும்பப்படவில்லை எனும் போது c/v என்பது 'மதிப்பு'ச் சேர்க்கை என்று அழைக்கப்படுகிறது. ஆனால், தொழில்நுட்பச் சேர்க்கையுடன் தொடர்பு தேவைப்படும் போது அல்லது விரும்பப்படும்போது அது 'அங்கக'ச் சேர்க்கை என்று அழைக்கப் படுகிறது. இவ்வாறாக, உதாரணமாக, நல்ல காலநிலை காரணமாகவும் வழக்கத்துக்கு மாறான அதிக உற்பத்தித் திறனுடைய அறுவடையாலும் ரொட்டியின் [உணவுப் பொருட்களின்] மதிப்பு குறைவதால் உழைப்புச்சக்தியின் மதிப்பில் வீழ்ச்சி ஏற்பட்டு மதிப்புச் சேர்க்கை (c/v) அதிகரிக்கலாம். இதற்கு மாறாக, உழைப்பின் உற்பத்தித் திறனை உயர்த்தும் புதிய ஆலை அல்லது இயந்திர சாதனத்தை அறிமுகப் படுத்துவதன் மூலம் c/v-ல் ஏற்படும் உயர்வைத்தான் மூலதனத்தின் அங்ககச் சேர்க்கையில் ஏற்பட்ட உயர்வு என்று மார்க்ஸ் அழைக்கிறார்.[6] இந்தக் கருத்தாக்கம் தொழில்நுட்ப மாற்றம் பற்றிய பகுப்பாய்வுக்கு மட்டுமின்றி, கட்டுப் படுத்த சிரமமான தொழிலாளர்களுக்கு பதிலாக கட்டுப்படுத்தக் கூடிய இயந்திர சாதனத்தை புகுத்தும் மூலதனத்தின் போக்கு என்று மார்க்ஸ் கருதுவதன் நீண்ட-கால விளைவுகள் பற்றிய அவரது பகுப்பாய்வுக்கும் மையமாக ஆகிறது. மூலதனத்தின் அங்ககச் சேர்க்கை உயர்ந்து செல்லும் போக்கு தொழிலாளர்கள் வேலை யிழப்பதற்கும், வேலையின்மை அதிகரிப்பதற்கும் கட்டமைப்புரீதியான நெருக்கடிக்கும் இட்டுச் செல்வது தொடர்பானதாக அந்த பகுப்பாய்வு உள்ளது.

இந்தக் கருத்தாக்கங்கள் குறிப்பாக தொழிலாளர்கள் நீக்கப்படுவது தொடர்பாகவும் நெருக்கடி தொடர்பாகவும் மார்க்சிய பொருளியலாளர்களின் கவனத்தை பல ஆண்டுகளாகவே பெருமளவு ஈர்த்திருப்பதற்கு வலுவான காரணங்கள் உள்ளன. தொழிலாளர்களை வேலை நீக்கம் செய்து வேலையில்லா தொழிலாளர்களின் சேமப்பட்டாளம் ஒன்றை உருவாக்கும் மூலதனத்தின் போக்கு மார்க்சியக் கோட்பாட்டைப் பின்பற்றுபவர்கள் மத்தியில் அக்கோட்பாட்டின் பொதுவாக ஏற்றுக் கொள்ளப்பட்ட பகுதியாக இருந்து வருகிறது. மறுபக்கம், இலாபவீதம் குறைந்து செல்லும் போக்கு என்று அழைக்கப்படுவது தொடர்பாகவும், முதலாளித்துவ நெருக்கடியுடன் அது கொண்டுள்ள உறவின் அர்த்தத்தையும் முக்கியத்துவத்தையும் பற்றியும் மார்க்சிஸ்டுகள் மத்தியில் முடிவின்றி நடப்பதாகத் தோன்றும் விவாதங்களின் மையமாக மூலதனத்தின் அங்ககச் சேர்க்கையில் ஏற்படும் பரிணாம வளர்ச்சியில் அளவுக்கதிகமாக மூழ்கியிருப்பது உள்ளது.

ஆனால், இரண்டாம் உலகப் போருக்குப் பின் இத்தாலிய தொழில் துறையை நவீனமயமாக்கும் தொழில்நுட்ப மாற்றங்கள் புகுத்தப்பட்டதை மையமாகக் கொண்டு நடந்த தொழிலாளி வர்க்கப் போராட்டங்களுக்கு மத்தியில் இந்தப் பிரச்சினைகள் பற்றிய மார்க்சின் ஆய்வில் இருந்த வரம்புகள் அடையாளம் காணப்பட்டன. அத்தகைய நவீனமயமாக்கல் என்பது வளர்ச்சி என்றும் அதனுடன் தொழிலாளர்கள் ஒத்துழைக்க வேண்டும் என்றும் இத்தாலிய கம்யூனிஸ்ட் கட்சி (PCI) சொன்ன கருத்தை இத்தாலிய தொழிலாளர்கள் மிகத் தீவிரமாக எதிர்த்தனர். இதனைத் தொடர்ந்து ரனியேரோ பன்சியெரி போன்ற இத்தாலிய மார்க்சிஸ்டுகள், மார்க்சின் பகுப்பாய்வையே மறுபரிசீலனை செய்தனர். அத்தகைய மறுபரிசீலனை மூலம், தொழிலாளி வர்க்கத்தை கட்டுப்படுத்தி ஆதிக்கம் செலுத்துவதற்காக இயந்திர சாதனங்களை முதலாளிகள் பயன்படுத்துவது என்ற, அந்த மாற்றத்தின் வர்க்கச் சார்பை அவர்கள் மீண்டும் கண்டுபிடித்தனர் (இதனை இத்தாலிய கம்யூனிஸ்ட் கட்சியும் அதன் கோட்பாட்டாளர்களும் அடக்கி வாசித்தனர்).[7] உற்பத்தித் திறன் அதிகரிப்பது அதன் மூலம் கூலிகள் அதிகரிப்பதற்கான சாத்தியங்கள் என தொழில்நுட்ப மாற்றத்தின் நேர்மறை பலன்களை வலியுறுத்திய அதே நேரம், மூலதனத்தின் அங்ககச் சேர்க்கை அதிகரிப்பதை பயன்படுத்தி சுரண்டலை அதிகரித்து, தொழிலாளர்களின் ஒப்பீட்டு வலுவைக் குறைப்பதற்கு மூலதனம் பின்பற்றும் வழியை இத்தாலிய கம்யூனிஸ்ட் கட்சி புறக்கணித்தது. தொழிலாளர்கள் இதைத் தெளிவாகப் பார்த்தார்கள் என்பது உறுதி. தமது அனுபவத்துக்கும் இத்தாலிய கம்யூனிஸ்ட் கட்சியின் எதிர்

வினைக்கும் இடையேயான இடைவெளி அத்தகைய தொழில்நுட்ப மாற்றம் பற்றிய இத்தாலிய கம்யூனிஸ்ட் கட்சியின் அலட்சியம் தொடர்பாக தொழிலாளர்களை கோபமடையச் செய்வதற்கு போதுமானதாக இருந்தது. பன்சியெரியும் அவரது சக ஆய்வாளர்களும் செய்த ஆய்வு, இந்தக் கோபம் பற்றிய கோட்பாட்டு விரித்துரைத்தலை வழங்கியது.

இந்த ஆய்வுப்பணி, கோட்பாட்டில் மட்டுமின்றி, தொழில்துறை உற்பத்தி நிகழ்முறைகளில் ஏற்பட்ட எதார்த்தமான மாற்றங்கள் தொடர்பாகவும் தொழிலாளர்களின் அதிகாரம் என்ற பிரச்சனையுடன் அவை கொண்டிருக்கும் உறவு தொடர்பாகவும் மேலும் ஆழமான, மேலும் விபரமான பகுப்பாய்வுகளுக்கு இட்டுச் சென்றது.[8] இந்தப் பணிதான் நான் தனிக்கவனம் செலுத்த விரும்பும் வகையிலான கோட்பாட்டு திருப்பி நிறுத்தலுக்கும் அரசியல்ரீதியான திருப்பி நிறுத்தலுக்கும் இட்டுச் சென்றது. மார்க்சின் ஆய்வு, மூலதனத்தின் அங்ககச் சேர்க்கையில் ஏற்படும் அதிகரிப்பு ஒப்பீட்டு உபரி-மதிப்பை ஈடேற்றம் செய்வதற்கான வழியாக இருப்பதன் மீது கவனத்தைக் குவித்திருந்தது. இந்த இத்தாலிய கோட்பாட்டாளர்கள், இதனோடு நெருக்கமாக தொடர்புடைய மார்க்சின் உழைப்புப் பிரிவினை பற்றிய ஆய்வுடன் இதனை இணைத்து, மார்க்சின் சொந்தப் பணியில் இருந்து இதன் புதிய உள்தொடர்புகளை கண்டறிந்தனர். எந்த ஒரு குறிப்பிட்ட உழைப்புப் பிரிவினையும் முதலாளித்துவ கட்டுப்படுத்தலுக்கான ஊடகமாக உள்ளது என்பதை மார்க்ஸ் அங்கீகரித்திருந்தது போலவே, உழைப்புப் பிரிவினையில் ஏற்படும் எந்த மாற்றமும் அந்தக் கட்டுப்பாட்டின் கட்டமைப்பின் மீது தாக்கத்தைக் கொண்டிருக்கும் என்று நாமும் அங்கீகரித்தே தீர வேண்டும் என்று இந்த ஆய்வாளர்கள் வாதிட்டனர். வழக்கமாக தொழிலாளர்களின் போராட்டங்களுக்கு[9] எதிர்வினையாக தொழில்நுட்ப மாற்றம் புகுத்தப்படுகிறது என்ற மார்க்சின் வாதத்தை, இப்போது இருக்கின்ற உழைப்புப் பிரிவினைக்குள் கட்டி எழுப்பப்பட்டுள்ள கட்டுப்படுத்தல் கட்டமைவில் ஏற்படும் உடைவுக்கான எதிர்வினை என்று மீள்பொருள் கூறுவதோடு மட்டுமின்றி, கட்டுப்படுத்தலை மீண்டும் நிலைநாட்டும் நோக்கத்தோடு புதிய உழைப்புப் பிரிவினையை அறிமுகப்படுத்துவது என்றும் பார்க்க முடியும்.

இந்த வழியில், தொழில்நுட்ப மாற்றத்தைப் பற்றிய ஆய்வின் கவனம் முதலாளித்துவ ஆதிக்கத்துக்கான வழிகளில் ஏற்பட்ட புத்தாக்கம் என்பதிலிருந்து அத்தகைய பொறியமைவை தொழிலாளர்கள் தோற்கடித்ததையும், அதற்கு எதிரிவினையாக புதிய பொறியமைவை

முதலாளிகள் அறிமுகப்படுத்தியதையும் கொண்ட வர்க்கப் போராட்டத்தின் இயக்க ஆற்றலுக்கு மாற்றப்பட்டது. இந்த வகையிலான ஆராய்ச்சி, வர்க்க அதிகார சமநிலையின் மாற்றத்துக்குள் ஒரு கூறாக தொழில் நுட்ப மாற்றத்தை ஆய்வு செய்வதற்கான கருத்தாக்கங்களின் புதிய வரிசைக் இட்டுச் சென்றது: வர்க்கச் சேர்க்கை, அரசியல்ரீதியான மறு சேர்க்கையும், சேர்க்கைச்சிதைவும்.[10] ‘மூலதனத்தின் சேர்க்கை’ என்ற மார்க்சின் கருத்தாக்கத்துக்கு இணையாக இந்த இத்தாலியக் கோட்பாட்டாளர்கள் ‘வர்க்கச் சேர்க்கை’ என்பதை வைத்தார்கள். இரண்டு கருத்தாக்கங்களும் உற்பத்தி நிகழ்முறையின் ஒழுங்கமைப்பு என்ற ஒரே நிகழ்வைக் குறிக்கின்றன. ஆனால், மார்க்சின் கருத்தாக்கத்தின் தனிக்கவனம் மாறும் மூலதனத்தின் மீது மாறா மூலதனம் செலுத்தும் தொகுக்கப்பட்ட ஆதிக்கத்தின் மீது இருக்கும் போது, ‘வர்க்கச் சேர்க்கை’ என்ற கருத்தாக்கம் மாறா மூலதனம், மாறும் மூலதனம் ஆகியவற்றின் குறிப்பிட்ட ஒழுங்கமைப்போடு தொடர்புடைய உழைப்புப் பிரிவினைக்குள் இருக்கும் வர்க்க அதிகாரத்தின் கட்டமைப்பு பற்றிய பகுதிகளாக பிரிக்கப்பட்ட சித்திரத்தைக் கொண்டுள்ளது. இன்னும் அதிகமாக, இங்கு ‘வர்க்க அதிகாரம்’ என்ற கருத்தாக்கம் மூலதனத்தின் ஆதிக்கம் செலுத்தும் சக்தியோடு மட்டுமின்றி, அதை எதிர்ப்பதற்கான தொழிலாளர்களின் சக்தியுடனும் தொடர்புடையது. தொழிலாளர்களின் இந்த சக்தி தொழிலாளி வர்க்கத்துக்கு உள்ளே யேயான அதிகாரப் பரவலோடு நேரடியாகத் தொடர்பு கொண்டுள்ளது. உழைப்புப் பிரிவினை அனைத்துமே, வர்க்கத்துக்குள்ளான அதிகாரத்தின் ஒரு வகையான படிநிலை பரவலைக் கொண்டுள்ளது, அது வழக்கமாக கூலி படிநிலை மூலம் தெரிவிக்கப்படுகிறது என்றும் சுட்டிக் காட்டப்பட்டது. ‘மூலதனத்தின் சேர்க்கை’ என்ற கருத்தாக்கத்தோடு மார்க்சிஸ்டுகள் எப்போதும் தொடர்புபடுத்தியிருந்ததை விட பெரும் அளவு சிக்கலான பகுப்பாய்வுக்கான கதவை ‘வர்க்கச் சேர்க்கை’ என்பதை நோக்கிய நகர்வு திறந்து விட்டது. அது மார்க்சியக் கோட்பாட்டுக்கு கோட்பாட்டு ரீதியாகவும் அரசியல்ரீதியாகவும் செறிவூட்டியது.[11]

தொழில்நுட்பத்திலும் உழைப்புப் பிரிவினையிலும் ஏற்பட்ட மிக முக்கியமான இயக்க ஆற்றலை கையாள்வதற்காக உருவாக்கப்பட்ட ‘அரசியல் மறுசேர்க்கை’ மற்றும் ‘சேர்க்கைசிதைப்பு’ ஆகிய கருத்தாக்கங்களைப் பொறுத்தவரை இது இன்னும் அதிக அளவு உண்மையாக உள்ளது. மூலதனத்திரட்டலை உத்தரவாதப்படுத்தும் அளவுக்கு தொழிலாளி வர்க்கத்தின் மீது போதுமான அளவு கட்டுப் படுத்தலை வழங்கும் ‘வர்க்கச் சேர்க்கையை’ உருவாக்க, அதாவது,

வர்க்கங்களுக்கு இடையேயான அதிகாரப் பரவலையும் வர்க்கத்துக்கு உள்ளான அதிகாரப் பரவலையும் உருவாக்க மூலதனம் முயற்சிக்கிறது என்று சொல்ல முடியும் என்றாலும் தொழிலாளர்களின் போராட்டங்கள் அத்தகைய கட்டுப்படுத்தலை திரும்பத் திரும்ப பலவீனப்படுத்துகின்றன என்பதும் அத்தகைய வர்க்கச் சேர்க்கையின் செயல்திறனை (மூலதனத்தின் நோக்குநிலையில் இருந்து) உடைக்கின்றன என்பதும் உண்மையாக உள்ளது. தமது வர்க்கப் பகைவனோடு தாம் கொண்டுள்ள கூட்டுத்துவ அதிகார உறவுகளில் மாற்றத்தை சாதிக்கும் வழியில் தமக்குள்ளான அதிகாரப் பரவலை தொழிலாளர்கள் மறுசேர்க்கை செய்யமுடியும் அளவுக்குத்தான் அத்தகைய உடைப்பு நிகழ்கிறது. அத்தகைய மாற்றங்களை சாதிக்கும் போராட்டங்கள், வர்க்க உறவுகளில் 'அரசியல் மறுசேர்க்கையை' கொண்டு வருகின்றன - வர்க்கத்துக்குள்ளேயேயான அதிகாரத்துக்கான கட்டமைப்புகளை 'மறுசேர்க்கை செய்வதாகவும்', தன்னளவில் வர்க்கங்களுக்கு இடையேயான உறவுகளை மாற்றுவதால் 'அரசியல்ரீதியானதாகவும்' அது உள்ளது.

கட்டுப்படுத்துவதன் கட்டமைப்பின், அதன் ஆதிக்கத்துக்கான பொறியமைவுகளின் குறிப்பிட்ட சீரமைப்பு இவ்வாறு முறியடிக்கப் படுவதற்கு எதிர்வினையாக, மூலதனம் (அதாவது, உற்பத்தியின் மேலாளர்கள்) தொழிலாளர்கள் தமக்கிடையே புதிதாகக் கட்டமைத்துள்ள உறவுகளை 'சிதைத்து', புதிய கட்டுப்படுத்தக் கூடிய வர்க்கச் சேர்க்கையை உருவாக்க முயற்சிக்க வேண்டும். புதிய தொழில்நுட்பங்களை அறிமுகப்படுத்துவது, இயந்திர சாதனங்களையும் தொழிலாளர்களையும் புதிய முறையில் ஒழுங்கமைத்தல் ஆகியவை வெற்றிகரமாக செய்யப்பட்டு விட்டால், தொழிலாளர்களின் போராட்டங்கள் முறியடிக்கப்படுவதும் மீண்டும் ஒருமுறை அவர்கள் உற்பத்திச் சக்தி என்ற அந்தஸ்துக்கு குறுக்கப்படுவதும் அதன் விளைவாக உள்ளது. ஆனால், எந்த வகையான புதிய 'வர்க்கச் சேர்க்கை' சாதிக்கப்பட்டாலும், அது இன்னும் கூடுதல் மோதல்களுக்கு அடிப்படையாக ஆகிறது, ஏனென்றால், வர்க்கப் பகைநிலையை கையாள மட்டும்தான் முடியும், அதனை ஒழித்துக் கட்டி விட முடியாது. இவ்வாறாக, ஒரு நிலையான கருத்தாக்கம், இரண்டு இயக்கவியல் கருத்தாக்கங்கள் என்ற இந்த மூன்று கருத்தாக்கங்களும் 'வர்க்கப் போராட்டத்தின் சகடங்கள்' என்று அழைக்கப்படுபவற்றை பகுப்பாய்வு செய்வதற்கு வழிகாட்டல்களை வழங்குகின்றன. அத்தகைய சகடத்தின் ஏற்றமாக தொழிலாளர்கள் அரசியல் மறுசேர்க்கையாக்கம் செய்யும் காலகட்டம் உள்ளது. அதில் இறக்கமாக, தொழிலாளர்கள் எவ்வளவு வெற்றி பெற்றாலும் தோற்றாலும் சரி, மூலதனம் ஒட்டுமொத்தமாக சமூகத்தின் மீது ஆட்சி செலுத்துவதைத்

தொடர்வதற்கு போதுமான கட்டுப்பாட்டை மீண்டும்-நிலைநாட்டிக் கொள்வதற்கான வர்க்கச் சிதைவு நிகழ்முறை உள்ளது.[12] அரசியல் மறுசேர்க்கை என்ற கருத்தாக்கம் தொழில்நுட்ப மாற்றத்தின் இதயத்தில் தொழிலாளர்களின் வர்க்கப் போராட்டம் வகிக்கும் மையமான பாத்திரத்தை கோட்பாட்டுரீதியாக விரித்துரைக்கிறது, வர்க்கச் சேர்க்கை, வர்க்கச் சேர்க்கைச்சிதைவு ஆகிய கருத்தாக்கங்கள் தன்னாட்சிரீதியாக முனைப்பான, எதிர்க்கப்பட்ட, வரலாற்று முனைப்பை வெற்றிகரமாகக் கையாள்வதற்கு மூலதனத்தின் முயற்சிகளின் அடிப்படையில் தொழில் நுட்ப ஆதிக்கம் என்ற பிரச்சினை குறித்து மீள்சிந்தனை செய்வதற்கான ஊர்திகளை வழங்குகின்றன. இந்தக் கருத்தாக்கங்கள் மார்க்சின் பகுப்பாய்வை இட்டு நிரப்புகின்றன, அதே நேரம் விரித்து நீட்டுகின்றன. இத்தாலியில், இத்தாலியக் கம்யூனிஸ்ட் கட்சி-பாணி மார்க்சியத்தின் மேலாதிக்கத்துக்கு எதிரான கோட்பாட்டு சவாலையும் அரசியல்ரீதியான சவாலையும் கட்டுவித்தது மட்டுமின்றி, மேலும் முக்கியமாக, அவை இத்தாலிய புதிய இடதுக்கும் (Italian New Left), பின்னர் வேறு இடங்களில் உள்ள பிறருக்கும், தொழிலாளர்களின் போராட்டங்களின் வளர்ச்சியோடு நேரடியாக இணைக்கப்பட்டுள்ள அரசியல்ரீதியில் பயனுள்ள ஆய்வு நிகழ்ச்சி நிரலுக்கான பகுதியளவு வழிகாட்டல்களையும் வழங்கியது.

இத்தாலியில் வர்க்கப் போராட்டத்தின் வளர்ச்சியைத் - குறிப்பாக தொழிலாளர் இயக்கத்தின் எழுச்சியையும் அதன் பின்னர் பெண்கள் இயக்கத்தின் வளர்ச்சியையும் மற்றும் பொதுவாக சமுதாய மோதல்களையும் - தொடர்ந்து இந்தப் புதிய கருத்தாக்கங்கள் குறுகலாக வரையறுக்கப்பட்ட உற்பத்தித் துறையைப் பற்றிய பகுப்பாய்வில் இருந்து ஒட்டுமொத்த முதலாளித்துவ சமூகம் பற்றிய பரந்துபட்ட பகுப்பாய்வுக்கு விரிவாக்கப்பட்டன. அவ்வாறு விரிவாக்குவதற்கான கோட்பாட்டு அடிப்படை, மூலதனம் தனது ஆதிக்கத்தை ஆலையில் இருந்து சமூகத்தின் பிற பகுதிகளுக்கு நீட்டிக்கும், சமூகத்தை 'சமூக ஆலையாக' உருமாற்றும் போக்கு பற்றிய மாரியோ த்ரோந்தியின் பகுப்பாய்வில் ஏற்கனவே இருந்தது.[13] 'சேமப் பட்டாளம்' உண்மையில் சேம இருப்பில் இல்லை, மாறாக அது மூலதனத்தின் சுற்றோட்டத்திலும் மறுவுற்பத்தியிலும் (எனவே தொழிலாளி வர்க்கத்தின் பகுதியாக) முனைப்பாக செயல்பட வைக்கப்படுகிறது என்பதை அத்தகைய கோட்பாட்டு கருத்தாக்கங்கள் தெரிவித்தன என்றால், 'கூலிபெறாத' மாணவர்கள் மற்றும் குடும்பப் பெண்களின் கிளர்ச்சி செய்யும் சுய-செயல்பாடு அவர்கள் தொழிலாளி வர்க்கத்துடனேயே ஒருங்கிணைக் கப்பட்ட பகுதிகள் என்றும் வர்க்கச் சேர்க்கை பற்றிய பகுப்பாய்வு தொழிலாளி வர்க்கம் மொத்தத்தையும் உள்ளடக்க வேண்டும் என்றும்

இத்தாலிய புதிய இடதை (Italian New Left) ஏற்க வைத்தன.[14] தொழிலாளி வர்க்கம் அரசியல் மறுசேர்க்கை செய்யப்படுவது ஆலையில் வேலை செய்யும் கூலிபெறும் தொழிலாளர்களுக்கிடையே அதிகாரப் பரவலில் ஏற்படும் மாற்றங்கள் என்பதாக மட்டும் இல்லாமல், கூலிபெறாத வர்களுக்கு இடையே ஏற்படும் மாற்றங்களாகவும், கூலித் தொழிலாளர் களுக்கும் கூலிபெறாத தொழிலாளர்களுக்கும் இடையேயான உறவில் ஏற்படும் மாற்றங்களாகவும் புரிந்து கொள்ளப்பட வேண்டும்.[15]

இந்த உதாரணத்தை மனதில் வைத்துக் கொண்டு கோட்பாட்டின் இன்னொரு பகுதியை பரிசீலிப்பதை நோக்கி நான் நகர விரும்புகிறேன். மார்க்ஸ் தனது கோட்பாட்டை முழுமையாக வளர்க்காமல் ஒருதலை பட்சமாக விட்டு விட்ட இடங்களில் அதனை முழுவதுமாக வளர்ப்பதற்கு அவசியமான கோட்பாட்டு-அரசியல் திருப்பி நிறுத்தப்படுவதன் ஒரு வகையை சாதிப்பதை நோக்கிய நகர்வுகள் நமக்கு அங்கு தேவைப்படும். சமீபத்தில் அதை சாதிப்பதை நோக்கிய நகர்வுகள் செய்யப்பட்டுள்ளன. மார்க்சியக் கோட்பாட்டின் இந்த இரண்டாவது பகுதி, ‘மதிப்புப் பெருக்கம்’ என்ற கருத்தாக்கம் தொடர்பானது.

மதிப்புப்பெருக்கத்தில் இருந்து அன்னியமாக்கல் வழியாக மதிப்புப்பெருக்கநீக்கத்தை நோக்கி

மார்க்சின் மதிப்புப்பெருக்கம் பற்றிய கோட்பாடு அவரது முதலாளித்துவம் பற்றிய கோட்பாட்டின் மையத்தில் இருக்கிறது. ‘மதிப்புப்பெருக்கம்’ (Verwertung) என்பது, மூலதனமானது மக்களை வேலை செய்ய வைக்க முடிவதோடு மட்டுமின்றி, அந்த நிகழ்முறையை இன்னும் பெரிய அளவில் மீண்டும் மீண்டும் நிகழ்த்த முடியும் வழியில் அதைச் செய்ய முடிவதற்கான சிக்கலான நிகழ்முறையைக் குறிக்கிறது. தொழில்நுட்பரீதியாக, மதிப்புப்பெருக்கம் என்பது, மார்க்சின் திறனுடைய மூலதனத்தின் சுற்றில் சேர்க்கப்பட்டுள்ள எல்லா படிகளையும் கொண்டுள்ளது. தாம் வாழ்வதற்குத் தேவையானதை விட அதிக பொருட்களை உற்பத்தி செய்யும் வகையில் மக்களை வேலை செய்ய வைப்பது, முதலாளி உபரி-மதிப்பை ஈடேற்றம் செய்வதை அனுமதிக்கும் விலைகளில் இந்த உற்பத்திப் பொருட்களை விற்பது, இறுதியாக, மக்களை மீண்டும் வேலை செய்ய வைக்கும் வகையில் இந்த உபரி-மதிப்பை மறுமுதலீடு செய்வது ஆகியவற்றை அது கொண்டுள்ளது. இந்த நிகழ்முறைக்கு ‘மதிப்புப்பெருக்கம்’ என்று பெயரிடுவது, பல் வகையான மனித உற்பத்திச் செயல்பாடுகளை சமூகக் கட்டுப்பாட்டுக்கான ஒன்றுபட்ட பொறியமைவாகக் குறுக்குவதன் மூலம் மூலதனம் சாதிக்கும் மிகப்பெரிய மாற்றி அமைத்தலின் மீது தனிக்கவனம் செலுத்துவதாக

உள்ளது. மூலதனத்தின் பார்வையில் இந்த நிகழ்முறைக்குள் சேர்க்கப் பட்டுள்ள உற்பத்திச் செயல்பாடுகளின் சாராம்சத்தில் வேறுபடுத்தப்படாத ஒருபடித்தன்மையை 'மதிப்பு' என்ற அடிப்படையில் இந்த நிகழ்முறை பற்றிய மார்க்சின் பகுப்பாய்வு உள்ளடக்குகிறது. உற்பத்திப் பொருள் விற்கப்படும்போது போதுமான அளவு உபரியை ஈடேற்றம் செய்து இந்த நிகழ்முறையை மீண்டும் ஆரம்பத்தில் இருந்து தொடங்குவதை சாத்தியமாக்கும் வரை, எந்த வகையான உற்பத்தி மேற்கொள்ளப்படுகிறது, எந்த வகையான வேலை செய்யப்படுகிறது என்பதைப் பற்றி மூலதனத்துக்குக் கவலையில்லை.

இந்த வேறுபடுத்தப்படாத ஒருபடித்தன்மையை சாரமான உழைப்பு என்ற கருத்தாக்கத்திலும் எந்த வகையான உழைப்பைக் கட்டுப் படுத்துகிறோம் என்பது தொடர்பாக முதலாளிகளின் அக்கறை யின்மையிலும் மட்டுமின்றி, உற்பத்திப் பொருட்களுக்கு இடையேயும் அவற்றை உற்பத்தி செய்த உழைப்பு வகைகளுக்கு இடையேயும் பண்புரீதியான சமதையை நேரடியாகக் குறிக்கும் பண வடிவத்திலும், முந்தைய அதே வகையிலான வேலையை புதுப்பிக்கவோ அல்லது வேறு ஏதோ வடிவிலான உழைப்பை (அதிக இலாபகரமானதாக இருந்தால்) கட்டுப்படுத்தவோ பயன்படுத்தக் கூடிய எதிர்கால உழைப்பின் மீதான அதிகாரத்தின் பண வடிவமான இலாபத்திலும் காண முடிகிறது. இவ்வாறாக, உழைப்பு மதிப்புக் கோட்பாடு என்பது வேலை பற்றிய மூலதனத்தின் சொந்தப் பார்வை, சமூகத்தில் வேலையின் அர்த்தம் ஆகியவற்றின் கோட்பாட்டு வெளிப்பாடாக உள்ளது. ஆனால், தனது சொந்த வழியில் மூலதனத்தின் நோக்கு நிலையை வெளிப்படுத்தும் நவ-செவ்வியல் பொருளியல் போன்ற பிற கோட்பாடுகளைப் போல் இல்லாமல், உழைப்பு மதிப்புக் கோட்பாடு முதலாளித்துவ ஆதிக்கத்தின் அன்னியமாக்கும் குறுக்கல்வாதத்தை வெளிப்படையாக்குகிறது, மேலும் முதலாளித்துவ ஆதிக்கத்தின் இயக்க ஆற்றலை அளவுரீதியாகவும் பண்புரீதியாகவும் புரிந்து கொள்வதற்கான கருத்தாக்க கருவிகளை வழங்குகிறது. இவ்வாறாக, மதிப்புக் கோட்பாடு என்பது உபரி-மதிப்புக் கோட்பாட்டில் இருந்து பிரிக்கப்பட முடியாதது, உழைப்பு நிகழ்முறை பற்றிய கோட்பாடு மதிப்புப்பெருக்கக் கோட்பாட்டில் இருந்து பிரிக்கப்பட முடியாதது, சமூகம் பற்றிய கோட்பாடு வேலையாக வாழ்க்கை திரட்டப்படுவது என்ற கோட்பாட்டில் இருந்து பிரிக்கப்பட முடியாதது.

வேறு வகையில் சொன்னால், மதிப்புப்பெருக்கக் கோட்பாடு என்பது, சமூகத்தின் மீதான முடிவில்லா ஆதிக்கம் என்ற தனது சொந்த

நோக்கத்துக்காக மூலதனம் மனித உற்பத்தி நடவடிக்கைகளை கீழ்ப்படுத்தும், மாற்றி அமைக்கும் மற்றும் பயன்படுத்தும் வழியைப் பற்றியதாக உள்ளது.[16] இதைப் புரிந்து கொள்வதன் மூலம், 'உற்பத்திக்காகவே உற்பத்தி' என மார்க்சிஸ்டுகள் முதலாளித்துவத்தின் இயல்பைப் பற்றி கூறுவது ஏன் என்பதைப் புரிந்து கொள்ளலாம். அல்லது வேறு வகையில் சொன்னால், மிக அடிப்படையான வகையில், மூலதனம் மக்களை வேலை செய்ய வைப்பது அவர்களை வேலை செய்ய வைப்பது என்ற நோக்கத்துக்காக மட்டுமே - இதுதான் மனித சமூகத்தை மாபெரும் உழைப்பு முகாமாக - உலகளாவிய குலாக் ஆக - ஒழுங்கமைக்கும் மூலதனத்தின் வழி.[17] மதிப்புப் பெருக்கம் பற்றியும் அதனோடு தொடர்புடைய வர்க்கப் போராட்டங்கள் பற்றியும் நமது புரிதலுக்கு செறிவூட்டக்கூடிய, வர்க்க நோக்கு நிலையின் கோட்பாட்டு-அரசியல் திருப்பி நிறுத்தப்படும் வகையை இந்தப் புரிதல் தெளிவுபடுத்துகிறது.

மார்க்சும் அன்னியமாதலும்

மதிப்புப் பெருக்கம் என்பது மனித உற்பத்தி நடவடிக்கைகளை மூலதனத்தின் ஆதிக்கத்திற்குக் கீழ்ப்படுத்துவதைக் கொண்டுள்ளது என்பதை நாம் அங்கீகரித்ததுமே, 'மூலதனச் சேர்க்கை' தொடர்பாக செய்தது போல, இங்கும் நமது நோக்குநிலையை திருப்பி நிறுத்தி, யாருடைய உற்பத்தி நடவடிக்கைகள் கீழ்ப்படுத்தப்படுகின்றனவோ அந்த மக்களின் நோக்குநிலையிலிருந்து இந்த நிகழ்முறையை பரிசீலிக்க முடியும். இதை நாம் செய்யும் போது, வேலை பற்றிய மார்க்சிய பகுப்பாய்வின் வரலாற்றில் இருந்து பல்வேறு வகையிலான பகுப்பாய்வு கூறுகளை நாம் ஒன்றாக இணைக்க முடியும். பண்புரீதியாக, மக்களின் வேலை மூலதனத்தின் ஆதிக்கத்துக்குக் கீழ்ப்படுத்தப்படுவது அன்னியமாதலுக்கு இட்டுச் செல்லும் வழியை விவாதித்த போது மார்க்ஸ் இந்தப் பிரச்சினையை நேரடியாக விவாதித்தார். உழைப்பு நிகழ்முறைகள் மீதும், தொழிலாளர்களுக்கு இடையிலான உறவுகள் மீதும், உற்பத்திப் பொருள் மீதும் மூலதனத்தின் கட்டுப்பாட்டுக்கு எதிரிணையாக தொழிலாளர்கள் அன்னியமாதலை அனுபவிப்பது உள்ளது: வேலையை தாம் கட்டுப்படுத்தாத நிலையில், அவர்கள் வேலையை சுய-தீர்மானிக்கப்பட்ட செயல்பாடாக இல்லாமல் சுமத்தப் பட்ட, கட்டாயச் செயல்பாடாக உணர்கின்றனர். சமூக இடையாடலின் ஆர்வமூட்டும் வடிவமாக வேலையை காண்பதற்கு பதிலாக அவர்கள் தம் சக தொழிலாளர்களிடமிருந்து பிரிக்கப்பட்டு, அவர்களுக்கு எதிராக மோத விடப்படுகின்றனர். அவர்களது உற்பத்திப் பொருட்கள் அவர்களது

சொந்த ஆளுமைகளின் வெளிப்பாடாகவும் மற்றவர்களுடன் உறவு கொள்வதற்கான ஊர்திகளாகவும் இருப்பதற்கு மாறாக அவர்களுக்கு எதிராக பயன்படுத்தப்படுகின்றன. எனவே, *1844 கையெழுத்துப் பிரதிகளில்* இந்த நிகழ்முறை பற்றிய தனது விவாதத்தில் மார்க்ஸ் இந்த நிகழ்முறைகளில் தொழிலாளர்கள் பொருட்களாக எப்படி குறுக்கப் படுகின்றனர், அவற்றைப் பற்றிய தொழிலாளர்களின் உணர்வுகள் என இரண்டையும் விளக்கமாக முன் வைக்கிறார்.[18] பிற்காலத்தில், *குருண்ட்ரிசவிலும் மூலதனம்* நூலிலும், முன்னதன் மீது தனிக்கவனம் கொடுத்து விரிவுபடுத்தும் அதே நேரம், பின்னதைப் பற்றிய ஆய்வை கைவிட்டு விடுகிறார். மார்க்சின் ஆரம்பகால முறைபாட்டு ஆய்வுகளை விட மூலதனம் நூலில் முதலாளித்துவ முறையில் வேலை சுமத்தப் படுவது இன்னும் துலக்கமாக 'மனித ஓநாயாக அல்லது இரத்தக் காட்டேரி போன்றதாக' தோன்றும் உறவின் மூலமாக மூலதனம் தன்னை பராமரித்துக் கொள்வதாகவும், தொழிலாளர்கள் தமது கீழ்ப்படுத்தலை அவர்களது உயிர் வற்றிப் போவதாக உணர்வதாகவும் பலமுறை சித்தரிக்கப்படுகிறது.[19] மார்க்சின் 'அன்னியமாதல்' கோட்பாடு என்பது 'மதிப்புப்பெருக்கம்' பற்றிய திருப்பி நிறுத்தப்பட்ட நோக்கு நிலை என்று இந்தப் பகுதிகளிலிருந்து நாம் புரிந்து கொள்ள முடிகிறது.

இருப்பினும், அன்னியமாதல் என்ற கருத்தாக்கம் மூலம் குறிப்பிடப்படும் முனைப்பின் தனிமைப்படுதலும் பொருண்மை யாக்கமும், மதிப்புப்பெருக்கத்தின் அடிப்படை அம்சமாக நாம் பரிசீலித்த கீழ்ப்படுத்தல் நிகழ்முறைகளின் மூலமாக சாதிக்கப்படும் குறுக்கல்வாதத்தை பிரதிபலிக்கத் தவறுகிறது. உற்பத்தித் திறனுள்ள நடவடிக்கைகள் அவற்றளவில் பெருமளவு வேறுபட்டவை, பல வகையான மனிதச் செயல்பாடுகளைக் கொண்டவை. இருப்பினும், அவை மூலதனத்துக்குக் கீழ்ப்படுத்தப்படும் போது, சமூகக் கட்டுப் பாட்டுக்கான வழிகளின் பொது அடித்தளத்தில் அவை கையாளப் படுவதோடு மட்டுமின்றி, 'உழைப்பு மூலதனத்துக்கு மெய்யாகவே கீழ்ப்படுத்தப்படுவது' என்று மார்க்ஸ் அழைத்ததன் வளர்ச்சியோடு, காலப் போக்கில், தொழிலாளர்களின் செயல்பாட்டின் பன்முகத் தன்மையானது, பெரும்பாலான தொழிலாளர்கள் தமது தேர்ச்சிகளில் இருந்தும் அறிவில் இருந்தும் உற்பத்திமீதான செயல்வன்மையில் இருந்தும் பிரிக்கப்படும் பொருளாயத எளிமையாக்கம் மூலம் குறுக்கப் படுகிறது. அவை, மிகச்சிறிய எண்ணிக்கையிலான தொழிலாளர்களின் மூளைகளிலும் இயந்திர சாதனங்களாலான நிலை மூலதனத்திலும் குவிக்கப்படுகின்றன. முதலாளித்துவ மேலாதிக்கக் கதையின் இந்தப் பக்கத்தை, கைவினைத் தொழிலாளர்கள் என்ற நிலையிலிருந்து

தொழில்துறை இயந்திரத்தின் பகுதியாக மாற்றப்பட்டு தொழிலாளர்கள் தகுதி குறைப்பு செய்யப்படுவது தொடர்பாக, ஆதாம் ஸ்மித் கூட அங்கீகரித்திருந்தார் (கண்டித்திருந்தார்). அன்னியமாக்கல் பற்றிய மார்க்சின் பகுப்பாய்வு இதைத் தொட்டுச் சென்றது. ஆனால், தனது பிந்தைய படைப்புகளில், குறிப்பாக குருண்ட்ரிசவில் 'இயந்திரசாதனங்கள் பற்றிய சிறுபகுதி' என்று அழைக்கப்பட்ட பகுதியில், தொழிலாளர்கள் வெறுமனே இயந்திரங்களை பராமரிப்பவர்களாக, உற்பத்தி நிகழ் முறைக்கு மிகச்சிறிதளவே அவசியமானவர்களாக குறுக்கப்படுவது வரை இந்தப் போக்கை வளர்த்துச் சென்றார். இதற்குப் பின்னர், தொழில்நுட்ப வளர்ச்சி, குறிப்பாக ஆலையில், ஆனால் ஆலையில் மட்டும் இல்லை, தொழிலாளர்களின் தேர்ச்சிகளை அவ்வாறு தர இறக்கம் செய்கிறது என்று பல்வேறு வகையிலான மார்க்சிஸ்டுகள் அங்கீகரித்துள்ளனர். உண்மையில், 'தேர்ச்சி நீக்கம்' என்ற அடிப்படையில் பேசுவது இதைப் பற்றிப் பேசுவதற்கான இன்னொரு வழியாகும்.

உற்பத்தியையும் தொழிலாளர்களின் வேலைகளையும் மறு ஒழுங்கமைக்கும் அத்தகைய 'தேர்ச்சி நீக்கத்தின்' இரண்டு கூறுகளான டெய்லரிச முறைகளும் ஃபோர்டிச முறைகளும் வளர்ச்சி அடைந்தது கணிசமான அளவு கவனத்தை ஈர்த்தது. உழைப்பு நிகழ்முறையின் மீது தாம் கொண்டிருக்கும் கட்டுப்பாட்டைப் பயன்படுத்தி மூலதனம் தம்மை உழைக்கும்படி கட்டாயப்படுத்தும் உழைப்பின் பருமனுக்கு வரம்பிடுவதற்கு தொழிலாளர்கள் கொண்டுள்ள செயல்திறனை பலவீனப்படுத்துவதில் ஃபிரெடெரிக் டெய்லர் எவ்வாறு சுய-உணர்வோடு ஈடுபட்டிருந்தார் என்பது டெய்லரிசத்தில் சுட்டிக் காட்டப்படுகிறது.[20] நிறுத்தக் கடிகாரமும் கிளிப்-பலகையும் தொழிலாளர்களின் தேர்ச்சியை தனதாக்குவது மட்டுமின்றி, நிகழ் முறையையும் அதன் மூலம் வேலையின் தாளகதியையும் தொடர்ச்சி யையும் தீவிரத்தையும் தொழிலாளர்கள் கட்டுப்படுத்தாமல் மூலதனம் கட்டுப்படுத்தும் வகையில் தேர்ச்சியை (தொழிலாளர்களின் அதிகாரத்தையும்) சிதைப்பது ஆகும். ஃபோர்டிசத்தைப் பொறுத்த வரையில், சேர்த்துப் பொருத்தும் வரிசையை ஒட்டிய உழைப்பு நிகழ் முறையை மறுஒழுங்கு செய்வதோடு தொடர்பு கொண்டிருந்த அளவுக்கு, தொழிலாளர்களின் தேர்ச்சியும் வேலைமீது அவர்களது ஆதிக்கமும் இன்னும் குறைக்கப்படுவதை அது ஒழுங்கமைத்தது.[21] இன்னும் சமீபத்தில், சேவைத்துறையின் வளர்ச்சியோடு, டெய்லரிச முறைகளும் ஃபோர்டிச முறைகளும் அலுவலக மூலை வேலைகளுக்கும், பிற வகையிலான மூலை வேலைகளுக்கும் விரிவுபடுத்தப்பட்டதைத் தொடர்ந்து, சில மார்க்சிஸ்டுகள் ஆதிக்கத்தின் இந்த வடிவங்கள் பற்றிய

தமது பகுப்பாய்வை அந்தப் புதிய தளங்களுக்கு விரிவுபடுத்தி யுள்ளனர்.[22]

இல்லிச்சும் டெஸ்வாலரும் (Illich and Desvalor)

சமீப காலங்களில், பலர் தேர்ச்சி நீக்கம் செய்யப்படுவதன் எதிரிணையாக தேர்ச்சி பெற்ற 'தொழில்முறையாளர்களின்' சிறு குழுக்கள் உருவாக்கப்படுவது பற்றி அதிகரித்து வரும் கவலையும், பரவி வரும் முதலாளித்துவ கலாச்சார ஏகாதிபத்தியத்தால் விவசாயிகளின் கலாச்சாரங்கள் அழிக்கப்படுவதன் மீதான கோபமும், மார்க்சியத்தால் தெளிவாக தாக்கம் செலுத்தப்பட்டிருந்த சில மார்க்சியர்-அல்லாத அறிவுசார் வர்க்கத்தினரை, அவர்கள் ஸ்பானிய மொழியில் 'டெஸ்வாலர்' (desvalor) அல்லது 'மதிப்புநீக்கம்' (disvalue) என்ற கருத்தாக்கத்தை வளர்த்தெடுப்பதற்கு இட்டுச் சென்றது. இந்தக் கருத்தாக்கம், 'மதிப்புப் பெருக்கத்தை' திருப்பி நிறுத்துதல் என்று பார்ப்பதற்கு மிக நெருக்கமான கோட்பாட்டு உள்ளடக்கத்தைக் கொண்டுள்ளது. 'மதிப்புநீக்கம்' என்ற கருத்தாக்கம் இவான் இல்லிச்சின் (Ivan Illich) படைப்புகளில் உருவெடுத் ததாகத் தெரிகிறது. கார்ல் பொலன்யியின் பாதையைப் பின்பற்றிய அவர், 'சந்தைப் பொருளாதாரம்' மீதான விமர்சன பகுப்பாய்வை சிறிது காலமாகவே வளர்த்தெடுத்து வருகிறார்.[23] டூல்ஸ் ஃபார் கன்னை விவாலிட்டி (*Tools for Connivivality*) என்ற தனது நூலில் கணிசமான அளவு அவர் விளக்கி எழுதியிருந்த விமர்சன பகுப்பாய்வின் மையமான அம்சமாக தேவைகள் சரக்காக்கப்படுவது, அவற்றை நிறைவேற்றுவது தொழில்முறையாக்கப்படுவது என்ற இரண்டையும் பகுப்பாய்வு செய்து நிராகரிப்பது உள்ளது.[24] சரக்காக்கப்படுவதன் மீதான தனிக் கவனம் இரண்டு வழிகளில் மார்க்சியமாகவே உள்ளது. முதலாவதாக, வரலாற்று ரீதியாக, முதலாளித்துவம் பற்றிய மார்க்சின் சொந்த பகுப்பாய்வு, வாழ்வின் எல்லா அம்சங்களையும் கைப்பற்றி சரக்காக்கும் முதலாளித்துவத்தின் போக்கின் மீது தனிக்கவனம் செலுத்தியது. உதாரணமாக, ஆதித் திரட்டல் பற்றிய மார்க்சின் பகுப்பாய்வின் மையமான அம்சமாக, குடும்ப உணவு உற்பத்தியும் கைவினைப் பொருட்கள் உற்பத்தியும் முதலாளித்துவ சரக்குகளால் அழிக்கப்படுவது, 'உள்நாட்டுச் சந்தையை உருவாக்குதல்' என்று அவர் அழைத்ததன் இன்றியமையாத அம்சம் இருந்தது.[25] இரண்டாவதாக, கோட்பாட்டு ரீதியாக, முதலாளித்துவம் பற்றிய மார்க்சின் பகுப்பாய்வில் சரக்கு மையமான பாத்திரத்தை ஆற்றுகிறது; அது செல்வத்தின் சர்வப் பொது வடிவமாக உள்ளது, அதன் மூலம் மதிப்பின் மற்றும் முதலாளித்துவ வர்க்க உறவுகளின் சர்வப்பொது பொருள்வடிவமாக உள்ளது.[26]

இல்லிச்சின் விமர்சனப் பகுப்பாய்வின் இரண்டாவது பகுதி, உடல் உழைப்புக்கும் மூளை உழைப்புக்கும் இடையேயான பிரிவினையைப் பற்றியும் தொழிலாளர்கள் மீது அதன் எதிர்மறை தாக்கம் பற்றியும் மார்க்சும் பல மார்க்சிஸ்டுகளும் செய்த பகுப்பாய்வை புதுப்பித்ததாகத் தோன்றுகிறது.[27]

முதன்மையாக ஆலையிலும் பின்னர் அலுவலகத்திலும் தொழிலாளர்களின் தேர்ச்சிகள் அவர்களிடமிருந்து பறிக்கப்பட்டு, அவர்கள் தரக்குறைப்பு செய்யப்படும் வழியின் மீதும், அந்தத் தேர்ச்சிகளை உள்ளடக்கிய இயந்திர சாதனங்களின் வடிவமைப்பைப் புரிந்து கொள்கிற பொறியாளர்கள் போன்ற அதிகம் ஊதியம் பெறும் 'மூளையுழைப்புத் தொழிலாளர்களால்' அவை ஏகபோகமாக்கப்படுவதன் மீதும் மார்க்சிஸ்டுகளின் கவனம் முதன்மையாக இருந்தது. அதற்கு மாறாக, சேவைத் துறை தொழில்முறையாக்கப்படுவது குறித்தும், பயன்-மதிப்புகளை சுயமாக உற்பத்தி செய்வது சரக்குகளின் நுகர்வால் அழிக்கப்படுவது குறித்தும் அத்தகைய பகுப்பாய்வை இல்லிச் விரித்துரைத்தார். உதாரணமாக, கற்பதற்கான தேர்ச்சிகளை தொழில் முறை ஆசிரியர்கள் ஏகபோகமாக்கிக் கொள்வதையும், குணப்படுத்துவ தற்கான தேர்ச்சிகளை மருத்துவத் தொழில்முறையாளர்கள் ஏகபோக மாக்கிக் கொள்வதையும் இல்லிச் கடுமையாக தாக்கினார்.[28] உழைப்பு நிகழ்முறை, உற்பத்திப் பொருள் இரண்டிலுமிருந்தும் உற்பத்தியாளர் அன்னியமாவது குறித்த மார்க்சின் பகுப்பாய்வுடன் தொடர்புடைய, ஆனால் நுகர்வோராக மக்கள் பெறும் அனுபவம் அந்தப் பொருட்களை உற்பத்தி செய்யும் அன்னியமாக்கப்பட்ட உழைப்பாளர்களின் அனுபவமாக அல்லாமல் அன்னியமாக்கப்பட்ட உற்பத்திப் பொருட்கள் ஆதிக்கம் செலுத்தும் நுகர்வோரின் அனுபவமாக இருப்பதை பகுப்பாய்வு செய்த இல்லிச், மக்களின் கையாலாகத்தனத்தனமும் சரக்குகளையும் தொழில்முறையாளர்களையும் (அதாவது சந்தையில் வழங்கப்படும் சேவைகளை) சார்ந்திருப்பதும் 'மதிப்புநீக்கத்தை' அதிகப் படுத்துவதைப் பற்றி விவரித்தார். சில வழிகளில் 'மதிப்புநீக்கம்' என்ற அவரது கருத்தாக்கம், சந்தை உற்பத்தியின் துணைப் பொருட்களாக உருவாகும் மாசுபடுதல் போன்றவற்றின் மோசமான விளைவுகளுக்கு எந்த விலையும் இருப்பதில்லை என்பதால் அவை சந்தைப் பொருளாதாரத்தில் புறக்கணிக்கப்படும் 'எதிர்மறை புறவிளைவுகள்' அல்லது 'பயன்பாடு நீக்கம்' என்று நவ-செவ்வியல் பொருளிய லாளர்கள் அழைக்கும் அதே நிகழ்முறையை தெரிவிக்கிறது.[29] இருப்பினும் இல்லிச் விரித்துரைத்த வகையில் அது அதிக முக்கியத்துவம் கொண்டுள்ளது; அது உற்பத்தியில் அன்னியமாதல், தேர்ச்சி நீக்கம்

போன்ற மார்க்சிய கருத்தாக்கங்களுக்கு இன்னும் நெருக்கமாக இருக்கிறது.

டெஸ்வாலரில் இருந்து மதிப்புபெருக்கநீக்கத்துக்கு (disvalorisation)

மதிப்புநீக்கம் என்று பெயரிட்ட நிகழ்வுகளை இல்லிச் தேடுவதி லிருந்து, அவற்றை உற்பத்தி செய்யும் *நிகழ்முறைகள்* மீது அதாவது மதிப்புப்பெருக்கநீக்க நிகழ்முறைகள் மீது நாம் நமது கவனத்தைத் திருப்பினால் இல்லிச்சின் கருத்தாக்கம் எவ்வளவு பயனுள்ளதாக உள்ளது என்பது இன்னும் தெளிவாகிறது. மதிப்புப்பெருக்கநீக்கம் என்பதை மதிப்புப்பெருக்கத்துக்கு எதிரிணையை தெரிவிக்கும் நிகழ் முறையாக பார்க்க முடியும். அதாவது, மதிப்புப்பெருக்கம் என்பது உற்பத்தித் திறனுள்ள மனிதச் செயல்பாடுகளை முதலாளித்துவம் கீழ்ப்படுத்துவதைக் குறித்தால், மதிப்புப்பெருக்கநீக்கம் என்பது மூலதனத்தால் உள்வாங்கப்பட்ட தேர்ச்சிகளை மக்கள் இழப்பதைத் தெரிவிக்கிறது என்று சொல்லலாம். இந்த வழியில் பார்க்கும் போது, மதிப்புப்பெருக்கநீக்கம் என்பது, தேர்ச்சிநீக்கம் அல்லது வேலையை தரஇறக்கம் செய்வது என்பதை விட இன்னும் முழுமையான இன்னும் பொருள்பொதிந்த கருத்தாக்கம் ஆகும். மூலதனம் உறிஞ்சிக் கொள்வது மிகவும் கவனமாகவும் குறுகலாகவும் வரையறுக்கப்பட்ட திறன்களை (டெய்லரின் நேர-நகர்வு ஆய்வுகளில் நடந்ததைப் போல) என்றாலும், மக்கள் இழப்பது இன்னும் பரந்துபட்டது; அவர்கள் தங்களது வாழ்க்கையின் சுய-கட்டமைப்பின் இழையமைப்பையே இழந்து விடுகின்றனர் என்று இல்லிச்சின் ஆய்வு காட்டுகிறது. அவர்கள் இழக்கும் 'திறன்கள்' அல்லது 'தேர்ச்சிகள்' உலகத்தோடு அவர்களது சொந்த சுய-தீர்மானிக்கப்பட்ட உள்தொடர்புகளின் ஒருங்கிணைந்த கூறுகளாகவும், மக்களின் வாழ்க்கைகளுக்கு வடிவம் கொடுத்து அவற்றை ஒன்றாக இணைத்து வைத்திருக்கும் நரம்புகளாகவும் உள்ளன. அந்த நரம்பின் ஒருங்கிணைந்த கூறுகளாக இருப்பவை மதிப்புப்பெருக்கநீக்க நிகழ்முறைகளில் பிய்த்து எடுக்கப்படுகின்றன, அவை தனிமைப்படுத்தப்படுகின்றனன, அவற்றின் செறிவான உள் தொடர்புகளும் கருத்துக்களும் நீக்கப்படுகின்றன; அதற்கு முந்தைய, செறிவான கலாச்சார முக்கியத்துவங்கள் எதுவும் இல்லாத, குறுகலாக வரையறுக்கப்பட்ட தேர்ச்சிகளாக அவை குறுக்கப்படுகின்றன.

இதற்கு மேலாக, அத்தகைய மதிப்புப்பெருக்கநீக்க நிகழ் முறைகளுடன் தொடர்புடைய இன்னொரு வகை வறுமையாக்கம் உள்ளது: பல்வேறுபட்ட தேர்ச்சிகள் மற்றும் திறன்களின் குறிப்பிட்ட

தன்மை, இயந்திரமயமான, வணிகமயமான பெருந்திரள்வழியில் உற்பத்தியான தேர்ச்சிகளால் அழிக்கப்படும் போது ஏற்படும் அறுதி இழப்புகளாக அவை உள்ளன. உதாரணமாக, தொழில்முறை மருத்துவத்தின் எழுச்சி, குணப்படுத்தும் திறன்களின் பரந்துபட்ட இழப்பை உருவாக்கியது மட்டுமின்றி, இன்னும் பெரும் எண்ணிக் கையிலான 'ஆரோக்கியம்' தொடர்பான அணுகுமுறைகளுக்கு பதிலாக குறிப்பிட்ட பெருநோக்கைப் புகுத்துகிறது, அதன் மூலம் அறுதி சமூக இழப்பை, மாற்று 'மதிப்புகளின்' பன்முகத்தன்மை கிட்டத்தட்ட அழிந்து போவதைக் கொண்டிருக்கிறது. மதிப்புப்பெருக்கம் என்பது தொடர்புடைய ஒரே ஒற்றை அளவையை சுமத்துவதன் மூலம் பன்முகத்தன்மையை பெருமளவு குறைப்பதைக் கொண்டிருந்தால், உண்மையான மதிப்புப் பெருக்கநீக்க வரலாற்று நிகழ்முறைகள் மதிப்புக்குறைப்புடனும், மதிப்புகள் அறுதியாக இழக்கப்படுவதோடும் நெருக்கமாக தொடர்புடையவை என்று நாம் அங்கீகரிக்க வேண்டும்.

மார்க்சும் மதிப்புப்பெருக்கநீக்கமும்

மார்க்சியக் கோட்பாட்டில் மதிப்புகுறைப்பு என்பது எப்போதுமே முதலாளித்துவ மதிப்பு அழிக்கப்படுவதை, உதாரணமாக, உற்பத்தித் திறனில் ஏற்படும் அதிகரிப்பின் காரணமாக (ஒரு சரக்கின் சராசரி மதிப்பு வீழ்ச்சியடைவது, ஏற்கனவே இருக்கும் அதே போன்ற பொருட்களின் மதிப்பைக் குறைக்கிறது) அல்லது பொருளாதார நெருக்கடியின் காரணமாக (விலைவீழ்ச்சி நேரங்களில் பணரீதியான மதிப்புகளில் வீழ்ச்சி ஏற்படுவது மட்டுமின்றி, பயன்படுத்தப்படாத வீணடிக்கப்படும் வளங்களின் அறுதி அழிவும் ஏற்படுகிறது) தற்போது இருக்கும் மதிப்புகளில் ஏற்பதும் சரிவைக் குறிக்கிறது. மூலதனத்துக்கு வெளியே இருந்த, எந்த ஒரு பொது அளவையாகவும் குறைக்கப்பட முடியாத திறன்கள் மற்றும் தேர்ச்சிகளின் தீவிரமான பல்வகைத் தன்மையைப் பற்றி நாம் சிந்தித்தால், அந்தத் திறன்கள் மற்றும் தேர்ச்சிகள் பற்றி 'மதிப்புகள்' என்ற அடிப்படையில் நாம் பேச விரும்பினால், அப்போது பொருள் வகை பல்வகைத்தன்மையை பிரதிநித்துவப்படுத்த நாம் பயன்படுத்தும் கருத்தாக்கங்கள் 'மதிப்பு' பற்றிய அதே அளவு பல்வகைத்தன்மை கொண்ட கருத்தாக்கங்களையும் கொண்டிருக்க வேண்டும். மூலதனத்தின் பொருள் வகை மேலாதிக்கத்தையும் கருத்தாக்க மேலாதிக்கத்தையும் நாம் மறுப்பதன் எதிரிணை அந்த மேலாதிக்கத்தின் இடத்தில் இன்னொரு மேலாதிக்கத்தை வைப்பதாக இல்லாமல், 'மதிப்புகளின்' ஒப்பிடப்பட முடியாதத் தன்மையையும் பல்வகைத் தன்மையையும் ஏற்றுக் கொள்வதாக இருக்க வேண்டும்.

தொடர்ந்து நிகழ்ந்து கொண்டிருக்கும் மூலதனத்தின் திரட்டலுக்குள் மதிப்புப் பெருக்கம் மற்றும் மதிப்பு நீக்கம் ஆகியவற்றின் இயல்பு குறித்து மார்க்ஸ் நிச்சயமாக தெளிவாக இருந்தார் என்னும் அதே நேரம், முதலாளித்துவம் தோன்றி விரிவடைந்த போது நிகழ்ந்த மதிப்புநீக்க மற்றும் மதிப்புப்பெருக்கநீக்க நிகழ்முறைகளை அவர் திட்டவட்டமாக கையாளவில்லை என்பதைச் சொல்லியாக வேண்டும். கம்யூனிஸ்ட் அறிக்கையிலிருந்து மூலதனம் நூல் வரையில் ஆதித் திரட்டல் மற்றும் காலனியாக்கம் தொடர்பான அவரது எழுத்துக்களை நாம் பரிசீலிக்கும் போது, மூலதனத்தால் அழிக்கப்படும் அல்லது உள்வாங்கப்படும் கலாச்சாரங்கள் தொடர்பாக மிகச்சிறிதளவு பரிவை மட்டுமே அவற்றில் காண முடிகிறது அல்லது எந்த பரிவையும் காண முடிவதில்லை. அத்தகைய அழிப்பு/கீழ்ப்படுதல் நடப்பதை அவர் நிச்சயமாக அங்கீகரித்தார், ஆனால் நிலப் பிரபுத்துவத்தின் மீதும் முதலாளித்துவத்துக்கு முந்தைய பிற சமூக வடிவங்களின் மீதும் அவற்றின் தாக்கங்களை வரலாற்றுரீதியில் முற் போக்கானதாக பார்த்தார். மார்க்சைப் பொறுத்தவரை, தொழிலாளர்கள் முதலாளித்துவத்துக்கு முந்தைய சுரண்டல் வடிவங்களில் இருந்து விடுவிக்கப்பட்டுக் கொண்டிருந்தனர் (அவர்கள் 'கைவினைச் சங்கங்களின் அதிகாரத்திலிருந்து தப்பித்தனர்'), விவசாயிகள் 'பண்ணை யடிமைமுறையில்' இருந்தும் 'கிராமப்புற வாழ்க்கையின் முட்டாள் தனத்தில் இருந்தும்' விடுவிக்கப்பட்டுக் கொண்டிருந்தனர்.[30] இருந்தும், அதே நேரம் அவர்கள் சுரண்டலின் புதிய வடிவத்துக்குள் தூக்கி எறியப்படுகின்றனர் என்பதையும், இந்த மாற்றங்கள் மூலம் அவர்கள் ஏழ்மையாக்கப் படுவதையும், சீரழிவதையும், அடிமைப்படுத்தப்படுவதையும் அவர் வெளிப்படுத்தினார். விவசாயிகள் மற்றும் கைவினைஞர்களின் சுயேச்சையான உற்பத்திச் சாதனங்களும் வாழ்வுச் சாதனங்களும் திருடப் பட்டதை அவர் கையாள்வது, வன்முறையால் நிறைவேற்றப்பட்ட அடைப்புகள், நிலத்திலிருந்து விவசாயிகளும் கைவினைஞர்களும் துரத்தியடிக்கப்படுவது, நிலத்தின் மீதான அவர்களது உரிமைகள் கொள்ளையடிக்கப்படுவது, அவர்களது வீடுகளும் கிராமங்களும் அழிக்கப்படுவது போன்ற விபரங்களை துலக்கமாகச் சித்தரிக்கிறது.

அத்தகைய முழுமையான பேரழிவு என்பது, பண்ணைகளையும் வீடுகளையும் கிராமங்களையும் மட்டும் அழிக்கவில்லை, வாழ்க்கை முறைகளையும் கலாச்சாரங்களையும் அழித்தது என்பதில் சந்தேக மில்லை. ஆனால் இது தொடர்பாக மார்க்சிடமிருந்து மிகக் குறைந்த ஆழ்ந்த புரிதலே நமக்குக் கிடைக்கிறது. நகர்ப்புற-நபரான அவர் கிராமப்புற வாழ்க்கை பற்றி அறியாமல் இருந்ததாலும், ஒருவேளை

பிற்போக்கான உணர்ச்சிவாதம் எதையும் தவிர்க்க வேண்டும் என்ற விருப்பத்தினாலும், இங்கிலாந்திலும் குடியேற்ற நாடுகளிலும் ஆதித் திரட்டலைப் பற்றி ஆய்வு செய்யும் போது என்னென்ன நேர்மறை மதிப்புகள் இழக்கப்பட்டிருக்கலாம் என்பதைப் பற்றி ஆய்வு செய்வதற்கு மிகச்சிறிதளவு நேரத்தையே அல்லது சக்தியையே அவர் செலவிட்டிருப்பது போலத் தெரிகிறது. வேகமாக மறைந்து வந்த அந்தச் சமூக உறவுகள் பற்றியும் சமுதாய மதிப்பீடுகள் பற்றியும் கவலைப்பட்ட அவரது தலை முறையைச் சேர்ந்த பலரைப் போல இல்லாமல் மார்க்ஸ் தனது கவனத்தை எதிர்காலத்தின் மீது உறுதியாக பதித்திருந்தார்.[31] முதலாவதாகவும் எல்லாவற்றுக்கும் மேலாகவும் அவரது அணுகு முறை அரசியல் அணுகுமுறையாகத் தோன்றுகிறது. முதலாளித்துவம் தனது முந்தைய வரலாற்றிலிருந்து தாக்குப் பிடித்த அனைத்தையும் வேகமாக துடைத் தெறிவதில் முழுமையாக செயல்படுகிறது என்ற அவரது நம்பிக்கை அதற்கு அடிப்படையாக இருந்தது. அத்தகைய அழித்தல் துரிதமாக சாதிக்கப்படுகிறது என்றால், தோற்கடிக்கப்பட்ட கடந்த காலத்தின் மீது கணிசமான நேரம் செலவிடுவதால் எந்தப் பலனும் கிடைக்கப்போவதில்லை. முதலாளித்துவத்தை எதிர்த்த செயல்திறனுள்ள போராட்டத்துக்கு முதலாளித்துவத்துக்கு முந்தைய சமூகம் ஏதாவது வாய்ப்பை அளிக்கிறது என்று நினைத்தபோது மட்டும்தான் அவர் அத்தகைய நிகழ்முறை மீது நெருக்கமான கவனம் செலுத்தினார். மீர் அல்லது ரசியாவின் விவசாயக் கம்யூன்களை தீவிரமாக ஆய்வு செய்வதற்கு அவர் செலுத்திய இணையற்ற கவனத்தில் அதனை நாம் காண முடிகிறது. ரசியாவில் புரட்சிகர மூல உத்தி தொடர்பான விவாதத்துக்குள் இழுக்கப்பட்ட மார்க்ஸ் ரசிய மொழியைக் கற்றுக் கொண்டார், அது தொடர்பாக கிடைத்த எல்லாவற்றையும் படித்தார், மீரின் இயல்பும் வலிமையும் காரணமாக கம்யூனிச சமூகத்தை உருவாக்குவதற்கான தொடக்கப் புள்ளியாக அதனை மாற்றுவதற்கு போதுமான அளவு சாத்தியம் உள்ளது என்று அவர் முடிவு செய்தார்.[32]

மீர் தனது சாத்தியங்களை ஈடேற்றிக் கொள்ளத் தவறியதை காலமும் அனுபவமும் நிரூபித்து விட்டன என்றால், 'முதலாளித்துவத்துக்கு முந்தைய' பிற சமூக வடிவங்களின் கதி பற்றிய குறைவான தகவல்களை ஆதாரமாகக் கொண்ட, மேலும் இருளான மார்க்சின் பார்வை மூலதனத்தின் அழிவு சக்தியின் செயல்திறனை மிகையாக மதிப்பிட்டது, இந்தச் சமூக வடிவங்களின் உறுதியையும் நீடிக்கும் தன்மையையும் குறைத்து மதிப்பிட்டது. இதன் விளைவாக, இன்றைய உலகில் முதலாளித்துவத்துக்கு எதிராக நடந்து வரும் பரந்து விரிந்த போராட்டங்களில் உள்ளார்ந்துள்ள சாத்தியங்களை மதிப்பிடுவதற்கான

எந்த முயற்சியும், பிற விவசாயக் குழுக்களுக்கு மார்க்ஸ் வழங்கிய குறுகிய, மேலோட்டமான கவனத்தைப் போல் இல்லாமல் ரசிய விவசாயக் கம்யூனுக்கு அவர் அளித்த நெருக்கமான, பரிவு நிறைந்த பரிசீலனையை மேற்கொள்ள வேண்டும் (கீழே பார்க்கவும்).

பிழைத்திருத்தல் தொடங்கி சாமான்ய உயிர்வாழ்தல் வழியாக சுய-மதிப்புப் பெருக்கம் வரை

இதற்கு முன்னர் சுயேச்சையாக இருந்த திறன்களும் தேர்ச்சிகளும் மதிப்புப்பெருக்கநீக்கமடையும் நிகழ்முறையை அங்கீகரிப்பது, ஆய்வுக்கான முற்றிலும் புதிய களத்தைத் திறந்து விடுகிறது. அந்த தன்னாட்சியான திறன்கள் இறுதியில் மூலதனத்துக்குக் கீழ்ப்படுத்தப் படுவது பற்றிய பிரச்சினையிலிருந்து தனியாக, இந்தத் தன்னாட்சியான திறன்களின் இயல்பையும் இயக்க ஆற்றலையுமே ஆய்வு செய்வது என்பதுதான் அந்தக் களம். கடந்தகால அல்லது இப்போது இருக்கும் 'முதலாளித்துவத்துக்கு முந்தைய' கலாச்சாரங்களை அல்லது முதலாளித்துவ மேலாதிக்கத்தின் இன்னும் ஒரு வறுமையாக்கப்பட்ட கூறாக முழுமையாக மதிப்புப்பெருக்க நீக்கம் செய்யப்பட்டு விடாத கலாச்சாரங்களை ஆய்வு செய்யும் அறிவுத்துறை மானுடவியலாளர்களுக்கு இது பகுதியளவு ஆர்வமாக இருந்திருக்கிறது. அத்தகைய உள்வாங்கலுக்கு எதிராக போரிடும் அத்தகைய சமுதாயங்களில் உள்ள அரசியல் செயல் பாட்டாளர்கள் மத்தியில் (இன்னும் அதிகம் ஊக்கம் பெற்ற மானுடவிய லாளர்கள் சில நேரங்களில் அவர்களுக்கு உதவி செய்கின்றனர், தமது செல்வாக்கை பயன்படுத்திக் கொள்ள அனுமதிக்கின்றனர்)இப்போது இருக்கும் முதலாளித்துவம் அல்லாத பல கலாச்சார நடைமுறைகள் மூலதனத்துக்கு எதிரான வலிமைக்கான ஆதாரமாக மட்டுமின்றி, தன்னாட்சியான வாழ்க்கை முறைகளை வளர்த்தெடுப்பதற்கான நியாயமான தொடக்கப் புள்ளிகளாக, அவற்றளவிலேயே விரும்பப் படுகின்றன.[33] இந்த நிலைமைகளில், தன்னாட்சியான நடைமுறை களுக்கும் முதலாளித்துவ மதிப்புப் பெருக்கத்துக்கு பங்களிக்கும் நடைமுறைகளுக்கும் இடையே தெளிவாக வேறுபடுத்திப் பார்ப்பது, இப்போது இருக்கும் கலாச்சார தன்னாட்சியை பாதுகாக்கவும் வளர்த்தெடுக்கவும் திட்டமிடும் எந்த ஒரு அரசியல் செயல்தந்திரத்துக்கும் அவசியமாக உள்ளது.

இன்னொரு பக்கம், அத்தகைய போராட்டங்கள் எவ்வளவுதான் சரியாக இருந்தாலும், இந்தப் பார்வை அளவுக்கதிகமாக வரம்பிடுவதாக உள்ளது. கலாச்சார எச்சங்கள் மீது, எதிர்காலத்திற்காக பாதுகாத்து வளர்ப்பதற்கு தகுதியான கடந்த காலத்தின் மிச்சங்கள் மீது முக்கியமாக

கவனத்தைக் குவிக்கிறது என்ற அர்த்தத்தில், அது அளவுக்கதிகமாக 'வரலாற்றுரீதியானதாக' உள்ளது. ஆனால், தன்னாட்சி செயல்பாடுகளின் வரலாற்று வேர்களில் இருந்தும் பின்புலங்களில் இருந்தும் தப்ப முடியாமல் இருந்தாலும், தொடர்ந்து புதுப்பிக்கப்படும் செயல்முறைகளின் ஊடாக அவை தோன்றிக் கொண்டே இருக்கின்றன. அத்தகைய தன்னாட்சியின் ஆதாரம் வெறுமனே அன்றாட வழக்கங்களுடன் அல்லது காலவட்ட முறையிலான சடங்குகளுடன் நாம் தொடர்புப் படுத்தும் வரலாற்றுரீதியான *பழக்கங்களை* மட்டும் இல்லாமல் அந்த ஆதாரத்தில் வழக்கத்தை மீண்டும் மீண்டும் உடைத்துக் கொண்டு கிளம்பும் மனித படைப்பாற்றலின் ஊற்றையும் கொண்டிருக்கிறது. இந்தப் பழக்கங்கள் முதலாளித்துவ மதிப்புப் பெருக்கத்தினுள் வளர்க்கப்பட்டிருந்தாலும் சரி அல்லது வேறு ஏதாவது சமூக சட்டகத்தினுள் வளர்க்கப்பட்டிருந்தாலும் சரி. முன்பே இருக்கும் திறன்களையும் தேர்ச்சிகளையும் முழுமையாக மதிப்புப்பெருக்கநீக்கம் செய்து விட்ட இடத்தில் கூட தனது வேலை ஒருபோதும் முடிவுக்கு வருவதில்லை என்று மூலதனமே அறிந்து வைத்திருக்கிறது.

இத்தகைய படைப்பாற்றல் நிறைந்த தன்னாட்சியை கட்டுவிக்கும் செயல்பாடுகள் பற்றிய மூலதனத்தின் சொந்தப் பார்வையை தெரிவிக்கும் ஒற்றை பதம் மார்க்சியக் கோட்பாட்டில் இல்லை. அத்தகைய செயல்பாடுகளை தம்முடன் இணைத்துக் கொள்ள முடிவதாகத் தோன்றும் போது அவை படைப்புத்திறனுடையவை அல்லது சிந்தனைத்திறன் உடையவை என்று கருதப்படுகின்றன அல்லது, அவை மூலதனத்தால் இணைத்துக் கொள்ளப்படுவதை எதிர்த்து, மூலதனத்தின் பயன்பாட்டுக்காக அவற்றை மீட்டெடுக்க முடியாமல் போகும் போது, அவை விலகியவை அல்லது சீர்குலைப்பவை என்று கருதப்படுகின்றன. இவற்றில் முதலாவது அணுகுமுறை மேற்பார்வைக்கு நெகிழ்வானதாக தெரிந்தாலும், இணைத்துக் கொள்வதை நோக்கமாகக் கொண்டிருப்பதால் அது எதார்த்தத்தில் ஒடுக்குவதாக உள்ளது, அது மூலதனத்தின் சொந்த வளர்ச்சிக்கு முக்கியமானது. நடைமுறையில், தனது 'தொழிலாளர்' வர்க்கத்துக்குள் புகுத்தியுள்ளவர்களின் எப்போதும் புதுப்பிக்கப்படும் தன்னாட்சியை உள்வாங்கி, இணைத்துக் கொண்டு, கருவியாக்கிக் கொள்ளும் மூலதனத்தின் திறன்தான் அதற்குள் இருக்கும் செயல் துடிப்புக்கு மையமானதாக உள்ளது. மேலும் வெளிப் படையாக ஒடுக்கப்படும் இரண்டாவது வகை செயல்பாடுகளும் மூலதனத்துக்கு முக்கியமானவைதான். ஏனென்றால், தன்னால் செரிக்க முடியாதவற்றை அது ஒழித்துக் கட்ட வேண்டும் அல்லது அவற்றால் நச்சாக்கப்பட்டுவிடும். எனவே, மையநீரோட்ட முதலாளித்துவ சமூகக்

கோட்பாட்டில், ஒருங்கிணைக்கப்படாத, மேலாண்மை செய்ய முடியாத தொழிலாளர் வர்க்கத் தன்னாட்சியை வரையறுப்பதற்கு, மாறுபட்ட, குற்றமுள்ள, குறைபாடுள்ள, படிக்காத, பழமையான, பின்தங்கிய, வளர்ச்சியடையாத, குற்றவியல், நாசகார, பைத்தியக்கார, குழந்தைத்தனமான, சித்தப் பிரமையிலான, நோய்வாய்ப்பட்ட, இன்னபிற என பல பதங்கள் உள்ளன. அத்தகைய பதங்கள் நியாயப்படுத்தும் ஒடுக்குமுறைக்கு எதிரான போராட்டத்தில், அத்தகைய தன்னாட்சிகளின் இயல்பையும், மூலதனத்தின் சொந்த மதிப்புப் பெருக்கத்துடன் அவை கொண்டிருக்கும் உறவையும் மேலும் அதிக கவனத்துடன் நாம் ஆய்வு செய்ய வேண்டும். அவ்வாறு ஆய்வு செய்யும் போது இத்தகைய தன்னாட்சியான போராட்டத்தின் இயல்பையும் செயல்முறைகளையும் தெளிவுபடுத்தும் எந்த மார்க்சிய அல்லது மார்க்சியம் அல்லாத கோட்பாட்டையும், மூலதனத்துக்கே உரிய ஒடுக்குமுறை நோக்கு நிலையை திருப்பி நிறுத்துவதற்கு உதவும் வழிகளில் ஆய்வு செய்ய வேண்டும்.

தற்கால சமூகத்துக்கு எதிரான போராட்டத்தில் தன்னாட்சியான படைப்பாற்றலின் இருத்தலை வெளிப்படுத்துவதிலும் அதன் மலர்ச்சிக்கு பங்களிப்பு செய்வதிலும் விருப்பத்தை காட்டும் மார்க்சிஸ்டு அல்லாதவர்கள் மத்தியில் இல்லிச்சும் அவரது சக ஆய்வாளர்களும் ஆர்வத்துக்குரியவர்களாக உள்ளனர்.[34] மார்க்சைப் போலவே இல்லிச்சின் பணிகளில் பெரும்பாலானவை நவீன சமூகத்தின் தீங்குகளை விளக்குவதற்கும், அவற்றின் அழிவுகரமான விளைவுகளைப் பற்றி பேசுவதற்கும் நேரம் செலவிட்டாலும், அவர் கடந்த காலத்திற்குள்ளும் நிகழ்காலத்திற்குள்ளும் மாற்றுகளை கண்டு பிடிக்க முயற்சி செய்துள்ளார். 1970-களின் தொடக்கத்தில், சேவைத் துறையின் (பள்ளிப் படிப்பு, மருத்துவத் துறை) தோற்றத்தைப் பற்றிய அவரது ஆய்வில் தன்னாட்சியான செயல்திறன்கள் தேவை களாகவும் அவற்றோடு தொடர்புடைய சரக்குகளாகவும் வரலாற்று ரீதியாக மாற்றப்படும் வழியின் மீது (அதாவது மதிப்புப்பெருக்கநீக்கம் செய்யப்படுவது) தனிக்கவனம் செலுத்துவது மட்டுமின்றி, அத்தகைய செயல்திறன்கள் பிழைத்திருப்பதற்கும் வளர்வதற்கும் அல்லது தோன்றுவதற்கும் வசதி செய்யும் 'கொண்டாட்ட கருவிகள்' என்று அவர் அழைத்ததை வளர்ப்பதற்கான சாத்தியங்கள் மீதும் அவர் தனிக் கவனம் செலுத்தினார்.[35] 1980-களின் தொடக்கத்தில், தன்னாட்சியின் கடந்தகால வடிவங்கள் பற்றிய - அவற்றின் தன்மை, அவை நசுக்கப் படுவது அல்லது பிழைத்திருப்பது பற்றிய - இல்லிச்சின் ஆய்வுகளில், எதிர்கால 'கொண்டாட்டத்தன்மை'யில் இருந்து 'பொருளாதாரத்தின்' தாக்குதல்களையும் மீறி அவற்றை எதிர்த்து மக்கள் தங்களது அன்றாட

தேவைகளை நிறைவு செய்து கொண்ட தன்னாட்சியான மதிப்பீடுகளையும் செயல்பாடுகளையும் கொண்ட திட்டவட்டமான 'சாமான்ய உயிர் வாழ்தலுக்கு' தனது தனிக்கவனத்தை அவர் மாற்றிக் கொண்டார்.[36] இல்லிச்சைப் பொறுத்தவரையில் பொருளாதாரத்தின் வரலாறு என்பது (அவர் வரலாறு என்று வரையறுப்பதை பெரும்பாலான மார்க்சிஸ்டுகள் முதலாளித்துவத்தின் வரலாறாகவே பார்ப்பார்கள்) தன்னாட்சியான செயல்பாடுகள் மீதான போரின் வரலாறாகவே (இந்த இடத்தில், மதிப்புப்பெருக்கநீக்கத்தின் வரலாறு என்று நாம் அழைக்கக் கூடியதாக) இருந்து வருகிறது.[37] அத்தகைய உயிர்வாழும் செயல்பாடுகள் சில இடங்களில் பிற இடங்களை விட அதிகமாக தாக்குப் பிடிப்பதோடு மீண்டும் மீண்டும் புதிதாக உருவாக்கப்படுவதால் அத்தகைய போர் தொடர்ந்து நடந்து வருகிறது. இந்தச் செயல்பாடுகள் பொருளாதார சமூகத்துக்கு திட்டவட்டமான மாற்றுகளை வளர்த்தெடுப்பதற்கான தொடக்கப் புள்ளியை வழங்குவதாக இல்லிச்சும் அவரது சக ஆய்வாளர்களும் கருதுகின்றனர். இல்லிச்சுடன் பணியாற்றுப் குஸ்தாவோ எஸ்டேவா மெக்சிகோவின் நகர்ப்புற 'விளிம்புநிலைமக்கள்' மற்றும் ஊரக விவசாயிகளின் போராட்டங்களுடன் நெருக்கமாக தொடர்பு கொண்டிருந்தார். அத்தகைய 'சாமான்ய உயிர்வாழும் செயல்பாடுகள்' தமது தன்னாட்சியான வளர்ச்சிக்கு மேலதிக வெளியை உருவாக்கும் இயல்பையும் போராட்டத்தையும் அவர் தெளிவாக விவரித்துள்ளார்.[38] அதன் ஊடாக, விவசாயிகள் அழிந்து போவதற்கே விதிக்கப்பட்டவர்கள் என்ற பரவலான அனுமானத்தை முறியடிப்பதற்காக விவசாயிகளுக்கு ஆதரவான கேம்பசினிஸ்டாஸ் (campesinistas) நடத்தும் போராட்டங்களுக்கு அவர் பங்களித்துள்ளார். அத்தகைய புரிதலை மார்க்சியக் கோட்பாட்டுக்கு எதிராக நிறுத்துவதற்கு முன்னர், அத்தகைய தன்னாட்சியான செயல்பாடுகளையும் மூலதனத்தோடு அவற்றின் உறவுகளையும், முதலாளித்துவத்துக்குப் பிந்தைய சாத்தியமான எதிர்காலத்துடன் அவற்றின் உறவையும் அங்கீகரித்து பகுப்பாய்வு செய்யும் மார்க்சிய மரபிலான ஆய்வுகளை நாம் பரிசீலிப்போம்.

'நிகழ்காலத்தில் எதிர்காலம்' பற்றி மார்க்ஸ்

எதிர்காலத்தின் முளைகள் நிகழ்காலத்திலேயே காணப்பட வேண்டும் என்பதை மார்க்சின் படைப்புகள் தொடக்க நிலையிலிருந்தே வலியுறுத்தி வந்துள்ளன. 'பழைய சமூகத்திற்கு உள்ளேயே புதிய சமூகத்தின் கூறுகள் உருவாக்கப்படுகின்றன' என்று கம்யூனிஸ்ட் அறிக்கையில் அவர் எழுதினார். அந்தக் கூறுகள் முதலாவதாகவும் எல்லாவற்றுக்கும் மேலாகவும் மூலதனமே உருவாக்கிய, ஆனால் அதன்

தன்னாட்சியான சுய-செயல்பாடு பழைய சமூகத்தை தூக்கி எறிவதற்கும் புதிய சமூகத்தைக் கட்டமைப்பதற்கும் இட்டுச் செல்லும், தொழிலாளி வர்க்கத்தில் காணப்பட வேண்டும். தொழிலாளி வர்க்கத்துக்காக அதற்கு வெளியில் உள்ளவர்கள் வரையறுத்த கற்பனாவாத திட்டப்பணிகளை நிராகரித்த மார்க்ஸ், 'பாட்டாளி வர்க்கத்தின் படிப்படியான, தன்னெழுச்சியான வர்க்க ஒழுங்கமைப்பிற்குள்' பணியாற்றுவதன் அவசியத்தை வலியுறுத்தினார். அது மட்டுமே மூலதனத்தை தூக்கி எறிவதற்கான அதிகாரத்தை மட்டுமின்றி புதிய சமூக ஒழுங்கைக் கட்டமைப்பதற்கான அதிகாரத்தையும் உருவாக்க முடியும். நிகழ் காலத்தில் எதிர்காலத்தைத் தேடுவதற்கு போராட்டங்களின் மீதே கவனத்தை குவிக்க வேண்டும் என்று அவர் வாதிட்டார்.[39]

அத்தகைய தன்னாட்சியான கூறுகளை அடையாளம் காண்பதற்கு மார்க்ஸ் கோட்பாட்டு பங்களிப்புகளையே முதன்மையாக செய்தார். மூலதனத்துக்கு எதிராக உருவாகி, அதற்கு மாற்று ஒன்றை உருவாக்குவதற்கு சாத்தியமான ஆற்றலைக் கொண்ட சக்திகளை அடையாளம் கண்டு புரிந்து கொள்வதற்கான அவரது முயற்சிகள் சமூகத்தைக் கட்டுப்படுத்துவதற்கான மூலதனத்தின் அடிப்படை ஊர்தியான உழைப்பு நிகழ்முறை மீது கவனத்தைக் குவித்தன. அங்கு முதலாளித்துவ அதிகாரத்தின் இதயத்தில், மார்க்ஸ் அதற்குள் உள்ள தன்னாட்சியான படைப்பூக்க தருணத்தை தனியாகப் பிரித்து வலியுறுத்தினார்: அதுதான் 'உயிருள்ள உழைப்பு'. ஹெகலைப் பின்பற்றி, மனிதர்களை இயற்கையின் பிற பகுதிகளிலிருந்து வேறுபடுத்திக் காட்டும் இன்றியமையாத அம்சமாக உயிருள்ள உழைப்பின் படைப்பாற்றலை மார்க்ஸ் பார்த்தார். இந்தப் பார்வை எவ்வளவுதான் மானுடமையத்தன்மை கொண்டதாக இருந்தாலும், உயிருள்ள உழைப்பைக் கட்டுப்படுத்துவதில்தான் முதலாளித்துவ ஆதிக்கத்தின் முக்கியமான பொறியமைவு உள்ளது என்ற புரிதலுடன் அதனை இணைக்கும் போது, உழைப்பு நிகழ் முறையை பகுப்பாய்வு செய்வதற்கும் வர்க்கப் போராட்டம் மற்றும் முதலாளித்துவத்தை கடந்து செல்வதற்கான கருவை அதனுள் கண்டறிவதற்கும் மார்க்ஸ் முன்னுரிமை கொடுப்பதற்கு இட்டுச் சென்றது. உயிருள்ள உழைப்பின் செயல்துடிப்பு, முதலாளித்துவ ஆதிக்கத்துக்கு எதிரான பகைநிலையின் அடிப்படை தோற்றுவாயாக உள்ளது என்பதால் அது வர்க்கப் போராட்டத்தின் இதயத்தில் உள்ளது. ஆதிக்கத்திலிருந்து விடுதலை அடைவதற்கான போராட்டத்தை உயிருள்ள உழைப்பு தன்னை வெளிப்புற கட்டுப்பாட்டிலிருந்து விடுவித்துக் கொள்வதற்காக நடத்தும் போராட்டத்தில் அவர் பகுதியளவு கண்டார்.

'உயிருள்ள உழைப்பின் இருப்பினவியல் என்பது விடுதலையின் இருப்பினவியலாக உள்ளது.'⁴⁰ இதற்குப் பதிலாக, இந்த படைப் பாற்றலின் வலிமையை தனது சொந்த மதிப்புப் பெருக்கத்துக்கு அறுவடை செய்ய முயற்சிப்பதன் மூலம் அந்தப் பகைநிலைக்கு ஏற்ப தன்னை மாற்றிக் கொள்ளும் படி மூலதனம் தொடர்ந்து கட்டாயப்படுத்தப் படுகிறது. முதலாளித்துவத்துக்குப் பிந்தைய சமூகத்தில் 'இணைக்கப்பட்ட உழைப்புக்கான' தொடக்கப் புள்ளியாக மூலதனம் உழைப்பை சமூக மயமாக்குவது தெளிவாக இருக்கும் அதே நேரத்தில், இப்போது உள்ள 'சமூகமயமான' உழைப்பின் வடிவங்களில் முதலாளித்துவ கட்டுப் படுத்தல் உருக்கொண்டுள்ள வழி பற்றிய மார்க்சின் பகுப்பாய்வுகள்- 'மூலதனச் சேர்க்கை' பற்றிய அவரது கோட்பாடு போன்றவை - இப்போதைய 'சமூகமயமாக்கம்' எதிர்காலத்துக்குப் பொருந்துவதாக இருக்கும் அதே நேரத்தில், இப்போது அது எடுக்கும் திட்டவட்டமான வடிவங்கள் கணிசமான மாறுபாடுகளுக்கு உள்ளாகும் என்பதைக் காட்டுகின்றன.⁴¹ பத்தொன்பதாம் நூற்றாண்டில் தொழிலாளர்கள் போராட்டத்தின் பலவீனம், சமூகமயமான உழைப்பின் எந்த அம்சங்களை புரட்சிக்குப் பிந்தைய காலகட்டத்தில் நீட்டிக்கலாம், எந்த அம்சங்களை ஒழித்துக் கட்டலாம் அல்லது மாற்றியமைக்கலாம் என்பதைப் பற்றி ஆய்வு செய்வதற்கு மிகக் குறைவான வாய்ப்பையே மார்க்சுக்கு வழங்கின அல்லது எந்த வாய்ப்பையுமே வழங்கவில்லை என்று தெரிகிறது.

அதே நேரம், மார்க்சின் எழுத்துக்களில் பிற பகுதிகள், மூலதனத்தின் ஆதிக்கத்தை எதிர்க்கவும் புதிய உலகத்தை கட்டியெழுப்பவும் போராடும் எதிர்நிலையின் ஒரு பகுதி தோற்றுவாயாக மட்டுமே உயிருள்ள உழைப்பு உள்ளது என்று தெளிவுபடுத்துகிறது. மனித வாழ்க்கையை வேலை என்ற ஒற்றைப் பரிமாணமாக குறுக்குவதற்கு எதிரான, பன்முக இருத்தலுக்கான நேரத்தையும் வெளியையும் உருவாக்குவதற்கான போராட்டமும் அதன் தோற்றுவாயாக உள்ளது.⁴² வேலைக்கு எதிரான போராட்டம் பற்றிய அவரது மிகவும் வீச்சான விவாதங்களை, மூலதனம் நூலின் முதல் பாகத்தில் வேலை-நாள் பற்றிய அத்தியாயம் 10-ன் வரலாற்றுப் பகுதிகளில் காண முடியும். அதில் வேலையைக் குறைப்பதற்காக தொழிலாளர்கள் நடத்திய போராட்டங்களை அவர் ஆவணப்படுத்தினார். குருண்ட்ரிசவில் இன்னும் சாரமாக்கப்பட்ட 'இயந்திரசாதனங்கள் பற்றிய சிறுபகுதி'யில் வேலையிலிருந்து விடுதலை அடைவதன் சாத்தியங்களையும், மதிப்பின் அளவையாக 'உழைப்பு நேரத்துக்கு' பதிலாக 'ஓய்வு நேரம்' என்பதை மாற்றீடு செய்வதற்கான சாத்தியங்களையும் அவர் எழுப்பினார்.

கெடுவாய்ப்பாக, வேலைக்கு எதிரான திட்டவட்டமான போராட்டங்கள் பற்றிய மார்க்சின் விபரமான பகுப்பாய்வுகள், அத்தகைய போராட்டங்களின் மூலம் விடுவிக்கப்பட்ட நேரத்தை செலவிடுவதற்கு தொழிலாளர்கள் எடுத்த முயற்சிகள் பற்றி அதற்கு சமஅளவு விபரமான ஆய்வுகளால் இட்டு நிரப்பப்படவில்லை. இதனுடன், முதலாளித்துவத்துக்கு முந்தைய எச்சங்களின் போராட்டங்களை ஒதுக்கித் தள்ளும் அவரது போக்கும் சேர்ந்து, அத்தகைய ஆய்வுக்கான முன்னுதாரணங்களாக அவர் எதையும் நமக்கு விட்டுச் செல்லவில்லை என்று ஆகிறது. முதலாளித்துவத்தின் சமூகமயமான உழைப்பை முதலாளித்துவத்துக்குப் பிந்தைய இணைக்கப்பட்ட உழைப்பாக மாற்றுவதற்கான, வேலையிலிருந்து நேரத்தை விடுவித்து கம்யூனுக்கான (Gemeinschaft) வெளியை உருவாக்குவதற்கான, 'தனிநபர்ஆற்றல்களின் சுயேச்சையான வளர்ச்சி'க்கான சாரமான சாத்தியங்களைப் பற்றி அவர் உணர்ச்சியைத் தூண்டும் வகையில் பேசினார். ஆனால், ரசிய மீர் தொடர்பான நேர்வைத் தவிர்த்து 'எதிர்காலத்தின் தாரணிகளாக' பார்க்கப்படக் கூடிய நிகழ்காலத்தின் திட்டவட்டமான வளர்ச்சிகள் எதையும் அவர் அடையாளம் காணத் தவறினார்.

ரசிய விவசாயக் கம்யூன்கள் பற்றிய அவரது பகுப்பாய்வில், அவரது பகுப்பாய்வு முதலாளித்துவத்தின் கீழ் சமூகமயமான உழைப்பில் உள்ளார்ந்துள்ள சாத்தியப்பாடுகள் தொடர்பான பொதுவான குறிப்புகளைத் தாண்டி சிறிதளவு முன் செல்கிறது. இந்த நேர்வில், இந்த வடிவிலான சமூக ஒழுங்கமைப்பின் 'இருமைவாதத்தை' அவர் பகுப்பாய்வு செய்தார். முதலாளித்துவத்துக்குள் மதிப்புப்பெருக்கநீக்கத்தை நோக்கித் தள்ளும் சக்திகள் தன்னாட்சியான வளர்ச்சிக்கு உந்துதல் அளிக்கும் சக்திகள் என்ற இரண்டையும் அவர் பகுப்பாய்வு செய்தார். அவற்றின் இயல்பாலும் நீடித்த இருத்தலாலும், 'ரசியாவில் சமூக மீள் உருவாக்கத்துக்கான நெம்புகோலாக' ஆகக் கூடிய விவசாயக் கம்யூன்களின் அம்சங்களைப் பற்றிய அவரது விவாதம், நிலத்தில் பொது உடைமை, பொதுநிலங்களை கூட்டாக பயிரிடுதல், ஆர்டெல் உறவு (உற்பத்தி அல்லது வீடு கட்டுவதில் கூட்டு-வேலைக்கான பாரம்பரிய நடைமுறைகள்) ஆகியவற்றை மையமாகக் கொண்டிருந்தது. இந்த நடைமுறைகள் அனைத்தும் உழைப்பிலும் கையகப்படுத்துவதிலும் சமூகக் கூட்டு-வேலையின் வளர்ச்சிக்கான திட்டவட்டமான கூறுகளை வழங்குகின்றன என்று அவர் வாதிட்டார்.[43] ரசியாவில் நடக்கும் புரட்சி, விவசாயிகள் மீதான அரசு மற்றும் முதலாளித்துவ சுரண்டலை ஒழித்துக் கட்டி, மேற்கத்திய முதலாளித்துவத்தின் பொருளாயத 'நேர்மறை சாதனைகளை' அவர்களுக்குக் கிடைக்கச் செய்தால், அப்போது அவர்களது

வர்க்க நோக்குநிலையை திருப்பி நிறுத்தல் 225

கம்யூன்ரீதியான விவசாய ஒழுங்கமைப்பு புதிய முதலாளித்துவத்துக்குப் பிந்தைய சமூகத்துக்கு நேரடியாக வழி வகுக்க முடியும்.[44]

அதற்குப் பிந்தைய மார்க்சியக் கோட்பாட்டின் இரண்டு முக்கியமான போக்குகள் (மரபுத்தூய்மை மார்க்சியம் மேற்கத்திய மார்க்சியம் இரண்டுமே) மார்க்சின் பகுப்பாய்வில் பெரும்பகுதியை புறக்கணித்தன. முதல் போக்கு வறியதாக்கியது. அது வேலைக்கு எதிரான போராட்டத்தை 'பொருளாதாரவாதமானது' என்று குறைத்து மதிப்பிட்டு, லெனினியக் கட்சியின் வழிகாட்டும் பாத்திரத்தை ஆதரித்தது. அதே நேரம் வேலையின் விடுதலை என்ற சோசலிசம் பற்றிய குறுகலான பார்வையை தழுவிக் கொண்டது. தொழிலாளர்களைக் கொண்ட ஒற்றை-வர்க்கச் சமூகம் பற்றிய அதன் ஆர்வத்தில், இந்த உற்பத்திவாத போக்கு, உயிருள்ள உழைப்பு பரந்து விரிந்த பல்வகைப்பட்ட வாழ்க்கை அனுபவமாக இருக்கும் போதுதான் மிகப் பலனளிக்கும் விதமாக வளர்கிறது என்ற மார்க்சின் புரிதலை வசதியாக மறந்து விட்டது.[45] முதலாவது போக்கின் வரம்புகளை முழுமையாக புரிந்து கொண்டிருந்த இரண்டாவது போக்கு வறியதாக்குவதை விட மந்தமாக்கியது. அதன் ஆய்வுகள் மூலதனத்தை ஆலைக்கு அப்பால் தொடர்ந்து சென்று வேலை நேரத்தை குறைப்பதில் தொழிலாளி வர்க்கம் பெற்ற வெற்றிகளால் விடுவிக்கப்பட்ட கலாச்சார நேரத்தை ஆதிக்கத்துக்குட்படுத்தும் அதன் முயற்சிகளை ஆய்வு செய்தாலும், அது ஆலைக்குள் முற்றாதிக்கம் என்ற மரபுரீதியான பார்வையை எளிமையாக விரிவுபடுத்தி, தான் கண்டறிய முடிந்த கலாச்சார ஆதிக்கத்தின் தந்திரமான, மாற்றியமைக்கும் பொறியமைவுகளை ஆவணப்படுத்தியது.[46] இரண்டு போக்குகளுமே முதலாளித்துவத்துக்கு எதிரான செயல்திறனுள்ள சக்தியாக தொழிலாளி வர்க்க தன்னாட்சி பற்றிய கோட்பாட்டை வளர்த்தெடுப்பதற்கு திறனற்றவையாக நிரூபிக்கப் பட்டன. இரண்டுமே, வெற்றிகரமான சமூக உருமாற்றத்துக்கான திறவுகோலாக அறிவுஜீவி வர்க்கத்தின் பாத்திரத்தை (அதாவது அவர்களது சொந்த பாத்திரத்தை) வலியுறுத்துகின்றன.

மார்க்சிய மரபின் இந்த இரண்டு மையநீரோட்டங்களுக்கு வெளியே, தொழிலாளி வர்க்க தன்னாட்சி மீது மார்க்ஸ் கொண்டிருந்த அக்கறையை நினைவில் வைத்திருந்தவர்கள் இருந்தனர். அவர்களும் அதனை புரிந்து கொண்டு மேம்படுத்த முயற்சித்தனர். 1910-களின் இறுதியிலும் 1920-களின் தொடக்கத்திலும் போராட்டங்களின் சகடத்தைத் தொடர்ந்து கவுன்சில் கம்யூனிஸ்டுகள் (council communists) தொழிலாளி வர்க்கப் போராட்டத்தின் படைப்பாற்றல் கூறை வலியுறுத்தினர். அந்தப் படைப்பாற்றல் கூறு, 1905-லும் 1917-லும் சோவியத்துகளையும்,

1918-க்குப் பிறகு மேற்கு ஐரோப்பாவில் தொழிலாளர் கவுன்சில் களையும் ஈன்றெடுத்தது.[47] *1950*-களில் லெனினியம் அல்லாத தன்னாட்சிவாத மார்க்சிஸ்டுகளின் ஒரு வகையினர், *1956* ஹங்கேரிய புரட்சியின் எழுச்சியில் உருவாக்கப்பட்ட தொழிலாளர்களின் கவுன்சில்களை மட்டுமின்றி, தொழிலாளர்கள் தமது வேலை இடத்திலும், தமது சமுதாயங்களிலும் புதிய வகைகளிலான சமூக உறவுகளை உருவாக்குவதற்கான ஆற்றலையும் அதே அளவு மதித்து ஆய்வு செய்தனர்.[48] பொதுவாக தொழிலாளர்களின் தன்னாட்சிக்கு மட்டுமின்றி, வெள்ளையருக்கு எதிராக கருப்பின தொழிலாளர்கள், ஆண்களுக்கு எதிராக பெண்கள் முதலான வர்க்கத்தின் பல்வேறு துறைகளுக்கும் இந்த அங்கீகாரமும் மரியாதையும் வழங்கப் பட்டது.[49] பன்முகத்தன்மையை போற்றுவது என்ற இந்த வகையிலான போக்கு மார்க்சிஸ்டுகள் மத்தியில் அரிதாகவே உள்ளது. ஆனால், *1960*-களின் சிறுபான்மையினரின் இயக்கமும், *1970*-களின் பெண்களின் இயக்கமும் இதை பெரும் தீவிரத்துடன் கோரின. இந்த மார்க்சிஸ்டுகள் 'ஆக்கிரமிக்கும் சோசலிச சமூகம்' பற்றி பேசினர், மார்க்சை விட கவனமாக, முதலாளித்துவத்துக்கு பிந்தைய சமூகத்துக்கு முன்-வடிவம் கொடுக்கும் தொழிலாளி வர்க்க படைப்பாற்றலின் திட்டவட்டமான தன்னாட்சி கூறுகளை அடையாளம் காண முயற்சித்தனர். அவ்வாறு அடையாளம் காண்பதன் நோக்கம், போராட்டத்தின் அத்தகைய நேர்மறை கூறுகளை வலுப்படுத்துவதற்கான அரசியல் மூலஉத்திகளை உருவாக்குவதற்குத்தான் என்பது உறுதியானது.

சுய-மதிப்புப் பெருக்கம்

1960-களின் இறுதியிலும் *1970*-களிலும் நடந்த போராட்டங்களின் சர்வதேச சகடத்திலிருந்து, இந்த தன்னாட்சியான படைப்பாற்றலை துல்லியமாக வெளிப்படுத்துவதற்காக வடிவமைக்கப்பட்ட புதிய கோட்பாட்டு விரித்துரைத்தல் எழுந்தது. தொழிலாளி வர்க்க அதிகாரத்தின் அடிப்படை ஆதாரமாக மட்டுமின்றி, முதலாளித்துவத்தைத் தாண்டிச் செல்வதற்கான சாத்தியத்தையும் கொண்டதாக இந்த தன்னாட்சியான படைப்பாற்றல் இருந்தது. முதலாளித்துவத்துக்கு உள்ளாக அதற்கு எதிராக தொழிலாளி வர்க்க தன்னாட்சியின் வளர்ச்சியை கட்டுவிப்பதற்கும் கோட்பாடாக்குவதற்கும் ஆன முழு இயக்கத்துக்கான பங்களிப்பாக இத்தாலிய மார்க்சிஸ்ட் அந்தோனியோ நெக்ரி, தொழிலாளி வர்க்க *'autovalorizzazione'* அல்லது 'சுய-மதிப்புப் பெருக்கம்' என்ற கருத்தாக்கத்தை முன் வைத்தார்.[50] இந்தக் கருத்தாக்கம், முதலாளித்துவ அதிகாரத்தின் (சமூகம் முழுவதையும் 'சமூக ஆலையாக' மாற்றுவதற்கான

அதன் முயற்சிகள் முதலியன) முழு வீச்சையும், தொழிலாளி வர்க்கத்தின் 'மறுக்கும்' அதிகாரத்தையும், முதலாளித்துவ ஆதிக்கத்தை சீர்குலைக்கும் அதன் அதிகாரத்தின் முழு சாத்தியத்தையும் வெளிப்பாட்டையும் ஒரே நேரத்தில் புரிந்து கொள்வதற்கான பன்சியெரி, த்ரோந்தி, மற்றும் பிறரின் முந்தைய ஆய்விலிருந்து வளர்ந்தது.⁵¹ நெக்ரியின் 'சுய-மதிப்புப் பெருக்கம்' என்ற கருத்தாக்கம் மறுக்கும் அதிகாரம், கட்டுவிக்கும் அதிகாரத்தால் இட்டு நிரப்பப்பட முடியும், இட்டு நிரப்பப்பட வேண்டும் என்று காட்டுவதன் மூலம் பின்சொன்ன திட்டப்பணிக்கு பங்களிப்பது அதன் நோக்கம். அவரது கருத்தாக்கம் 1960-களின் இறுதியிலும் 1970-களின் தொடக்கத்திலும் முன்னுக்கு வந்து கொண்டிருந்த தொழிலாளர்கள் போராட்டங்களின் குறிப்பாக இளம் தொழிலாளர் போராட்டங்களின், இத்தாலிய மற்றும் பன்னாட்டு மூலதனத்தின் கட்டுப்பாட்டில் இருந்து விடுவிக்கப்பட்ட நேரங்கள் வெளிகள் மற்றும் வளங்களை படைப் பாற்றலுடன் பயன்படுத்துவது என்ற பக்கத்தை வெளிப்படுத்தியது. இந்தப் பயன்பாடுகளில் 'சுயேச்சையான வானொலி-நிலையங்கள்' பல்கிப் பெருகியது அல்லது பெண்களுக்கான வெளிகளின் பரவலான வளர்ச்சி ஆகியவை அடங்கும். இவை இன்னும் பல சுய-மேலாண்மை செயல்திட்டங்களுடன் சேர்ந்து, 'மாற்று கலாச்சாரம்' என்று பலரும் அழைக்க ஆரம்பித்ததை கட்டுவிக்க உதவின.

மார்க்ஸ் சில நேரங்களில் 'சுய-மதிப்புப் பெருக்கம்' என்பதை 'மதிப்புப்பெருக்கம்' என்றே அதே கருத்தில் பயன்படுத்தியிருந்தாலும், நெக்ரி முழுவதும் தனித்துவமான கருத்தை முன் வைத்தார். அவர் "auto" அல்லது 'self' (ஆங்கில மொழிபெயர்ப்பில் auto என்பது மேலும் இயல்பாக ஒலிக்கிறது) என்ற முன்னொட்டைப் பயன்படுத்துவது, முதலாளித்துவ மதிப்புப் பெருக்கத்தில் இருந்து தன்னாட்சியான மதிப்புப் பெருக்க நிகழ்முறையை குறிக்கிறது. சுய-வரையறுக்கும், சுய-தீர்மானிக்கும் நிகழ்முறையான அது முதலாளித்துவ மதிப்புப் பெருக்கத்தை எதிர்ப்பதை தாண்டிச் சென்று சுய-கட்டமைவு என்ற நேர்மறை திட்டப்பணிக்கு இட்டுச் செல்கிறது.⁵² "பாட்டாளிவர்க்க முனைப்பின் சுய-மதிப்புப் பெருக்கம், முதலாளித்துவ மதிப்புப் பெருக்கத்துக்கு மாறாக, அதன் வளர்ச்சியில் தன்னியக்க-தீர்மானிப்பு வடிவத்தை எடுக்கிறது" என்று நெக்ரி எழுதுகிறார்.⁵³ குருண்ட்ரிச-வை கவனமாக வாசித்து, மார்க்ஸ் தொழிலாளி வர்க்கம் என்ற தனது கருத்தாக்கத்தை உழைப்புச் சக்தி என்பதில் தொடங்கி உயிருள்ள உழைப்பு மற்றும் கூட்டுத்துவ உழைப்பு என்பதில் தொடர்ந்து தன்னாட்சியான சக்தியாக கூலி தனக்கான வர்க்கமாக தொழிலாளி வர்க்கம் மற்றும் புரட்சிகர-முனைப்பாக பாட்டாளி வர்க்கம் என்பது

வரை வளர்த்துச் செல்வதில் சுய-மதிப்புப் பெருக்கம் என்ற கருத்தாக்கம் உள்ளார்ந்துள்ளது என்று நெக்ரி வாதிட்டார். அரசியல் மறு-சேர்க்கை என்ற அடிப்படையில் பகுப்பாய்வு செய்யப்பட்டு வரும் அந்தப் போராட்டங்களின் ஒரு அம்சத்தையும் அது குறிப்பிடுகிறது என்பதை நாம் பார்க்க முடிகிறது.

தொழிலாளி வர்க்க தன்னாட்சியின் நேர்மறை கூறுகள் என்று சித்தரிப்பது பயனுடையதாக இருப்பதாக நான் கருதுபவற்றை நெக்ரியின் சுய-மதிப்புப் பெருக்கம் என்ற கருத்தாக்கம் குறிக்கிறது. அங்கு எதிர்மறை கூறுகளாக முதலாளித்துவ ஆதிக்கத்தை தொழிலாளர்கள் எதிர்ப்பது உள்ளது. மறுப்பதற்கான அதிகாரத்துக்கும் மூலதனத்தின் தீர்மானிப்பை அழிக்கும் அதிகாரத்துக்கும் இணையாக, தொழிலாளி-வர்க்க மறு-சேர்க்கையின் மத்தியில் படைப்பாற்றல் மிக்க அறுதியிடலின் ஆற்றலை, புதிய நடைமுறைகளை கட்டுவிக்கும் ஆற்றலை நாம் காண்கிறோம். சில நேர்வுகளில், இந்தத் தன்னாட்சியான திட்டப் பணிகள் பழைய அடித்தளங்களில், மதிப்புநீக்கத்தையும் மதிப்புப் பெருக்கநீக்கத்தையும் செய்யும் மூலதனத்தின் முயற்சியை எதிர்த்து, வெற்றிகரமாக தாக்குப் பிடித்த, கடந்த காலத்தில் இருந்து பெறப்பட்ட, பாதுகாக்கப்பட்ட கலாச்சார நடைமுறைகளின் மீது கட்டி எழுப்பப் பட்டுள்ளன. பிற நேர்வுகளில் இந்த திட்டப்பணிகள் புதிதாகப் பிறந்தவை, இதுவரையில் முதலாளித்துவத் திரட்டலின் ஒன்றிணைந்த பகுதிகளாக இருந்த கைப்பற்றப்பட்ட காரணிகளில் இருந்து முழுவதுமாக வடிவமைக்கப்பட்டு படைக்கப்பட்டவை. இந்த நேர்வுகளில் சுய-மதிப்புப் பெருக்கம் என்பது மதிப்புப் பெருக்கத்தில் இருந்து தன்னாட்சியாகவும் அதை எதிர்ப்பதாகவும் மட்டுமின்றி, மதிப்புநீக்கத்தின் எதிர் நிலையாகவும் இருக்க முடியும். நிலைமைவாதிகள் (Situationists) 'detournement' என்று அழைத்தவையும், அல்லது ஆதிக்கத்துக்கான காரணிகளை விடுதலைக்கான ஊர்திகளாக திருப்பி விடுவது போன்ற நிகழ்முறைகளும் அதில் உள்ளடங்க முடியும்.[54]

மூலதனத்தின் தீர்மானிப்பை மறுப்பதற்கும், சுய-மதிப்புப் பெருக்க செயல்பாடுகளின் அறுதிப்படுத்தலுக்கும் இடையேயான உறவு மிகவும் நெருக்கமானது. சுய-மதிப்புப் பெருக்கத்தின் அதிகாரம் என்பது பெரும்பாலும் முதலாளித்துவ ஆதிக்கத்திலிருந்து விடுவிக்கப் பட்ட வெளிகளை மாற்று, தன்னாட்சியான திட்டப்பணிகளால் இட்டு நிரப்பும் அதிகாரமாக உள்ளது. இவ்வாறாக, இத்தாலிய புதிய இடது இயக்கத்தில் த்ரோந்தி முதலானவர்கள் (பிரெஞ்சு நிலைமைவாதிகளும் - situationists) எடுத்துக் காட்டிய வேலை செய்ய மறுப்பதன் முக்கியத்துவம்

சுய-மதிப்புப் பெருக்கத்தால் இல்லாமல் போய் விடவில்லை, மாறாக அதன் அவசிய அடித்தளமாக தோன்றுகிறது. "தொழிலாளி வர்க்கமும் பாட்டாளி வர்க்கமும் வேலை செய்ய மறுப்பதும் அதனை திட்டமிட்ட முறையில் ஒழுங்கமைப்பதும், மாறிச்செல்வதன் அளவையும் பண்பையும் அளவிடுகிறது, முனைப்பால் தீர்மானிக்கப்பட்ட [சுய-மதிப்புப் பெருக்கத்தின் திட்டவட்டமான கட்டுவிப்பு நிகழ்முறையை.. அளக்கிறது.[55] வாழ்க்கை முழுவதையும் வேலையாக மாற்றுவதில் மூலதனம் வெற்றியடைந்து விட்டால், அப்போது சுய-மதிப்புப் பெருக்கத்துக்கு வெளியோ, நேரமோ, ஆற்றலோ இருக்காது. வேலை செய்ய மறுப்பதும் அதனோடு தொடர்புடைய வெளியை கைப்பற்றுதல் (உதாரணமாக நிலம், கட்டிடங்கள்), அல்லது நேரத்தைக் கைப்பற்றுதல் (உதாரணமாக, வார இறுதிகள், ஊதியத்துடன் கூடிய விடுமுறைகள், பணியிடத்தில் வேலை செய்யாத நேரம்) ஆகியவையும் சுய-மதிப்புப் பெருக்கத்துக்கான சாத்தியத்தையே உருவாக்குகின்றன.[56]

மதிப்புப்பெருக்கத்தைப் போல் அல்லாமல், கம்யூனிசம் பற்றிய பெரும்பாலான சோசலிச தொலைநோக்குப்பார்வைகளைப் போல அல்லாமல், சுய-மதிப்புப் பெருக்கம் என்பது ஒன்றுபட்ட சமூக திட்டப் பணியை சுயமாக கட்டமைப்பதைக் குறிக்கவில்லை, மாறாக, முதலாளித்துவத்துக்கு உள்ளேயும் அதற்கு எதிராகவும் திறக்கப்பட்ட வெளிகளில் மட்டுமின்றி அவை முழுமையாக ஈடேற்றம் பெறுவதிலும் பல முயற்சிகளின் 'பன்முகத்தன்மையாக', சுயேச்சையான முயற்சிகளின் பல்வகையாக உள்ளது என்ற அவரது அங்கீகாரம் சுய-மதிப்புப் பெருக்கம் என்ற கருத்தாக்கத்தை நெக்ரி விரித்துரைப்பதில் முக்கியமான பகுதி. எனவே, நெக்ரியைப் பொறுத்தவரை, கம்யூனிசம் என்பது சுய-கட்டுவிக்கும் நடைமுறையாக மட்டுமின்றி, பாட்டாளி வர்க்க முனைப்பின் 'பல்தரப்புதன்மை' ஈடேற்றம் பெறுவதாகவும், அல்லது, இன்னும் சிறப்பாக தனது சுய-ஈடேற்றத்தின் பல்வகை தன்னாட்சி முனைப்புகளாக விரிவடையும் முனைப்பாகவும் உள்ளது. இந்த வழியில், அவரது கருத்தாக்கம், குறைந்தது 1950-கள் முதல் தன்னாட்சிவாத மார்க்சிய குழுக்கள் அங்கீகரித்து புனிதமாக மதித்த வர்க்கத்துக்கு உள்ளான தன்னாட்சியின் வகையுடன் இணைகிறது.

வழக்கமாக, தொழிலாளி வர்க்கத்துக்கு வெளியில் இருப்பதாகக் கருதப்படும் போராட்டங்களை புரிந்து கொள்ளவும் போற்றவும் கூட உதவும் அளவுக்கு நெகிழ்வானதாக இந்தக் கருத்தாக்கம் இருப்பது நிரூபிக்கப்பட்டுள்ளது. இவற்றில், பல நேரங்களில் 'உதிரி பாட்டாளி வர்க்கம்' என்ற நிலைக்கு ஒதுக்கப்படும் நகர்ப்புற 'விளிம்பு நிலைகள்'

என்று அழைக்கப்படுபவர்களின் போராட்டங்கள் மட்டுமின்றி, பல வகையான விவசாயிகளின் போராட்டங்களும் சேர்கின்றன. விவசாயிகள் மத்தியில் பிற்போக்கு அல்லது குட்டி-முதலாளித்துவ அரசியலை அனுமானிக்கும் போக்கைக் கொண்டுள்ள மரபுரீதியான மார்க்சிஸ்டுகளுக்கு மாறாக, சுய-மதிப்புப்பெருக்கம் என்ற கருத்தாக்கத்தை கருவியாக பயன்படுத்தும் மார்க்சிஸ்டுகள், அந்த மரபுரீதியிலான எதிர் பார்ப்புகளுக்குள் பொருந்தாத விவசாயிகளின் சமுதாயக் கட்டமைவுக்கான திட்டப் பணிகளின் பல்வகையை உணர்ந்து கொள்ளவும் அவற்றில் இருந்து கற்றுக் கொள்ளவும் முடிகிறது. இதில் அவர்கள், ரசிய விவசாயிகள் கம்யூனை கவனமாக ஆய்வு செய்வதன் மூலம் மேற்கு ஐரோப்பிய விவசாயிகள் பற்றிய மேலும் வரம்புக்குட்பட்ட ஆய்வின் அடிப்படையில் வளர்த்துக் கொண்ட விவசாயி-எதிர்ப்பு சார்புநிலையை பெருமளவு கைவிட முடிந்த மார்க்சுடன் மீண்டும் இணைகின்றனர். மரபுவழி மார்க்சிஸ்டுகளுக்கு எதிராக, அத்தகைய போராட்டங்களின் தன்னாட்சியை மட்டுமின்றி அந்த முயற்சிகளின் பன்முகத்தன்மையையும் வலியுறுத்திய எஸ்தேவாவையும் அவரது *campesinistas*-களையும் இவர்கள் வலுப்படுத்துகின்றனர்.[57]

இவ்வாறாக, சுய-மதிப்புப்பெருக்கம் என்ற கருத்தாக்கம், ‘சமூக ஆலை’ முழுவதற்கும் தனது மதிப்புப் பெருக்கத்தை விரிவாக்கும் முதலாளித்துவ போக்கு பற்றிய முந்தைய மீள்கருத்தாக்கத்தை இட்டு நிரப்புகிறது. இது பரந்துபட்ட மறுப்பை தோற்றுவிப்பதோடு மட்டு மில்லாமல், அந்த மறுப்பால் திறக்கப்பட்ட வெளிகளில் மூலதனத்தை எதிர்த்து நிற்கும் சுய-மதிப்புப் பெருக்க திட்டப் பணிகளின் எண்ணிக்கையும் பல்வகைமையும் அதிகரிக்கிறது. எனவே, சுய-மதிப்புப்பெருக்கம் என்பது மதிப்புப்பெருக்கம் என்பதற்கு எதிரிணையாக வைக்கும் அளவுக்கு செறிவுடைய கருத்தாக்கமாகத் தோன்றுகிறது. மார்க்சின் மதிப்புப்பெருக்கம் என்ற கருத்தாக்கம், முடிவின்றி சுமத்தப்படும் வேலையின் சமூக அமைப்பாக முதலாளித்துவம் தன்னை புதுப்பித்துக் கொள்ளும் சிக்கலான உறவுகளின் வரிசையின் மீது நமது கவனத்தைக் கோருகிறது என்றால், எனவே, சுய-மதிப்புப் பெருக்கம் என்ற கருத்தாக்கம் மதிப்புப் பெருக்கத்தை நாம் மறுப்பதன் சிக்கல் நிலையின் ஊடாக முதலாளித்துவத்துக்கு மாற்றாக சுய-கட்டுவிப்ப தற்கான ஒரே சாத்தியமான ஆதாரத்தை கட்டுவிக்கும் தன்னாட்சியான மாற்று திட்டப்பணிகளை விரித்துரைப்பதற்கான முயற்சிகள் வரை நமது கவனத்தை ஈர்க்கிறது.

சுய-மதிப்புப்பெருக்கமும் சாமான்ய-உயிர்வாழ்வும்

இந்த மார்க்சிய அணுகுமுறையை இல்லிச்சின் 'கொண்டாட்டத் தன்மை', 'சாமான்ய உயிர்வாழும் செயல்பாடுகள்' ஆகியவற்றுடன் ஒப்பிடும் போது வேறுபாடுகளை விட ஒற்றுமைகள்தான் அதிகம் கவனத்தை ஈர்க்கின்றன. இல்லிச்சும் அவரது சக ஆய்வாளர்களும் அடையாளம் கண்ட இப்போது இருக்கும் உயிர்வாழும் நடவடிக்கைகளின் வகைகள், சுய-மதிப்புப் பெருக்கம் என்ற கருத்தாக்கத்தால் அல்லது வாழ்தலின் மாற்று வழிகளின் சுய-கட்டுவிப்பால் தழுவப் பட்டவையாக நிச்சயமாக தெரிகின்றன. அதே போல, 'உயிர்வாழ்தலுக்கு எதிரான போர்' என்பதை மார்க்சிய அடிப்படையில் அத்தகைய தன்னாட்சியான சுய-மதிப்புப் பெருக்கும் செயல்பாடுகளையே மதிப்புப்பெருக்கநீக்கம் செய்வது (அல்லது தவறினால் மதிப்புநீக்கம் செய்வது) என்ற முதலாளித்துவ முயற்சிகளாக புரிந்து கொள்ள முடிவதும் நமக்குக் கடினமாக இல்லை. இந்தச் செயல்பாடுகளை பயன்-மதிப்புகளின் உற்பத்தி (சரக்குகளின் உற்பத்தி என்பதற்கு எதிராக) என்ற மார்க்சியக் கருத்தாக்கத்தின் அடிப்படையில் பேசுவதன் மூலம் இல்லிச் எழுப்பும் பிரச்சினை, அவர் கண்டுணரும் சித்தாந்த சாயலிலும் இல்லை, அல்லது பயன்-மதிப்புகளை 'ஊதியம் கொடுக்கப்படாத, தரநிலையாக்கப்பட்ட, முறையாக்கப்பட்ட செயல்பாடுகளுடன்' குழப்பிக் கொள்ளும் போக்கிலும் இல்லை.[58] சாமான்ய அல்லது சுய-மதிப்புப் பெருக்க செயல்பாடுகளை உற்பத்தித்துறைக்குள் மட்டும் வரம்பிடுவதில்தான் பிரச்சினை உள்ளது. நாம் பார்த்தது போல இரண்டு கருத்தாக்கங்களும் இதை விட பரந்து விரிந்தவை. இல்லிச், அவரது உதாரணங்களின் தேர்வின் மூலம், நெக்ரி வேலையை மறுப்பதன் மீதான அவரது தனிக்கவனத்தின் மூலம் என இருவருமே எல்லாவற்றையும் வேலைக்குக் கீழ்ப்படுத்தும் முதலாளித்துவத்தின் போக்கை குறிப்பாக தவிர்த்திருக்கின்றனர்.[59]

மேலும், இரண்டு கருத்தாக்கங்களும் மிகவும் சுய-உணர்வுடன் நிகழ்காலத்திலிருந்து எதிர்காலத்தை நோக்கிய இயக்கங்களை இலக்காகக் கொண்டுள்ளன. இல்லிச்சின் சமீபத்திய வரையறைகளில், புதிய தொழில் நுட்பங்களையும் 'பொருளாதாரத்துக்குள்' (உதாரணமாக, முதலாளித்துவ அல்லது சோசலிச) கீழ்ப்படுத்தப்படுவதை தவிர்ப்பதற்கான வழிகளையும் கொண்ட 'கொண்டாட்ட கருவிகளை' திட்டமிட்டு வளர்ப்பதும் வடிவமைப்பதும் மூலம் கொண்டாட்டத்துக்கான வெளிகளை விரிவாக்குவது என்ற அவரது முந்தைய நோக்கத்துடன் முரண்படுவதாக எதுவும் இல்லை. முதலாளித்துவத்திலிருந்து

கம்யூனிசத்துக்கு மாறிச் செல்வது பற்றிய மரபுரீதியான மார்க்சியக் கருத்தாக்கங்கள் பற்றிய நெக்ரியின் விமர்சன பகுப்பாய்வு, சுய-மதிப்புப் பெருக்கம் என்ற கருத்தாக்கம், உருவாகி வரும் முதலாளித்துவத்துக்கு பிந்தைய சமூகத்துக்கு இப்போதே இருக்கும் அடித்தளத்தைக் குறிக்கிறது என்று தெளிவுபடுத்துகிறது. முதலாளித்துவ ஆதிக்கத்தை மறுக்கும் சுய-மதிப்புப் பெருக்கச் செயல்பாடுகளை வளர்ப்பதன் மூலம்தான் அர்த்தமுள்ள ஒரே உருமாற்றம் நிகழ முடியும் என்று அவர் அந்த விமர்சன பகுப்பாய்வில் வாதிடுகிறார்.

எதிர்காலம் தொடர்பாக அத்தகைய இயக்கங்களின் பல்வகைத் தன்மையை போற்றுவதும் இரண்டு அணுகுமுறைகளிலும் ஒரே மாதிரியாக உள்ளது. இல்லிச், நெக்ரி இருவருமே முதலாளித்துவ 'சிக்காகோ குழுவினர்' (Chicago Boys) அல்லது சோசலிச 'கமிசார்கள்' இருவரின் ஒருபடித்தானதாக்கும் அளவிடுதலில் இருந்தும் கையாளுதலில் இருந்தும் தப்பிக்க மிகவும் வெளிப்படையாக விரும்புகின்றனர்.[60] மூலதனத்துக்கு எதிரான போராட்டத்திலும், முதலாளித்துவத்துக்குப் பிந்தைய ஒன்றுபட்ட ஒழுங்கைக் கட்டமைப்பதிலும் வேற்றுமைகளை ஒற்றுமைக்குக் கீழ்ப்படுத்த வேண்டும் என்ற மரபுரீதியான சோசலிச கோரிக்கைகளுக்கு எதிராக, இரண்டு அணுகுமுறைகளுமே, நெக்ரி சுய-தீர்மானிப்பின் 'பல்தரப்பு' என்று அழைப்பதை தழுவிக் கொள்கின்றன, அவற்றின் விரித்துரைப்பு அதன் 'பன்மைவாதம்' இன்றைய மூலதனத்தின் உலகத்தில் இருப்பது போல மாயமாக இருப்பதற்கு பதிலாக எதார்த்தமாக இருக்கும் புதிய உலகத்தை கட்டுவிக்க முடிகிற, தன்னாட்சியான திட்டப்பணிகளின் பல்வகைமையை தழுவிக் கொள்கின்றன.[61]

இந்த இரண்டு அணுகுமுறைகளும் 'சாமானிய' அல்லது 'சுய-மதிப்புப்பெருக்க' செயல்பாடுகளுக்கான சமூகப் பின்னணியை கருத்தாக்கம் செய்வதிலிருந்து அவற்றுக்கு இடையிலான முக்கியமான வேறுபாடுகள் பெறப்படுகின்றன. பெரும்பாலும் பொலன்யி மற்றும் டூமா (Dumont) ஆகியோரிடமிருந்து பெறப்பட்ட அத்தகைய பின்னணி பற்றிய இல்லிச்சின் புரிதல், மனிதர்களை பொருளாதாரமனிதனின் (homoeconomicus) சிறப்பு நேர்வுகளாக குறைத்து விட முயற்சிக்கும் 'பொருளாதார' சமூகம் என்பதாக உள்ளது. இந்தப் புரிதல், எல்லோரையும் வெறும் தொழிலாளியாகக் குறைத்து விட முயற்சிக்கும் சமூக அமைப்பாக முதலாளித்துவத்தைப் புரிந்து கொள்ளும் மார்க்சிய புரிதலுக்கு நெருக்கமாக உள்ளது, ஆனால் அதற்கு சமமாக இல்லை. முறைபாடுரீதியாக பேசும் போது, இந்த வேறுபாட்டின் மிக முக்கியமான விளைவு என்னவென்றால்,

பொருளாதாரத்துக்குள் ஒருங்கிணைக்கப்படுவதில் இருந்து தப்பி விட்ட 'சாமான்ய' மனிதச் செயல்பாடுகளின் வளர்ச்சியை இல்லிச் அடையாளம் காணவும் வளர்க்கவும் முடியும் போது, நெக்ரியின் மார்க்சிய பகுப்பாய்வும் மூலதனத்தின் இயங்கியலால் உருவாக்கப்பட்டு ஆனால் அதே நேரம், அவற்றின் எதிர்நிலையில் மூலதனத்திலிருந்து தன்னாட்சியானதாக அத்தகைய 'சுய-மதிப்புப்பெருக்க' செயல்பாடுகளை புரிந்து கொள்ள முடிகிறது. இல்லிச்சும் அவரது அணுகுமுறையை பயன்படுத்துபவர்களும், 'பொருளாதாரம்' முழுமையான மேலாதிக்கத்தை சாதிப்பதில் தோல்வியடைவதை கவனித்து அதனை கொண்டாட முடிகிறது, அதே நேரம் அந்தத் தோல்விக்கான பொறுப்பு என்று அவர்கள் கருதும் தன்னாட்சிரீதியான, கொண்டாட்ட முனைப்புகளையும் கொண்டாட முடிகிறது. சுய-மதிப்புப் பெருக்கம் என்ற கருத்தாக்கத்தைப் போல இல்லாமல் 'சாமான்ய' என்ற கருத்தாக்கம் அத்தகைய பகை நிலை முனைப்புகள் சமகால முதலாளித்துவ சமூகத்தின் வளர்ச்சிக்குள் உருவாக்கப்படுவது பற்றிய கோட்பாடு ஒன்றை வழங்க முடியவில்லை. முனைப்பின் அழிவை நினைத்து வருந்தும் இல்லிச் 'கொண்டாட்டத்தை' தேடிப் போகுமாறு அழைப்பு விடுக்கிறார். ஆனால் மார்க்சியத்தை அவர் நிராகரிப்பதன் காரணமாக, முதலாளித்துவ கட்டுப்பாடு முழுமையாக பின்னப்பட்டுள்ள வலைகளுக்கு உள்ளேயே கூட அத்தகைய தன்னாட்சியான முனைப்புகள் மீண்டும் மீண்டும் எவ்வாறு தோன்ற முடிகிறது என்று காட்டத் தவறுகிறார். இதனால்தான், இல்லிச்சின் சக ஆய்வாளர்கள், மூலதனத்துக்குள் முழுவதுமாக ஒருங்கிணைக்கப்படுவதை ஏறக்குறைய தவிர்த்து விட்ட சமுதாயங்களில் வாழ்பவர்கள் மீது அவ்வளவு தனிக்கவனத்தை குவிக்கின்றனர் என்று நான் கருதுகிறேன்.[ஊ] முதலாளித்துவத்தின் (பொலன்யியின் பிடுங்கப்பட்ட, மேலாதிக்கரீதியான 'பொருளாதாரம்') எழுச்சிக் காலத்திற்கு முன்பும் அந்தக் காலத்தின் மீதும் கவனத்தைக் குவிப்பது, தன்னாட்சியானவை என்று உடனடியாக அடையாளம் காணக்கூடிய பெரும்பாலான சமுதாயங்கள் உள்ள மூன்றாம் உலகத்தில் உள்ளவர்கள் (அல்லது மூன்றாம் உலகத்தை ஆய்வு செய்பவர்கள்) மத்தியில் இல்லிச்சின் கோட்பாட்டுக்கு இருக்கும் விருப்பத்தை விளக்குகிறது. ஆழ்ந்த அறிவு களுக்கான தனிச்சிறப்பான மண்டலங்களாக அத்தகைய சமுதாயங்களை கருத முடியும் என்பதில் சந்தேகம் இல்லை என்றாலும், தமது சொந்த தன்னாட்சியான இருத்தல் வழிகளின் விரித்துரைப்பை அவை சாதித்திருப்பதன் அளவின் காரணமாக, இப்போதைய முதலாளித்துவ (பொருளியல்) ஒழுங்கை தூக்கி எறிவது மூலதனத்தின் சமூக இழையமைப்பு முழுவதும் பல்கிப் பெருகியுள்ள அத்தகைய வெளிகளின்

பல்வகைமையிலிருந்து மட்டும்தான் பெறப்பட முடியும். அத்தகைய சாத்தியப்பாடுகள் குறித்து விழிப்புணர்வு, போற்றுதல் இரண்டுமே நமக்குத் தேவைப்படுகிறது. அதனை இந்த இரண்டில் எதுவும் வழங்க முடியும். மற்றும் அவற்றை ஈன்றெடுத்த தன்னெழுச்சியான பகைநிலை உருவாக்க நிகழ்முறைகள் பற்றிய கோட்பாடும் நமக்குத் தேவைப்படுகிறது அதனை மார்க்சியம் மட்டும்தான் வழங்க முடிந்திருக்கிறது.

மார்க்சியத்தைத் தாண்டி?

முதலாளித்துவத்துக்குள் தன்னாட்சியான முனைப்புகளின் உருவாக்கத்தைப் பற்றிய கோட்பாட்டை மார்க்சியம் வழங்குகிறது என்றால், அந்த வெளிகளுக்குள் கட்டமைக்கப்படும் தன்னாட்சியான வளர்ச்சியின் உள் தர்க்கத்துக்கு அதன் பொருத்தப்பாடும் சுய-தீர்மானிப்பு நிகழ்முறைகளைப் பற்றிய நமது புரிதலும் பங்களிப்பும் அவ்வளவு தெளிவாக இல்லை. ஒருவர் இயக்கவியல் பொருள்முதல்வாதியாக இருந்தால், அல்லது வரலாற்றுப் பொருள்முதல்வாதியாக இருந்தால் கூட, அவருக்கு மார்க்சியம் சர்வப்பொது பயன்பாட்டைக் கொண்ட தத்துவமாக உள்ளது, குறைந்தபட்சம் அது முறைபாட்டுரீதியான பொருத்தப்பாட்டைக் கொண்டுள்ளது. முதலாளித்துவத்துக்குள் உருவாகி எழுந்த கோட்பாட்டு அரசியல் செயல்பாடு என்று மார்க்சியத்தை எடுத்துக் கொண்டால், அந்த சமூகத்தின் வர்க்கப் போராட்டங்களைப் பற்றிய தொழிலாளி வர்க்க விரித்துரைப்பு என்பதற்குள் அதன் பயன்பாடு வரம்பிடப்படுகிறது என்றால், மூலதனத்தின் கட்டுப்பாட்டில் இருந்து தப்பித்து விடும் சுய-மதிப்புப் பெருக்கம் அல்லது சுய-கட்டுவிப்பின் பல நிகழ்முறைகளை புரிந்து கொள்வதற்கு அந்த நிகழ்முறைகளை அவற்றின் சொந்த அடிப்படைகளில் உள்வாங்குவது தெளிவாகவே அவசியமாக உள்ளது.

முதலில் நாம் உருவகரீதியாக மேலே செல்லலாம். முதலாளித்து வத்துக்கு எதிரான அத்தகைய எழுச்சிகளைப் புரிந்து கொள்வதற்கான தொடக்கப் புள்ளியாக அதனை ஆய்வு செய்வதிலிருந்து இதுவரை நாம் கற்றுக் கொண்டதை பயன்படுத்த முயற்சிக்கலாம். ஆனால், அது தவிர்க்கவியலாமல் நமது கவனத்தை பெரும்பாலும் பிறப்பு நிகழ் முறையின் வடுக்கள் மீது மட்டுமே, அவை முதலாளித்துவத்திலிருந்து தோன்றியவை என்ற உண்மையினால் வடிவம் கொடுக்கப்படும் வழிகள் மீது மட்டுமே குவிக்கிறது. நாம் நம்மைச் சுற்றி எங்கும் இந்த வடுக்களை பார்க்க முடிகிறது. ஏனென்றால், மூலதனம் நம்மைச் சிறைப்படுத்தும் சுவர்களின் மீதுதான் நமது போராட்டத்தை முதலில் பொறிக்கிறோம். நாம் வெளிகளையும் நேரங்களையும் விடுவிக்கிறோம்,

ஆனால் அந்த வெளிகளும் நேரங்களும் இன்னமும் முதலாளித்துவ அதிகாரத்தின் கட்டமைப்புகளுக்கு உள்ளாகவே அடைபட்டுள்ளன. நாம் தன்னாட்சியான சூழ்நிலைகளையும் செயல்பாடுகளையும் செதுக்குகிறோம், ஆனால் முதலாளித்துவச் சுரண்டலால் வடுப்பட்ட வெளிகளில் அதைச் செய்கிறோம், மதிப்புப்பெருக்க நிகழ்முறைகளால் குறைந்தபட்சம் பகுதியளவு உருக்கொடுக்கப்பட்ட சரக்குகளைக் கொண்டும் ஆளுமைகளைக் கொண்டும் அதைச் செய்கிறோம். முதலாளித்துவத்துக்குப் பிந்தைய சமூகம், முதலாளித்துவம் செய்ததை விட அதிகமாக, அதன் கடந்தகாலத்திலிருந்து முழுமையாக விடுவிக்கப்பட்ட உலகத்துக்குள் தன்னை நிறுவிக் கொள்ள முடியாது என்பதை இவை அனைத்தும் உத்தரவாதப்படுத்துகின்றன. இன்றைக்கும் முதலாளித்துவம், முதலாளித்துவத்துக்கு முந்தைய எச்சங்களை கையாள்வதற்கு கட்டாயப்படுத்தப்படுவது போல, முதலாளித்துவத்துக்குப் பிந்தைய சமூகத்தை உருவாக்கும் நமது முயற்சிகள் நீண்ட காலத்துக்கு முதலாளித்துவத்தின் அடையாளங்களால் குறிக்கப்பட்டிருக்கும் என்றும் நாம் தெரிந்து கொள்ள முடிகிறது. இந்த அளவுக்கு முதலாளித்துவம் பற்றிய மார்க்சியக் கோட்பாடு தொடர்ந்து ஆர்வத்துக்குரியதாக இருக்கும்.

சுய-மதிப்புப் பெருக்கச் செயல்பாடுகளின் புதிய மற்றும் அசலான பண்புகளை அடையாளம் காண்பதிலும் புரிந்து கொள்வதிலும்தான் கற்பனைவளம் மற்றும் படைப்பாற்றலின் மிகப் பெரிய தேவையை நாம் எதிர்கொள்கிறோம். இதில், நாம் பழைய கோட்பாடுகளை சிறிதளவே சார்ந்திருக்க முடியும், மார்க்சின் கோட்பாட்டைக் கூட சிறிதளவே சார்ந்திருக்க முடியும். ஒரு புறம், அத்தகைய செயல்பாடுகளுக் குள்ளாகவும் அவற்றின் ஒருங்கிணைந்த பகுதியாகவும் புதிய புரிதல் உருவாக்கப்பட வேண்டும் என்று நாம் எதிர்பார்க்க முடியும். மறுபக்கம், முதலாளித்துவத்துக்குப் பிந்தைய சமூகம் பல்வகைமையுடன், இருத்தலின் பல்வேறு வழிகளின் சிக்கலான கலவையாக உருவாகிறது என்ற கருத்தை நாம் ஏற்றுக் கொண்டால், அப்போது தனிநபர்களாக நாம் அத்தகைய மாற்றுகளில் சிறு பகுதியில் மட்டும்தான் பங்கேற்க முடியும் என்பது ஏற்கனவே தெளிவாகிறது, அதன் விளைவாக, நாம் உள்ளிருந்து அறிந்திருக்காத சுய-மதிப்புப் பெருக்க நிகழ்முறைகளைக் கொண்ட திட்டப்பணிகளை புரிந்து கொள்ள வேண்டிய பணியை நாம் எதிர்கொள்கிறோம் என்பதும் தெளிவாகிறது. எல்லோரையும் எல்லா சமூகக் கட்டமைவுகளையும் தனக்குள்ளேயே கீழ்ப்படுத்துவது என்ற முதலாளித்துவ திட்டப்பணியின் பகுதியாக தமது சொந்தக் கருத்தாக்கங்களையே மற்றவர்கள் மீது நேரடியாக சுமத்த முடிகிற

மூலதனத்தின் கோட்பாட்டாளர்களைப் போல இல்லாமல், ஆதிக்கத்தின் எல்லா வடிவங்களையும் எதிர்த்த போராட்டத்துக்கு அத்தகைய கோட்பாட்டு ஏகாதிபத்தியத்தை மறுப்பது அவசியம். இருத்தலின் மாற்று வழிகளை அவற்றின் சொந்த அடிப்படையிலேயே புரிந்து கொள்வதற்கான கற்பனைத்திறன் வாய்ந்த முயற்சிகள் அவசியமாக உள்ளன. இந்தக் காரணத்துக்காகத்தான் நாம் சுயமதிப்புப் பெருக்கத்துக்கான அத்தகைய எல்லா திட்டப்பணிகளுக்கும் முன்னுரிமை கொடுக்க வேண்டும், நாம் ஈடுபட்டிருப்பவை, நாம் வெளியிலிருந்து கவனிக்க மட்டும் செய்பவை இரண்டுக்கும் முன்னுரிமை கொடுக்க வேண்டும். சுய-மதிப்புப் பெருக்கத்தின் தன்னாட்சியை ஒடுக்கி படைப்பாற்றலை தனக்குள்ளேயே கீழ்ப்படுத்துவதில் மூலதனம் வெற்றியடைந்த இடங்களில் கூட, அந்தத் தன்னாட்சியின் அனுபவம் அல்லது அதைப் பற்றிய ஆய்வு, நிகழ்காலத்துக்குள் எதிர்காலத்தை கட்டிஎழுப்பும் பிற முயற்சிகளுக்கு வலு சேர்க்க முடியும். நம் கடந்த கால தவறுகளில் இருந்து கற்க வேண்டும் என்பது வர்க்கப் போராட்டத்தில் எப்போதுமே உண்மையாக இருந்திருக்கிறது. தன்னாட்சிரீதியான இருத்தல் வழிகளை கட்டமைப்பதில் நாம் பெறும் வெற்றிகளில் இருந்து, அவை எவ்வளவுதான் குறுகிய காலத்துக்கானதாக இருந்தாலும், அவற்றை அங்கீகரித்து கற்க வேண்டும் என்பதும் மேன்மேலும் உண்மையாக ஆகியுள்ளது.

குறிப்புகள்

முதலாளித்துவ கோட்பாடு தொடர்பான இந்தத் தொழிலாளி-வர்க்க அணுகுமுறையானது பெரும்பாலான மார்க்சிஸ்டுகள் பயன்படுத்தும் அணுகுமுறையிலிருந்து பெரிதும் வேறுபட்டது. பாரம்பரியமாக, மார்க்சிஸ்டுகள் முதலாளித்துவக் கோட்பாட்டை தூய சப்பைக்கட்டுவாதமாக இருப்பதாக ஒதுக்கித் தள்ளுகின்றனர் அல்லது அந்தக் கோட்பாட்டின் பல்வேறு கூறுகளை விமர்சிப்பதன் மூலம் அவற்றின் உள்ளார்ந்த முரண்களை அல்லது உலகத்தைப் பற்றிய ஏதோ ஒரு இன்றியமையாத அம்சத்தை புரிந்து கொள்ளத் தவறுவதை சுட்டிக் காட்டுகின்றனர். முரண்தொடையாக, இத்தகைய நல்லெண்ணம் கொண்ட அணுகுமுறைகள் இரண்டு கெடுவாய்ப்பான பக்கவிளைவுகளைக் கொண்டுள்ளன. முதலாவதாக, மையநீரோட்டக் கோட்பாட்டின் மீது இகழ்ச்சியைத் தூண்டுவதன் மூலம் முதலாளித்துவத்துக்கு எதிராக போராடுபவர்களுக்கு எதிராக பயன் படுத்தப்படும் முதலாளித்துவ உத்திகளைப் புரிந்து கொள்வதற்காக அந்தக் கோட்பாட்டை தீவிரமாக ஆய்வு செய்வதிலிருந்து அவர்களின் கவனம் திசை திருப்பப்படுகிறது. இரண்டாவதாக, கோட்பாட்டில் தர்க்கப் பிறழ்வுகளையும் முக்கியமான கவனக்குறைவுகளையும் அடையாளம் காட்டுவதன் மூலம், மையநீரோட்டக் கோட்பாடுகள் தமது வீரியத்தையும் தமது வரையறைகளின் பயன்பாட்டையும் மேம்படுத்த மட்டுமே அத்தகைய விமர்சனப் பகுப்பாய்வுகள் உதவுகின்றன - இது யாருடைய நலனுக்காக இந்த விமர்சகர்கள் செயல்பட முயற்சிக்கிறார்களோ அவர்களுடைய நலனுக்கே பாதகமாக முடிகிறது.

2. நல்வாய்ப்பாக, இந்த விவரிப்பின் இல்லாத பக்கத்தை இட்டு நிரப்புவதற்கு பல்வகையான மார்க்சிய வரலாற்றாளர்கள் முக்கியமான பங்களிப்புகளை செய்துள்ளனர். ஆனால், ஆதித் திரட்டலின் மறுபக்கத்தை பகுப்பாய்வு செய்வதற்கான முறையான முயற்சி எதுவும் இன்னும் நடக்கவில்லை அத்தகைய முயற்சிக்கான ஒரு தொடக்கமாக, கீழே மதிப்புப்பெருக்க நீக்கம் பற்றிய விவாதத்தைப் பார்க்கவும்.

3. 'இலாபம்' ஆக உபரி-மதிப்பு பற்றிய முழு விவாதமும் மூலதனம் நூலின் மூன்றாம் பாகத்தின் முதல் பகுதிக்கு ஒதுக்கப்பட்டிருந்த போதும் இதுதான் நிலைமை. முதல் பாகத்தில் தரப்பட்டுள்ள விவரிப்பு முதலாளிகளின் நடத்தைகளை மட்டுமின்றி அவர்களது வாதங்களையும் பகுப்பாய்வு செய்தது. (உதாரணம்: வேலை நாளை குறைப்பது வணிக இலாபங்கள் மீது கொண்டிருக்கும் அபாயங்கள் பற்றிய சீனியரின் வாதங்கள்)

4. மார்க்ஸ் இந்தக் கருத்தாக்கங்களை பல வெவ்வேறு இடங்களில் விவாதித்தாலும், அவற்றுக்கு இடையேயான வேறுபாடுகளையும் உறவுகளையும் பற்றிய அவரது மிகத் தெளிவான விளக்கத்தை மூலதனம் நூலின் முதல் பாகம் அத்தியாயம் 25-லும், மூன்றாம் பாகத்திலும் காணலாம்.

5. சாரத்தில் மட்டுமே இது ஒரு முறையான எதிரிணையாக உள்ளது. மூலதனத்துக்கும் உழைப்புக்கும் இடையிலான விகிதத்தை அளவிடுவதற்கான எல்லா நடைமுறை முயற்சிகளும் - வழக்கமாக சந்தை விலைகளில் - தொகுத்தல் முறையை பின் பற்றுகின்றன. இது இந்தக் கருத்தாக்கத்தை அடுத்த பத்தியில் விவாதிக்கப்படும் மூலதனத்தின் மதிப்புச் சேர்க்கைக்கு நெருக்கமானதாக ஆக்குகிறது.

6. குறிப்பு: புகுத்தப்பட்ட மாறா-மூலதனத்தின் மதிப்பு மூலதனத்தின் அங்ககச் சேர்க்கையில் ஏற்படும் உயர்வுக்கு தொடர்பில்லாத ஒன்று. புதிய மாறா-மூலதனத்தை அறிமுகப்படுத்துவது உழைப்பின் உற்பத்தித் திறனை உயர்த்துகிறதா என்பது மட்டும்தான் இங்கு கவனத்துக்குரியது. உற்பத்திச் சாதனங்களை உற்பத்தி செய்யும் துறை I-ஐச் சேர்ந்த நிறுவனங்களில் உற்பத்தித் திறன் அதிகரிப்பதன் மூலம் மாறா-மூலதனத்தின் ஒரு அலகுக்கான மதிப்பு வீழ்ச்சியடைவதால் நீண்ட கால நோக்கில் 'மூலதனத்தின் அங்ககச் சேர்க்கை உயர்வதற்கான போக்கு' தவிர்க்க முடியாததாக இல்லை என்று பால் ஸ்வீசீ போன்று வாதிடுவதில் உள்ள தவறு இதில்தான் அமைந்துள்ளது. த தியரி ஆஃப் கேபிடலிஸ்ட் டெவலப்மென்ட் (*The Theory of Capitalist Development*), நியூயார்க், 1942 என்ற அவரது நூலின் பக்கம் 103-4-ல் ஸ்வீசியின் வாதத்தையும் அதைத் தொடர்ந்த விவாதத்தையும் பார்க்கவும்.

7. ரானியேரோ பன்சியெரி, 'த கேபிடலிஸ்ட் யூஸ் ஆஃப் மெசினரி: மார்க்ஸ் வெர்சஸ் த அப்ஜெக்டிவிஸ்ட்ஸ்', ஃபில் ஸ்லேட்டர் (தொகுப்பு), ('The Capitalist Use of Machinery: Marx Versus the Objectivists' in Phil Slater (ed)), *அவுட்லைன்ஸ் ஆஃப் எ கிரிட்டிக் ஆஃப் டெக்னாலஜி அட்லான்டிக் ஹைலேண்ட்ஸ்* (*Outlines of a Critique of Technology*, Atlantic Highlands), 1980, பக்கம். 39-68. 'sull'uso capitalistico delle macchine nel neocapitalismo', Quaderni Rossi, no.1 (1961) ஆக முதலில் வெளியிடப்பட்டது, ஆகியவற்றைப் பார்க்கவும்.

8. இந்த ஆய்வுகளில் மிக முக்கியமானவற்றுள் ரொமானோ அல்குவாட்டியின் ஆய்வுகள் உள்ளன. உதாரணமாக அவரது 'Composizione organica del capitale e forza-lavoro alia Olivetti', (1962) மற்றும் 'Ricerca sulla structtura interna delle classe operaia'(1965), reprinted in Romano Alquati, Sulla FIAT *e Altri Scritti* (Milan; 1975) ஆகியவற்றைப் பார்க்கவும்.

9. *மூலதனம்* முதல் பாகம் அத்தியாயம் 15, பிரிவு 5-ல் உள்ள பின்வரும் வாக்கியத்தைப் போல: 'தொழிலாளி வர்க்கத்தின் கிளர்ச்சிகளுக்கு எதிரான ஆயுதங்களை மூலதனத்துக்கு வழங்கும் ஒரே நோக்கத்துடன் 1830 முதற்கொண்டு செய்யப்பட்ட கண்டுபிடிப்புகளை வைத்து ஒரு வரலாறே எழுதலாம்'. (*மூலதனம்*, முதல் பாகம், தமிழ்ப் பதிப்பு - பக்கம் 589 - மொ.பெ.)

10. இந்தக் கருத்துருக்கள் பற்றியும் தொழிலாளி வர்க்கப் போராட்டத்தின் வரலாற்றை பகுப்பாய்வு செய்வதில் அவற்றின் பயனைப் பற்றியும் மேலும் விவாதத்துக்கு, ஹேரி கிளீவர், *ரீடிங் கேபிடல் பொலிடிகலி*, ஆஸ்டின், டெக்சாஸ் (Harry Cleaver, Reading Capital Politically, Austin; Tex), 1979, யான் மோலியர், (Yann Moulier), 'L'Operaismej italien: organisation/representation/ideologie ou la composition de classe revisite', in Marie-Blanche Tahon and Andre Corten (eds), *LTtalie: Le philosophe at le gendarme, Actes du Coloque de Montreal*, (Montreal; 1986) ஆகியவற்றைப் பார்க்கவும்.

11. உற்பத்தி உறவுகள், 'உற்பத்திச் சக்திகள்' ஆகியவற்றுக்கு மறுபொருள் கூறுவதற்கான கதவையும் அது திறந்து விட்டது. "*அரசியல் பொருளாதார விமர்சனத்துக்கு ஒரு பங்களிப்பு*" நூலின் முன்னுரையில் இந்தக் கருத்தாக்கங்கள் பயன்படுத்தப் பட்டது, பெரும்பாலும் பலனற்ற ஊகவிவாதங்களுக்கான அடிப்படையை உருவாக்கியது. அத்தகைய ஒரு மறுபொருள் கூறலுக்கு ஹேரி கிளீவர், பீட்டர் பெல் (Harry Cleaver and Peter Bell), 'மார்க்சஸ் கிரைசிஸ் தியரி அஸ் எ தியரி ஆஃப் கிளாஸ் ஸ்ட்ரகிள்', *ரிசர்ச் இன் பொலிடிக்கல் எகானமி*, V. 5 ('Marx's Crisis Theory as a Theory of Class Struggle', Research in Political Economy), 1982, பக்கம் 194-5 ஐப் பார்க்கவும்.

12. வர்க்க மோதல் எப்போதுமே 'சகட வடிவத்தை' எடுக்கும் என்ற அனுமானம் இங்கு இல்லை. அது முழுக்க முழுக்க மூலதனம் மெய்யாகவே கட்டுப் படுத்தலை மீட்டமைக்க முடிகிறதா என்பதையே சார்ந்துள்ளது. மூலதனம் கட்டுப்பாட்டை மீட்டமைக்கத் தவறி அது வரலாற்று மேடையில் இருந்து வெளியேற்றப்படும் வகையில் அத்தகைய மோதல் புரட்சிகர வெற்றியை சாதிக்கலாம் என்ற தொடர்ச்சியான சாத்தியப்பாடு மார்க்சிய பகுப்பாய்வில் நிலை கொண்டுள்ளது.

13. '*ஆலையும் சமூகமும்*' ('The Factory and Society') என்ற 1962-ல் எழுதிய கட்டுரையில், த்ரோந்தி: 'முதலாளித்துவ வளர்ச்சி முன்னேறும் அளவுக்கு, அதாவது ஒப்பீட்டு உபரி-மதிப்பின் உற்பத்தி எல்லா இடங்களிலும் அதிகமாக ஊடுறுவும் அளவுக்கு, உற்பத்தி-வினியோகம்-பரிவர்த்தனை-நுகர்வு என்ற சுற்று தவிர்க்கவியலாமல் அதிகமாக வளர்கிறது. அதாவது, முதலாளித்துவ உற்பத்திக்கும் முதலாளிவர்க்க சமூகத்துக்கும் இடையேயான உறவு, ஆலைக்கும் சமூகத்துக்கும் இடையேயான உறவு, சமூகத்துக்கும் அரசுக்கும் இடையேயான உறவு, மேன்மேலும் உயிர்மமாக மாறுகிறது. முதலாளித்துவ வளர்ச்சியின் மிக உயர்ந்த மட்டங்களில் சமூக உறவுகள் உற்பத்தி உறவுகளின் கூறுகளாக மாறுகின்றன, ஒட்டு மொத்த சமூகமும் உற்பத்தியின் விரித்துரைத்தலாக மாறுகிறது. சுருக்கமாக, ஒட்டு மொத்த சமூகமும் ஆலையின் ஒரு செயல்பாடாக வாழ்கிறது, மற்றும் ஆலை தனது தனிச்சிறப்பான ஆதிக்கத்தை ஒட்டு மொத்த சமூகத்தின் மீதும் நீட்டுகிறது' (எனது மொழி பெயர்ப்பு - ஹேரி கிளீவர்) என்று எழுதினார். மரியோ த்ரோந்தி (Mario Tronti), 'La fabbrica e la societa', *Quaderni Rossi* no. 2 (1962), p. 20. (இந்தக் கட்டுரை மரியோ த்ரோந்தி- Mario Tronti, *Operai e capitale* (Turin 1966 (1971), pp. 39-59)-ல் மீள் அச்சிடப்பட்டது). இந்தக் கோட்பாடாக்கம், முதலாளித்துவ மேலாதிக்கம் பற்றிய கிராம்சியின் பார்வைக்கும் பிராங்க்ஃபர்ட் பள்ளியின் பார்வைக்கும் மாற்று

அணுகுமுறையை அடித்தளமாகக் கொண்டது. இதில் வர்க்கப் பகைநிலை மறைந்து போவதில்லை, மாறாக கலாச்சார வளர்ச்சியின் இயக்க ஆற்றல் உள்ளிட்டு அனைத்திலும் அது ஊடுருவியுள்ளது.

14. 'கூலிபெறாதவர்களை' தொழிலாளி வர்க்கத்தின் ஒருங்கிணைந்த பகுதியாக பகுப்பாய்வு செய்வதன் தொடக்கம் இத்தாலியில் வளர்க்கப்பட்டது. உதாரணமாக, மரியாரோசா டல்லா கோஸ்டா, செல்மா ஜேம்ஸ் (Mariarosa Dalla Costa and Selma James), '*த பவர் ஆஃப் விமன் அண்ட் த சப்வெர்ஷன் ஆஃப் கம்யூனிட்டி*', *ரேடிக்கல் அமெரிக்கா*, தொகுதி *6*, எண் *1* (The Power of Women and the Subversion of the Community, *Radical America*, vol. 6, no. 1), ஜனவரி - பிப்ரவரி **1972**, அல்லது Collettivo Internazionale Femminista, *Le Operate della Casa* (Venice *1975*) ஆகியவற்றைப் பார்க்கவும். வீட்டு வேலை போன்ற கூலிபெறாத வேலை மூலதனத்தின் மறுஉற்பத்திக்கும் கீழ்ப் படுத்தப்படுவது, பிற்காலத்தில் மார்க்சியமில்லாத அடிப்படைகளில் இவான் இலிச்சால் 'நிழல் வேலை' என்ற அடிப்படையில் பகுப்பாய்வு செய்யப் பட்டது. அவரது *ஷேடோ வொர்க்*, பாஸ்டன், மசாச்சுசெட்ஸ் (Shadow Work, Boston, Mass), *1981*-ஐப் பார்க்கவும்.

15. இத்தாலியில் இந்தக் கருத்தாக்கத்தை நீட்டுவதற்கான உதாரணமாக பார்க்கவும் ராபெர்ட்டா தோமாசினி (Roberta Tomassini, *Studenti e Composizione di Classe* (Milan, *1977*). அமெரிக்காவில் 'சமூக ஆலை' என்ற மட்டத்தில் அத்தகைய பகுப்பாய்வுக்கான உதாரணங்களுக்கு Paolo Carpignano-வின் 'யு.எஸ் கிளாஸ் கம்போசிஷன் இன் த சிக்ஸ்டீஸ்' (U.S. Class Composition in the Sixties)-ஐப் பார்க்கவும். *Zerowork*, no. *1* (*1975*), and no. *2* (*1977*)-ல் உள்ள பிற கட்டுரைகள், *மிட்நைட் நோட்ஸ்*-ல் சமீபத்திய குறிப்புகள் ஆகியவற்றைப் பார்க்கவும். மூன்றாம் உலக நாடுகளில் உள்ள கூலிபெறாத விவசாயிகளுக்கு அத்தகைய பகுப்பாய்வை பொருத்துவதற்கு உதாரணமாக Ann Lucas de Rouffignac-ன் *த கன்டெம்ப்ரரி பெசன்ட்ரி இன் மெக்சிகோ*, நியூயார்க் (*The Contemporary Peasantry in Mexico*, New York), *1985*-ஐப் பார்க்கவும்.

16. சுருக்கமாக, மதிப்புப் பெருக்கக் கோட்பாடு என்பது முதலாளித்துவ ஆதிக்கம் பற்றிய மார்க்சியக் கோட்பாட்டின் இன்னொரு பகுதியாக உள்ளது. அது, மூலதனச் சேர்க்கை பற்றிய கோட்பாட்டை இட்டு நிரப்புவதாக உள்ள அதே நேரம் அதிலிருந்து வேறுபட்டதாக உள்ளது. ஏனென்றால், மாறா மூலதனத்துக்கும் மாறும் மூலதனத்துக்கும் இடையேயான குறிப்பிட்ட உறவிலிருந்து பிரித்தெடுத்து நாம் மதிப்புப் பெருக்கத்தை விவாதிக்க முடியும். மூலதனச் சேர்க்கை என்ற கருத்தாக்கம் நேரடியாகவே அதிக திட்டவட்டமானதாக உள்ளது, ஏனென்றால் அது அத்தகைய குறிப்பிட்ட உறவுகளை கையாள்கிறது, அது அதிக வரம்புக் குட்பட்டது, ஏனென்றால் அது எப்போதுமே உற்பத்தியையே சுட்டுகிறது, மதிப்புப் பெருக்கச் சுற்றில் உற்பத்தி மட்டும் இன்றி சுற்றோட்டமும் சேர்க்கப்படுகிறது.

17. மூலதனம் நூலின் முதல் பாகம் அத்தியாயம் 7-ம் 'உழைப்பு நிகழ்முறையை', 'மதிப்புப் பெருக்க நிகழ்முறைக்கு' எதிராக நிறுத்தியிருப்பது அதை உடனடியாக தெளிவுபடுத்தவில்லை, ஆனால் அதே பாகத்தில் அத்தியாயம் 10-ன் பிரிவு 2-ல், முந்தைய சமூகங்களில் ஆட்சியாளர்கள் தமது சொந்த நலனுக்காக மற்றவர்கள் மீது உபரி-உழைப்பைச் சுமத்தியது போல இல்லாமல் முதலாளித்துவத்தில் வேலை சுமத்தப்படுவது முடிவற்றது, முதலாளித்துவ வர்க்கம் நுகரும் சொகுசுப் பண்டங்கள் உள்ளிட்டு எந்த ஒரு குறிப்பிட்ட பயன்-மதிப்பின் உற்பத்தியிலிருந்து சுயேச்சையானது என்று மார்க்ஸ் சுட்டிக் காட்டும் போது இது தெளிவாகிறது.

18. குறிப்பாக, 'பிரித்த உழைப்பு' என்ற பிரிவை பார்க்கவும்.

19. மூலதனம் நூலில் இத்தகைய துலக்கமான தெரிவிப்புகள் மீண்டும் மீண்டும் வருவது, அல்தூசர் மற்றும் அவரது மாணவர்கள் போன்றவர்கள் மார்க்சின் முதிர்ச்சியடைந்த படைப்புகளின் 'அறிவியலை' அவற்றுக்கு முந்தைய ஹெகலிய முதிர்ச்சியற்ற படைப்புகளிலிருந்து பிரிக்க முயற்சித்தது தவறு என நிரூபிக்கிறது. மூலதனத்தால் சொந்தமாக்கப்பட்டு கட்டுப்படுத்தப்படும் தொழிலாளர்களின் உற்பத்திப் பொருட்கள் 'பூதமாக' ஆகி விடுகின்றன (*மூலதனம்,* நியூயார்க், வின்டேஜ் பதிப்பு, பக்கம் 302) [தமிழ்ப் பதிப்பு பக்கம் 268 - மொ.பெ]. அத்தியாயம் 10-ல்தான் இந்தப் பூதத்தை மார்க்ஸ் இரத்தக் காட்டேரியாக சித்தரிப்பதை நாம் பார்க்கிறோம்: 'மூலதனம் உயிரற்ற உழைப்பு ஆகும்; அது இரத்தக் காட்டேரியைப் போல உயிருள்ள உழைப்பை உறிஞ்சியே வாழ்கிறது; எவ்வளவு அதிகமாக உழைப்பை உறிஞ்சுகிறதோ, அவ்வளவு அதிகமாக வாழ்கிறது', (முன்வந்தது, பக்கம். 342) [தமிழ்ப் பதிப்பு, பக்கம் 317 - மொ.பெ]. ஆனால் உயிரற்ற உழைப்பு என்பது தொழிலாளர்கள் உற்பத்தி செய்த பொருட்களே ஆகும், அந்தப் பொருட்கள் அன்னிய பொருண்மைகளாக, மூலதனத்தின் பகுதியாக ஆகியிருக்கின்றன, அவை தொழிலாளர்கள் மீது ஆதிக்கம் செலுத்த பயன்படுத்தப்படுகின்றன. 'உயிருள்ள உழைப்பை உறிஞ்சுதல்' என்ற சொற்றொடர் மனிதர்களை வேலை செய்யும்படி கட்டாயப்படுத்துவதை தெளிவாகக் குறிக்கிறது, அவர்கள் எவ்வளவு அதிகமாக வேலை செய்ய கட்டாயப்படுத்தப்படுகின்றனரோ, அவ்வளவு அதிக உற்பத்திப் பொருட்கள் உற்பத்தியாகின்றன, அவ்வளவு அதிகமாக மூலதனம் பெருக்கிறது. இன்னும் மேலாக (முன் வந்தது, பக்கம் 353), [தமிழ்ப் பதிப்பு, பக்கம் 330-மொ.பெ] அவர் மூலதனத்தின் 'ஓநாய் போன்ற உபரி-மதிப்புக்கான [அசுர].... பசியைப்' பற்றி மீண்டும் அதிக வேலையைச் சுமத்த முயற்சிக்கும் அன்னிய பூதம் பற்றிப் பேசுகிறார் (எனது அழுத்தம்), மீண்டும் அத்தியாயம் 11-ல், இன்னும் குறைவான ஆடம்பர நடையில் 'தொழிலாளி உற்பத்திச் சாதனங்களைப் பயன்படுத்துவதற்கு பதில் இப்போது உற்பத்திச் சாதனங்கள் தொழிலாளர்களைப் பயன்படுத்துகின்றன. அவரது உற்பத்திச் செயற்பாட்டின் பொருட்கூறுகள் என்ற முறையில் அவரால் நுகரப்படுவதற்குப் பதிலாக, தமது வாழ்வு நிகழ்முறைக்கு அவசியமான உயிர்ப்புச் சக்தி என்ற முறையில் அவை அவரை நுகர்கின்றன. மூலதனத்தின் வாழ்வு நிகழ்முறை இடையறாது விரிவடையும், இடையறாது பல்கிப் பெருகும் மதிப்பு என்ற முறையிலான அதன் இயக்கத்திலேயே அடங்கியுள்ளது', (முன்வந்தது., பக்கம். 425) [தமிழ்ப் பதிப்பு பக்கம் 421 - மொ.பெ]. இறுதியாக, இயந்திர சாதனமும் நவீன தொழில்துறையும் பற்றிய அத்தியாயங்களில், மூலதனத்தின் கீழ், இயந்திர சாதனம் தொழிலாளிக்கு சேவை செய்வதற்கு பதிலாக தொழிலாளி இயந்திர சாதனத்துக்கு சேவை செய்வது பற்றிய முழுமையான விவாதம் உள்ளது.

20. பார்க்கவும், மைக் டேவிஸ், 'த ஸ்டாப் வாட்ச் அண்ட் த வுடன் ஷு: சயின்டிஃபிக் மேனேஜ்மென்ட் அண்ட் த இண்டஸ்ட்ரியல் வொர்க்கர்ஸ் ஆஃப் த வேர்ல்ட்', *ரேடிகல் அமெரிக்கா,* தொகுதி 8, எண் 6 (Mike Davis,'The Stop Watch and the Wooden Shoe: Scientific Management and the Industrial Workers of the World', *Radical America,* vol. 8, no. 6), ஜனவரி - பிப்ரவரி 1975

21. பார்க்கவும் பெஞ்சமின் கோரியா (Benjamin Coriat), *U Atelier et le chronométre,* (Paris, 1979). டெய்லரிசம், ஃபோர்டிசம் இரண்டுமே தேர்ச்சிநீக்கத்தோடு பிற பிரச்சினைகளையும் கொண்டிருந்தன. இரண்டுமே கூலிகளையும் வேலை

ஊக்கங்களையும் மாற்றி அமைப்பதற்கும், உற்பத்தி நிகழ்முறை மீது நேரடி கட்டுப்பாட்டுக்கும் புதிய வழிகளைக் கொண்டிருந்தன.

22. உதாரணமாக, ஹேரி பிரேவர்மன், *லேபர் அண்ட் மோனோபோலி கேபிடல்: த டிகிரேடேஷன் ஆஃப் வொர்க் இன் த டுவென்டி ஃபர்ஸ்ட் செஞ்சுரி*, நியூயார்க் (Harry Braverman, *Labor and Monopoly Capital: The Degradation of Work in the Twentieth Century*, New York), *1974* என்ற நூலையும் அதைத் தழுவி எழுதப்பட்ட அனைத்தையும் பார்க்கவும்.

23. தான் கடந்து செல்ல விரும்பும் சமூகத்தை இல்லிச் சித்தரிப்பது காலப்போக்கில் மாற்றமடைந்து வந்துள்ளது. *1970*-களின் தொடக்கத்தில் அவரது *டூல்ஸ் ஃபார் கன்விவியாலிட்டி*, நியூயார்க் (*Tools for Conviviality*, New York), *1973*-ல் அப்போது நடந்து கொண்டிருந்த 'வரம்புகள்' பற்றிய விவாதங்களாலும், மார்க்சை வாசித்ததாலும் தாக்கம் செலுத்தப்பட்ட அவர் அதனை 'தனிநபர்வாதம்' அல்லது 'தொழில்துறை உற்பத்தி முறை' என்று குறிப்பிட்டார். அந்தச் சொல் 'முதலாளித்துவம்' என்ற சொல்லை விட அதிகமானவற்றை உள்ளடக்கியது என்றும் மேற்கத்திய முதலாளித்துவ சமூகங்களின் சமூகக் கட்டமைப்போடு, 'சோசலிச' சமூகக் கட்டமைப்புகளையும் பிரதிநிதித்துவப்படுத்தும் ஆற்றல் உடையது என்று அவர் தெளிவாகவே உணர்ந்திருந்தார். பின்னர், லெய்ஸ், பொலன்யி, டூமா ஆகியோரின் படைப்புகளைப் பின்பற்றி எழுதிய அவரது ஷேடோ வொர்க் (*Shadow Work*)-ல் அவர் அதனை சரக்கு தீவிரமான சமூகம் என்று அழைத்தார். இன்னும் சமீப காலத்தில் 'நவீன மனத்தின் தொல்லியல்' என்ற அவர்களது படைப்பில், அவரும் சக ஆய்வாளர்களும் அதனை 'பொருளாதார சமூகம்' என்றே அடிக்கடி குறிப்பிட்டனர்.

24. இல்லிச், *டூல்ஸ் ஃபார் கன்விவியாலிட்டி*. முந்தைய புத்தகத்துக்கான முன்னுரையாக எழுதப்பட்ட அவரது 'யூஸ்ஃபுல் எம்ப்ளாய்மென்ட் அண்ட் இட்ஸ் ப்ரொஃபஷனல் எனிமீஸ்' ('Useful Unemployment and its Professional Enemies'), இவான் இல்லிச்-ல், *டுவேர்ட் எ ஹிஸ்டரி ஆஃப் நீட்ஸ்*, பெர்க்ளி (Toward a History of Needs, Berkeley), *1977* என்பதையும் அவரது *டீ-ஸ்கூலிங் சொசைட்டி*, நியூயார்க் (Deschooling Society, New York), *1970* என்பதையும் பார்க்கவும்.

25. பார்க்கவும், கார்ல் மார்க்ஸ், *மூலதனம்*, பாகம் *1*, அத்தியாயம் *30*, "வேளாண்மைப் புரட்சியால் தொழில்துறையில் ஏற்பட்ட விளைவு. தொழில்துறை மூலதனத்துக்கான உள்நாட்டுச் சந்தையை உருவாக்குதல்"

26. முன் வந்தது, அத்தியாயம் *1*

27. உதாரணமாக, பார்க்கவும், ஆல்ஃபிரட் சோன்-ரேத்தல், *இன்டலக்சுவல் அண்ட் மேனுவல் லேபர்: எ கிரிட்டிக் ஆஃப் எபிஸ்டிமாலஜி*, அட்லான்டிக் ஹைலேண்ட்ஸ் (Alfred Sohn-Rethel, *Intellectual and Manual Labour: A Critique of Epistemology*, Atlantic Highlands), *1983*

28. பார்க்கவும், அவரது *டீ-ஸ்கூலிங் சொசைட்டி* (*Deschooling Society*), அவரது *மெடிக்கல் நெமிசிஸ்: த எக்ஸ்ப்ராபிரியேஷன் ஆஃப் ஹெல்த்*, நியுயார்க் (*Medical Nemesis: The Expropriation of Health*, New York), *1976*, அவரது *டிஸ்எபிளிங் ப்ரொஃபஷன்ஸ்*, லண்டன் (Disabling Professions, London), *1977*.

29. 'சரக்குகள் அதிகரிப்பதுடன் அவசியமாகவே தொடர்புடைய மதிப்புநீக்க வடிவமாகவே இது உள்ளது. தொழில்துறை பெருந்திரள் உற்பத்திப் பொருட்களின் அதிகரிக்கும் *பயன்பாட்டுநீக்கம்*' (என்னுடைய அழுத்தம்) என்பதில் இருப்பதைப் போல சில இடங்களில் இல்லிச் இந்தச் சொற்களை மாற்றி மாற்றி பயன்படுத்துவதாகத் தெரிகிறது. *டுவேர்ட் எ ஹிஸ்டரி ஆஃப் நீட்ஸ்*' (*Toward a History of Needs*), பக்கம். *11.*

30. கைவினைச் சங்கங்களிலிருந்தும் பண்ணையடிமைத்தனத்திலிருந்தும் தப்பிப்பது பற்றிய குறிப்பு *மூலதனம்* முதல் பாகம், அத்தியாயம் 26-ல் இருந்து. ‘கிராமப் புற வாழ்க்கையின் முட்டாள்தனத்திலிருந்து மீட்கப்படுவது’ என்ற குறிப்பு *கம்யூனிஸ்ட் அறிக்கையில்* இருந்து.

31. சிதறடிக்கப்பட்ட முதலாளித்துவ சமூகத்தால் சமுதாயம் அழிக்கப்படுவது பற்றி 19-ம் நூற்றாண்டில் காட்டப்பட்ட அக்கறை தொடர்பான கோட்டுச் சித்திரத்துக்கு பார்க்கவும் - ஜான் பி ஃபாரெல், ‘ரீடிங் த டெக்ஸ்ட் ஆஃப் கம்யூனிட்டி இன் வுதரிங் ஹைட்ஸ்’ (John P. Farrell, ‘Reading the Text of Community in Wuthering Heights’), ELH, no. *56 (1989)*. இந்தக் கட்டுரை 19-ம் நூற்றாண்டு இலக்கிய விவாதங்கள் பற்றியும் சமூக சிந்தனை பற்றியும் பயனுள்ள குறிப்புகளைத் தருகிறது.

32. பார்க்கவும் தியோடர் ஷானின் (தொகுப்பு), *லேட் மார்க்ஸ் அண்ட் த ரஷ்யன் ரோட்: மார்க்சிசம் அண்ட் த ‘பெரிஃபரிஸ் ஆஃப் கேபிடலிசம்’* (*Teodor Shanin (ed), Late Marx and the Russian Road: Marxism and 'The Peripheries of Capitalism'*, New York), *1983*. இந்தத் தொகுப்பில் உள்ள விஷயங்கள் தெளிவாக்குவது போல, இந்த அரசியல் கேள்வி மேற்கு ஐரோப்பாவின் புராதன கிராமப்புற கட்டமைப்பு பற்றி மறுபரிசீலனை செய்வதற்கும் மார்க்சை இட்டுச் சென்றது. ஜெர்மனியில் சில புராதன விவசாயக் கம்யூன்கள் (அவரது சொந்த ஊரான டிரையர் அருகில்) பத்தொன்பதாம் நூற்றாண்டு வரை தாக்குப் பிடிக்கும் அளவுக்கு போதுமான ‘இயற்கை உயிர்த்துடிப்பைக்’ கொண்டிருப்பதை அவர் அங்கீகரித்தாலும், அவை தனித்த விசித்திரங்களாக இருப்பதாகவும் இன்னும் பரந்து விரிந்த ரசிய மீர்-க்கு அவர் கொடுத்த கவனம் அளவுக்கு கவனம் செலுத்த உகந்தவை அல்ல என்றும் அவர் சிந்தித்திருக்கிறார் என்று தெரிகிறது. (பக்கம் 107).

33. மானுடவியலாளர்களுக்கும் தன்னாட்சிக்கான உள்நாட்டு மக்களின் போராட்டத் துக்கும் இடையேயான பல அரசியல் கூட்டணிகளில், கல்ச்சுரல் சர்வைவல் (Cultural Survival) என்ற அமைப்புடனும் அதன் ஆய்விதழான *கல்ச்சுரல் சர்வைவல் குவார்ட்டர்லி* (*Cultural Survival Quarterly*) என்பதுடனும் தொடர்பு கொண்டவர்களின் பணியைப் பார்க்கவும்.

34. தன்னாட்சியான சமூகத் திட்டப்பணிகளின் கட்டமைவுக்கும் அவற்றின் மீதான சிந்தனைக்கும் பங்களிப்பு செய்த சமூக இயக்கங்கள் எந்த ஒரு கோட்பாடு அல்லது தனியாட்களின் குழுவை விட பரந்ததாக உள்ளன. இவற்றில் மிக முக்கியமானவை, கோட்பாட்டிலும் செயல்பாட்டிலும் இருத்தலின் மாற்று வழிகளை வளர்ப்பதற்கு உண்மையிலேயே முயற்சித்தன என்ற வகையில் - பாலின இயக்கமும் (பெண்கள் மற்றும் ஓரினச் சேர்க்கையாளர் என்ற இருதரப்பும்), பசுமை/சுற்றுச் சூழல் இயக்கமும் மிக முக்கியமானவை. இங்கு, பல்வகையான போராட்டங்களில் இருந்து பொது முடிவுகளை பெற முயற்சித்த இல்லிச்சுடன் எனது விவாதத்தை நான் வரம்பிட்டுக் கொள்கிறேன். ஆனால், இந்தச் சமூக இயக்கங்களுக்குள், உருவாக்கப்பட்ட நடைமுறைகளையும் சிந்தனையையும் கூடுதலாக ஆய்வு செய்ய வேண்டும், அற்றின் செயல்பாடுகள் சுய-உணர்வுடன் ‘மார்க்சிஸ்டாக’ இருந்தாலும் இல்லா விட்டாலும் சரி,

35. இல்லிச், *டூல்ஸ் ஃபார் கன்வைவியாலிட்டி* (Illich, *Tools for Conviviality*)

36. முந்தைய எழுத்தாளர், *ஷேடோ வொர்க்:* அத்தியாயம் 2, ‘வெர்னாகுலர் வேல்யூஸ்’ (*Shadow Work*, ch. II: ‘Vernacular Values’)

37. முன் வந்தது, அத்தியாயம் 3 : ‘த வார் எகெய்ன்ஸ்ட் சப்சிஸ்டன்ஸ்’ (‘The War Against Subsistence’.)

38. குஸ்டாவோ எஸ்டேவா (Gustavo Esteva), 'Los Tradifas' O el Fin de la Marginacion', *El Trimestre Economico,* vol. L(2), no. 198 April- June 1983), pp. 733-69; 'Para Ser Como La Sombra de un Arbol', El Gallo Illustrado, no. 1247 (18 May 1986), p. 17; 'En la senda de Juan Chiles', El *Gallo Illustrado,* no. 1250 (8 June 1986); 'Cocinar la Autonomia', *El Gallo Illustrado,* no. 1276 (7 December 1986), pp. 8-9; 'Las naciones Indias en la Nacion mexicana', El Gallo Illustrado, no. 1308 (19 June 1987), pp. 8-10; 'Regenerating People's space', *Alternatives,* XIL, (1987), pp. 125-52; 'Food Reliance and Peasant Self-Management: Bases for the Agrarian Transformation of Mexico', typescript; 'Celebration of Common Men', typescript.

39. *கம்யூனிஸ்ட் அறிக்கையின்,* மூன்றாவது அத்தியாயத்தில் 'விமர்சனரீதியான-கற்பனாவாத சோசலிசமும் கம்யூனிசமும்' பற்றிய பகுப்பாய்வைப் பார்க்கவும்.

40. இது அந்தோனியோ நெக்ரியின் வரையறை. இந்தத் தொகுதியில் அவரது பங்களிப்பில் தேற்றம் 13-ஐப் பார்க்கவும்.

41. உற்பத்தியை டெய்லரிச முறையில் ஒழுங்குபடுத்துவது போன்ற முதலாளித்துவ தொழில்நுட்பங்களை புரட்சிகர சமூகத்தில் தொழிலாளர்கள் எடுத்துக் கொண்டு பயன்படுத்த வேண்டும் என்று சிந்தித்த லெனின் போன்றவர்களின் தவறு இதில் உள்ளது. லெனினின் *சோவியத் அரசாங்கத்தின் உடனடி பணிகள் (Immediate Tasks of the Soviet Government),* 1918 என்ற கட்டுரையில் 'உழைப்பின் உற்பத்தித் திறனை உயர்த்துவது' (Raising the Productivity of Labour) என்பதைப் பார்க்கவும். வி.ஐ லெனின், *தொகுதி நூல்கள் (மாஸ்கோ)* தொகுதி 27 (V.I. Lenin, Collected Works). இல்லிச் தனது டூல்ஸ் ஃபார் கன்வைவியாலிட்டி என்ற நூலில் மரபுத்தூய்மை மார்க்சிஸ்டுகளின் அத்தகைய நிலைப்பாடுகளை சரியாகவே தாக்குகிறார். ஆனால், மார்க்சியத்திலேயே இது போன்ற விமர்சன பகுப்பாய்வுகள் செய்யப்பட்டது பற்றி, உதாரணமாக, வர்க்கச் சேர்க்கை பற்றிய விவாதத்தில் குறிப்பிட்ட மேற்கத்திய மார்க்சியம் பற்றியும் தன்னாட்சிவாத மார்க்சிஸ்டுகள் பற்றியும் அவர் அறிந்திருக்கவில்லை என்று தெரிகிறது.

42. மார்க்சின் சிந்தனையில் இந்த அம்சத்தை மிகத் தெளிவாக விரித்துரைத்த மார்க்சிஸ்டுகளில் ஹெர்பர்ட் மார்க்யூஸ் (Herbert Marcuse), குறிப்பாக அவரது *ஈரோஸ் அண்ட் சிவிலைசேஷன்* (Eros and Civilisation, Boston), 1955, பிரெஞ்சு நிலைமைவாதிகள் (French Situationists), இத்தாலிய இடதில் (Italian New Left) உள்ள-மரியோ த்ரோந்தி (Mario Tronti) அவரது 'மறுத்தல் என்ற மூல உத்தியுடன்' போன்ற பலர், 1970-களில் சிறிது காலம் வெளியிடப்பட்ட ஆய்விதழான ஜீரோ வொர்க் *(Zero work)*-ன் அமெரிக்க ஆசிரியர்கள் மற்றும் போஸ்டனிலிருந்து இப்போதும் வெளியிடப்படும் *மிட்நைட் நோட்ஸ் (Midnight Notes)* ஆசிரியர்கள் ஆகியோர் உள்ளனர். உலகத்தைப் பற்றிய ஆய்வு இதே போன்ற புரிதலுக்கு இட்டுச் சென்ற மார்க்சிஸ்ட் அல்லாதவர்களில் பார்க்கவும் - பெர்ட்ராண்ட் ரஸ்சல் (Bertrand Russell) மற்றும் அவரது 'இன் பிரெய்ஸ் ஆஃப் லெஷர்' (In praise of Leisure) என்ற அழகான கட்டுரையையும், வெர்னன் ரிச்சர்ட்ஸ் (தொகுப்பு), *வொய் வொர்க்? ஆர்க்யூமெண்ட்ஸ் ஃபார் த லெஷர் சொசைட்டி,* லண்டன் (Vernon Richards (ed)), *Why Work? Arguments for the Leisure Society,* London, 1983), பக்கம். 25-34, ஜேக் எல்யுல், 'ஃப்ரம் த பைபிள் டு எ ஹிஸ்டரி ஆஃப் நான்-வொர்க்', *கிராஸ் கரெண்ட்ஸ்,* தொகுதி 35, எண் 1 (Jacque Ellul, 'From the Bible to a History of Non-Work', *Cross Currents,* vol. 35, no. 1), வசந்த காலம் 1985), பக்கம். 4 3 - 8 .

43. குருண்ட்ரிசவில், வாழ்வு நேரம் விடுவிக்கப்படுவது 'தனிநபர்ஆற்றல்களின் முழு வளர்ச்சியை' அனுமதிப்பது பற்றிய அவரது குறிப்புகளின் ஒளியில், (துல்லியமானதோ

இல்லையோ) ரசிய கம்யூனில் புராதன உறவுமுறை அடிப்படையிலான சமூக வடிவங்களுக்கு எதிராக 'தனிப்பட்ட குடும்பத்தின் உரிமையாக வீடும் முற்றமும் இருப்பது', 'தனிநபர்ஆற்றலை' வளர்ப்பதற்கு உதவியது என்ற மார்க்சின் கருத்துக்கள் உள்ளன. ஷானின் (தொகுப்பு) லேட் மார்க்ஸ் அண்ட் ரசியன் ரோட், பக்கம் *120*. (Shanin (ed) *Late Marx and the Russian Road*).

44. இந்தக் காரணிகள் பற்றிய மார்க்சின் பகுப்பாய்வு, முதன்மையாக, ரசியாவின் புரட்சிகர மூலஉத்தியில் விவசாய கம்யூனின் பாத்திரம் பற்றிய விவாதத்தில் அவரது தலையீடுகளாக எழுதப்பட்ட கடிதங்கள், கடிதங்களின் வரைவுகள் ஆகியவற்றின் தொடர்வரிசையில் காணப்படுகிறது. இந்தக் கடிதங்கள் இப்போது கார்ல் மார்க்ஸ், பிரெடரிக் எங்கெல்ஸ், *தொகுதி நூல்கள்*, நியூயார்க், *1989*, தொகுதி *24*, பக்கம் *346-71*-ல் காணப்படுகின்றன. ஷானின் (தொகுப்பு) *லேட் மார்க்ஸ் அண்ட் த ரசியன் ரோட்* (*Shanin (ed), Late Marx and the Russian Road*) இந்தப் படைப்புகளுடன் பல விளக்கமளிக்கும் கட்டுரைகளுடனும் மார்க்சின் மீது தாக்கம் செலுத்திய பல ரசிய படைப்புகளின் மொழிபெயர்ப்புகளையும் சேர்த்து கூடுதல் படைப்புகளையும் முன்வைக்கிறது.

45. இந்தப் போக்கில், கால்வினிய எதிரிணையின் எல்லா குறுகல்தன்மையையும் சார்பற்ற பாணியில் பிரதிபலிக்கும் அதன் சோசலிச வேலை அறவியலுடன் கூடிய மார்க்சிய-லெனினிய மரபின் மொத்தமும் கிட்டத்தட்ட உள்ளடங்கியுள்ளது.

46. இந்தப் போக்கில் 'கிரிட்டிக்கல் தியரி' ('Critical Theory')யும் அதிலிருந்து தோன்றிய பெரும்பாலானவையும் அடங்கும். மூலதனத்தின் கருவியாக்கம் என்ற நோக்கு நிலையின் மூலமாக அல்லாமல் தொழிலாளர் வர்க்கப் போராட்டத்தை பார்க்கவோ கோட்பாடாக்கம் செய்யவோ அவை திறனற்றவையாக இருந்தன. இந்த மரபுக்குள், மார்க்யூசின் பணி, அதன் வரம்புகள் என்னவாக இருந்தாலும், குறிப்பிடத்தக்க விதிவிலக்காக உள்ளது. ஏனென்றால், தான் பிழைத்திருப்பதற்காக மூலதனம் கட்டுப்படுத்த வேண்டிய சக்திகளின் தன்னாட்சியான செயல்துடிப்பைப் புரிந்து கொள்வதற்கு அவர் முயற்சி செய்தார்.

47. கவுன்சில் கம்யூனிஸ்டுகள் பற்றிய கோட்டுச்சித்திரத்துக்கு மார்க் ஷிப்வே, '*கவுன்சில் கம்யூனிசம்*' (Mark Shipway, 'Council Communism'), in Maximilien Rubel and John Crump (eds), *Non-Market Socialism in the Nineteenth and Twentieth Centuries*, (New York, 1987) *அல்லது பீட்டர் ராச்லெஃப், மார்க்சிசம் அண்ட் கவுன்சில் கம்யூனிசம்*, நியூயார்க் (Peter Rachleff, Marxism and Council Communism, New York), *1976* ஆகியவற்றைப் பார்க்கவும்.

48. இந்த லெனினியம் அல்லாத மார்க்சிஸ்டுகளில் அமெரிக்காவில் ஜான்சன்-ஃபாரஸ்ட் போக்கின் (Johnson-Forest Tendency) பகுதியாக இருந்தவர்களும் அடங்குவர். குறிப்பாக, சி.எல்.ஆர் ஜேம்ஸ், ரே அ துனயேவ்ஸ்கயா (C.L.R. James and Ray a Dunayevskaya), மற்றும் Socialisme ou Barbarie in France என்ற ஆய்விதழின் ஆரம்ப ஆண்டுகளில் அதனோடு தொடர்புடையவர்களும் அடங்குவர்.. பார்க்கவும் சி.எல்.ஆர். ஜேம்ஸ், கிரேஸ் சி லீ, பியர் சாலியூ, *ஃபேசிங் ரியாலிட்டி: த நியூ சொசைட்டி.. வெயர் டு லுக் ஃபார் இட், ஹவ் டு பிரிங் இட் குளோசர்*, டெட்ராய்ட் (C.L.R. James, Grace C. Lee and Pierre Chaulieu, Facing Reality: *The New Society. . Where to Look for It, How to Bring it Closer,* Detroit) *1974 (1958)*, குறிப்பாக அத்தியாயம் *1*; ரயா துனயேவ்ஸ்க்யா, *மார்க்சிசம் அண்ட் ஃப்ரீடம்*, லண்டன் (Raya Dunayevskaya, *Marxism and Freedom*, London) 1975 (1958) மற்றும் *Socialisme ou Barbarie*-ன் தொகுதிகளை பார்க்கவும்.

49. கருப்பின தன்னாட்சி என்ற பிரச்சினை குறித்து பார்க்கவும், உதாரணமாக சி.எல்.ஆர் ஜேம்ஸ், 'த ரெவல்யூஷனரி ஆன்சர் டு தி நீக்ரோ பிராப்ளம் இன்

த யுஎஸ்ஏ' (C.L.R. James, 'The Revolutionary Answer to the Negro Problem in the USA'), ***1938***, சி.எல்.ஆர் ஜேம்ஸ், *த ஃபியூச்சர் இன் த பிரசன்ட்* (C.L.R. James, *The Future in the Present, Selected Writings* Vol. I (London, 1977) -ல் *மீள் அச்சிடப்பட்டது*. பெண்களின் தன்னாட்சி பற்றிய பிரச்சினை தொடர்பாக பார்க்கவும் - செல்மா ஜேம்ஸ்-ன் தொடக்க கால கட்டுரை, '*த பவர் ஆஃப் விமன்*' (Selma James, 'The Power of Women'), மரியரோசா டல்லா கோஸ்டா, செல்மா ஜேம்ஸ், *த பவர் ஆஃப் விமன் அண்ட் த சப்வெர்ஷன் ஆஃப் த கம்யூனிட்டி*, பிரிஸ்டல் (Mariarosa Dalla Costa, Selma James, *The Power of Women and the Subversion of the Community,* Bristol), ***1972***-ல் சேர்க்கப்பட்டிருந்தது

50. இந்தக் கருத்தாக்கம் பற்றிய நெக்ரியின் ஆக முழுமையான விவாதத்தை ஆங்கிலத்தில் அவரது, *எக்கோல் நார்மல் லெக்சர்ஸ் ஆன் குருண்ட்ரிச* (Ecole Normale lectures on the Grundrisse), அந்தோனியோ நெக்ரி, *மார்க்ஸ் பியாண்ட் மார்க்ஸ்*, சவுத் ஹேட்லி, மசாச்சுசெட்ஸ் (Antonio Negri, *Marx Beyond Marx*, South Hadley, Mass.) என பதிப்பிக்கப்பட்ட நூலில் காணலாம். அமெரிக்க பதிப்பாளர் ஆட்டோமீடியாவிலிருந்து புத்தம் புதிய மொழிபெயர்ப்பு கிடைக்கிறது.

51. தொழிலாளி வர்க்க மறுப்பின் சக்தியைப் பற்றி, பார்க்கவும் த்ரோந்தி (Tronti, Operai e capitale).

52. '*சுய*' என்ற முன்னொட்டு, இங்கு பயன்படுத்திய வகையில், தனிநபரின் சுயத்துடன் அவசியமான தொடர்பு எதையும் கொண்டிருக்கவில்லை, அது தனியான அல்லது சிக்கலான ஆனால் கூட்டுத்துவ வர்க்க முனைப்புடன் தொடர்பு கொண்டுள்ளது என்பதைக் குறிப்பிடுவது முக்கியமானது. நெக்ரி, அவரது படைப்புகளில் பெருவீத வர்க்க முனைப்பைப் பற்றி விவாதிப்பதற்கு சுய-மதிப்புப் பெருக்கம் என்ற சொல்லை பயன்படுத்துவது வழக்கமாக உள்ளது. தனிநபர் தன்னாட்சியின் இயக்கவியலைப் பற்றி சிந்திப்பதற்கும் இந்தக் கருத்தாக்கம் பயனுள்ளதாக இருக்க முடியும். Felix Guattari in his La Revolution moleculaire *(பாரிஸ், **1977**, ஆங்கில மொழிபெயர்ப்பு மாலிக்யூலர் ரெவல்யூஷன்*, ஆர் ஷீட் மொழிபெயர்ப்பு, ஹார்மண்ட்ஸ்வொர்த் (*Molecular Revolution,* trans, by R. Sheed, Harmondsworth), ***1984*** *அல்லது அவரது Gilles Deleuze's two books Anti-Oedipe: Capitalisme et Schizophrenic* (Paris, 1972) மற்றும் *Mille Plateaux: Capitalisme et Schizophrenic* (Paris, 1980)-ல் விவாதித்த நுண்ணியல் அல்லது பேரியல் போராட்டங்களைப் பற்றி சிந்திப்பதற்கு. சமீபத்தில் நெக்ரியும் குவாட்டாரியும் இணைந்து *Les Nouveau Espaces de Liberte* (Paris, 1985)-ஐ எழுதினர். நெக்ரியின் இப்போதைய ஆய்வில் 'கட்டுவிப்பு' என்பது 'சுய-மதிப்புப் பெருக்கம்' என்பதன் இடத்தைப் பெரும்பாலும் பிடித்து விட்டது. இந்தத் தொகுதியில் அவரது அத்தியாயத்தைப் பார்க்கவும்.

53. நெக்ரி, *மார்க்ஸ் பியாண்ட் மார்க்ஸ்* (Negri, *Marx Beyond Marx*), பக்கம். ***162.***

54. நிலைமைவாதிகளின் (Situationists) 'detournement' என்ற கருத்தாக்கம், ஆதிக்கத்துக்கான பொறியமைவுகளை வீழ்த்தி அவற்றை தமது சொந்த நோக்கங்களுக்கு தொழிலாளர்கள் எவ்வாறு பயன்படுத்த முடியும் என்பது பற்றிய மார்க்சியக் கோட்பாட்டின் மிகச் சில ஆரம்ப கூறுகளில் ஒன்றாக இருந்தது. ஆதிக்கத்துக்கான பொறியமைவுகள் பற்றி சிந்திப்பதற்கான ஆதிக்கம் செலுத்தும் மார்க்சிய கோட்பாட்டு சட்டகம், முதலாளித்துவ அரசு பற்றிய லெனினின் குறிப்புகளிலிருந்து தருவிக்கப்பட்டது. அதாவது, அதனைப் பயன்படுத்த முடியாது அடித்து நொறுக்க வேண்டும் என உள்ளது. இத்தாலிய புதிய இடது

கோட்பாட்டாளர்கள் மத்தியில், சுய-மதிப்புப் பெருக்கம் பற்றிய நெக்ரியின் பொதுவான கருத்தாக்கம், கூலியை தொழிலாளி-வர்க்க அதிகாரத்தின் வெளிப்பாடு என்ற புதிய புரிதல் முன் அறிவித்திருந்தது. கூலி என்பதை சுரண்டலுக்கான சாதனமாக மட்டுமே என்று கொள்ளும் வழக்கமான மார்க்சிய புரிதலையும் இது எதிர்மறையாக்கியது. கூலி என்பது தொழிலாளி வர்க்க அதிகாரத்தின் ஆதாரமாக இருப்பது பற்றிய மிகவும் கருத்துக்குரிய ஆய்வுகளில், வீட்டு வேலைக்கான கூலிக்கான இயக்கம் (Wages for Housework Movement) தொடர்புடைய பெண் மார்க்சிஸ்டுகளின் படைப்புகள் அடங்கும். அவர்கள் ஒட்டுமொத்த வர்க்கச் சேர்க்கைக்குள் கூலிபெறாதவர்களின் பாத்திரம் பற்றிய பகுப்பாய்வையும் அந்தப் பகுப்பாய்வின் அடிப்படையிலான அரசியல் இயக்கத்தையும் வளர்த்தெடுத்தனர். பார்க்கவும் டல்லா கோஸ்டா, ஜேம்ஸ், *த பவர் ஆஃப் விமன்* (Dalla Costa and James, The Power of Women), சில்வா ஃபெதரிச்சி, 'வேஜஸ் எகெய்ன்ஸ்ட் ஹவுஸ்வொர்க்' (Silva Federici, 'Wages Against Housework'), 1975, எல்லன் மாலோஸ் (தொகுப்பு), *த பாலிடிக்ஸ் ஆஃப் ஹவுஸ்வொர்க்*, லண்டன் (Ellen Malos (ed), The *Politics of Housework*, London), 1980)-ல்.

55. நெக்ரி, *மார்க்ஸ் பியாண்ட் மார்க்ஸ்* (Negri, *Marx Beyond Marx*) பக்கம் 166.

56. அதே நேரம், சுய-மதிப்புப் பெருக்கம் இல்லாமல், வேலை செய்ய மறுப்பது மூலதனத்தின் மறு ஆதிக்கத்துக்கு பலியாகி விடக் கூடிய வெற்றுவெளிகளை உருவாக்குவதை மட்டும் செய்கின்றது. ஆனால், இது பெரும்பாலும் அரூபமான சாத்தியம்தான், ஏனென்றால் வேலைக்கு எதிரான போராட்டம் என்பது, அதனை எதிர்த்து விமர்சிப்பவர்கள் அடிக்கடி வலியுறுத்துவது போல வேலைக்கு பதிலாக வெற்றானதை, ஒன்றும் செய்யாததை புகுத்துவதாக இல்லை. மாறாக, வேலைக்கு அப்பால், வேலையையும் மீறி மக்கள் செய்ய விரும்பும் அனைத்தையும் செய்வதற்குத் தேவையான நேரத்தையும் வெளியையும் உருவாக்குவதாக உள்ளது என்பது விதியாகவே உள்ளது. ஓய்வுக்காகவே 'ஓய்வு நேரத்தை'க் கோரும் அளவுக்கு நீண்ட நேரம் வேலை செய்யக் கட்டாயப்படுத்தப்படும் காலங்களிலும் இடங்களிலும், அந்த ஓய்வு எவ்வளவுதான் அவசியமாகவும் புரிந்து கொள்ளக் கூடியதாகவும் இருந்தாலும், உழைப்புச் சக்தியின் மறு-உற்பத்தி என்பதைத் தவிர வேறு எதுவாகவும் பார்க்கப்பட முடியாதது.

57. பார்க்கவும், உதாரணமாக Ann Lucas de Rouffignac *campesinista* நிலைப்பாடு குறித்து பரிவுடன் எழுதியதை, அவரது *கன்டெம்ப்ரரி பெசன்ட்ரி இன் மெக்சிகோ: எ கிளாஸ் அனாலிசிஸ்*, நியூயார்க் (*Contemporary Peasantry in Mexico: A Class Analysis*, (New York, 1985), ch. 2 'The Debate in Mexico Over the Peasantry and Capitalism', or her treatment in 'El Debate Sobre los Campesinos y el Capitalismo en Mexico', *Comercio Exterior*, vol. 32, no. 4. (April 1982), pp. 371-83.

58. பார்க்கவும், *ஷேடோ வொர்க் (Shadow Work)*, பக்கம். 58.

59. இல்லிச் பல ஆண்டுகளுக்குப் பின்னர் எழுப்பிய மறுப்புகள் அவரது ஆரம்ப கால படைப்புகளிலும் இல்லாமல் இல்லை. 'கருவிகள்' என்ற அவரது கருத்து நிலை வழக்கமான அர்த்தத்தை விட விரிவான அர்த்தத்தைக் கொண்டுள்ளது என்று வாதிட்ட போதும், அவர் தேர்ந்தெடுக்கும் உதாரணங்களும், மறுஉற்பத்தி செயல்முறைகளை உற்பத்தியாக சேவைத் துறையில் மாற்றுவது உள்ளிட்டு உற்பத்தித் துறை மீதான அவரது அனைத்தும் தழுவிய கவனக் குவிப்பும் மனித வாழ்வுக்கு குறைந்த பட்சம் சாத்தியப்பாடுரீதியாக அர்த்தத்தைக் கொடுக்கும் ஒரே செயல்பாடாக வேலையை தக்க வைப்பதில் கவனத்தைக் குவித்துள்ளது

(அத்தியாயம் 2). முதலாளித்துவத்தின் கீழ் விரும்பப்படாத, மோசமான வேலையை, முதலாளித்துவத்துக்குப் பிந்தைய சமூகத்தின் விரும்பக் கூடிய சுயேச்சையான வேலையுடன் வேறுபடுத்தும் எங்கெல்சின் வேறுபடுத்தலை அவர் மறு உருவாக்கம் செய்தார். அத்தகைய நிலைப்பாடு, மனித வாழ்க்கை கைவரக் கூடிய பெரும் அளவிலான வேறுபட்ட வகைகளை பார்க்கவோ அல்லது போற்றவோ செய்யவில்லை என்பது மட்டுமின்றி, மனித சுய-உணர்வுக்கான ஆர்வமூட்டும் செயல்வகையாக வேலை ஆவது என்பது அதனை வாழ்க்கையின் எஞ்சிய பகுதிக்குக் கீழ்ப்படுத்துவது, அதாவது முதலாளித்துவத்தின் நேரடி எதிர்மறை என்பதை அங்கீகரிக்கவும் தவறுகிறது.

60. இல்லிச், *ஷேடோ வொர்க்* (Illich, *Shadow Work*) பக்கம் *58;* நெக்ரி, *மார்க்ஸ் பியாண்ட் மார்க்ஸ்*, பாடம் எட்டு : 'கம்யூனிசம் அண்ட் டிரான்சிஷன்' (Negri, Marx Beyond Marx, Lesson Eight: 'Communism and Transition'.)

61. கம்யூனிசத்தை நோக்கிய ஒவ்வொரு படியும் வேற்றுமைகளின் செல்வம் முழுவதையும் நீட்டும், விரிவுபடுத்தும் கூறாக உள்ளது... இந்தக் கட்டத்தில் கம்யூனிச மாறிச் செல்லல், மேலும் அதிக, மேலும் முழுமையான பாட்டாளி வர்க்க முனைப்பின் சுயேச்சைக்காக, அதன் பாதையின் பல்தரப்புத் தன்மைக்காக சுய-மதிப்புப் பெருக்கத்திலிருந்து சுய-தீர்மானிப்புக்கு இட்டுச் செல்லும் பாதையை பின்பற்றுகிறது. நெக்ரி, *மார்க்ஸ் பியாண்ட் மார்க்ஸ்* (Negri, *Marx Beyond Marx*), பக்கம். *167-8.*

62. பார்க்கவும், உதாரணமாக மேலே குறிப்பிட்ட எஸ்டேவா (Esteva)-வின் ஆய்வை. அவர் 'சாதாரண மனிதன்' என்று அழைப்பது தோன்றுவதை (பொருளாதார மனிதன் - homoeconomicus அல்லது பாரம்பரிய மனிதன் இன்னபிற ஆகியவற்றுக்கு எதிராக) அவர் கொண்டாட முடிகிறது, ஆனால் முதலாளித்துவத்துக்குள்ளாகவே அது தோன்றுவதை அவரால் விளக்க முடியவில்லை. தன்னாட்சியான 'சாதாரண மனிதன்', 'சமூகத்தின் இடைவெளிகளுக்குள் பிறக்கிறான்' என்ற அவரது கருத்தாக்கம், 'விளிம்புகள்' தொடர்பான அவரது கவனக் குவிப்பையும், முதலாளித்துவ சமூகத்தின் இயக்க ஆற்றலுக்குள்ளாகவும் அதை எதிர்த்தும் அத்தகைய தன்னாட்சியான முனைப்புகள் எவ்வாறு உருவெடுக்க முடியும் என்பது பற்றிய கோட்பாடு அவரிடம் இல்லாததையும் பிரதிபலிக்கிறது. மார்க்சிய அடிப்படையில் பாரத்தால், அவரது சுய-மதிப்புப் பெருக்க முனைப்புகள் ஒரு முறை கூட முழுவதும் ஒருங்கிணைக்கப் பட்ட தொழிலாளர்களாக இல்லை (*homeeconomicus*, இல்லிச், எஸ்டேவா ஆகியோரின் மொழியில்), அவர்கள் மூலதனத்துக்கு எதிரான தமது போராட்டத்தில் தமது தன்னாட்சியை புரட்சிகர உடைப்புக்கு இட்டுச் செல்லும் அளவுக்கு நேரத்தையும் வெளியையும் உருவாக்கிக் கொள்கின்றனர். மாறாக, மூலதனம் தனது விரிவாக்கப்பட்ட மறுஉற்பத்திக்குள் ஒருங்கிணைக்கத் தவறியவர்களாக - மூலதனம் தன்னுடன் ஒப்பிடும் போது விளிம்புநிலையானவர்களாக வரையறுப்பவர்களாக அவர்கள் உள்ளனர்.

5. நெருக்கடி, மாய்மாலம், வர்க்கச் சேர்க்கை

ஜான் ஹாலவே

உலகம் துரிதமாக மாறி வருகிறது. மாற்றம் என்பது வழக்கமாக மோதல்களின் பொருண்மையாக உள்ளது. மாற்றத்தை எதிர்ப்பவர்கள் பகுத்தறிவற்றவர்களாகவும், தவிர்க்கமுடியாததன் பாதையில் முட்டாள் தனமாக நிற்பவர்களாகவும் கடந்து போன காலத்தின் போராட்டங்களை நடத்துவதாகவும் வழக்கமாக சித்தரிக்கப்படுகின்றனர். சமூகப் போக்குகள் தப்பிக்கமுடியாதவை என்று கூறப்படுகிறது.

கடந்த சில ஆண்டுகளில் இந்த வாதங்கள், வலதுசாரி தரப்பில் மட்டுமின்றி இடதுசாரி தரப்பில் இருந்தும் அடிக்கடி கேட்கின்றன. முதலாளித்துவம் புதிய- அல்லது பின்-ஃபோர்டிசம் என்ற புதிய நிலைக்குள் நுழைவதாகவும், சோசலிஸ்டுகள் இந்தப் புதிய எதார்த்தத்துடன் சமரசம் செய்து கொண்டு சோசலிசம் என்பதன் கருத்தை மீளாய்வு செய்ய வேண்டும் என்றும் பரவலாக வாதிடப்படுகிறது.

ஆனால், முதலாளித்துவம் புதிய கட்டத்துக்குள் நுழைகிறதா என்ன? அப்படி நுழைகிறது என்றால் அது அந்த இடத்தை எப்படி அடைந்தது? ஒரு கட்டம், ஒரு தப்பமுடியாத போக்கு, இன்னொரு கட்டத்தின் இடத்தில் எளிதாக வந்து விடுகிறதா? இல்லை என்றால், மாறிச் செல்வதன் இயல்பு என்ன? இந்தக் கேள்வி கோட்பாட்டுரீதியாகவும் அரசியல் ரீதியாகவும் முக்கியமானதாக உள்ளது.

முதலாளித்துவத்தின் 'கட்டம்' என்ற கருத்தாக்கமே, பண்புரீதியான திருப்புமுனை உள்ளது, இயல்பான மாற்ற நிகழ்முறையில் உடைப்பு உள்ளது என்று உணர்த்துகிறது. இதற்கு முன்சென்ற காலகட்டத்திலிருந்து பண்புரீதியில் வேறுபட்டதாக மாற்றத்தின் விளைவு இருக்கும் வகையில் எப்போதும் நிகழ்ந்து கொண்டு இருக்கும் சமூக மாற்றம் இன்னும் தீவிரமடைகிறது.

நெருக்கடி

பண்புரீதியான ஒரு திருப்புமுனை, இயல்பான மாற்ற நிகழ் முறையில் ஒரு முறிவு, நெருக்கடி ஆகும். 'நெருக்கடி' என்ற சொல்லின் தோற்றுவாய் மருத்துவத்தில் உள்ளது. அதன் அசல் கிரேக்க அர்த்தத்தில்,

'இறப்பு அல்லது குணமடைவது சமநிலையில்' இருக்கும் நோயின் மாற்றப் புள்ளியை அது குறித்தது. (ராடர் - Rader, 1979, பக்கம் 187, ஓ கானர் - O'Conner, 1987, பக்கம் 55-ல் மேற்கோள் காட்டப்பட்டது). 'நோயின் தீவிரம் எப்போதெல்லாம் அதிகரிக்கிறதோ அல்லது நோய் இல்லாமல் போய் விடுகிறதோ அல்லது நோய் இன்னொரு நோயாக மாறுகிறதோ அல்லது நோய் முற்றிலும் முடிந்து விடுகிறதோ' அப்போது நோயில் நெருக்கடி ஏற்படுவதாகக் கூறப்படுகிறது (ஸ்டெர்ன் - Stern, 1970 ஓ கானர் - O'Conner 1987, பக்கம் 55-ல் மேற்கோள் காட்டியது). அப்படியானால் மருத்துவ ரீதியாக நெருக்கடி என்பது மோசமான ஒன்றாக இருக்க வேண்டியதில்லை. நோயின் வளர்ச்சிப் போக்கில் ஏற்படும் ஏற்றத்தாழ்வை அது காட்டுகிறது, ஒப்பீட்டளவில் ஒருபடித்தான வளர்ச்சி முறைகளில் மேம்படுவதற்கான அல்லது மோசமாவதற்கான மாற்றம் தீவிரமடையும் இடைவெளிகளை, வளர்ச்சியின் ஒரு முறைமை உடைந்து, இன்னொரு (ஒருவேளை) முறைமை நிறுவப்படுகிறது என்பதை, கவலைக்கான அல்லது நம்பிக்கைக்கான நேரம் என்பதை அது சுட்டுகிறது.

இந்தக் கருத்தாக்கத்தை சமூக வரலாற்று வளர்ச்சிக்குப் பொருத்தினால், நெருக்கடி என்பது 'சிரமமான நேரங்களை' மட்டும் குறிக்கவில்லை, மாறாக திருப்பு முனைகளைக் குறிக்கிறது. அது வரலாற்றின் தொடர் பின்மைகள் மீது கவனத்தைத் திருப்புகிறது, வளர்ச்சியின் பாதைகளில் உள்ள உடைப்புகள் மீது கவனத்தைத் திருப்புகிறது, இயக்கத்தின் வகைமுறையில் ஏற்படும் சிதைவுகள் மீது, நேரத்தின் தீவிரத்தில் ஏற்படும் வேறுபாடுகள் மீது கவனத்தைத் திருப்புகிறது. நெருக்கடி என்ற கருத்தாக்கம், வரலாறு சுமுகமாகவோ கணிக்கக் கூடியதாகவோ இல்லை என்பதை உணர்த்துகிறது. வரலாறு என்பது திசை மாற்றங்கள், தீவிரமான மாற்றத்தின் காலகட்டங்கள் ஆகியவற்றால் நிறைந்துள்ளது என்பதை அது உணர்த்துகிறது.

வரலாறு என்பது சுமுகமான, தட்டையான வளர்ச்சி நிகழ்முறையாக இல்லை என்றால், சமூக மாற்றம் பற்றிய எந்தக் கோட்பாட்டின் மையத்திலும் நெருக்கடி என்ற கருத்தாக்கம் இருக்க வேண்டும் என்பது பெறப்படுகிறது. ஓ கானர் (O'Conner) சொல்வது போல, "நவீன உலகம் பற்றிய எல்லா தீவிரமான விவாதங்களிலும் நெருக்கடி என்ற கருத்து மையமாக உள்ளது".

சமூக மாற்றங்கள் தீவிரப்படுத்தப்பட்ட கட்டங்களை இரண்டு கோணங்களில் இருந்து பார்க்கலாம்: சமூக மறுகட்டமைப்புக்கான கால கட்டங்களாக, முதலாளித்துவத்தின் சமூக உறவுகள் மறுஒழுங்கமைக்கப் பட்டு புதிய அடிப்படையில் நிறுவப்படும் காலகட்டங்களாக அவற்றைப்

பார்க்கலாம். அல்லது சிதைவடைவதன் காலங்களாக, சாத்தியமான உடைப்பின் காலங்களாக, முதலாளித்துவம் தனது வரம்புகளை எதிர்கொள்ளும் காலங்களாக அவற்றைப் பார்க்கலாம். மருத்துவ உருவகம் தெரிவிப்பது போல நோயாளி குணமடையலாம், ஆனால் குணமடையாமலும் போகலாம். மருத்துவர் நெருக்கடியை ஆய்வு செய்து குணப்படுத்துவதற்காக பரிசீலிக்கிறார்; சவக்குழி தோண்டுபவர் வேறுபட்ட ஒன்றை மனதில் வைத்துக் கொண்டு நெருக்கடியை பார்க்கிறார். முதலாளித்துவத்தின் நெருக்கடி, முதலாளித்துவத்துக்கு சவக்குழி தோண்டுபவர்களுக்கு மிகவும் சிறப்பான முக்கியத்துவத்தைக் கொண்டுள்ளது. அக்கறையில்லாத பார்வையாளருக்கு, நெருக்கடி என்பது ஒரு வழிக்கு அல்லது இன்னொரு வழிக்கு இட்டுச் செல்லக் கூடிய தீவிரப்படுத்தப்பட்ட மாற்றமாக உள்ளது; புரட்சிகரமாக வேறுபட்ட எதிர்காலத்தை விரும்பும் நபருக்கு சிதைவு என்ற காரணிதான் கவனத்துக்குரியது.

சமூக மாற்றம் பற்றிய எந்தக் கோட்பாட்டுக்கும் நெருக்கடி பற்றிய கருத்தாக்கம் முக்கியமானது என்றால், முதலாளித்துவத்தை புரட்சிகரமாக உருமாற்றும் நோக்கில் இருந்து பார்க்கும் எந்தக் கோட்பாட்டுக்கும் அது முழு முக்கியத்துவம் வாய்ந்தது. மார்க்சிய மரபுக்கு இது குறிப்பிடத்தக்க வகையில் உண்மையாக உள்ளது. முதலாளித்துவம் பற்றிய புரிதல் சமூக ஒழுங்கமைப்பின் வேறுபட்ட வடிவத்தை நிறுவுவதின் விருப்பத்தையும் அவசியத்தையும் மட்டுமின்றி அதைச் செய்வதன் சாத்தியத்தையும் காட்ட முடியும் என்ற கருத்துதான் பிற வகையிலான புரட்சிகர சிந்தனைகளில் இருந்து மார்க்சியத்தை மிக வெளிப்படையாக வேறுபடுத்துகிறது. முதலாளித்துவம் உள்ளார்ந்து நிலையற்று இருப்பதால் சமூகத்தை புரட்சிகரமாக மாற்றியமைப்பது சாத்தியமாக உள்ளது, இந்த நிலையின்மை காலவட்ட ரீதியிலான நெருக்கடியில் வெளிப்படுகிறது. நெருக்கடிகளில் முதலாளித்துவம் அதன் சொந்த நிலையின்மையை எதிர்கொள்கிறது. நெருக்கடி பற்றிய கருத்தாக்கம் மார்க்சியத்தின் மையத்திலேயே உள்ளது. மார்க்சியம் நெருக்கடியின் கோட்பாடாக, கட்டமைப்புரீதியான சமூக நிலை யின்மையின் கோட்பாடாக உள்ளது என்று சொன்னால் மிகையாகாது. பிற புரட்சிகர மரபுகள் முதலாளித்துவ சமூகத்தின் ஒடுக்கும் தன்மை மீது கவனத்தைக் குவிக்கையில், மார்க்சியம் ஒடுக்குமுறை பற்றிய கோட்பாடாக மட்டும் இல்லை, மாறாக எல்லாவற்றுக்கும் மேலாக சமூக நிலையின்மையைப் பற்றிய கோட்பாடு ஆகும் என்பதுதான் மார்க்சியத்தை வேறுபடுத்திக் காட்டும் அம்சமாக உள்ளது.

மார்க்சியம் நெருக்கடியின் கோட்பாடாக உள்ளது என்றால் அது நெகிழ்வான கோட்பாடாக உள்ளது. மார்க்சே நெருக்கடி பற்றி முழுதும் விவரிக்கப்பட்ட கோட்பாட்டை விட்டுச் செல்லவில்லை, மூலதனம் நூல் பதிப்பிக்கப்பட்டதில் இருந்தே நெருக்கடியின் கோட்பாடு பற்றிய விவாதங்கள் தொடர்ந்து நடக்கின்றன. மார்க்சிய மரபுக்குள்ளேயே, விகிதாச்சார குலைவு கோட்பாடு, குறைநுகர்வு கோட்பாடு, மிகைத் திரட்டல் கோட்பாடு இன்ன பிறவற்றுக்கு இடையே நெருக்கடி கோட்பாட்டில் முக்கியமான வேறுபாடுகள் உள்ளன. இந்த விவாதங்கள் பெரும்பாலும் நுட்பரீதியாக, பொருளாதாரரீதியாக தோன்றுவதன் அடிப்படையில் நடத்தப்படுவதாகத் தோன்றுகிறது. நெருக்கடி பற்றிய எந்த விவாதத்திலும் முதலாளித்துவத்தின் நிலையின்மையைப் பற்றியும் புரட்சிகரமான வகையில் வேறுபட்ட சமூகத்துக்கு மாறிச் செல்வதற்கான சாத்தியம் பற்றியும் புரிந்து கொண்டிருப்பதும்தான் விஷயமாக உள்ளது. நெருக்கடி பற்றிய கோட்பாட்டை முதலாளித்துவ சமூகம் பற்றிய நமது புரிதலில் இருந்தும் அதை மாற்றுவது எது என்பதைப் பற்றிய நமது புரிதலில் இருந்தும் பிரிக்க முடியாது.

சமூக மாற்றம் பற்றிய மார்க்சின் கருத்தாக்கம்

முதலாளித்துவம் பகைநிலை சமூகமாக இருப்பதால் அது நிலையற்று உள்ளது. சமூக பகைநிலைதான் சமூகத்தில் மாற்றத்துக்கான தோற்றுவாயாக இருக்கிறது. கம்யூனிஸ்ட் அறிக்கையின் பிரபலமான தொடக்க வாக்கியத்தில் மார்க்ஸ் கூறியிருப்பது போல, 'இதுவரையில் இருந்த சமூகத்தின் வரலாறு அனைத்தும் வர்க்கப் போராட்டத்தின் வரலாறே'.

ஆனால், மார்க்சிய மரபுக்குள் சமூக மாற்றத்தை கருத்தாக்கம் செய்வதற்கு வேறுபட்ட வழிகள் உள்ளன. சில நேரங்களில் இந்த வேறுபாடுகள் இளம் மார்க்சுக்கும் முதிய மார்க்சுக்கும் இடையேயான வேறுபாடு என்று சொல்லப்படுகின்றன. இந்தப் பார்வையின்படி, வரலாற்று மாற்றத்துக்கான தோற்றுவாயாக இளம் மார்க்ஸ் போராட்டத்தையும் முனைப்பின் செயல்பாட்டையும் வலியுறுத்தினார், ஆனால் அதிக முதிர்ச்சியடைந்த மார்க்ஸ், மூலதனம் நூலின் மார்க்ஸ், 'முதலாளித்துவ வளர்ச்சியின் புறநிலை விதிகளின்' அடிப்படையில் சமூக வளர்ச்சியை பகுப்பாய்வு செய்தார். சமீப ஆண்டுகளில் இந்த வேறுபாட்டை அல்தூசரும் மார்க்சியத்தின் கட்டமைப்புவாத பள்ளியும் மிகத் துலக்கமாக முன் வைத்தனர். ஆனால், (வெளிப்படையாக அல்லது உள்ளார்ந்து) போராட்டத்தை முதலாளித்துவ வளர்ச்சியின் விதிகளிலிருந்து பிரிப்பது என்பது மார்க்சிய மரபில் பரவலாக உள்ளது. பல நேரங்களில்,

வர்க்கப் போராட்டத்தின் முக்கியத்துவம் அங்கீகரிக்கப்படுகிறது, ஆனால், முதலாளித்துவ வளர்ச்சியின் விதிகளுக்கு கீழ்ப்பட்டதாக அல்லது அந்த விதிகளின் சட்டகத்துக்கு உள்ளே நிகழ்வதாக அது பார்க்கப்படுகிறது.

'இளம் மார்க்ஸ்', 'முதிர்ச்சியடைந்த மார்க்ஸ்' இரண்டுக்கும் இடையே மட்டும் இன்றி, அவரது படைப்புகள் முழுவதிலும் வேறுபட்ட தனிக்கவனத்தை பார்க்க முடிகிறது. மார்க்சின் கோட்பாடு பற்றிய செவ்வியல் கூற்று என்று நீண்ட காலமாக கருதப்படும் உரை, 1859-ல் அரசியல் பொருளாதார விமர்சனத்துக்கு ஒரு பங்களிப்பு நூலின் முன்னுரையில் மார்க்ஸ் தனது முந்தைய ஆய்வுகளின் முடிவுகளை முன் வைக்கும் பத்தியில் உள்ளது:

என்னுடைய ஆய்வுகளின் மூலம் நான் உருவாக்கிய பொதுவான முடிவை பின்வருமாறு சுருக்கிச் சொல்லலாம். இந்த முடிவை வந்தடைந்த பிறகு அதுவே என்னுடைய ஆய்வுகளுக்கு வழிகாட்டும் கொள்கையாக மாறியது. மனிதர்கள் தங்களுடைய வாழ்வுக்குத் தேவையான சமூக உற்பத்தியில் ஈடுபடும் போது, தவிர்க்க முடியாத வகையில், தமக்கிடையே திட்டவட்டமான உறவுகளை ஏற்படுத்திக் கொள்கிறார்கள். இந்த உறவுகள் அவர்களுடைய விருப்பங்களுக்கு அப்பாற்பட்டவையாகும். அதாவது அவர்களது பொருளாயத உற்பத்திச் சக்திகளின் வளர்ச்சியில் அந்தக் குறிப்பிட்ட கட்டத்துக்குப் பொருத்தமான உற்பத்தி உறவுகளாகும். இந்த உற்பத்தி உறவுகளின் ஒட்டுமொத்தமே சமூகத்தின் பொருளாதார கட்டமைப்பாக, அதன் உண்மையான அடித்தளமாக அமைகிறது. இந்த அடித்தளத்தின் மீது சட்ட, அரசியல் மேற்கட்டுமானம் எழுப்பப்பட்டு, அதனோடு பொருந்தக் கூடிய சமூக உணர்வின் குறிப்பிட்ட வடிவங்களும் உருவாகின்றன. பொருளாயத வாழ்க்கையின் உற்பத்தி முறை சமூக, அரசியல், அறிவுசார் வாழ்க்கையின் பொதுவான போக்கை நிர்ணயிக்கிறது. மனிதர்களின் உணர்வுநிலை அவர்களுடைய வாழ்நிலையை தீர்மானிப்பதில்லை; அவர்களுடைய சமூகவாழ்நிலையே அவர்களுடைய உணர்வுநிலையை தீர்மானிக்கிறது. வளர்ச்சியின் குறிப்பிட்ட கட்டத்தில், சமூகத்தின் பொருளாயத உற்பத்திச் சக்திகள் இதுவரை அவை இயங்கி வந்திருக்கின்ற சுற்றுவட்டத்துக்குள் அன்றைக்கு இருக்கின்ற உற்பத்தி உறவுகளோடு அல்லது (அவற்றை சட்டரீதியில் தெரிவிக்கின்ற) சொத்துரிமை உறவுகளோடு மோதுகின்றன. இந்த உறவுகள் உற்பத்திச் சக்திகளின் வளர்ச்சிக்கான

வடிவங்கள் என்பதிலிருந்து அவற்றின் விலங்குகளாக மாறி விடுகின்றன. இதன் பிறகு சமூகப் புரட்சியின் சகாப்தம் ஆரம்ப மாகிறது. பொருளாதார அடித்தளத்தில் ஏற்படும் மாற்றங்கள், அந்த மாபெரும் மேற்கட்டுமானம் முழுவதையுமே விரைவாகவோ அல்லது சற்றுத் தாமதமாகவோ மாற்றி அமைப்பதற்கு இட்டுச் செல்கின்றன.' (1971, பக்கம் 20-1) [தமிழ்ப் பதிப்பு, மார்க்ஸ் எங்கெல்ஸ் தேர்வு நூல்கள், தொகுதி 4 - மொ.பெ

1859 முன்னுரை சமீப ஆண்டுகளில் பெருமளவு விமர்சிக்கப் பட்டுள்ளது. இது கம்யூனிஸ்ட் கட்சிகளின் 'பழைமைவாதம்' மீதும் 1960-களுக்குப் பிறகு சர்வதேச கம்யூனிஸ்ட் இயக்கத்தில் ஏற்பட்டுள்ள மாற்றங்களின் மீதும் வைக்கப்படும் பொதுவான விமர்சனத்தின் பகுதியாக உள்ளது. வழக்கமாக, பொருளாதாரம் 'கடைசி நேர்வில்தான்' தீர்மானகரமானது என்று வாதிடுவதன் மூலம், இந்த விமர்சனத்தில் மேற்கட்டுமானத்தின் 'ஒப்பீட்டு தன்னாட்சி' மீது தனிக்கவனம் கொடுக்கப்படுகிறது. எனவே, 1859 முன்னுரை அனுமதிப்பதாகத் தோன்றுவதை விட அரசியல்ரீதியான, கருத்தியல்ரீதியான, சட்ட ரீதியான போராட்டங்கள் மூலம் சமூக மாற்றத்தை சாதிப்பதற்கு அதிக வாய்ப்பு உள்ளது என்று சொல்லப்படுகிறது.

இந்த விமர்சனம் மார்க்சின் எழுத்தில் உள்ள பொருளாதார நிர்ணயவாதத்திலிருந்து புரட்சிகரமாக முறித்துக் கொள்வது போலத் தோன்றுகிறது. இன்னும் சிந்திக்கும் போது, இந்த வாதம் 1859 முன்னுரையைப் போன்ற அதே கருத்தாக்க சட்டகத்தை எதார்த்தத்தில் மீள்உற்பத்தி செய்கிறது என்பதைப் பார்க்க முடிகிறது. சமூகம் இன்னும் பொருளாதார, அரசியல், கருத்தியல் கட்டமைப்புகளின் அடிப்படையில்தான் பகுத்தாயப்படுகிறது; இந்த கட்டமைப்புகளுக்கு வழங்கப்படும் தன்னாட்சி தொடர்பாக மட்டும்தான் வேறுபாடு உள்ளது.

1859 முன்னுரை தொடர்பாக இன்னும் அடிப்படையான விமர்சனம் உள்ளது. அந்த விமர்சனத்தை முன்னுரையை விமர்சிப்பவர்கள் மீது இன்னும் வலுவாக வைக்க முடியும். அடித்தளம்-மேல்கட்டுமானம் என்ற உவமானத்தில், வெவ்வேறு கட்டமைப்புகளுக்கு இடையேயான உறவை விட, பகைநிலை இல்லாமல் இருப்பதுதான் மார்க்சின் வரையறையில் பிரச்சினைக் களமாக உள்ளது. சமூகத்தின் பொருளாயத உற்பத்திச் சக்திகளுக்கும் இருக்கும் உற்பத்தி உறவுகளுக்கும் இடையேயான மோதல் மட்டும்தான் இந்தப் பத்தியில் குறிப்பிடப்பட்டுள்ள ஒரே மோதலாக உள்ளது. இந்தக் குறிப்பிட்ட பத்தியில் இருந்து மதிப்பிடும் போது இந்த மோதல் மனித சித்தத்திலிருந்து சுயேச்சையாக நிகழ

முடிகிறது. மேற்கட்டுமானத்தின் 'ஒப்பீட்டு தன்னாட்சி' பற்றி பேசுவதோ மார்க்சின் வரையறையை திருத்துவதோ இதை மாற்றுவதற்கு எதையும் செய்யவில்லை: அவற்றில் அதே உயிரற்ற மாதிரி இன்னொரு உருவத்தில் மறுஉற்பத்தி செய்யப்படுகிறது.

1859 முன்னுரையை, உற்பத்தியின் மையநிலையை வலியுறுத்தும் மார்க்சின் இன்னொரு பத்தியுடன் வேறுபடுத்திப் பார்க்கலாம். அது உற்பத்தியின் முக்கியத்துவத்தை வேறு வழியில் வலியுறுத்துகிறது

> "ஊதியமிலா உழைப்பு நேரடி உற்பத்தியாளர்களிடமிருந்து கறக்கப்படுவதற்கு பயன்படும் தனிச்சிறப்பான பொருளாதார வடிவம்தான் ஆளுவோருக்கும் ஆளப்படுவோருக்குமான உறவு முறையைத் தீர்மானிக்கிறது; ஏனென்றால், இந்த உறவுமுறை நேரடியாக பொருளுற்பத்தி முறையிலிருந்தே விளைவதும் அதனை தீர்மானிக்கும் கூறுகளில் ஒன்றாகி அதன் மீது எதிர்வினை புரிவதுமாகும். உள்ள படியான பொருளாதார உற்பத்தி உறவுகளிலிருந்து எழும் பொருளாதாரச் சமுதாயத்தின் அமைப்பு முறை அனைத்தும், அதன் பிரத்தியேகமான அரசியல் வடிவமும் கூட இந்த உறவு முறையையே அடித்தளமாய் கொண்டுள்ளன." (1967/71, III, p. 791) [மூலதனம் 3-ம் பாகம், பக்கம் 1124 - மொ.பெ.]

இங்கு *1859* முன்னுரையில் இருப்பதை விட உற்பத்தி எந்த விதத்திலும் குறைவான முக்கியத்துவம் கொண்டிருக்கவில்லை. ஆனால் இங்கு உற்பத்தி பொருளாதார அடித்தளமாக முன்வைக்கப்படாமல், தீராத பகைநிலையாக முன் வைக்கப்படுகிறது. எந்த வர்க்கச் சமூகமும் அதன் மையத்தில் நேரடி உற்பத்தியாளர்களிடமிருந்து உபரி-உழைப்பை கறப்பது என்ற பகைநிலை உறவை, மோதலின் உறவைக் கொண்டுள்ளது. இந்த மோதல் ஒருபோதும் ஓய்வதில்லை; ஆளும் வர்க்கங்கள் உபரி-உழைப்பைக் கறப்பதை நிறுத்தி விட்டால் சமூகம் சிதைந்து விடும். இந்த இடைவிடாத பகைநிலை எடுக்கும் வடிவம்தான் எந்த வர்க்க சமூகத்தையும் புரிந்து கொள்வதற்கான திறவுகோலாக உள்ளது.

மூலதனம் நூலில் உள்ள இந்தப் பத்தி, *1859* முன்னுரை பற்றிய வழக்கமான பொருள்கூறல்கள் தருவதை விட மிகவும் வேறுபட்ட தொடக்கப் புள்ளியை நமக்குத் தருகிறது. *1859* முன்னுரை நம்மை கையாலாகாதவர்களாக்கி விடுகிறது, உற்பத்திச் சக்திகளும் உற்பத்தி உறவுகளும் நமது தலைகளுக்கு மேல் மோதிக் கொள்வதால் ஏற்படும் வரலாற்று மாற்றத்தின் வெறும் பொருண்மைகளாக நம்மை விட்டு விடுகிறது. மேலே தந்துள்ள பத்தி அந்த பகுப்பாய்வின் மையத்தில்

நம்மை வைக்கிறது, தப்பிக்கவே வழியில்லாத இடைவிடாத வர்க்க பகைநிலையின் பகுதியாக நம்மை வைக்கிறது, ஏனென்றால் நாம் அனைவரும் சமூகத்தின் மறுவுற்பத்தியுடனும் அது சார்ந்துள்ள உபரி-மதிப்பைக் கறப்பதுடனும் ஏதோ ஒரு வழியில் தொடர்பு கொண்டுள்ளோம்.

வடிவமும் மாய்மாலமும்

அப்படியானால், இருபது ஆண்டுகளுக்கு முன்னதாக கம்யூனிஸ்ட் அறிக்கையை எழுதிய மார்க்சை விட, மூலதனம் நூலின் மார்க்சுக்கு வர்க்கப் போராட்டம் குறைவான முக்கியத்துவம் கொண்டிருக்கவில்லை. அவரது கவனம் வர்க்கப் போராட்டத்தில் இருந்து 'முதலாளித்துவத்தின் விதிகளுக்கு' என மாறுவதாக இல்லாமல், பொதுவாக வர்க்கப் போராட்டம் என்பதில் இருந்து முதலாளித்துவ சமூகத்தில் வர்க்கப் போராட்டம் எடுக்கும் குறிப்பான வடிவத்தை நோக்கி நகர்கிறது. மூலதனம் நூலின் முக்கியத்துவம், அது 'முதலாளித்துவ வளர்ச்சியின் புறநிலை விதிகளை' அல்லது பொருளாதார அடித்தளத்தை ஆய்வு செய்கிறது என்பதில் இல்லை, போராட்டத்தின் பகுப்பாய்வு என்ற வகையில்தான் அதன் முக்கியத்துவம் உள்ளது.

மூலதனம் நூலின் முதன்மையான அக்கறை போராட்டத்தின் மையநிலையை அறுதியிடுவது என்று நான் சொல்லவில்லை. அது முந்தைய படைப்புகளில் ஏற்கனவே செய்யப்பட்டு விட்டது, மேலும் மார்க்ஸ் யாருக்காக எழுதுகிறாரோ அவர்களுக்கு ஏற்கனவே தெளிவு படுத்தப்பட்டு விட்டது. முதலாளித்துவ சமூகத்தில் வர்க்கப் பகை நிலையில் இருக்கும் குறிப்பான வேறுபாடு என்ன என்பதைப் புரிந்து கொள்வதுதான் மார்க்சின் அக்கறையாக உள்ளது. மூலதனம் நூல் முதலாளித்துவ சமூகத்தில் போராட்டம் பற்றிய முறையான பகுப்பாய்வாக, பகைநிலையான சமூக உறவுகள் எடுக்கும் வடிவங்கள் பற்றிய பகுப்பாய்வாக உள்ளது. அதனால்தான், ஒரு பக்கம், உயர்த்தப்பட்ட கரம் வாசகருக்கு எப்போதுமே வெளிப்படையாக தெரிவதில்லை; மறுபக்கம் மூலதனம் நூலின் கருத்தினங்கள் அனைத்தும் போராட்டத்தின் கருத்தினங்களாக உள்ளன.

மூலதனம் நூலின் கருத்தினங்கள் தொடக்கத்தில் இருந்தே பகை நிலையின் கருத்தினங்களாக உள்ளன. மார்க்ஸ் நேரடியாக சுரண்டல் உறவில் இருந்து தொடங்குகிறார் என்று இதற்குப் பொருள் இல்லை. அதைத்தான் மார்க்ஸ் செய்திருக்க வேண்டும் என்று உதாரணமாக நெக்ரி (1984) பரிந்துரைக்கிறார். உபரி-மதிப்பின் உற்பத்தி பற்றிய பகுப்பாய்வு, முதலாளித்துவத்தின் கீழ் நேரடி உற்பத்தியாளர்களிடமிருந்து உபரி-

உழைப்பு கறக்கப்படும் வடிவம் பற்றிய பகுப்பாய்வு *மூலதனம்* நூலின் அத்தியாயம் 7-க்கு முன் தொடங்கவில்லை. மாறாக, *மூலதனம்* நூல் சரக்கு, மதிப்பு ஆகிவற்றின் பகுப்பாய்வில் இருந்து தொடங்குகிறது. மூலதனம் நூலை மார்க்சிய பொருளாதாரத்தின் பாடப்புத்தகமாக பார்க்கும் பல பொருளாதாரவாத பொருள்கூறல்களுக்கு இது இட்டுச் சென்றுள்ளது. மார்க்சியம் பற்றிய பொருளியல்வாத பொருள்கூறல்களை விமர்சிக்கும் பலர் கூட இந்த அனுமானத்தை அமைதியாக ஏற்றுக் கொள்கின்றனர். (நெக்ரி 1984). இந்த கருத்தினங்கள் பொருளாதார அடித்தளமாக இல்லை, மாறாக பகைநிலை சமூக உறவுகள் தம்மை வெளிப்படுத்திக் கொள்ளும் அடிப்படை வடிவங்கள் என்ற வகையில் அவை முக்கியத்துவம் வாய்ந்தவை என்பது மார்க்சின் வாதம்.

முதலாளித்துவ சமூகத்தில் செல்வம் 'சரக்குகளின் பெருந்திரட்டலாக காட்சியளிக்கிறது' என்றும் 'சரக்கு என்பது நமக்கு புறத்தேயுள்ள பொருள்' என்றும் சொல்வதிலிருந்து மூலதனம் நூல் தொடங்குகிறது. சரக்கு என்பது 'நமக்கு புறத்தே உள்ள பொருள்' என்ற முதல் பார்வைக்கு அப்பாவித்தனமான குறிப்பில், எல்லாவற்றையும் விட மிகவும் வன்முறை வாய்ந்த, முதலாளித்துவம் நமது அடையாளத்தை மறுப்பது, பொருண்மைகளின் ஆட்சி என்ற பகைநிலை நம் முன் வைக்கப்படுகிறது.

சரக்கு என்பது, வெறுமனே 'நமக்கு புறத்தே உள்ள பொருள்' இல்லை என்பது உறுதியானது. முதல் அத்தியாயத்தின் போக்கில், சரக்கு என்பது மனித உழைப்பின் உற்பத்திப் பொருள் என்றும் அவற்றின் மதிப்பின் பருமன் (அதில்தான் சரக்குகள் பரிவர்த்தனை ஆகும் விகிதாச்சாரங்கள் கால் கொண்டுள்ளன.) அவற்றை உற்பத்தி செய்வதற்கு அவசியமான சமூகரீதியில் அவசியமான உழைப்பால் தீர்மானிக்கப்படுகிறது என்றும் மார்க்ஸ் நிறுவுகிறார். சரக்கு என்பது 'நமக்குப் புறத்தே உள்ள பொருள்' இல்லை, அது நமது (கூட்டுத்துவ) வேலையின் பலனாக உள்ளது, அதுதான் அதன் மதிப்பின் ஒரே ஆதாரமாக உள்ளது.

முதலாளித்துவத்தின் கீழ், சரக்கு என்பது, 'முதலாவதாக', 'நமக்கு புறத்தே உள்ள பொருளாக' தன்னை காட்டிக் கொள்கிறது. நாம் உற்பத்தி செய்யும் பொருட்களை நாம் கட்டுப்படுத்துவதும் இல்லை, அவற்றை நமது உற்பத்திப் பொருட்களாக நாம் அடையாளம் காண்பதும் இல்லை. பயன்பாட்டுக்காக அல்லாமல் பரிவர்த்தனைக்காக பொருட்கள் உற்பத்தி செய்யப்படும் சமூகத்தில் உற்பத்தியாளர்களுக்கு இடையேயான உறவுகள் உற்பத்தி செய்யப்பட்ட சரக்குகளின் மதிப்பின் மூலமாக நிறுவப்படுகின்றன. இது மட்டுமில்லை, சரக்குகளுக்கு இடையேயான உறவு, அவற்றை உற்பத்தி செய்த உற்பத்தியாளர்களுக்கு இடையேயான

உறவின் இடத்தை எடுத்துக் கொள்கிறது: உற்பத்தியாளர்களுக்கு இடையேயான உறவு பொருட்களுக்கு இடையேயான உறவு என்ற வடிவத்தை எடுக்கின்றது. இதனை மார்க்ஸ் சரக்குகளின் மாய்மாலம் என்று குறிப்பிடுகிறார். கடவுளரைப் போல சரக்குகளும் நமது சொந்த படைப்புகள், ஆனால் நமது வாழ்க்கையின் மீது ஆட்சி செலுத்தும் அன்னிய சக்திகளாக அவை நமக்குத் தோன்றுகின்றன. முதலாளித்துவத்தின் கீழ், உற்பத்தியாளர்களுக்கு இடையேயான உறவுகள் எடுக்கும் வடிவமாக (பணம் உள்ளிட்டு) சரக்குகள் நமது வாழ்க்கை மீது ஆதிக்கம் செலுத்துகின்றன. மனிதர்களுக்கு இடையேயான உறவுகளின் சுயேச்சையான ஓட்டம், ஹெகல் (1977, 46) சொல்வது போல 'வாழ்வின் முழுமையான ஓய்வின்மை'யாக, பொருட்களின், நம் மீது ஆதிக்கம் செலுத்தும் பொருட்களின், வாழ்வின் ஒருமையை பல தனித்தனியான பகுதிகளாக சிதறடிக்கும் பொருட்களின், இடையுறவுகளை புரிந்து கொள்ள முடியாதவையாக செய்யும் பொருட்களின் நிலையான வடிவத்தில் சிறைப்படுத்தப்பட்டுள்ளது.

உழைப்பு மதிப்புக் கோட்பாடு என்பது மாய்மாலம் பற்றிய கோட்பாடாக உள்ளது. சரக்குகளைப் பற்றி விவாதிக்கும் போது, சரக்கின் மதிப்பு அதை உற்பத்தி செய்வதற்கு சமூக ரீதியில் அவசியமான உழைப்பின் அளவால் தீர்மானிக்கப்படுகிறது என்பதை மார்க்ஸ் நிறுவுகிறார். ஆனால், இதை விட இன்னும் அடிப்படையான கேள்வி உள்ளது. மதிப்பின் பின்னால் மறைந்திருப்பது என்ன என்பதைப் புரிந்து கொள்வது மட்டும் இல்லை விஷயம், மாறாக, முதலாளித்துவ சமூகத்தில் உழைப்பு ஏன் வினோதமான, மாயமான மதிப்பு வடிவத்தை எடுக்கிறது என்பதைப் புரிந்து கொள்வதுதான் விஷயம். மார்க்சைப் பொறுத்தவரை, இதுதான் அவரது முறையை செவ்வியல் பொருளியலாளர்களான ஸ்மித், ரிக்கார்டோ போன்றோரிடமிருந்து வேறுபடுத்துகிறது. மதிப்பின் பருமனை எது நிர்ணயிக்கிறது என்பதைப் பற்றி மட்டும் செவ்வியல் பொருளியலாளர்கள் அக்கறை கொண்டிருந்தனர். உழைப்பு ஏன் மதிப்பு வடிவத்தை எடுக்கிறது என்ற இரண்டாவது கேள்வி அவர்களது மனதில் தோன்றக் கூட முடியாது ஏனென்றால், அவர்களது நோக்குநிலை அவர்கள் வாழ்ந்து கொண்டிருந்த முதலாளித்துவ சமூகத்துக் குள்ளாகவே வரம்பிடப்பட்டிருந்தது. முதலாளித்துவ சமூகத்தை கம்யூனிச சமூகத்துக்கு இட்டுச் செல்லும் மாறிச்செல்லும் சமூகமாக பார்க்கும் மார்க்சைப் பொறுத்தவரை, உற்பத்தியாளர்களுக்கு இடையேயான உறவுகள் எடுக்கும் வடிவங்கள் பற்றிய கேள்வி அடிப்படையானது. முதலாளி வர்க்க சமூக உறவுகள் நிரந்தரமானவை என்று அனுமானித்துக்

கொள்ளும் எந்தக் கோட்பாட்டுக்கும் அது ஏன் கண்ணுக்குத் தெரியாததாக, கேள்வியற்றதாக இருக்கிறதோ அதே காரணத்துக்காக வடிவம் பற்றிய கேள்வி மார்க்சுக்கு அடிப்படையானதாக உள்ளது: இந்த வடிவங்கள் (சரக்குகள், மதிப்பு இன்னபிற) 'உற்பத்தி முறை மனிதனால் கட்டுப் படுத்தப்படுவதற்குப் பதிலாக உற்பத்தி முறை மனிதன் மீது ஆட்சி செலுத்துகிற சமூக முறைக்குச் சொந்தமான சூத்திரங்கள் என்று தம்மீது ஐயமற்ற விதத்தில் முத்திரை தாங்கியிருக்கின்றன' *(1967/71,* p, *81)* [*மூலதனம், முதல் பாகம், பக்கம் 118* -மொ.பெ.]. உழைப்பு மதிப்பால் தெரிவிக்கப்படுகிறது, உற்பத்தியாளர்களுக்கு இடையேயான சமூக உறவுகள் சரக்குகளுக்கு இடையேயான மதிப்பு உறவுகளின் வடிவத்தை எடுக்கின்றன என்ற உண்மையே மனிதர்களின் சுதந்திரமின்மையாக, தங்களது சொந்த வாழ்வுகளை கட்டுப்படுத்த முடியாத மனிதர்களின் இயலாமையாக உள்ளது.

மதிப்புக் கோட்பாடு மாய்மாலத்தின் கோட்பாடாக உள்ளது, மாய்மாலத்தின் கோட்பாடு ஆதிக்கத்தின் கோட்பாடாக உள்ளது. ஆரம்பத்திலிருந்தே சுதந்திரமின்மைதான் *மூலதனம்* நூலின் கருப்பொருளாக உள்ளது; நாம் சரக்குகளால் சூழப்பட்டுள்ள, 'நமக்கு புறத்தே உள்ள பொருட்களால்' சூழப்பட்டுள்ள உலகில் வாழ்கிறோம். அவற்றை நாம் உற்பத்தி செய்துள்ளோம், ஆனால் நாம் அவற்றை அடையாளம் காண்பதில்லை, அவற்றைக் கட்டுப்படுத்துவதில்லை. மனிதர்களுக்கு இடையேயான உறவுகள் எடுக்கும் வடிவங்களே, 'உற்பத்தி நிகழ்முறை மனிதனால் கட்டுப்படுத்தப்படுவதற்கு மாறாக அது மனிதனை கட்டுப்படுத்துகிறது,' என்ற உண்மையை வெளிப்படுத்து பவையாக உள்ளன. வாழ்வின் முழுமையான அமைதியின்மை மனிதர்களுக்கு எதிராக நிற்கும் வடிவங்களுக்குள் உறைய வைக்கப் பட்டிருக்கிறது என்ற உண்மையே, அவை 'நமக்கு புறத்தே உள்ள பொருளாக' தோன்றுகின்றன என்பதே, கூட்டுத்துவ சுய-தீர்மானிப்பு என்ற உணர்வில் சுதந்திரத்தை மறுப்பது ஆகும்.

மூலதனம் நூலின் மூன்று பாகங்களும் சரக்குகளின் மாய்மாலம் என்ற கருப்பொருளை வளர்த்துச் செல்கின்றன. பரிவர்த்தனை உறவில் தொடங்கி, பரிவர்த்தனை உறவின் சமத்துவம் உற்பத்தி நிகழ்முறையின் சுரண்டலை எவ்வாறு மறைக்கிறது என்று மார்க்ஸ் காட்டுகிறார், மாயப் படுத்தலின் அடுத்தடுத்த அடுக்குகள் எவ்வாறு கட்டமைக்கப்படு கின்றன, அதன் மூலம் சுரண்டல் உறவு பார்வையிலிருந்து எவ்வாறு மேன்மேலும் மறைக்கப்படுகிறது என்பதை மார்க்ஸ் காட்டுகிறார். முதலாளித்துவம் என்பது 'வசியத்துக்கும் உருவத்திரிபுக்கும் ஆளாகி

நெருக்கடி, மாய்மாலம், வர்க்கச் சேர்க்கை

தலைகீழாகப் புரட்டப்பட்ட உலகமாக' உள்ளது (மார்க்ஸ் 1967/71, மிமிமி, பக்கம் 830) [மூலதனம், முதல் பாகம், தமிழ்ப் பதிப்பு பக்கம் 1185 - மொ.பெ). மனிதர்களுக்கு இடையேயான இடைத்தொடர்புகள் பார்வையிலிருந்து மறைக்கப்பட்ட, துண்டாக்கப்பட்ட உலகமாக அது உள்ளது. நாம் உலகத்தைப் பார்க்கும் போது, கருப்பான கண்ணாடி மூலமாக மட்டும் இல்லை, மாறாக, ஒரு கோடி வெவ்வேறு துண்டுகளாக சிதறடிக்கப்பட்ட கண்ணாடி மூலமாக, பார்க்கிறோம்.

மேலும், எதார்த்தத்தை நாம் புரிந்து கொள்வது மட்டும் துண்டாக்கப் படவில்லை, எதார்த்தமே துண்டாக்கப்பட்டுள்ளது. முதலாளித்துவத்தின் கீழ் சமூக உறவுகள் தோன்றும் வடிவங்கள் வெறும் தோற்ற வடிவங்கள் மட்டும் இல்லை. சமூக உறவுகள் பொருட்களின் துண்டாக்கப்பட்ட வடிவமாக தோற்றமளிக்க மட்டும் செய்யவில்லை, சமூக உறவுகள் உண்மையிலேயே துண்டாக்கப்பட்டுள்ளன, பொருட்கள் மூலமாக அதாவது அவை இருக்கும் வடிவத்தின் மூலம் செயல்படுகின்றன. உதாரணமாக, நாம் ஒரு கார் வாங்கும் போது காரை உற்பத்தி செய்தவர்களுக்கும் நமது சொந்த வேலைக்கும் இடையேயான உறவு நமது பணத்துக்கும் காருக்கும் இடையேயான உறவு என்ற வடிவத்தை எடுக்கிறது, சமூக உறவு பொருட்களுக்கு இடையேயான உறவாக தோற்றமளிக்கிறது. அதை நாம் புரிந்து கொண்டு விட்ட பிறகும், நமக்கும் கார் தொழிலாளர்களுக்கும் இடையேயான உறவு தொடர்ந்து சரக்கு பரிவர்த்தனையின் மூலம்தான் செயல்படுகிறது. சமூகம் துண்டாகியிருப்பது நமது மனதில் மட்டும் இல்லை; துண்டாவது சமூகத்தின் நடைமுறைகளால் நிறுவப்பட்டு தொடர்ந்து மறுவுற்பத்தி செய்யப்படுகிறது.

மாய்மாலமும் வர்க்கச் சேர்க்கை சிதைவும்

சரக்குகளின் மாய்மாலம் பற்றிய மார்க்சின் கோட்பாடு, அவரது வர்க்கம் பற்றிய கோட்பாட்டில் இருந்து தனித்ததாக இல்லை. சமூக உறவுகள் மீது தாக்கம் செலுத்தும் சரக்கின் ஆதிக்க பாத்திரம், சுரண்டலின் இயல்பில் இருந்து தனியாக இல்லை. மாறாக, முதலாளித்துவ சமூகத்தில் சுரண்டல் என்பது உழைப்புச் சக்தியை சரக்காக வாங்குவது விற்பது மூலம் நிறுவப்படுகிறது, அது சரக்கு உறவுகளின் பொதுத்தன்மையை நிறுவுகிறது. 'ஊதியமிலா உழைப்பு நேரடி உற்பத்தியாளர்களிடமிருந்து கறக்கப்படும்' வடிவம்தான் பிரச்சினையின் மையத்தில் உள்ளது.

பிற வர்க்க சமூகங்களைப் போலவே, முதலாளித்துவமும் நேரடி உற்பத்தியாளர்களிடமிருந்து உபரி-உழைப்பை கறப்பதை அடிப்படையாகக் கொண்டுள்ளது. முதலாளித்துவச் சுரண்டல் பரிவர்த்தனை மூலமாக

நடத்தி வைக்கப்படுகிறது என்பதுதான் முதலாளித்துவச் சுரண்டலை பிற சுரண்டல் வடிவங்களில் இருந்து வேறுபடுத்திக் காட்டுகிறது. தொழிலாளர்கள் இரண்டு பொருளில் சுதந்திரமானவர்களாக உள்ளனர். அடிமைத்தனத்தின் தனிநபர் தளைகளில் இருந்து விடுவிக்கப்பட்டவர்கள் என்ற பொருளிலும், உற்பத்திச் சாதனங்கள் மீது எந்தக் கட்டுப்பாடும் இல்லாதவர்கள் என்ற பொருளிலும் அவர்கள் சுதந்திரமானவர்கள். உயிர்வாழ்வதற்காக தம்முடைய உழைப்புச் சக்தியை விற்பதற்கு அவர்களது சுதந்திரத்தின் முதல் அம்சம் அனுமதிக்கிறது, இரண்டாவது அம்சம் அவ்வாறு செய்வதைக் கட்டாயப்படுத்துகிறது. அந்தப் பரிவர்த்தனையில், அவர்கள் தமது உழைப்புச் சக்தியின் மதிப்பை கூலியின் வடிவத்தில் பெறுகின்றனர். முதலாளி தொழிலாளர்களை வேலையில் ஈடுபடுத்துகிறார், அவர்கள் தமது உழைப்புச் சக்தியின் மதிப்பை விட அதிகமான மதிப்பை உற்பத்தி செய்கின்றனர். இந்தக் கூடுதல், அல்லது உபரி மதிப்பு முதலாளியால் இலாபத்தின் வடிவில் கைப்பற்றப்படுகிறது.

முதலாளித்துவ சமூகத்தில் சுரண்டல் என்பது உழைப்புச் சக்தியை சரக்காக விற்பது வாங்குவது மூலம் நடைபெறுகிறது என்ற உண்மை, முதலாளிக்கும் தொழிலாளிக்கும் இடையேயான வர்க்க உறவை குறைந்த பட்சம் இரண்டு உணர்வுகளில் மறைக்கிறது. முதலாவதாக, மூலதனத்துக்கும் உழைப்புக்கும் இடையேயான உறவு துண்டாக்கப்பட்டதாக உள்ளது. அது பெரும் எண்ணிக்கையிலான தொழிலாளர்களுக்கும் பெரும் எண்ணிக்கையிலான முதலாளிகளுக்கும் இடையேயான பெரும் எண்ணிக்கையிலான உழைப்பு ஒப்பந்தங்கள் என்ற வடிவத்தை எடுக்கிறது. இது முதலாளித்துவ நிறுவனங்களுக்கு உள்ளே மட்டும் பிரிவினைகளை ஏற்படுத்தவில்லை, அதற்கும் மேலாக, வெவ்வேறு முதலாளிகளால் வேலைக்கு அமர்த்தப்பட்டுள்ள தொழிலாளர்களுக்கு இடையேயான பிரிவினைகளையும் அது உணர்த்துகிறது. சமூக எதார்த்தத்தின் பொதுவான துண்டாக்கம் வர்க்க உறவுகளின் (தோற்ற ரீதியான மற்றும் மெய்யான) துண்டாக்கத்தில் பிரதிபலிக்கிறது. சமூகமானது பகைநிலையிலான வர்க்கங்களின் வடிவத்தில் இல்லாமல் ஒவ்வொன்றும் தமக்கே உரிய தனித்த நலனுடன் கூடிய பல்வேறு குழுக்களாக தோற்றமளிக்கிறது. சமூகம் சிதறடிக்கப்பட்டதாகவும் துண்டாக்கப்பட்டதாகவும் தோற்றமளிக்கிறது, அவ்வாறே உள்ளது.

இரண்டாவதாக, மூலதனத்துக்கும் உழைப்புக்கும் இடையேயான உறவு சுரண்டல் உறவாக தோற்றமளிக்காமல் சமத்துவமின்மையின், (சாத்தியமான) நியாயமின்மையின் உறவாக தோற்றமளிக்கிறது. சுரண்டலின் உறவு (பணக்கார) முதலாளிக்கும் (ஏழை) தொழிலாளிக்கும் இடையேயான

பரிவர்த்தனை உறவாகத் தோற்றமளிக்கிறது. நேரடி உற்பத்தியாளர்களிட மிருந்து உபரி உழைப்பை இடைவிடாமல் கறப்பதில் உள்ள மோதல் சுரண்டலின் நேரடி பகைநிலையாக இல்லாமல், சமத்துவமின்மை, அநியாயம், செல்வமும் ஏழ்மையும் ஆகியவற்றைக் கொண்ட சமூகமாக நேரடி பகைநிலை தோற்றமளிக்கிறது. சுரண்டல் உறவு வினியோக முறைகேடு என்ற பிரச்சினையாக தோற்றமளிக்கிறது. முதலாளித்துவ சமூகம் சுரண்டும் வர்க்கத்துக்கும் சுரண்டப்படும் வர்க்கத்துக்கும் இடையேயான இடைவிடாத பகைநிலை என்பதாக இல்லாமல், (பணக்கார அல்லது ஏழ்மையான) தனிநபர்களால் ஆனதாகத் தோற்றமளிக்கிறது. சமூக மாற்றத்துக்கான போராட்டங்கள் சுரண்டலின் மீதான தாக்குதல் என்ற வடிவத்தை எடுக்காமல், மேலும் கூடுதல் சமூக நீதிக்கான அறைகூவல்களாகவும், ஏழ்மைக்கு எதிரான இயக்கங்களாகவும், இன்னும் அதிக 'சுதந்திரம், சமத்துவம், சொத்துடைமை, பெந்தம்' (மார்க்ஸ் 1967/71 I p. 176) [மூலதனம், முதல் பாகம், தமிழ்ப்பதிப்பு பக்கம் 243 - மொ.பெ] ஆகியவற்றுக்கான கோரிக்கைகளாகவும் வடிவம் எடுக்கின்றன.

மாய்மாலமும் மாய்மாலமாக்கலும்

இதிலிருந்து கிடைக்கும் சித்திரம் உளச்சோர்வடையச் செய்கிறது. சமூகம் சுரண்டலை, மக்கள் தொகையின் பெருந்திரளானவர்களிடம் இருந்து ஊதியமிலா உழைப்பை கறப்பதை அடிப்படையாகக் கொண்டுள்ளது, இருப்பினும், இந்தச் சுரண்டல் எடுக்கும் வடிவம், சமூகத்தின் துண்டாக்கத்தையும், சமூகம் சுரண்டல்-இல்லாததாக தோன்றுவதையும் அதன் விளைவாகக் கொண்டுள்ளது. சாரமானதாக பொதுமைப்படுத்தப்பட்ட கருத்தாக்கங்களான மதிப்பு, பணம், வாடகை, இலாபம், அரசு, தொழில்நுட்பம், நலக் குழுக்கள் இன்னபிற என பல்வேறு துண்டுகளாக முதலாளித்துவ சமூகம் காட்சி தருகிறது. அவற்றை சமூக உறவுகளின் வரலாற்றுரீதியான குறிப்பான வடிவங்களாக பார்ப்பதுதான் இந்தக் கருத்தாக்கங்களுக்கு இடையேயான இடைத் தொடர்புகளை புரிந்து கொள்வதற்கான ஒரே வழி. ஆனால் நாம் பார்த்தது போல முதலாளி வர்க்கக் கோட்பாட்டுக்கு இந்த வழி அடைபட்டுள்ளது. நேர்மையின்மை அல்லது முட்டாள்தனம் அதற்குக் காரணமாக இருக்க வேண்டியதில்லை. மாறாக, முதலாளித்துவ சமூகத்தை வீழ்த்துவது என்ற பார்வையில் இருந்து பார்த்தால்தான் வடிவம் என்ற கருத்தாக்கத்துக்கு அர்த்தமுள்ளது என்பது இதற்குக் காரணம். முதலாளிவர்க்கக் கோட்பாட்டை (அதாவது, முதலாளி வர்க்க சமூக உறவுகள் தொடர்ந்து இருக்கும் என கேள்வியின்றி ஏற்றுக் கொள்ளும் கோட்பாட்டை) சமூக உறவுகள் காட்சி தரும் தனித்த

வடிவங்களின் அடிப்படையில் மட்டும்தான் கட்டமைக்க முடியும். அரசியல் அறிவியல், பொருளியல், சமூகவியல், சட்டம், கணினி அறிவியல் இன்னபிற என தனித்தனியான அறிவுத்துறைகளை கட்டமைக்கும் போது, முதலாளி வர்க்கக் கோட்பாட்டின் முதன்மையான கோட்பாட்டு சாரமாக்கலாக பிரிவினை, பிரித்தாளுதல், துண்டாக்குதல் என்பவைதான் உள்ளன. இதன் பலன், சமூக எதார்த்தத்தின் துண்டாக்கப் பட்ட வடிவங்களுக்கு இடையேயான இடைத்தொடர்புகளை காட்டுவதாக இல்லாமல், அந்தத் துண்டாக்கத்தை உறுதி செய்வதாக உள்ளது. குழுக்கள் பற்றிய தனது கோட்பாடுகளை சமூகவியல் எவ்வளவு வளர்க்கிறதோ, அரசு பற்றிய தனது கோட்பாடுகளை அரசியல் அறிவியல் எவ்வளவு வளர்க்கிறதோ, பணம் பற்றிய தனது கோட்பாடுகளை பொருளியல் எவ்வளவு வளர்க்கிறதோ, அவ்வளவுக்கு சமூகத்தின் துண்டாக்கம் தெளிவாக்கப்பட்டு, அதன் இடைத்தொடர்புகள் அவ்வளவு குறைவாக ஊடுருவக் கூடியவை ஆகின்றன.

இருப்பினும் இந்த இடைத்தொடர்புகள் முழுவதும் ஊடுருவ முடியாதவையாக இல்லை. முதலாளிவர்க்க சமூகத்தின் விமர்சன பகுப்பாய்வாக உள்ள மூலதனம் நூல் சமூகத்தின் துண்டாக்கப்பட்ட தோற்றத்தின் மீதான விமர்சன பகுப்பாய்வாக உள்ளது. வடிவம் என்ற கருத்தாக்கம் வடிவங்களுக்கு இடையே ஏதோ அடிப்படையான இடைத் தொடர்பு உள்ளது என்பதை உணர்த்துகிறது. உற்பத்தியும் அதனுடன் மனிதர்கள் கொண்டிருக்கும் தொடர்புகளும், அதாவது உற்பத்தி உறவுகளும்தான் அந்த இடைத்தொடர்பாக உள்ளன. ஏறக்குறைய சமமான தனிமனிதர்களின் கூட்டாக உள்ள சமூகமாக சமூகம் தன்னை முன்வைத்துக் கொள்வதற்கு அடிப்படையாக, உற்பத்தியின் ஊடாக இந்த 'தனிமனிதர்களின்' இடைத்தொடர்பு உள்ளது. உற்பத்தி ஒழுங்கமைக் கப்பட்ட வழிதான் தனிமனிதரின் கட்டுவிப்பையும், தனிமனிதர் களுக்கு இடையேயான தோற்றத்தில் தற்செயலான சமத்துவமின்மை களையும் தோற்றுவிக்கிறது. உற்பத்தியின் வெவ்வேறு நிகழ்முறைகளின் துண்டாக்கத்துக்கு அடிப்படையாக, தனித்தனியானவையாகத் தோன்றும் உற்பத்தி நிகழ்முறைகளை ஒன்றுக்கொன்று சார்புடையனவாக ஆக்கும், பிரிட்டனின் சுரங்கத் தொழிலாளர்களின் போராட்டத்துக்கும் மெக்சிகோவில் உள்ள கார் தொழிலாளர்களின் வேலை நிலைமைகளுக்கும் இடையே மற்றும் மறுதலையாக இணைப்பைத் தோற்றுவிக்கும் மதிப்பின் இயக்கம், உலகத்தை ஒன்றுசேர்க்கும் இழை உள்ளது.

இருப்பினும், சமூகத்தின் துண்டுகளுக்கு இடையேயான இடைத் தொடர்பை புரிந்து கொள்வது என்பது, அந்தத் துண்டாக்கத்தை வெற்றி

கொள்வது ஆகாது. அது "உழைப்பின் சமூகத்தன்மையை உற்பத்திப் பொருட்களுக்கேயுரிய பொருள்வயத் தன்மையாக நமக்குத் தோன்றச் செய்கிற மூடுபனியை", அந்த மூடுபனி முதலாளித்துவ சமூக உறவுகளின் விளைபொருளாக இருப்பதால், அகற்றி விடுவதில்லை. (மார்க்ஸ் 1967/71, I, 74) [மூலதனம், முதல் பாகம், தமிழ்ப் பதிப்ப, பக்கம் 110 - மொ.பெ]. ஆனால், அந்த மூடுபனி இருக்கும் வரை, சமூகம் துண்டாக்கப்பட்டிருப்பது வரை, புரட்சிகரமான சமூக மாற்றத்துக்கு என்ன சாத்தியம் உள்ளது? முதலாளித்துவ-எதிர்ப்புப் புரட்சிக்கான சாத்தியம், வர்க்க உறவுகள் வர்க்க உறவுகளாகவே தோற்றமளிக்க வேண்டும் என்பதையும், தொழிலாளி வர்க்கத்தின் துண்டாக்கம் (அல்லது சிதைவு) முறியடிக்கப்பட வேண்டும் என்பதையும் தனது முன் அனுமானமாகக் கொண்டுள்ளது. முதலாளித்துவம் என்பது வர்க்கச் சமூகமாக தோற்றமளிக்காத வர்க்கச் சமூகம். அது வர்க்கச் சமூகமாக தோற்றமளிக்கவில்லை என்றால் தொழிலாளி வர்க்கப் புரட்சியைப் பற்றி எப்படி சிந்திக்க முடியும்? முதலாளித்துவ உறவுகளின் இயல்புக்குள்ளேயே, சரக்குகளின் மாய்மாலத்தின் ஒரு அம்சமாக வர்க்கச் சிதைவு கட்டமைக்கப்பட்டுள்ளது என்றால், முதலாளித்துவ சமூக உறவுகளை தூக்கி எறிவதற்கு அவசியமான தொழிலாளி வர்க்க மறு-சேர்க்கையைப் பற்றி எவ்வாறு சிந்திக்க முடியும்?

இந்தத் தடுமாற்றத்துக்கு மார்க்சிய மரபுக்குள்ளேயே பல்வேறு சாத்தியமான எதிர்வினைகளைக் காணலாம். ஒன்று துன்பியல் அறிவுஜீவியின் எதிர்வினை: மார்க்சிய அறிஜீவிகள் மாய்மாலமாக்கப்பட்ட தோற்றங்களை ஊடுருவி என்ன நடக்கிறது என்பதைப் புரிந்து கொள்ள முடிந்தாலும், சுற்றியுள்ள சமூகம் மேன்மேலும் மாய்மாலமாக்கப் படுகிறது. தொழிலாளி வர்க்கம், அதனை இனிமேலும் புரட்சிகர முனைப்பாக கருத முடியாத அளவுக்கு சிதைக்கப்பட்டுள்ளது அல்லது சிதறடிக்கப்பட்டுள்ளது. நம்மைச் சுற்றியுள்ள சுரண்டல்ரீதியான, அழிவுத்தன்மையிலான சமூகத்தை எதிர்த்து நாம் போராட முடியும், போராட வேண்டும், ஆனால் நம்பிக்கைக்கு இடமில்லை. வரப்போகும் பேரழிவுகள் குறித்து எச்சரிக்கும் தொழில்முறை நிமித்தக்காரர்களாக மார்க்சிய அறிவுஜீவிகள் கொண்டிருக்கும் இந்த நிலைப்பாடு, ஃபிராங்க்ஃபர்ட் பள்ளி தொடங்கி நீண்ட மரபைக் கொண்டுள்ளது, [நெருக்கடிகளின்] இந்த நேரத்தில் இந்த நிலைப்பாடு பரவலாக இருப்பது புரிந்து கொள்ளக் கூடியதாக உள்ளது.

இந்தத் தடுமாற்றத்துக்கான இரண்டாவது எதிர்வினையில், மாய்மாலமாக்கப்பட்ட தோற்றங்களை ஊடுருவிப் பார்த்து விட்ட

மார்க்சிய அறிவுஜீவிகள், இந்த மூடுபனியின் ஊடாக தொழிலாளி வர்க்கத்துக்கு வழி காட்டிச் செல்லும், இடைத்தொடர்புகளை சுட்டிக் காட்டும், மேல்பரப்புக்குக் கீழ் என்ன இருக்கிறது என்று காட்டும் குறிப்பான பொறுப்பைக் கொண்டுள்ளார்கள். புரட்சிகர கூருணர்வுக்கும் தொழிற்சங்க கூருணர்வுக்கும் இடையே லெனின் வேறுபடுத்தியதற்கு அடிப்படையாக, அதன் விளைவாக புரட்சிகரக் கட்சிக்கு அவர் [அறிவு ஜீவி] அளிக்கும் பாத்திரத்தின் அடிப்படையாக இந்தக் கருத்தாக்கம்தான் உள்ளது என்று தோராயமாகச் சொல்லலாம்.

இந்த இரண்டு எதிர்வினைகளும் கொண்டிருக்கும் வெளிப்படையான வேறுபாடுகளுக்கு அப்பால், அறிவுஜீவிக்கு தனிச்சிறப்பான பாத்திரத்தை அளிப்பது அவற்றுக்கு இடையே பொதுவாக உள்ளது. முதலாளித்துவ உறவுகளின் மாய்மாலமாக்கப்பட்ட ஊடுருவமுடியாத்தன்மை ஏற்றுக் கொள்ளப்பட்ட உண்மை என்றும், அறிவுசார் செயல்பாட்டின் மூலம், பகுத்தறிவின் மூலம் மட்டும்தான் இந்த மூடுபனியை ஊடுருவி நாம் பார்க்க முடியும் என்றும் அனுமானிக்கப்படுகிறது. ஒரு ஒளிவிளக்காக செயல்படுவது, முன்னேறிச் செல்வதற்கான வழியைக் காட்டுவது (அல்லது முன்னேறிச்செல்ல எந்த வழியும் இல்லை என்று காட்டுவது) என்பது மார்க்சியக் கோட்பாட்டின் பாத்திரமாக உள்ளது.

இருப்பினும், இந்தக் கோட்பாடுகள் குறிப்பிடுவது போல மாய்மாலத்தின் 'மூடுபனி' அவ்வளவு ஊடுருவமுடியாததாக இல்லை என்று வாதிடலாம். முதலாளிவர்க்கக் கோட்பாட்டின் மீதான விமர்சன பகுப்பாய்வாகத்தான் மூலதனம் நூல் உள்ளது. முதலாளி வர்க்கக் கோட்பாடு உற்பத்தி உறவுகளில் வேர் கொண்டுள்ளதாக மூலதனம் நூல் காட்டியது. ஆனால், எல்லோருமே முதலாளிவர்க்கக் கோட்பாட்டின் கருத்தாக்கங்களுக்குள் ஊறிப் போய் விட்டார்கள் என்று இதற்குப் பொருள் இல்லை. மார்க்ஸ் சுட்டிக் காட்டுவது போல, சமூக நிகழ்வுகளுக்கு இடையேயான இடைத்தொடர்புகள் முதலாளிவர்க்க கோட்பாட்டாளர்களை விட 'பொதுமக்களின் மனதில்' தெளிவாக உள்ளன:

> "பொருளாதார உறவுகளின் விலகிப் போன புறத்தோற்றங்களில் கொச்சைப் பொருளாதாரவியல் சரளமாகப் புழங்குவது குறித்து நாம் வியப்புறத் தேவையில்லை; எடுத்த எடுப்பில் அபத்தமாகத் தெரியும் இந்த முழு அளவிலான முரண்பாடுகள் இந்தப் புறத் தோற்றங்களின் வாயிலாகத்தான் வெளிப்படுகின்றன; இந்த உறவுகள் சாமானிய மக்களின் அறிவுக்கு எட்டக் கூடியவையாக இருந்தாலும் அவற்றின் உள்தொடர்புகள் எவ்வளவுக்கு எவ்வளவு

மறைந்துள்ளனவோ அவ்வளவுக்கு அவ்வளவு அவற்றின் புறத் தோற்றங்கள் கொச்சைப் பொருளாதார இயலுக்கு கண்கூடான வையாகத் தெரிகின்றன." *(1967/71, III, பக்கம் 817: எனது அழுத்தம்).* [*மூலதனம், மூன்றாம் பாகம், தமிழ்ப் பதிப்பு, பக்கம் 1165 - மொ.பெ.).*

முதலாளித்துவ உறவுகள் காட்சிதரும் மாய்மாலமாக்கப்பட்ட வடிவங்கள், வர்க்கச் சுரண்டலுக்கு உள்ளாக்கப்படுபவர்களிடமிருந்து முழுவதுமாக மறைக்கும் அளவுக்கு முழுவதும் ஊடுருவ முடியாததாக இல்லை என்று இது குறிப்பிடுகிறது. வடிவங்கள் பார்வைக்கு நடுநிலையாகவும் துண்டாக்கப்பட்டும் அதாவது மாயமாக்கும் தொடர்பின்மைகளாகவும் இருப்பது வர்க்க ஒடுக்குமுறையை தொழிலாளர்கள் அனுபவிப்பதுடன் தொடர்ந்து மோதிக் கொள்கின்றது. பணம், மூலதனம், வட்டி, வாடகை, இலாபம், அரசு - இவற்றுக்கு இடையேயான இடைத்தொடர்புகள் புரிந்து கொள்ளப்படாமல் இருந்தாலும் அவை அனைத்தும் பொதுவான ஒடுக்குமுறை அமைப்பின் அம்சங்களாக பொதுவாக உணரப்படுகின்றன. மார்க்சின் மூடுபனி என்ற உவமானத்தை எடுத்துக் கொண்டால், அந்த மூடுபனியை நகராத, ஊடுருவமுடியாத புகையாக இல்லாமல், தொடர்ந்து ஒளிரும் மூடுபனி துண்டுகளாக பார்ப்பது உதவியாக இருக்கலாம். இடைத்தொடர்புகள் தோன்றுகின்றன, மறைகின்றன, சில நேரங்களில் மூடுபனி விலகுகிறது, சில நேரங்களில் அது மறுபடியும் இறங்குகிறது. மாய்மாலம் நிலையானதாக இல்லை, மாய்மாலநீக்கம்/மாய்மாலமாக்கத்தின் தொடர்ச்சியான நிகழ்முறையாக உள்ளது.

மாய்மாலத்தை, மாய்மாலநீக்கம்/மறுமாய்மாலமாக்கம் என்ற நிகழ்முறையாக பார்ப்பது கோட்பாட்டுரீதியாகவும் அரசியல்ரீதியாகவும் முக்கியமான விளைவுகளைக் கொண்டுள்ளது. மாய்மாலத்தை நிலை நாட்டப்பட்ட உண்மையாக, அனைத்தையும் தழுவி நிற்கும் புகையாக புரிந்து கொள்வது, கிட்டத்தட்ட அசாத்தியமான நிகழ்வாக (நம்பிக்கையற்ற நிலைப்பாடு), அல்லது கட்சியின் வளர்ச்சியின் வெற்றிகரமான முடிவு என்ற வெளிப்புற நிகழ்வாகவே புரட்சி உள்ளது என்ற கருத்தாக்கத்துக்கு இட்டுச் செல்கிறது. அந்த நிகழ்வுக்கு முன்பு, முதலாளித்துவம் மூடப்பட்ட அமைப்பாக, மூலதனம் நூலில் பகுப்பாய்வு செய்யப்பட்ட 'இயங்கு விதிகளை' பின்பற்றுவதாக உள்ளது.

மாய்மாலத்தை, மாய்மாலநீக்கம்/மாய்மாலமாக்கம் என்ற நிகழ் முறையாக பார்ப்பது முதலாளித்துவ சமூக உறவுகள் உள்ளார்ந்த நொறுங்கும்தன்மையைக் கொண்டிருப்பதை வலியுறுத்துவதாகும்.

மாய்மாலநீக்கம்/மாய்மாலமாக்கம் இடைவிடாத போராட்டமாக உள்ளது. மாய்மாலநீக்க நிகழ்முறை, அதாவது துண்டுகளை ஒன்றாக இணைப்பது, அதே நேரத்தில் வர்க்க மறுசேர்க்கை நிகழ்முறையாக உள்ளது, தொழிலாளி வர்க்கத்தின் துண்டாக்கத்தை முறியடிப்பதாக உள்ளது. தொழிலாளி வர்க்கத்தின் நடைமுறை அமைப்பாக்கத்தின் மூலமும் போராட்டத்தின் மூலமும்தான் நடைமுறையிலும் உணர்விலும் சமூக இடைஉறவுகள் நிறுவப்படுகின்றன. மீள்-மாய்மாலமாக்கம் என்பது நடைமுறையிலும் கோட்பாட்டிலும் வர்க்கச் சிதைவின் நிகழ்முறையாக, நிறுவப்பட்ட தொடர்புகளை உடைப்பதாக உள்ளது. வர்க்கத்தை வெற்றிகரமாக மீள்-மாய்மாலமாக்கம்/சிதைப்பதைச் செய்வதை சார்ந்துதான் மூலதனம் உயிர்வாழ்கிறது மூலதனத்தின் மறுஉற்பத்தி தானியக்கமாக நடப்பதில்லை : அது போராட்டத்தின் மூலமாகவே சாதிக்கப்படுகிறது.

மாய்மாலம் என்பதை நிகழ்முறையாக புரிந்து கொண்டால், அது மார்க்சின் கருத்தினங்களைப் புரிந்து கொள்வதை பாதிக்க வேண்டும். மார்க்ஸ் பகுப்பாய்வு செய்த சமூக உறவுகளின் வடிவங்கள் மூடுண்டவை இல்லை. மதிப்பு என்பது சமூக உறவுகளின் வடிவம் மட்டும் இல்லை, அது பகைநிலை சமூக உறவுகளின் வடிவமாக உள்ளது. ஆனால், பகை நிலைக்கு ஏதாவது பொருள் இருக்க வேண்டுமானால், கருத்தினத்தின் மையத்தில் நிச்சயமின்மையின், நெகிழ்வுத்தன்மையின் காரணி இருக்க வேண்டும். சமூக உறவுகள் பகைநிலையிலானவை என்று சொல்வது அவை போராட்டத்தின் மூலம் வளர்கின்றன என்று சொல்வதாகும், எனவே அவற்றை ஒருபோதும் முன்கூட்டியே தீர்மானிக்கப்பட்ட வையாக கருத முடியாது. மதிப்பைப் புரிந்து கொள்வதற்கு நாம் அந்தக் கருத்தினத்தை உடைத்துத் திறக்க வேண்டும், மதிப்பைப் போராட்டமாக, தப்பிக்க முடியாதபடி நாம் ஈடுபட்டிருக்கும் போராட்டமாக புரிந்து கொள்ள வேண்டும். சரக்குகள் அவற்றின் மதிப்பின் அடிப்படையில் பரிவர்த்தனை செய்து கொள்ளப்படுகின்றன என்பது ஒரு பொதுமைப்படுத்தல், ஆனால் அது சுமுகமான தன்னியக்கமான நிகழ்முறையாக நிச்சயம் இல்லை. மார்க்ஸ் புகுத்தும் திருத்தங்கள் (விலை, உற்பத்தி விலை, மதிப்பு இன்னபிறவற்றுக்கு இடையிலான வேறுபாடுகள்) மட்டும் இதற்குக் காரணமாக இல்லை, மாறாக பல நேரங்களில் சரக்குகள் திருடப் படுகின்றன என்ற மெய்ம்மையின் காரணமாகவும் அது தன்னியக்கமான நிகழ்முறையாக இல்லை. மதிப்பு சொத்துடைமையை மதிப்பதைச் சார்ந்துள்ளது, ஒரு சிறு குழந்தையை கடைக்கு அழைத்துச் சென்ற அல்லது சமீபத்தில் பாடல் அல்லது மென்பொருள் அல்லது புத்தகத்தை தரவிறக்கிய (டவுன்லோட் செய்த)

யாருக்கும் தெரிந்தது போல, சொத்துடைமையை மதிப்பது என்பது நமது சமூகத்தில் மிகவும் பலவீனமாக உள்ளது. மதிப்பின் ஏறத்தாழ சுமுகமான செயல்பாடு கற்பித்தல்/ கட்டாயப்படுத்துவது ஆகியவற்றால் ஆன மிகப்பெரிய பொறியமைப்பால் நடைமுறையில் பராமரிக்கப் படுகிறது. மதிப்பு சமூக உறவுகளின் வடிவம் என்று நாம் சொல்லும் போது, இந்தக் கூற்று கொண்டிருக்கும் பகைநிலையை நாம் அங்கீகரிக்க வேண்டும், புரட்சிக்குப் பிந்தைய சமூகத்தில் மட்டுமின்றி முதலாளித்துவ சமூகத்துக்குள்ளேயே மதிப்பின் எதிர்க்கூறின் வலிமையை நாம் அங்கீகரிக்க வேண்டும்.

மதிப்பு, பணம், வாடகை, இன்னபிற கருத்தினங்களில் மார்க்ஸ் பகுப்பாய்வு செய்யும் சமூக உறவுகளின் வடிவங்களையும் ஒரு பாரம்பரிய சமூகத்தில் திருமண உறவையும் ஒப்பீடு செய்ய முடியும். சமூகத்தில் பாலியல் உறவுகள் ஒழுங்குபடுத்தப்படும் வடிவம் திருணம் என்று அந்தச் சமூகத்தைப் பற்றிச் சொல்வது உண்மையாக இருக்கும். இருப்பினும், மிகவும் பாரம்பரியான சமூகங்களில் கூட, பாலுணர்வின் முழுமையான அமைதியின்மை திருமண உறவின் வரம்புகளை சிந்தனையிலும் நடைமுறையிலும் மீண்டும் மீண்டும் உடைக்கிறது. முதலாளித்துவ சமூகத்தில் ஒவ்வொரு திருட்டையும் புரட்சிகரமானது என்று சொல்ல முடியாது என்பது போல திருமணத்துக்கு வெளியிலான ஒவ்வொரு பாலியல் உறவும் புரட்சிகரமானது என்று சொல்ல வரவில்லை: மாறாக, அது திருமணம் என்ற நிறுவனத்தை வலுப் படுத்துவதாகவும் பார்க்கப்படலாம். ஆனால், அந்தச் சமூகத்தில் திருமணம் என்பது பாலியல் உறவுகள் எடுக்கும் வடிவம் என்ற கூற்றை அப்படியே ஏற்றுக் கொண்டு அதன் எதிர்க்கூறின் வலிமையை பார்க்காமல் இருப்பது தவறு என்பது தெளிவானது.

மூலதனம் நூலில் பகுப்பாய்வு செய்யப்பட்ட சமூக உறவுகளின் வடிவங்கள் தமது சொந்த எதிர்க்கூறை தம்முள் கொண்டுள்ளன. முதலாளித்துவம் என்பது மாய்மாலமாக்கப்பட்ட, அன்னியமாக்கப்பட்ட சமூகமாக உள்ளது. ஆனால், முதலாளித்துவ சமூகத்தின் எதிர்க்கூறு அதனுள்ளேயே அடங்கியுள்ளது என்பதால்தான் அது அவ்வாறு இருப்பதை நம்மால் அங்கீகரிக்க முடிகிறது, அன்னியமாகாத மாய்மாலமாகாத சமூகத்தை நாம் கற்பனை செய்ய முடிகிறது. வாழ்வின் முழுமையான அமைதியின்மை மாய்மாலமாக்கப்பட்ட வடிவங்களில், பொருட்களின் ஒரு வரிசைக்கிரமத்தில் சிறைப்படுத்தப்பட்டுள்ளது, ஆனால் அது எப்போதுமே அங்கு உள்ளது, எப்போதுமே வரம்புகளை உடைத்துக் கொண்டிருக்கிறது, அதனை தொடர்ந்து சிறைப்பிடித்து

வைத்திருப்பதற்காக மறுகட்டுவித்துக் கொண்டே இருக்கும்படி மாய்மாலமாக்கப்பட்ட வடிவங்களை தொடர்ந்து கட்டாயப்படுத்தி வருகிறது.

எனவே, முதலாளித்துவ சமூகம் பற்றிய நமது அனுபவம் மிகவும் முரண்பாடானதாக உள்ளது. சமூக உறவுகள் காட்சி தரும் அனுபவத்தோடு கூடவே அதற்கு எதிரான அனுபவமும் உள்ளது. பணம் என்பது பணம் என்பது பணம், ஒரு பொருள். ஆனால், பணம் என்பது எவ்வளவுதான் தெளிவின்றி என்றாலும் அதிகாரமாக, சமூக உறவாக, பரவலாக உணரப்படுகிறது. கூலி ஒப்பந்தத்தின் 'நியாயத்தன்மை' பற்றிய கவலை (நியாயமான ஒருநாள் வேலைக்கு நியாயமான ஒருநாள் கூலி என்ற மாய்மாலமாக்கப்பட்ட தொழிற்சங்க உணர்வுநிலையின் செவ்வியல் வெளிப்பாடு), பணியிடத்தில் சுரண்டலுக்கு எதிரான எதிர்ப்பின் நேரடி வெளிப்பாடுகளோடு சேர்ந்து உள்ளது. சமூக பகைநிலைகள் எவ்வளவு தீவிரமாக உள்ளனவோ, சமூக உறவுகளின் மாய்மாலமான சுய-தெரிவிப்பு அவ்வளவு பாதுகாப்பின்றி உள்ளது. முதலாளித்துவ சமூகத்தின் மாயமாக்கலை துளைப்பதற்கான கூர்முனையை வழங்குவது கோட்பாட்டுச் சிந்தனை இல்லை, மாறாக, ஒடுக்குமுறையை அனுபவிப்பதில் இருந்து பிறக்கும் கோபம்தான் அதனை வழங்குகிறது. கோட்பாட்டின் பாத்திரம் வழிகாட்டுவது இல்லை, மாறாக, பின் தொடர்ந்து செல்வது, அனுபவத்தின் முரண்படும் இயல்பின் மீது கவனத்தைக் குவிப்பது, மங்கலாக உணரப்பட்ட இடைத்தொடர்புகள் தொடர்பாக மேலும் ஒத்திசைவான பார்வையை வழங்குவது, போராட்டத்தின் பாடங்களை பரப்புரை செய்வது ஆகியவை.

வருவதும் போவதுமாக இருக்கும் மூடுபனி, மாய்மாலநீக்கமும்/ மீள்மாய்மலமாக்கமும் என்ற தொடர்ச்சியான நிகழ்முறை என்பது முற்றிலும் கட்டமைக்கப்படாத கருத்தாக்கமாக, திசைவழி இல்லாத கருத்தாக்கமாக தோன்றலாம். ஆனால் அப்படி இல்லை, மாறிக் கொண்டிருக்கும் மூடுபனி திசையின்றி மாறுவதில்லை. மாய்மாலநீக்கம்/ மீள்மாய்மாலமாக்கமும் வர்க்க மறுசேர்க்கை/சிதைப்பும், குறிப்பான தாளகதியுடன் கூடிய வரலாற்று நிகழ்முறையாக உள்ளன. நெருக்கடியின் போது பார்வைக்கு சுமுகமாகத் தோன்றும் சமூகத்தின் சுய-மறுஉற்பத்தி தடைபடுகிறது. சமூகத்தின் பகைநிலைகள் தீவிரமடைகின்றன; புதிய ஒழுங்கமைப்பு, புதிய போராட்டம் வெடிக்கிறது; நீண்டகாலம் கண்ணுக்குத் தெரியாமல் இருந்த தொடர்புகள் மீண்டும் வெளியில் தோன்றுகின்றன. நெருக்கடியானது முதலாளித்துவ சமூகத்தின் மாய்மாலநீக்கத்தை, தொழிலாளி வர்க்கத்தின் மறுசேர்க்கையை வெளிப்படுத்துகிறது.

நெருக்கடியும், மார்க்சிய பொருளியலும் மார்க்சிய அரசியல் அறிவியலும்

நெருக்கடி பொருளாதாரரீதியானது இல்லை, ஆனால் அது அவ்வாறு காட்சி தருகிறது. நெருக்கடி முதலாளித்துவ சமூக உறவுகளின் கட்டமைப்பு நிலையின்மையை, சமூகம் தனது அடித்தளமாகக் கொண்டுள்ள மூலதனத்துக்கும் கூலியுழைப்புக்கும் இடையிலான அடிப்படை உறவின் நிலையின்மையை வெளிப்படுத்துகிறது. அது பொருளாதார நெருக்கடியாக தோன்றுகிறது, அது சமூக வாழ்வின் பிற துறைகளில் தாக்கங்களை கொண்டிருக்கலாம்.

பொருளாதாரம் சமூகத்தின் ஒரு தனித்த அம்சம் என்ற கருத்தாக்கம் முதலாளித்துவம் உருவான பிறகுதான் தோன்றுகிறது. முதலாளித் துவத்துக்கு முந்தைய காலங்களில், பொருளாதாரம் என்ற சொல் குடும்ப விவகாரங்களை குறிப்பதற்கு பயன்படுத்தப்பட்டது (கிரேக்க மொழியில் ஓய்க்கோஸ் - oikos– வீடு), குடும்பத்தை நிர்வகிப்பதற்கும் பொருளாதாரத்தை நிர்வகிப்பதற்கும் இடையே, அரசியலுக்கும் பொருளியலுக்கும் இடையே, பொருளியல் கோட்பாட்டுக்கும் அறவியல் தத்துவத்துக்கும் இடையே தெளிவாக எதுவும் வேறுபடுத்தப்பட வில்லை. பொருளாதாரரீதியானதை தனித்துவமான கருத்தாக்கத் துறையாக வேறுபடுத்தத் தவறுவதன் அடிப்படை, முதலாளித்துவத்துக்கு முந்தைய சமூக உறவுகளின் இயல்பிலேயே உள்ளது. அடிமைக்கும் ஆண்டைக்கும் இடையே, பண்ணையடிமைக்கும் நிலப்பிரபுவுக்கும் இடையே உறவுகள் பிரித்துப் பார்க்க முடியாதபடி பொருளாதார-அரசியல்-உறவுகளாக இருந்தன. நிலப்பிரபு பண்ணையடிமைகளிட மிருந்து உபரி உழைப்பைக் கறக்க மட்டும் செய்யவில்லை, அவர்கள் மீது சட்டரீதியான மற்றும் 'அரசியல்ரீதியான' அதிகாரத்தையும் அவர் செலுத்தினார். முதலாளித்துவம் தோன்றிய பிறகு, (முதலாளியின்) சுரண்டலை (அரசால்) சமூக ஒழுங்கு பராமரிக்கப்படுவதில் இருந்து பிரித்த பிறகுதான் பொருளியலும் (முதலில் 'அரசியல் பொருளியல்' ஆக), அரசியலும் தனித்த கருத்தாக்கங்களாக உருவெடுத்தன. அவை கருத்தாக்கங்களாக (பிற்காலத்தில் பல்கலைக்கழக துறைகளாக) உறுதி யடைந்தது அந்தப் பிரிவினையை அடிப்படையாகக் கொண்டிருந்தது.

எனவே, 'அரசியல்', 'பொருளாதாரம்' ஆகிய கருத்தாக்கங்கள் முதலாளித்துவத்துக்கு குறிப்பானவை. சமூகம் மேலோட்டமாக துண்டாக்கப்பட்டிருப்பதை பிரதிபலிக்கும் அளவுக்கு அவை மாய்மாலமான அல்லது மேலோட்டமான கருத்தினங்களாக உள்ளன.

சுரண்டலை, ஒழுங்கை பராமரிப்பதிலிருந்து பிரிப்பது 'நேரடி உற்பத்தியாளர்களிடமிருந்து ஊதியமில்லா உபரி-உழைப்பு கறக்கப்படும் குறிப்பிட்ட வடிவத்தின்' ஒரு அம்சமாக உள்ளது. உழைப்புச் சக்தியை சரக்காக வாங்குவதும் விற்பதும் மூலம் சுரண்டல் செயல்படுகிறது என்பது, வர்க்கச் சமூகத்தில் நிலைத்தன்மையை பராமரிக்க தவிர்க்கமுடியாமல் தேவைப்படும் சமூக வன்முறையிலிருந்து சுரண்டலின் நேரடி நிகழ்முறை பிரிக்கப்படுவதை உணர்த்துகிறது. எனவே, பொருளாதாரரீதியானதும் அரசியல்ரீதியானதும் பிரிக்கப் பட்டிருப்பது முதலாளி வர்க்க உறவுகளின் ஒரு கூறாக உள்ளது. அல்லது வேறு வார்த்தைகளில் பொருளாதாரரீதியானதும் அரசியல் ரீதியானதும் அவற்றை கட்டமைக்கும் பிரிப்பின் காரணமாக, மூலதனத்துக்கும் உழைப்புக்கும் இடையேயான உறவின் கூறுகளாக, மூலதன உறவின் குறிப்பான வடிவங்களாக உள்ளன. எனவே, பொருளாதாரரீதியானதற்கும் அரசியல்ரீதியானதற்கும் இடையேயான வேறுபாட்டை கேள்வியின்றி ஏற்றுக் கொள்வது வடிவம் என்ற பிரச்சினையை புறக்கணிப்பதாகிறது, கருத்தாக்கங்களில் உள்ளார்ந்துள்ள மாய்மாலத்தை உறுதிப்படுத்துவதாகிறது. மார்க்ஸ் *மூலதனம்* நூலை பொருளியல் கோட்பாட்டின் விரித்துரைப்பாக எழுதவில்லை, மாறாக அரசியல் பொருளாதாரத்தின் விமர்சன பகுப்பாய்வாக எழுதினார். அரசியல் பொருளாதாரத்தின் கருத்தாக்கங்கள், முதலாளி வர்க்க உறவுகளின் தோற்ற வடிவங்களை வெளிப்படுத்துகின்றன என்று அந்த விமர்சன பகுப்பாய்வு காட்டியது.

அப்படியானால், மார்க்சிய பொருளியல் அல்லது மார்க்சிய அரசியல் பொருளியல் என்று பேசுவது சுய-முரண்பாடாக உள்ளது. மார்க்சின் விமர்சன பகுப்பாய்வு குறிப்பிட்ட கோட்பாடுகள் மீதான விமர்சன பகுப்பாய்வு மட்டுமில்லை, மாறாக, வர்க்க உறவுகள் தம்மை வெளிப்படுத்திக் கொள்ளும் மேலோட்டமான வடிவங்களின் அடிப்படையில் கோட்பாட்டை கட்டமைப்பதன் மீதான விமர்சன பகுப்பாய்வாகும். பொருளியல் என்பது மனிதர்களின் வாழ்வின் மீது ஆட்சி புரியும் பொருட்களைப் பற்றிய, சக்திகளைப் (பணம், மதிப்பு, வாடகை, வட்டி இன்னபிற போன்றவை) பற்றிய ஆய்வாகும். அந்தப் பொருட்களை, 'உற்பத்தி நிகழ்முறை மனிதனால் கட்டுப்படுத்தப் படுவதற்கு மாறாக மனிதனை உற்பத்தி நிகழ்முறை கட்டுப்படுத்தும் சமூக நிலையைச் சேர்ந்தவை என்று தவிர்க்க முடியாத எழுத்துக்களில் தம்மீது பொறிக்கப்பட்ட', சமூக உறவுகளின் வடிவங்களாக கையாளாமல், அவற்றை அப்படியே கையாள்கிறது. தனது கருத்தினங்களை சமூக

உறவுகளின் தெரிவிப்புகளாக அல்லாமல் பொருட்களாக கையாள்வதன் மூலம், பொருளியல் தவிர்க்கவியலாமல் சமூக மாற்றத்தின் அரூபமான, முனைப்பற்ற பொருண்மைகளாக மனிதர்களை கையாள்கிறது.

முதலாளிவர்க்க பொருளியல் அதன் கருத்தினங்களை அவை எப்படி காட்சி அளிக்கிறனவோ அப்படியே ஏற்றுக் கொள்கிறது. பணம் என்பது பணம் என்பது பணம்; பிற பொருளியல் கருத்தினங்களோடு அதன் உறவை புரிந்து கொள்வதையும், பணத்தின் இயக்கத்தை ஒழுங்கு படுத்தும் விதியைப் புரிந்து கொள்வதையும், இன்னபிறவற்றையும் பொருளியல் தனது பணியாகக் கொண்டுள்ளது. பணம் சமூக உறவுகளின் வடிவமாக பார்க்கப்படாததால், கருத்தினங்களை உடைத்துத் திறப்பதற்கு, 'சமூக வாழ்வில் ஈடுபட்டுள்ள ஆண்கள் மற்றும் பெண்களின் திட்ட வட்டமான செயல்பாடுகளில் பொருளாதார வளர்ச்சிகளின் தோற்று வாய்களை' வெளிப்படுத்த எந்த முயற்சியும் எடுக்கப்படவில்லை. (கிளார்க் - Clarke – 1980, பக்கம் 5).

எனினும், மாய்மாலம் இருப்பதன் மீதான விமர்சன பகுப்பாய்வு மூலம் மாய்மாலம் இல்லாமல் போய்விடுவதில்லை. அதே போல முதலாளி வர்க்க சிந்தனை மேலோட்டமானது என்று அங்கீகரிப்பதன் மூலம் அதன் மேலாதிக்கம் இல்லாமல் போய் விடுவதில்லை. 'பொருளாதாரம்' என்ற சொல்லை மார்க்ஸ் பயன்படுத்துவது தெளிவற்றதாக அல்லது முரண்படுவதாக உள்ளது (உதாரணமாக, 1859 முன்னுரையில் இருப்பது போல). 'மார்க்சிய பொருளியல்' என்பது மூலதனம் நூலை வாசிப்பதற்கும் பல்கலைக்கழக சூழலில் வேலை செய்வதற்கும் இடையேயான முரண்பாட்டை இணக்கப்படுத்தும் வலுவான மரபாக உள்ளது.

மார்க்சிய பொருளியலின் பார்வையில் மதிப்பையும் நெருக்கடியையும் பார்த்தால், இதுவரை முன்வைத்ததிலிருந்து வேறுபட்ட சித்திரம் நமக்குக் கிடைக்கிறது. மார்க்சிய கருத்தினங்களை பொருளாதாரரீதியாக பார்த்ததும் முதலாளிவர்க்கக் கோட்பாட்டின் பல அனுமானங்கள் அவற்றைப் பற்றிய விவாதத்திற்குள் கொண்டு வரப்படுகின்றன. கருத்தினங்கள் மூடுண்டவையாக இருந்து விடுகின்றன. மதிப்பு ஒரு சமூக உறவு, அது முதலாளித்துவத்துக்கு தனிச்சிறப்பானது, சோசலிச சமூகத்தில் அதற்கு இடம் இல்லை என்று குறித்துக் கொண்டாலும், முதலாளித்துவத்தின் வரம்புக்குள் மதிப்பை பொருளாதார கருத்தினமாக கையாளலாம் என்று அனுமானிக்கப் படுகிறது. எனவே, உதாரணமாக, மதிப்பு பற்றி விவாதிக்கும் போது, வழக்கமாக மதிப்பின் பருமன் மீது பெருமளவு

கவனம் செலுத்தப் படுகிறது, வடிவம் பற்றிய கேள்வி ஒப்பீட்டளவில் புறக்கணிக்கப்படுகிறது. நவ-ரிக்கார்டியவாதிகள் என்று அழைக்கப் படுபவர்களுக்கு மட்டுமின்றி, தம்மை மார்க்சிஸ்டுகள் என்று கூறிக் கொள்ளும், அவ்வாறே பரவலாக ஏற்றுக் கொள்ளப்படும் கோட்பாட்டா ளர்களுக்கும் இதுதான் நிலைமை. குறிப்பாக, மதிப்பு விதி என்பது 'சரக்குகளை உற்பத்தி செய்வதற்கு சமூகரீதியில் அவசியமான உழைப்பின் மாறுபடும் அளவுகள் விலைகளை எவ்வாறு ஒழுங்கு படுத்துகின்றன' என்பதைக் காட்டுவதாக பார்க்கப்படுகிறது. (இட்டோ - Itoh, *1980*, பக்கம் *132*). மதிப்பின் வடிவம் பற்றிய விமர்சன பகுப்பாய்வு இல்லாமல் போகிறது, முதலாளிவர்க்க சிந்தனையின் வளையாத்தன்மை தக்கவைக்கப்படுகிறது. மதிப்பு ஒரு சமூக உறவு என்று கூறப்பட்டாலும், அதன் சமூக அம்சம், 'நேரடி உற்பத்தியாளர்கள் உற்பத்தியின் பொருண்மையாக இல்லாமல் அதன் முனைப்பாக மீட்கப்படும்' (இட்டோ, Itoh *1980*, பக்கம் *135-6*) புரட்சிக்குப் பின்னர் வெளியிடப்பட வேண்டியதாக, பின்னணியில் வைக்கப்படுகிறது. தொழிலாளர்கள் உற்பத்தியின் பொருண்மையாக இருப்பதைத் தவிர வேறு எதுவாகவும் இல்லை என்றால், மாய்மாலம் முழுமையாகிறது என்பது உணர்த்தப் படுகிறது. அப்படியானால் இட்டோ மிகவும் சரியாகவே சொல்கிறார். மதிப்பு என்ற கருத்தினத்தை (வரலாற்று நோக்குநிலையில் அதைப் பார்ப்பதைத் தவிர) உடைத்துத் திறக்க வேண்டிய அவசியம் இல்லை, முதலாளித்துவத்தை அதன் 'இயங்கு விதிகளின்' அடிப்படையில் புரிந்து கொள்ள முடியும். ஆனால், தொழிலாளர்கள் உற்பத்தியின் பொருண் மையாக இருப்பதைத் தவிர வேறு எதுவாகவும் இல்லை என்றால், புரட்சி என்பது கோட்பாட்டு ரீதியாகவும் கருத்தாக்க ரீதியாகவும் அசாத்தியமாகத் தெரியும், அல்லது புரட்சியைப் பற்றி சிந்திப்பதற்கான ஒரே வழி அதனை புறநிலை நிகழ்வாக பார்ப்பதாகத்தான் இருக்கும்.

நெருக்கடி பற்றிய மார்க்சியக் கோட்பாடு பற்றிய பெரும்பாலான விவாதத்தில் இந்த அனுமானங்கள் பிரதிபலிக்கின்றன. மேலே சொன்னது போல, மார்க்சியத்தை பிற புரட்சிகரமான சிந்தனைகளில் இருந்து வேறுபடுத்திக் காட்டுவது, முதலாளித்துவ ஒடுக்குமுறையை பகுப்பாய்வதோ அல்லது சோசலிசம் பற்றிய அதன் பார்வையோ இல்லை, அது முதலாளித்துவ நிலையின்மையைப் பற்றிய கோட்பாடாக உள்ளது என்பதுதான் அதனை வேறுபடுத்திக் காட்டுகிறது. முதலாளித்துவம் அடக்குமுறையானது ஆனால், சுய-முரணுடைய, நிலைத்தன்மை இல்லாத அடக்குமுறையின் வடிவமாக அது உள்ளது. நெருக்கடி பற்றிய கோட்பாடு இந்த நிலையின்மையைப் பற்றிய

கோட்பாடாக உள்ளது, எனவே, வர்க்க உறவுகளின் கொந்தளிப்பைப் பற்றிய கோட்பாடாக உள்ளது. ஆனால், நெருக்கடி பற்றிய பல விவாதங்கள் அதனை வர்க்க உறவுகள் என்ற கேள்விக்கு, வர்க்கப் போராட்டம் என்ற கேள்விக்கு வெளியில் இருப்பதாக கையாள்கின்றன. மிகச் சிறந்த நிலையில், நெருக்கடி பற்றிய கோட்பாடு வர்க்கப் போராட்டம் நடக்கும் சட்டகத்தை வழங்குகிறது, முதலாளித்துவத்தின் நிரந்தரமின்மையைப் பற்றிய நினைவூட்டலாக உள்ளது, ஆனால் வர்க்க உறவுகளைப் பற்றிய கோட்பாடாக இல்லை. உதாரணமாக, இலாபவீதம் குறைந்து செல்லும் போக்கு பற்றிய விதியின் செயல் பாட்டால் நெருக்கடி தவிர்க்கமுடியாததாக ஆக்கப்படுகிறது; நெருக்கடியில் வர்க்கப் போராட்டம் தீவிரமடைகிறது, அது புரட்சிக்கான வாய்ப்புகளை வழங்கலாம் என்று வாதிடப்படுகிறது. ஆனால் நெருக்கடி அதனளவிலும் இலாபவீதம் குறைந்து செல்லும் போக்கு பற்றிய விதியும், வர்க்கப் போராட்டத்தில் இருந்து பிரிக்கப்பட்டு பொருளியல் நிகழ்முறைகளாக பகுப்பாய்வு செய்யப்படுகின்றன. ஓ கானர் சொல்வது போல 'உழைப்புச் சக்தி பரிவர்த்தனை மற்றும் உழைப்பின் பொருண்மையாக மட்டும் இருப்பதாக வெற்றிகரமாக கையாளப்படுவதும், எனவே, சோசலிசப் புரட்சி நடக்காத வரையில், தொழிலாளர்கள் சுய-பெருக்கமடையும் மூலதனம் என்ற நிகழ்முறையை திருப்பி அமைக்கவோ, மறுவரையறை செய்யவோ மிகக் குறைந்த ஆற்றலையே கொண்டுள்ளனர் அல்லது எந்த ஆற்றலையும் கொண்டிருக்க வில்லை என்பதை குறைந்தபட்சம் பாரம்பரியக் கோட்பாடு வலியுறுத்துகிறது' (1987, பக்கம் 91)

இந்நிலையில், முரண்நிலையாக, முதலாளித்துவ நிலையின்மை பற்றிய கோட்பாடாக இருக்க வேண்டியது முதலாளித்துவ மறு உற்பத்தி பற்றிய கோட்பாடாக ஆகிறது. அடிக்கடி இது மிகவும் செயல்பாட்டு ரீதியான தொனிகளை பெறுகிறது: சோசலிசப் புரட்சி என்ற புறநிலை தருணம் வரையில்தான் என்றாலும், முதலாளித்துவ மறுஉற்பத்தி மூடிய வட்டமாக ஆகிறது. முதலாளித்துவத்தின் இயக்க விதிகள் பரிணாம வளர்ச்சிக்கான குறிப்பிட்ட பாதையை பரிந்துரைக்கின்றன, புரட்சி நடக்கப் போகும் நாள் வரையில் தொழிலாளர்கள் ஆதிக்கம் செலுத்தப்படும் பொருண்மையாக இருப்பதைத் தவிர வேறு எதுவுமாகவும் இல்லை.

சமீப ஆண்டுகளில், 'மார்க்சிய அரசியல் கோட்பாட்டை' வளர்க்க முயற்சிப்பதன் மூலம் மார்க்சிய பொருளியலின் நிர்ணயவாதத்திலிருந்தும் செயல்பாட்டுவாதத்திலிருந்தும் முறித்துக் கொள்ளும் முயற்சி செய்யப்படுகிறது.

ஒரு வேறுபட்ட மார்க்சிய அரசியல் கோட்பாட்டை உருவாக்கும் முயற்சி, மேலே விவாதித்தபடி 1859 முன்னுரையில் தன்னுடைய முறையாக மார்க்ஸ் கூறுவதை விமர்சன பகுப்பாய்வு செய்வதில் வேர் கொண்டுள்ளது. 1859 முன்னுரையானது மார்க்சின் முறை பற்றிய தீர்மானகரமான கூற்றாக எடுத்துக் கொள்ளப்படுவது வரை - கம்யூனிஸ்ட் கட்சிகளின் மார்க்சிய 'பழைமைவாதத்தில்' பல ஆண்டுகளாக அப்படித்தான் எடுத்துக் கொள்ளப்பட்டது - அரசு பற்றிய கோட்பாட்டு விவாதம் ஒப்பீட்டளவில் புறக்கணிக்கப்பட்டது, ஏனென்றால் அரசியல்ரீதியானது என்பது மேல்கட்டுமானத்தின் பகுதியாக இருப்பதாக எளிதாக ஒதுக்கி வைக்கப்பட்டது 1960-கள் முதல் கம்யூனிஸ்ட் கட்சி பழமைவாதத்தில் ஏற்பட்ட நெருக்கடியில் இருந்து, மேல்கட்டுமானத்துக்கு குறிப்பாக அரசியல் மட்டத்திலும் சித்தாந்த மட்டத்திலும் போதுமான தன்னாட்சியை வழங்கத் தவறுவதாக 1859 முன்னுரை விமர்சிக்கப்படுகிறது. குறிப்பாக, வெவ்வேறு மட்டங்களின் ஒப்பீட்டு தன்னாட்சியானது, மார்க்ஸ் *மூலதனம்* நூலில் வளர்த்தெடுத்த மார்க்சிய பொருளியலை இட்டு நிரப்பும் விதமாக தனித்துவமான மார்க்சிய அரசியல் அறிவியலை உருவாக்குவதை அனுமதிக்கிறது என்று புலண்ட்ஸஸ் வாதிட்டது சிறந்த தாக்கத்தை ஏற்படுத்தியது. இந்தப் பார்வையில், மார்க்சிய பொருளியல் மரபின் பிரச்சினை அது முழுமை அற்றதாக இருப்பதாலும் அதற்கு அளவுக்கு அதிகமான முக்கியத்துவம் கொடுக்கப்பட்டதாலும் ஏற்பட்டுள்ளது. இந்த அணுகுமுறையின் தர்க்கத்தின்படி, மார்க்சியம் என்பது சமூகம் பற்றிய பொருளியல் கோட்பாடு என்பதிலிருந்து சமூகம் பற்றிய பல்துறை கோட்பாடாக வளர்ச்சியடைய வேண்டும் என்று சொல்லப்படுகிறது (இறுதிக் கணக்கில் பொருளாதாரரீதியானதுதான் தீர்மானகரமானது என்பது உறுதி)

மார்க்சியம் தொடர்பான பல்துறை அணுகுமுறையில் இருக்கும் பிரச்சினை என்னவென்றால் அது வெறுமனே மாய்மாலத்துக்கு மேல் மாய்மாலத்தை சேர்க்கிறது என்பதுதான். சமூக உறவுகள் பொருளியல் உறவுகளாகவும் அரசியல் உறவுகளாகவும் பிரிக்கப்பட்டுள்ளன என்பதை கேள்வியின்றி ஏற்றுக் கொள்கிறது என்ற உணர்வில், மார்க்சிய பொருளியல் அணுகுமுறை முழுமையற்றதில்லை, மாறாக அது மேலோட்டமானதாக உள்ளது. அதே போல, 'அரசியல் ரீதியானது' என்பதை பகுப்பாய்வின் தொடக்கப் புள்ளியாக எடுத்துக் கொள்ளும் அரசியல்ரீதியானது பற்றிய பகுப்பாய்வின் மூலம் அதனை இட்டு நிரப்புவது என்பது மேலோட்டமானதன்மையை இன்னும் பெருக்குகிறது, பெரிதும் துண்டாக்கப்பட்ட சமூக உறவுகளை பார்வையிலிருந்து

மறைப்பதாகிறது. உதாரணமாக, பொருளாதாரரீதியனதன் இயல்பையும் அரசியல்ரீதியானதன் இயல்பையும் கேள்விக்குள்ளாக்காத வரை, நெருக்கடி என்பது வெறும் பொருளாதாரரீதியானது மட்டுமில்லை, மாறாக பொருளாதாரரீதியானதும் அரசியல்ரீதியானதும் என்று சொல்வதில் பயன் இல்லை. நடைமுறையில், 'அரசியல் ரீதியான' பகுப்பாய்வுகள், பொருளியலாளர்களின் பகுப்பாய்வுகள் வழங்கும் சட்டகத்தை கேள்வியின்றி அப்படியே ஏற்றுக் கொள்வதுதான் வழக்கமாக நடக்கிறது.

மார்க்சிய பகுப்பாய்வின் (குறிப்பாக மார்க்சிய பொருளியல் மரபின்) செயல்பாட்டுவாத அனுமானங்கள் வழக்கமாக நெருக்கடி பற்றிய கருத்துநிலைக்கே எடுத்துச் செல்லப்படுகின்றன. ஏற்கனவே பார்த்தது போல, நெருக்கடி என்பது வெறுமனே ஒரு முறிவாக மட்டு மில்லை, மாறாக ஒரு திருப்பு முனையாக மாற்றத்தின் தீவிரமாக்கமாக உள்ளது. நெருக்கடி பற்றிய கோட்பாட்டுக்கு இரண்டு பக்கங்கள் உள்ளன, இரண்டுமே மூலதனம் நூலில் மார்க்சின் விவாதத்தில் இடம் பெறுகின்றன. ஒரு பக்கத்தில், நெருக்கடி என்பது மூலதனத் திரட்டல் வகைமுறையில் முறிவை வெளிப்படுத்துகிறது, மூலதனத்தின் நிலையின்மையை அதன் முன்னே வைக்கிறது: இலாபவீதம் வீழ்ந்து செல்வது 'முதலாளித்துவப் பொருளுற்பத்தி முறையின் வரம்புகளுக்கும், அது ஒரு வரலாற்றுக் கட்டத்துக்குரியதே, மறையக் கூடியதே என்பதற்கும் சான்றாகிறது' *(1969/71*, III, *பக்கம் 242)* [மூலதனம், மூன்றாம் பாகம், தமிழ்ப்பதிப்பு - பக்கம் *320* - மொ.பெ.]. மறுபுறம், நெருக்கடி மூலதனத்தை மறுகட்டமைப்பு செய்வதை வலுக்கட்டாயமாகப் புகுத்துகிறது: குறைந்த செயல்திறன் கொண்ட மூலதனங்களை அழிப்பதன் மூலமாகவும் சுரண்டலை அதிகரிப்பதன் மூலமாகவும் மூலதனத் திரட்டலின் புதிய கட்டத்துக்கான அடிப்படை உருவாக்கப்படுகிறது. நெருக்கடி என்பது ஒரே நேரத்தில் முறிவாகவும் மறுகட்டமைப்பாகவும் உள்ளது, ஒரே நேரத்தில் நிலையின்மையாகவும் வர்க்க உறவுகளை மீள்-நிலைப்படுத்தலாகவும் உள்ளது. இந்த இரண்டு பக்கங்களுக்கும் இடையிலான உறவை நாம் எப்படி புரிந்து கொள்கிறோம் என்பதுதான் பிரச்சினை.

வெவ்வேறு நேரங்களில் நெருக்கடியின் வெவ்வேறு பக்கங்கள் தனிக்கவனம் பெறும் போக்கு உள்ளது. *1960*-களின் இறுதியிலும் *1970*-களின் தொடக்கத்திலும், முதலாளித்துவ நெருக்கடி என்ற பிரச்சினைக்கு கீன்ஸ் தீர்வு கண்டு விடவில்லை என்பது இன்னும் தெளிவாகாத நேரத்தில், நெருக்கடி பற்றிய விவாதங்களில் அதன் தவிர்க்க முடியாமை மீதுதான் தனிக்கவனம் அதிகமாக இருந்தது, நெருக்கடி என்பது மூலதனத்

திரட்டல் நிகழ்முறையில் ஏற்படும் உடைப்பு எனக் கோட்பாடாக்கப் பட்டது. நெருக்கடி மேலும் தெளிவாக வெளிப்பட ஆரம்பித்த பிறகு, புரட்சி உடனடியாக நடக்கப் போவதில்லை என்பது தெளிவான பிறகு, நெருக்கடியை மீள்கட்டமைப்பு செய்யும் நிகழ்முறை என்றும் சமூகத்தின் தற்கால மாற்றங்களை மூலதனத்தின் மீள்-கட்டமைப்பு என்ற அடிப்படையிலும் புரிந்து கொள்ள முயற்சிப்பதை நோக்கி விவாதத்தின் தனிக்கவனம் மாறியது. ஒன்றிலிருந்து இன்னொன்றுக்கு தனிக்கவனம் மாறிய போது, நெருக்கடியின் இரண்டு பக்கங்களான முறிவுக்கும் மறு-கட்டமைப்புக்கும் இடையிலான உறவு என்ற கேள்வி புறக்கணிக்கப்பட்டது.

இந்த இரண்டு பக்கங்களும் முழுதொத்தவை, பிரிக்க முடியாதவை என்று பலமுறை அனுமானிக்கப்படுகிறது. மூலதனத் திரட்டலின் ஒரு வகைமுறை அழிக்கப்படுவது இன்னொரு வகைமுறைகான அடித்தளத்தை உருவாக்குவது ஆகும்: ஷூம்பீட்டரிடமிருந்து ஒரு சொற்றொடரை எடுத்துக் கொண்டால், நெருக்கடி என்பது 'படைப்பாற்றலுடன் கூடிய அழிவு' (பெரெஸ் - Perez, 1983, பக்கம் 159). முதலாளித்துவ வளர்ச்சியின் பிரிக்க முடியாத பகுதியாக நெருக்கடி உள்ளது என்று பல ஆண்டுகளுக்கு முன்னர் மார்க்ஸ் கண்டறிந்ததை ஷூம்பீட்டர்தான் முதலாளிவர்க்கத்துக்கு உணர்த்தினார் என்ற நெக்ரியின் கருத்தின் (நெக்ரி பாரம்பரிய மார்க்சிய பொருளியலாளராக இல்லை என்றாலும் அவர் மார்க்சிய பொருளியலின் பல அனுமானங்களை ஏற்றுக் கொள்கிறார்) அடிப்படையில் இங்கு ஷூம்பீட்டரைக் குறிப்பிடுவது பொருத்தமானது. (நெக்ரி 1968/1988). நெக்ரியின் வாதத்திலும், நெருக்கடி கோட்பாடு பற்றிய இன்னும் பல எழுத்தாளர்களின் பார்வையிலும் நெருக்கடி என்பது 'படைப்பாற்றலுடன் கூடிய அழிவு' நிகழ்முறை எனவும் நெருக்கடியின் இரண்டு அம்சங்களை ஒன்றுடன் ஒன்று எளிதாக கலந்து விடலாம் எனவும் அனுமானிக்கப் படுவதாகத் தெரிகிறது. ஆனால், இது முதலாளி வர்க்க பொருளியலின் செயல்பாட்டுவாதத்தை நீட்டுவதாகவே உள்ளது: நெருக்கடி என்பது தவிர்க்கவியலாமல் மூலதனத்தின் மறு-கட்டமைப்பாக உள்ளது என்றால், மூலதனத்தின் மறுவுற்பத்தி என்பது மூடப்பட்ட வட்டமாக உள்ளது அதிலிருந்து தப்பிக்க வழியே இல்லை.

நெருக்கடியும் மாய்மாலமும் வர்க்கச் சேர்க்கையும்

நெருக்கடியின் இரு அம்சங்களும் முழுதொத்தவை இல்லை: உடைப்பாக-நெருக்கடி என்பதற்கும் மறு-கட்டமைப்பாக-நெருக்கடி என்பதற்கும் இடையே போராட்டத்தின் ஒட்டுமொத்த உலக வரலாறு உள்ளது.

எல்லாவற்றுக்கும் முதலாக நெருக்கடி என்பது ஒரு உடைப்பு, வர்க்க உறவுகளின் நிலைநாட்டப்பட்ட வகைமுறையில் ஒரு முறிவு. நெருக்கடிக்கு முன்னர், சிறிது காலத்துக்கு உலகம் நிலைத் தன்மையை பெற்று விட்டது போலவும், முக்கியமான பிரச்சினைகள் தீர்க்கப்பட்டு விட்டன போலவும், வர்க்கப் போராட்டம் என்பது முடிந்து போன ஒன்று என்பதாகவும் தோற்றமளிக்கிறது. குறிப்பான விஷயங்கள் இயல்பானவையாக ஏற்றுக் கொள்ளப்படுகின்றன - சர்வதேச உறவுகளின் வகைமுறைகள், தொழில்ரீதியான கட்டமைப்பின் வகைமுறைகளும் தொழிலாளி வர்க்க அமைப்பாக்கமும், பெண்களுக்கும் ஆண்களுக்கும் இடையேயான உறவுகளின் வகைமுறைகள், வயது வந்தவர்களுக்கும் குழந்தைகளுக்கும் இடையேயான உறவுகளின் வகைமுறைகள், கலாச்சார தெரிவிப்பின் வகைமுறைகள் இவை எல்லாம் இயல்பானவையாக ஏற்றுக் கொள்ளப்படுகின்றன. கட்டுப்படுத்தப்பட்ட மோதல் இணக்கநிலையாக தோற்றமளிக்கிறது. அதன் பிறகு ஒரு முறிவு ஏற்படுகிறது: மோதல் தெளிவாக வெளிப்படுகிறது, 'இயல்பானது' கேள்விக்குள்ளாக்கப்படுகிறது, இந்த இயல்புநிலை பற்றிய பிற கருத்துக்கள் வலுப்பெறுகின்றன, மறைந்திருந்த இடைத்தொடர்புகள் வெளியில் தெரிகின்றன, அதிகாரத்தின் நிலைநாட்டப்பட்ட வகைமுறைகள் தாக்கப்படுகின்றன. அணை உடைகிறது. அடக்கப்பட்ட கோபம் இனிமேலும் அடக்கப்பட்டதாக இல்லை.

எந்த ஒரு வர்க்க சமூகமும், தனது அன்றாட செயல்பாட்டில் பெரும்பான்மையான மக்கள் சிறுபான்மையின் நலன்களுக்கு கீழ்ப் படுத்தப்படும் எந்த ஒரு சமூகமும் நிலையற்றது. முதலாளித்துவம் அல்லது முதலாளித்துவ நெருக்கடி உலகத்தில் தோன்றுவதற்கு வெகு காலம் முன்னரே வரலாறு முழுவதும் கிளர்ச்சிகளால் நிரம்பியுள்ளது. இருப்பினும், முதலாளித்துவத்தின் கீழ் நிலைநாட்டப்பட்ட வகை முறைகளில் ஏற்படும் உடைப்பு நெருக்கடி பற்றிய கோட்பாடுகள், வர்த்தக சகடம் பற்றிய கோட்பாடுகள், நீண்ட அலைகள் பற்றிய கோட்பாடுகள் இன்னபிறவற்றில் தெரிவிக்கப்படும் தோராயமான தாளகதியை பின்பற்றுகின்றது. இந்த எழுச்சிகளில் அடக்கப்பட்ட கோபத்தின் திரட்சி வெளிப்படுவதற்கு ஒரு திறப்பு கிடைக்கிறது. ஆனால் இது நெருக்கடி தாளகதியான ஒழுங்கை கொண்டிருப்பதற்கு விளக்கம் அளிக்கவில்லை. எந்த வர்க்க சமூகத்திலும் உள்ள நிலையின்மை முதலாளித்துவத்தின் கீழ் விசித்திரமான வடிவத்தை எடுக்கிறது, மூலதனத்துக்கும் உழைப்புக்கும் இடையிலான உறவின் தனிச்சிறப்பான குணங்களின் அடிப்படையில் மட்டும்தான் அதனை விளக்க முடியும். நெருக்கடியை ஆதிக்கத்தின் வகைமுறையில் ஏற்படும் முறிவாக புரிந்து

கொள்வதற்கு, (விகிதாச்சார குலைவு கோட்பாடுகள் செய்வது போல) மூலதனங்களுக்கு இடையிலான உறவாக மட்டுமோ அல்லது (குறைநுகர்வு கோட்பாடுகள் செய்வது போல) சமூக வினியோக வகை முறைகளின் அடிப்படையில் மட்டுமோ அதனை விளக்குவது போது மானதாக இல்லை. வர்க்க ஆதிக்கத்தின் வடிவமாக முதலாளித்துவத்தின் தனிச்சிறப்பான கட்டமைப்புரீதியான நிலையின்மையின் வெளிப்பாடாக நெருக்கடியை புரிந்து கொள்ள வேண்டுமானால், சுரண்டல் உறவிலேயே பிளவைக் கண்டறிய வேண்டும் 'ஊதியமிலா உழைப்பு நேரடி உற்பத்தியாளர்களிடமிருந்து கறக்கப்படுவதற்கு பயன்படும் தனிச் சிறப்பான..... வடிவத்தில்' பிளவைக் கண்டறிய வேண்டும்.

மார்க்ஸ் உபரி-மதிப்பு பற்றி பகுப்பாய்வு செய்யும் போது மூலதன உறவில் உள்ள இந்த அடிப்படை நிலையின்மையை பகுப்பாய்வு செய்தார். முந்தைய வர்க்க சமூகத்தின் ஆளும் வர்க்கத்தைப் போல இல்லாமல், சுரண்டலை, அதாவது நேரடி உற்பத்தியாளர்களிடமிருந்து கறக்கப்படும் ஊதியமிலா உழைப்பின் அளவை அதிகரிப்பதற்கு முதலாளிகள் போட்டியின் மூலமாக தொடர்ந்து கட்டாயப்படுத்தப் படுகின்றனர். 'உபரி-உழைப்புக்கான இந்த ஓநாய் போன்ற பசிதான்' *(1967/71, I, p. 233)*, *[மூலதனம், முதல் பாகம், தமிழ்ப் பதிப்பு - பக்கம் 330 - மொ.பெ*, முதலாளித்துவத்தின் தனிச்சிறப்பான நிலையின்மைக்கு காரணமாகிறது. உபரி-மதிப்புக்கான முதலாளித்துவ பேராசை இரண்டு அடிப்படை வடிவங்களை எடுப்பதாக மூலதனம் நூலில் மார்க்ஸ் பகுப்பாய்வு செய்கிறார். முதலாவது, அறுதி உபரி-மதிப்பு என்பதில் வேலை நாளை நீட்டுவதன் மூலம் உற்பத்தியாகும் உபரி-மதிப்பை அதிகரிப்பதற்கான மூலதனத்தின் போராட்டம் நடக்கிறது. தொழிலாளர்கள் பிழைத்திருத்தலையே அச்சுறுத்தலுக்கு உள்ளாகும் அளவுக்கு, எனவே மூலதனம் பிழைத்திருப்பதே அச்சுறுத்தலுக்கு உள்ளாகும் அளவுக்கு இது நீட்டப்படுகிறது. வேலை-நாளின் நீளத்தை வரம்பிடுவதற்காக தொழிற்சாலை சட்டங்கள் இயற்றப்படுவதைத் தொடர்ந்து மூலதனம் தனது பேராசையை தீர்த்துக் கொள்வதற்கு இன்னொரு வழியை தேடும்படி கட்டாயப்படுத்தப்படுகிறது. வேலை-நாளை தொடர்ந்து நீட்டுவதற்கு பதிலாக, தொழிலாளர்களின் உழைப்புச் சக்தியின் மதிப்பை மறு-உற்பத்தி செய்யும் வேலை-நாளின் பகுதியை குறைப்பதற்கு அது முயற்சிக்கிறது. இது முதன்மையாக தொழில்நுட்ப புத்தாக்கத்தின் மூலமும் செயல்திறனுக்கான தேடலின் மூலமும் சாதிக்கப்படுகிறது. சரக்குகள் இன்னும் துரிதமாக உற்பத்தி செய்யப்படும் போது, அவற்றின் மதிப்பின் பருமனும் (அவற்றை உற்பத்தி செய்வதற்கு சமூகரீதியில் அவசியமான உழைப்பு நேரத்தின் மூலம் அது தீர்மானிக்கப்படுகிறது)

வீழ்ச்சியடைகிறது. தொழிலாளர்கள் நுகரும் சரக்குகளின் மதிப்பு வீழ்ச்சியடையும் அளவுக்கு, உழைப்புச் சக்தியின் மதிப்பே வீழ்ச்சியடைகிறது, வாழ்க்கைத் தரங்கள் உயர்ந்து செல்லும் போது கூட உழைப்புச் சக்தியின் மதிப்பு வீழ்ச்சியடைகிறது. இதன் விளைவாக, குறிப்பிட்ட நீளத்திலான வேலை-நாளில் தொழிலாளர்களின் உழைப்புச் சக்தியின் மதிப்பின் சமதையை உற்பத்தி செய்வதற்கு குறைந்த நேரம் செலவிடப்படுகிறது, உபரி-மதிப்பை உற்பத்தி செய்வதற்கு அதிக நேரம் செலவிடப்படுகிறது. உபரி-மதிப்பை அதிகபட்சமாக்கும் இந்த வடிவத்தை மார்க்ஸ் ஒப்பீட்டு உபரி-மதிப்பு என்று குறிப்பிடுகிறார்.

ஒப்பீட்டு உபரி-மதிப்பு என்பது தொழில்நுட்ப புத்தாக்கத்தை தொடர்ந்து நாடிச் செல்வதையும், உற்பத்தி நிகழ்முறையை தொடர்ந்து மறு-ஒழுங்கமைப்பு செய்வதையும் கொண்டுள்ளது. உயிருள்ள உழைப்புக்கும் (செயல்பாட்டில் உள்ள தொழிலாளி) கடந்தகால உழைப்புக்கும் (கடந்த கால உழைப்பின் உற்பத்திப் பொருட்களான இயந்திர சாதனங்கள், கச்சாப் பொருட்கள்) இடையிலான உறவிலும் அது மாற்றத்தைக் கொண்டுள்ளது. தொழில்நுட்பம் வளர்ச்சி அடையும் போது ஒவ்வொரு தொழிலாளியும் முன்னை விட அதிக அளவு இயந்திர சாதனங்களையும் கச்சாப் பொருட்களையும் இயங்கச் செய்கிறார். மாறா மூலதனத்தில் (இயந்திர சாதனமும் கச்சாப் பொருட்களும்) முன்னீடு செய்யப்படும் மூலதனம் ஒப்பீட்டளவில் அதிகரிப்பதாகவும், மாறும் மூலதனத்தில் (உழைப்புச்-சக்தியை வாங்குவதற்கு) முன்னீடு செய்யப்படும் மூலதனத்தின் பகுதி ஒப்பீட்டளவு வீழ்ச்சியடைவதாகவும் மூலதனத்தின் சேர்க்கை மாறுகிறது: இதனை மூலதனத்தின் அங்ககச் சேர்க்கை உயர்ந்துள்ளது என மார்க்ஸ் குறிப்பிடுகிறார்.

ஒப்பீட்டு உபரி-மதிப்பைத் தேடுவது என்பது மூலதனம் ஒரு போதும் அமைதியாக இருப்பதில்லை என்பதைக் குறிக்கிறது. முந்தைய வர்க்க சமூகங்களில் உள்ள ஆளும் வர்க்கங்களைப் போல இல்லாமல், மூலதனம் எப்போதுமே அமைதியின்றி உள்ளது, எப்போதுமே மாற்றத்தைத் தேடுகிறது. அதன் சொந்த இருத்தலுக்கான ஆதாரமாக இருக்கும் உயிருள்ள உழைப்பை உற்பத்தி நிகழ்முறையில் இருந்து ஒப்பீட்டு ரீதியில் தொடர்ந்து வெளியேற்றிக் கொண்டிருக்கிறது. உயிருள்ள உழைப்புதான் மதிப்பை உற்பத்தி செய்கிறது, எனவே, மூலதனத்தின் மீது கடந்தகால உழைப்பின் சுமை அதிகரிக்க அதிகரிக்க, (உயிருள்ள உழைப்பால்) உற்பத்தி செய்யப்பட்ட உபரி-மதிப்புக்கும், முதலாளியின் மொத்த முதலீட்டுக்கும் இடையேயான விகிதாச்சாரம் வீழ்ச்சியடையும் போக்கைக் கொண்டுள்ளது. வேறு சொற்களில், ஒப்பீட்டு உபரி-மதிப்பைத்

தேடுவது என்பது இலாப-வீதம் குறைந்து செல்லும் போக்குடன் இணைந்துள்ளது.

எனவே, *மூலதனம்* நூலின் மூன்றாம் பாகத்தில் மார்க்ஸ் பகுப்பாய்வு செய்த இலாபவீதம் குறைந்து செல்வது என்ற போக்கு, உற்பத்தி நிகழ்முறையின் ஒழுங்கமைப்பில் தொடர்ந்து ஏற்படும் மாற்றங்களின் பொருளாதார வெளிப்பாடாக உள்ளது. அதே மாற்றங்கள் உழைப்புக்கும் மூலதனத்துக்கும் இடையிலான பகைநிலை உயிரோட்டமாக இருப்பதை உறுதி செய்கின்றன. எந்த ஒரு கீழ்ப்படுத்தல் உறவிலும் எதிர்ப்பும் உள்ளுறையான கிளர்ச்சியும் உள்ளார்ந்து உள்ளன. மிகவும் பணிவான அடிமைக்கும் மிகவும் ஆதிக்கம் செலுத்தும் ஆண்டைக்கும் இடையிலும் கூட முனைப்பான பகைநிலை உள்ளது, பரஸ்பர சார்புநிலையின் (ஒருவேளை வெளிப்படுத்தப்படாத) பதற்றம் உள்ளது, அது உறவை இயக்க ஆற்றல் கொண்டதாக்குகிறது. உற்பத்தியை தொடர்ந்து மாற்றி அமைப்பதையும் உபரி-மதிப்பை அதிகரிப்பதற்கு தொடர்ந்து முயற்சிப்பதையும் சார்ந்தே மூலதனம் இருப்பது, ஒப்பீட்டளவில் நிலையான காலங்களில் கூட உழைப்புக்கும் மூலதனத்துக்கும் இடையிலான பகைநிலை நெகிழ்வாகவும் தொடர்ச்சியாகவும் இருப்பதை உறுதி செய்கிறது. தொழிலாளர்கள் தற்காப்புரீதியாகவும், தாக்குதல் ரீதியாகவும் அணிதிரள்கின்றனர்; கட்டுப்பாட்டை பராமரிப்பதற்கான முதலாளிகளின் போராட்டம், உபரி-மதிப்பை அதிகபட்சமாக்குவதற்கான போராட்டத்திலிருந்து பிரிக்க முடியாதது. ஒப்பீட்டு உபரி-மதிப்பு என்பது வர்க்கப் போராட்டத்தின் இயக்கத்தில் தன்னை வெளிப்படுத்திக் கொள்கிறது, தொடர்ந்து மாறிவரும் தாக்குதல் வடிவங்களிலும் எதிர்த் தாக்குதல் வடிவங்களிலும் தன்னை வெளிப்படுத்திக் கொள்கிறது, உழைப்பு, மூலதனம் இரண்டின் சேர்க்கையுமே தொடர்ந்து மாறி வருவதில் தன்னை வெளிப்படுத்திக் கொள்கிறது. இங்கும், முதலாளித்துவத்தின் விசேஷமான நிலையற்ற இயக்கம் முன் நிலைக்கு வருகிறது. உபரி-மதிப்பைத் திரட்டுவதில் மூலதனம் எவ்வளவு வெற்றியடைகிறதோ, அவ்வளவுக்கு உழைப்பு அதன் மத்தியில் அழிவு சக்தியாக வளர்கிறது. வெற்றிகரமான மூலதனத் திரட்டலின் கால கட்டத்தில், வேலையின்மை குறைக்கப்பட்டு உழைப்பாளர்களின் பேரம் பேசும் வலிமை அதிகமாவதால், தொழிலாளி வர்க்க வலிமை அதிகரிக்க முடிவதற்கான சாத்தியத்தை அது காட்டுகிறது. மூலதனம் எவ்வளவு வெற்றிகரமாக உள்ளதோ, அவ்வளவுக்கு உழைப்பைச் சார்ந்திருப்பது என்ற அதன் இருத்தலின் அடிப்படை முரண்பாடு முன் நிலைக்கு வருகிறது. எல்லா ஆண்டைகளும் தமது இருத்தலுக்கு தமது

சேவகர்களை சார்ந்துள்ளனர். மூலதனத்தின் விஷயத்தில், அது மிக வலிமையாக தன்னை உணரும் போதுதான் வாழ்க்கையின் இந்த அடிப்படை உண்மை அதன் மீது வலுவாக திணிக்கப்படுகிறது.

ஒப்பீட்டு உபரி-மதிப்பின் உற்பத்தி அதற்குள்ளாகவே அதன் சொந்த அழிவு சக்தியைக் கொண்டுள்ளது, அது இலாபவீதம் குறைந்து செல்லும் போக்கிலும், தொழிலாளி வர்க்கத்தின் அதிகரிக்கும் வர்க்கச் சேர்க்கையிலும் வெளிப்படுகிறது. மூலதனத் திரட்டல் துரிதமாக நடக்கும் காலகட்டம் தொடரும் போது, தொழிலாளி வர்க்கத்தின் அமைப்பு வலிமையும் போராடும் குணமும் வளர்ச்சியடையும் போக்கும் இலாப வீதம் குறையும் போக்கும் காணப்படுகிறது. தாம் எதிர்பார்க்கும் இலாபவீதத்தை பெறுவதோ அல்லது தாம் விரும்பும் வகையில் உற்பத்தி நிகழ்முறையை மறுஒழுங்கமைப்பதோ முதலாளிகளுக்கு மேலும் கடினமாகிறது. பகைநிலைகள் தீவிரமடை கின்றன, முதலாளித்துவத்தின் முரண்பாடுகள் மேலும் வெளிப்படையா கின்றன, முன்னர் தனித்தனியாக இருந்த நிகழ்வுகளுக்கு இடையேயான இடைத்தொடர்புகள் தெளிவாகின்றன, சமூக ஒழுங்கமைப்பின் வடிவம் என்ற முறையில் முதலாளித்துவம் மேலும் பரவலாகவும் மேலும் வெளிப்படையாகவும் விமர்சிக்கப்படுகிறது.

முதலாளித்துவம் நெருக்கடியில் இருப்பதாகப் பார்க்கப்படுகிறது. இது பொருளாதாரத்தின் நெருக்கடியாக உணரப்படுகிறது: இலாபங்கள் வீழ்ச்சியடைகின்றன, போட்டி தீவிரமடைகிறது, நிறுவனங்கள் திவாலாகின்றன, ஒட்டு மொத்தத் துறைகளும் ஒட்டு மொத்த நாடுகளும் வீழ்ச்சியை சந்திக்கின்றன. ஆனால் அது வெறும் பொருளாதாரரீதியாக பார்க்கப்படுவதில்லை. அது அரசின் நெருக்கடியாக பார்க்கப்படுகிறது. முன்னர், அரசு சமூகத்தின் சுமுகமான வளர்ச்சியை உறுதி செய்ய முடிவதாக தோற்றமளித்தது, இப்போது அதைச் செய்ய இயலாததாக தெரிகிறது. நிலைமை அப்படியே தொடர முடியாது என்ற வலுவான உணர்வு முதலாளி வர்க்கத்துக்குள் ஏற்படுகிறது. முதலாளித்துவத்தில் உள்ளார்ந்துள்ள மாற்றத்தின் தொடர்ச்சியான நிகழ்முறை போதுமானதாக இல்லை என்று பார்க்கப்படுகிறது: மேலும் புரட்சிகரமான ஒன்று தேவைப்படுகிறது. முந்தைய மாற்ற நிகழ்முறை ஒரு வகைமுறையின் பகுதியாக பார்க்கப்படுகிறது, அந்த வகைமுறை முடிவுக்கு வந்து விட்டது என்பது தெளிவாகிறது.

இது நெருக்கடியாக உள்ளது: சமூக உறவுகளின் நிலைநாட்டப்பட்ட வகைமுறையில் முறிவாக உள்ளது. முதலாளி வர்க்கத்துக்கு எதிர்காலம் உறுதியற்றதாக, அபாயகரமானதாக தெரிகிறது. அணிதிரட்டப்பட்ட

தொழிலாளர்களின் வலிமையை, சீர்குலைப்பதாக கருதப்படும் எந்த ஒருவரின் வலிமையையும் தாக்குவதைத் தவிர, நன்னெறி, கட்டுப்பாடு, ஒழுங்கு இவற்றை மீட்க வேண்டும் என்ற கோரிக்கையைத் தவிர மேலே செல்வதற்கு வெளிப்படையான வேறு வழி எதுவும் தெரியவில்லை. இது மறுகட்டமைப்பு இல்லை : இது உடைப்பு.

உடைப்பு மறுகட்டமைப்பதற்கான சாத்தியத்தைக் கொண்டிருக்கலாம் என்பது தெளிவானது. முதலாளி வர்க்கத்தின் சில பகுதிகளுக்கு எதிர் காலமே இல்லை: திவால்கள் திடீரென்று அதிகரிக்கின்றன, முந்தைய சமூக வகைமுறைக்கு பொருத்தமாக இருந்த அரசியல் கட்சிகள் மீட்க முடியாத வீழ்ச்சியை எதிர்கொள்கின்றன. இருப்பினும், பழைய தொழில்துறைகளின் இடத்தில் புதிய தொழில்துறைகள் வரலாம், புதிய அரசியல் கட்சிகள் தோன்றி வளரலாம், ஒரு நாட்டின் பொருளாதார சரிவு இன்னொரு நாட்டின் பொருளாதார ஏற்றத்தால் சரிக்கட்டப்படலாம். மேலே செல்வதற்கான வழி தெளிவில்லை, ஆனால் மேலாண்மையின் புதிய வடிவங்கள், தொழில்நுட்பத்தின் புதிய வடிவங்கள், அரசுக்கும் தொழில்துறைக்கும் இடையேயான புதிய உறவுகள், அரசியல் ஒழுங்கமைப்பின் புதிய வகைமுறைகள் என எல்லா வகை பரிசோதனைகளும் மேற்கொள்ளப்படுகின்றன. தொழிலாளி வர்க்கத்தின் சேர்க்கையை வன்முறை, சட்ட வரம்புகள், பொருளாதார மறுகட்டமைப்பு செய்தல் ஆகியவற்றை இணைத்து திறம்பட முறிப்பது நடக்கலாம். அதன் பிறகு, மூலதனம் தான் விரும்பும் எல்லா மாற்றங்களையும் உற்பத்தியில் சுமத்த முடியலாம். இது எல்லாம் நடக்கலாம் ஆனால் இது முன்கூட்டியே தீர்மானிக்கப்பட்டதில்லை.

சிறிது காலத்துக்குப் பிறகு மூலதனம் எதிர்காலத்தின் மீது அதிக நம்பிக்கையை பெறலாம், அதாவது மூலதனத் திரட்டலின் புதிய, ஒப்பீட்டளவில் நிலையான சாத்தியமான அடித்தளங்களை அடையாளம் காண்பது சாத்தியமாகலாம். நாம் இப்போது அத்தகைய நிலையில்தான் உள்ளோம். இந்த இடத்தில்தான் 'மார்க்சிய' செயல்பாட்டுவாதம் மிகக் கேடு விளைவிப்பதாகிறது. கல்வித்துறை பகுப்பாய்வுக்கான புதிய உலகம் திறந்து விடப்படுகிறது: மூலதனத் திரட்டலின் புதிய வகை முறைகள் பற்றி கோட்பாடாக்கம் செய்வது, ஆதிக்கத்தின் புதிய வடிவத்துக்கு புதிய பெயரை தருவது, அவ்வாறு செய்வதன் மூலம் அதனை உறுதிப் படுத்துவது ஆகியவை நடைபெறுகின்றன. உடைப்பாக-நெருக்கடி என்பது மறக்கப்படுகிறது, அல்லது உடைப்பு என்பது மறுகட்டமைப்பின் முன்னணை கட்டம் என்ற வகையில் மட்டுமே நினைவுகூரப்படுகிறது.

புதிய வகைமுறைகள் நிலைநாட்டப்பட்டவையாக, ஏற்றுக் கொள்ளப்பட வேண்டிய புதிய எதார்த்தமாக 'உருவானவை'யாக பார்க்கப்படுகின்றன. கடுமையான போராட்டத்தின் மூலம் மூலதனம் இனிமேல்தான் சுமத்த வேண்டிய திட்டப்பணியாக புதிய வகைமுறைகள் பார்க்கப்படுவதில்லை. போராட்டம் மறக்கப்பட்டதும் மார்க்சியம் போராட்டத்தின் கோட்பாடு என்பதிலிருந்து ஆதிக்கத்தின் கோட்பாடாக ஆகிறது.

அப்படி இருக்க முடியாது. சமூக உறவுகளின் வகைமுறையில் ஏற்படும் முறிவு என்பது அது உடனடியாக வெற்றிகரமாக மறு கட்டமைப்பு செய்யப்பட்டு விடும் என்பதை உணர்த்தவில்லை. உடைப்பு மறுகட்டமைப்புக்கான சாத்தியத்தைக் கொண்டிருக்கலாம். கடந்த காலத்தைப் போல அந்த சாத்தியம் கைவரப்பெறுவதாகவும் இருக்கலாம். ஆனால் அது உறுதியானது இல்லை, இப்போதும் கூட, ஒப்பீட்டளவில் நிலையான முதலாளித்துவ சமூக உறவுகளின் புதிய வகைமுறை நிலைநாட்டப்படுகிறது என்றால், அது தானாக எளிதாக உருவாகி விடப் போவதில்லை, அது நீண்ட இரத்தக் களறியான போராட்டத்தின் விளைவாகத்தான் உருவாகும். உடைப்பாக-நெருக்கடி என்பதற்கு மறுகட்டமைப்பாக-நெருக்கடி என்பதற்கும் இடையே சாத்தியத்தின் ஒரு பாதாளம் உள்ளது, பாதுகாப்பாக தரையிறங்குவதற்கான உத்தரவாதம் இல்லாத மூலதனத்தின் பாய்ச்சல் ஒன்று உள்ளது, போராட்டத்தில் உள்ள உலகத்தின் ஒட்டுமொத்த வரலாறு உள்ளது.

குறிப்புகள்:

கிளார்க். எஸ். த வேல்யூ ஆப் வேல்யூ: ரீ-ரீடிங் கேப்பிட்டல், (Clarke, S. (1980), 'The Value of Value: Rereading Capital'), Capital & Class, no. 10.

ஹெகல், த ஃபினாமினாலஜி ஆஃப் ஸ்பிரிட் (Hegel, G. W. F. (1977) The Phenomenology of Spirit) (Oxford)

இடோ, எம். வேல்யூ அண்ட் கிரைசிஸ் (Itoh, M. (1980) Value and Crisis) (London).

மார்க்ஸ் கே, மூலதனம் (Marx, K. (1967/71) Capital (Moscow)).

மார்க்ஸ் கே, அரசியல் பொருளாதாரம் பற்றிய விமர்சனத்துக்கு ஒரு பங்களிப்பு (Marx, K. (1971) Contribution to the Critique of Political Economy) (London).

நெக்ரி, ஏ.மார்க்ஸ் பியாண்ட் மார்க்ஸ் (Negri, A . (1984) Marx Beyond Marx) (South Hadley, Mass.).

நெக்ரி, ஏ. 'மார்க்ஸ் ஆன் சைக்கிள் அண்ட் கிரைசிஸ்', ரெவ்ல்யூஷன் ரிட்ரீவ்ட், நெக்ரில் (Negri, A. (1968/1988) 'Marx on Cycle and Crisis', in Negri Revolution Retrieved) (London).

ஓ'கானர் ஜே, த மீனிங் ஆஃப் கிரைசிஸ் (O'Connor, J. (1987) The Meaning of Crisis) (Oxford, New York).

பெரெஸ் சி, 'ஸ்ட்ரக்சுரல் சேஞ்ச் அண்ட் அசிமிலேஷன் ஆஃப் நியூ டெக்னாலஜீஸ் இன் தி எகனாமிக் அண்ட் சோசியல் சிஸ்டம்ஸ்', பியூச்சர்ஸ் (Perez, C. (1983) 'Structural Change and Assimilation of New Technologies in the Economic and Social SystemsÔ, Futures) (October).

ராடர் எம், மார்க்சஸ் இன்டர்ப்ரெடேஷன் ஆஃப் ஹிஸ்டரி (Rader, M. (1979) Marx's Interpretation of History) (New York).

ஸ்டெர்ன் ஆர், 'ஹிஸ்டாரியன்ஸ் அண்ட் கிரைசிஸ்', பாஸ்ட் அண்ட் பிரசென்ட் (Stern, R. (1970) 'Historians and Crisis', Past and Present) no. 52.